ചരിത്രനിയോഗം

INSIGHT PUBLICA®

Nadakkavu, Kozhikode, Kerala, 673011
www.insightpublica.com
e-mail: insightpublica@gmail.com
Title: **Charithraniyogam**
Editor: **Rajeevan T. V.**
(Malayalam)
Book Design: kjvj
First Edition: March 2022

Printed and Published by
InsightinPublica Printers & Publishers Pvt. Ltd.
ISBN 978-93-90535-82-8
₹ 329

ചരിത്രനിയോഗം

രാജീവൻ ടി.വി.

INSIGHT PUBLICA

കണ്ണൂർ ജില്ലയിൽ, ചൊക്ലി പഞ്ചായത്തിലെ നിടുമ്പ്രം സ്വദേശി. പെരിയാണ്ടി എൽ. പി സ്കൂൾ, കാരാറത്ത് യു. പി, രാമവിലാസം എച്ച്. എസ് എന്നിവിടങ്ങളിലെ പഠനത്തിന് ശേഷം തലശ്ശേരി ബ്രണ്ണൻ കോളേജിൽ നിന്നും പ്രീഡിഗ്രി പാസായി. തുടർന്ന് ചെങ്ങന്നൂർ, അങ്ങാടിക്കൽ എസ്. സി. ആർ. വി. ബി. ടി. എസ്ൽ നിന്ന് അധ്യാപക പരിശീലനം നേടി. തലശ്ശേരി സൗത്ത് സബ്ബ് ജില്ലയിലെ പുന്നോൽ എൽ. പി. സ്കൂളിൽ നിന്ന് ഹെഡ്മാസ്റ്ററായി വിരമിച്ചു. കുട്ടികൾക്ക് വേണ്ടി പാഠഭാഗങ്ങൾ നാടക രൂപത്തിലാക്കി സംവിധാനം ചെയ്ത് അവതരിപ്പിച്ചു വരുന്നു. ഇന്ത്യൻ ക്ലാസിക് കൃതിയായ ബംഗാളി നോവൽ, താരാ ശങ്കർ ബന്ദോപാദ്ധ്യയുടെ 'ആരോഗ്യ നികേതനം' നാടകരൂപത്തിലാക്കിയിട്ടുണ്ട്. വിക്ടോർ യൂഗോവിന്റെ പാവങ്ങൾ നോവലിനെ അടിസ്ഥാനമാക്കി ഴാങ്ങ് വാൽ ഴാങ്ങ് എന്ന ഏകപാത്ര നാടകം എഴുതിയിട്ടുണ്ട്. പുസ്തകരൂപത്തിൽ പ്രസിദ്ധീകരിക്കുന്ന ആദ്യ കൃതിയാണ് 'ചരിത്ര നിയോഗം.

ഭാര്യ: ഉഷാകുമാരി, മകൻ: സംഗീത് രാജീവ്

ടി. വി. രാജീവൻ, പുതുശ്ശേരി താഴെ കുനിയിൽ,
നിടുമ്പ്രം, പി. ഒ. ചൊക്ലി 670672
Mob No. 9961927920
email: rajeevantv28@gmail. com

ടി.വി. രാജീവൻ

ആമുഖം

കേരള ഗ്രന്ഥശാലാ സംഘത്തിന്റെ പ്രവർത്തന പദ്ധതിയുടെ ഭാഗമായി ചൊക്ലിയിലെ ശ്രീനാരായണ ലൈബ്രറിയിലും, നിടുമ്പ്രം, മൊയാരത്ത് ശങ്കരൻ സ്മാരക ലൈബ്രറിയിലും പ്രതിമാസ പുസ്തക ചർച്ചകൾ നടക്കാറുണ്ട്. അത്തരം പുസ്തക ചർച്ചകളിൽ പങ്കെടുത്തതിൽ നിന്നും,നിടുമ്പ്രം മടപ്പുര കലാഭവന്റെ നേതൃത്വത്തിൽ നടന്ന പ്രാദേശിക ചരിത്രരചനയിൽ പങ്കാളിയാവാൻ കഴിഞ്ഞതിൽ നിന്നും പ്രചോദനം ഉൾക്കൊണ്ട് കൊണ്ട്, കോവിഡ് ലോക് ഡൗൺ കാലത്ത് ഒരു നോവൽ എഴുതാൻ ശ്രമിക്കുകയും, പൂർത്തീകരിക്കുകയും ചെയ്തു. ഒരു പ്രൈമറി സ്കൂൾ അധ്യാപകനായി ജോലി ചെയ്തതിന്റെ അനുഭവ പശ്ചാത്തലത്തിലാണ് ഇതിന്റെ രചന. ഒരു അധ്യപകൻ എന്ന നിലയിൽ കുട്ടികളുമായും, രക്ഷാകർത്താക്കളുമായും, അതുവഴി സമൂഹവുമായും ഇടപഴകാൻ കഴിഞ്ഞതിന്റെ മധുര സ്മരണകളുടെ തികച്ചും സാങ്കല്പികമായ ഒരാവിഷ്കരണമാണ് നടത്തിയത്. ഈ നോവലിന് അവതാരിക എഴുതിത്തന്ന,കേരള ഗ്രന്ഥശാല സംഘം നേതൃനിരയിൽ പ്രവർത്തിച്ച വ്യക്തിയും കവിയും സാംസ്കാരിക പ്രവർത്തകനുമായ ശ്രീ. കവിയൂർ രാജഗോപാലൻ മാസ്റ്ററോടും, രചനയുടെ വിവിധഘട്ടങ്ങളിൽ പ്രോത്സാഹനം നൽകുകയും, ഒരു പഠന കുറിപ്പ് തയ്യാറാക്കി തരികയും ചെയ്ത സാസ്കാരിക പ്രവർത്തകനും, കവിയുമായ ശ്രീ. ബാലകൃഷ്ണൻ മൊകേരിയോടും, ഇത് പ്രസിദ്ധീകരിക്കാമെന്ന് ഏറ്റ ഇൻസൈറ്റ് പബ്ലിക്കേഷൻ, കോഴിക്കോട്, പ്രവർത്തകരോടും ഉള്ള എന്റെ കൃതജ്ഞത രേഖപ്പെടുത്തിക്കൊള്ളുന്നു. സ്നേഹപൂർവം ഇത് വായനക്കാരുടെ മുന്നിൽ സമർപ്പിക്കുന്നു

ഭാഷയുടെ സുതാര്യത - വീക്ഷണത്തിന്റേയും

കവിയൂർ രാജഗോപാലൻ

അധ്യാപക ജീവിതത്തിലെ സഫല മുഹൂർത്തങ്ങളെ ചേർത്ത് നിർത്താനുള്ള ശ്രമത്തിന്റെ ഭാഗമാണ് ഈ 'ചരിത്ര നിയോഗം'. കുഞ്ഞുങ്ങളുടെ മനസ്സറിഞ്ഞ ഒരധ്യാപകന്റെ അനുഭവങ്ങ ളാണ് ഇവിടെ സമാഹരിച്ചിട്ടുള്ളത്. രമേശൻ മാഷാണ് കാര്യങ്ങൾ പറയുന്നതെങ്കിലും ഇതിന്റെ പിറകിൽ ഗ്രന്ഥകാരൻ തന്നെയാണെന്ന് പ്രത്യേകം സൂചിപ്പിക്കേണ്ടതില്ല.

ഗുരുകുല വിദ്യാഭ്യാസം പാരമ്പര്യമായി ലഭിച്ചിട്ടുള്ള നമുക്ക് സമ്പന്ന മായ ഒരു ഭൂതകാലമുണ്ട്. പക്ഷേ അതിൽ ചിലതെല്ലാം നിഷേധാത്മക തയാണു മുഴച്ചു നിൽക്കുന്നത്. പെരുവിരൽ മുറിച്ചു മാറ്റേണ്ടി വന്ന ഏകല വ്യന്റെ കഥ തന്നെ ഉദാഹരണം. ഈയിടെ കലാമണ്ഡലം കൃഷ്ണൻ നായരുടെ ആത്മകഥയിലൂടെ കടന്നുപോയപ്പോൾ അദ്ദേഹത്തിന്റെ ഗുരുനാഥൻ ബാലനായ തന്നെ എടുത്ത് വലിച്ചെറിഞ്ഞ കഥ വിവരിക്കു ന്നുണ്ട്. മാസങ്ങളോളം ചികിത്സ നടത്തിയതിന്റെ ഫലമായാണു കൃഷ്ണൻ നായർ പൂർവസ്ഥിതി പ്രാപിച്ചത്. അധ്യാപകന്റെ ഏകപക്ഷീയമായ സമീപനത്തിനെതിരെ കഠിന വിമർശനം ഉന്നയിക്കുകയാണ് ഈ കൃതിയിലൂടെ ഗ്രന്ഥകാരൻ ചെയ്യുന്നത്.

കുട്ടികൾ, അധ്യാപകർ, രക്ഷിതാക്കൾ - ഇങ്ങനെ വിശദീകരി ക്കാനാവുന്ന ഒരു ത്രികോണം നമ്മുടെ മുമ്പിലുണ്ട്. ഓരോ കുഞ്ഞും ചോദ്യങ്ങളുടെ കലവറയായി നിരീക്ഷിക്കാൻ അധ്യാപകന് കഴിയണം. രക്ഷിതാക്കളും ഈ അന്വേഷണ സീമകളിൽ വരണം. അതെങ്ങനെ സാധ്യമാകും എന്ന അന്വേഷണമാണ് രമേശൻ മാഷ് ഈ കൃതിയിലൂടെ

നിർവഹിക്കുന്നത്. നന്നേ ദരിദ്രമായ ചുറ്റുപാടിൽ, തന്റെ സമർപ്പിത സേവനം ഏതാനും നാളുകളാണെങ്കിൽ കൂടി അവിസ്മരണീയമായ അനുഭവങ്ങളാക്കുന്ന രാസപ്രക്രിയ ഗ്രന്ഥകാരന് അവകാശപ്പെടാവുന്നതാണ്.

അധ്യാപകന്റെ ഏകാധിപത്യം ആവശ്യത്തിലധികം അനുഭവിച്ച തലമുറയായിരുന്നു നമ്മുടേത്. ക്ലാസ് മുറികളിൽ നിശ്ശബ്ദതയുടെ സംസ്കാരമാണു (culture of Silence) കുടികൊള്ളുന്നതെന്ന് പോളോഫ്രെയർ ചൂണ്ടിക്കാട്ടിയത് ഓർക്കാവുന്നതാണ്. ഇന്നാവട്ടെ ശബ്ദ മുഖരിതമായ ക്ലാസ് മുറികളാണു നമുക്ക് കാണാൻ കഴിയുന്നത്. പങ്ക് വെക്കലും കൂട്ടായ പ്രവർത്തനവും ആധുനിക വിദ്യാഭ്യാസ രംഗത്ത് എത്രത്തോളം വിജയകരമാണെന്ന് രമേശൻ മാഷ് തെളിയിക്കുന്നുണ്ട്. നവം നവങ്ങളായ ആശയങ്ങളിലേക്കുള്ള സന്ദർഭങ്ങളാണു എവിടെത്തിരിഞ്ഞാലും നമുക്ക് കാണാൻ കഴിയുന്നത്. തീരപ്രദേശത്തെ കൊച്ചുകൂരകളിൽ ജീവിക്കുന്ന മനുഷ്യക്കുഞ്ഞുങ്ങളെ ശ്രദ്ധിക്കാൻ ആരാണവിടെയുള്ളത്? ആവശ്യത്തിന് ഉതകുന്ന അധ്യാപകരെ നിയമിക്കാൻ എപ്പോഴെങ്കിലും നമുക്ക് കഴിഞ്ഞിട്ടുണ്ടോ? ഈ പശ്ചാത്തലത്തിലാണു രമേശൻ മാഷ്ടെ ക്ലാസ് മുറി നാം നോക്കിക്കാണേണ്ടത്.

യുക്തിചിന്തയുടെ കൈത്തിരി തെളിക്കാൻ അധ്യാപകന് കഴിയുന്നു. വാമൊഴിയുടെ പശ്ചാത്തലത്തിൽ ഗ്രാമ ചരിത്രം വിശകലനം ചെയ്യാൻ (ഉദാ: കയ്യൂർ) അധ്യാപകന് കഴിയുന്നു. ഭൂതപ്രേതാതികളിലുള്ള വിശ്വാസം പ്രച്ഛന്നമായി രൂപം മാറുന്ന ഈ കാലത്ത് അത് ഏറെ പ്രസക്തമായ പ്രവർത്തനമായി കരുതാം. രക്ഷിതാക്കൾക്കിടയിലെ ദുശ്ശീലങ്ങൾക്കെതിരെ നിശ്ശബ്ദ സമരം നടത്താനും പുതിയ യുഗത്തിലെ അധ്യാപകന് കഴിയണം. വിഷ്ണു ഭാരതീയനും, നിരഞ്ജനയും, മൊയാരത്ത് ശങ്കരനും മനസ്സിലുള്ള അധ്യാപകന് സ്വാതന്ത്ര്യ സമര ചരിത്രം പ്രത്യേകം പഠിക്കേണ്ടതില്ല. ജി. അരവിന്ദന്റെ കുമ്മാട്ടിക്കും, വിക്ടർ ഹ്യൂഗോവിന്റെ പാവങ്ങൾക്കും പ്രൈമറി ക്ലാസിലും പ്രസക്തിയും അർഥഗരിമയുമുണ്ടെന്ന് ബോധ്യപ്പെടുന്ന സന്ദർഭം പ്രത്യേകം എടുത്ത് പറയേണ്ടതുണ്ട്.

നമ്മുടെ അധ്യാപക വിദ്യർഥികളും വിദ്യാഭ്യാസ വിഷയത്തിൽ താല്പര്യമുള്ളവരും മുൻവിധിയില്ലാതെ ഈ പുസ്തകത്തെ സമീപിക്കണം. പുതിയ വീക്ഷണ ചക്രവാളം അവരുടെ മുമ്പിൽ തുറന്നിടുമെന്ന് ന്യായമായും പ്രതീക്ഷിക്കുന്നു. ഒപ്പം ഗ്രന്ഥകാരന്റെ സർവീസ് അനുഭവങ്ങളുടെ ബാക്കിപത്രവും വായനക്കാർ പ്രതീക്ഷിക്കുന്നു.

1

ദൂരെയെങ്ങോ നിന്ന് കുറുനരികളുടെ നീട്ടിയുള്ള ഓലിയിടൽ, ശ്മശാനത്തിലെ കുറ്റൻ മര മുകളിൽ നിന്നും മൂങ്ങകളുടെ മൂളൽ, രാപ്പക്ഷികളുടെ ചിറകടി. രാത്രിയുടെ നിശ്ശബ്ദത ഭേദിച്ച് കൊണ്ട് വിവിധ ശബ്ദഘോഷങ്ങൾ. കടൽക്കാറ്റിന്റെ സുഖകരമായ തലോടൽ, തുറന്നിട്ട ജനാലയിലൂടെ അരിച്ചെത്തുന്ന നിലാവെളിച്ചം. രമേശൻ മാഷിന് ഉറക്കം വരുന്നേയില്ല. ഏതാണ്ട് ഒരുന്മാദാവസ്ഥയിലെത്തിയതുപോലെ. പായയിൽ തിരിഞ്ഞു മറിഞ്ഞു കിടക്കയാണ്. ആ ബിസ്കറ്റിന്റെ മധുരം തൊണ്ടയിൽ കൂടി ഇപ്പോഴും കിനിഞ്ഞിറങ്ങുന്നതു പോലെ. ഇപ്പോൾ മാത്രമല്ല ജീവിതാവസാനം വരെ അതങ്ങനെ തേൻ തുള്ളികളായി ഇറങ്ങിക്കൊണ്ടിരിക്കുമെന്ന് മാഷിന് തോന്നി. ആ മാധുര്യം തന്റെ പ്രവർത്തനങ്ങളുടെ ആകത്തുകയായി ഊറിയെത്തിയതാണെന്ന് രേവതി ടീച്ചറുടെ വാക്കുകൾ കേട്ടപ്പോഴാണ് തിരിച്ചറിഞ്ഞത്.

അനുഭവങ്ങൾ. നിലാവൂർന്നിറങ്ങുന്ന ഇവിടുത്തെ പഞ്ചാര മണലിൽ കൂടി കടൽക്കാറ്റേറ്റുകൊണ്ട് നടക്കുമ്പോൾ അനുഭവിച്ചിരുന്ന ആ മാസ്മരികമായ അനുഭൂതി. ആ അനുഭൂതിക്ക് സമാനമായ അനുഭവങ്ങൾ. ഇടയ്ക്ക് ചില കയ്പുകൾ. നെല്ലിക്ക കഴിച്ച് കുടിക്കുന്ന വെള്ളം പോലെ. ആ കയ്പുകളും പിന്നീട് മധുരമായി തീർന്നു. പലപ്പോഴും അറിയാതെ കണ്ണുനീർ വാർന്നു പോയിട്ടുണ്ട്. ബോധനതന്ത്രങ്ങളും ആലോചിച്ച് ഇതുപോലെ ഉറക്കം വരാതെ കിടന്ന രാവുകൾ. രാപ്പക്ഷിയുടെ താരാട്ടിലും, കടൽ കാറ്റിന്റെ തലോടലിലും ഉറക്കം കണ്ണുകളെ തഴുകാൻ കൂട്ടാക്കാതിരുന്ന രാവുകൾ. ബോധനവഴികൾ കണ്ടെത്താൻ ധ്യാനസ്ഥനെ പോലെ കഴിഞ്ഞ രാവുകൾ. രാത്രിയുടെ അസാന യാമങ്ങളിലെപ്പൊഴോ മനസ്സിൽ തെളിഞ്ഞുവരുന്ന പ്രവർത്തന പദ്ധതികൾ. അത് കുട്ടികളിലെത്തിക്കാനുള്ള ഒരു വ്യഗ്രത. ഉദ്ദേശിച്ചതു പോലെ കാര്യങ്ങൾ മുന്നോട്ട്

നീങ്ങാതിരുന്നപ്പോൾ അനുഭവപ്പെട്ട പിരിമുറുക്കങ്ങൾ. വീണ്ടും ധ്യാനം. ഒളിമിന്നൽ പോലെ മനസ്സിൽ തെളിയുന്ന തന്ത്രങ്ങൾ. രണ്ട് വർഷം ലഭിച്ച തീവ്രപരിശീലനങ്ങളുടെ ഫലമെന്ന പോലെ. ഒന്നും പാഴായി പോയിട്ടില്ല. വേണ്ട സന്ദർഭത്തിൽ വേണ്ട രീതിയിൽ അത് തന്നെ ചലിപ്പിച്ചതായി രമേശൻ മാഷിന് ബോധ്യപ്പെട്ടിരിക്കുന്നു. ആസൂത്രണ രേഖകൾ പല പ്രാവശ്യം തിരുത്തിയെഴുതേണ്ടി വന്ന സന്ദർഭങ്ങൾ. എല്ലാം ശരിയാക്കി അവസാനം പ്രവർത്തി പഥത്തിൽ വച്ച് പാളി പ്പോയതു്. നിശിതമായ വിമർശനങ്ങൾ, കുറ്റപ്പെടുത്തലുകൾ, പരിഹാ സങ്ങൾ. അങ്ങനെ എത്രയെത്ര അനുഭവങ്ങൾ. അതെല്ലാം ഇന്നൊരു മധുരമായി കിനിഞ്ഞിറങ്ങുകയാണ്.

കുറുനരികളും മൂങ്ങകളും പിൻമാറിയിരിക്കുന്നു. ഏതോ രാപ്പക്ഷി ശ്രുതിമധുരമായി രാഗം മീട്ടിക്കൊണ്ടിരിക്കുന്നു. ഹിന്ദോളമാണോ? മോഹനമാണോ? തിരമാലകളുടെ മൃദംഗ ധ്വനി, കടൽ കാറ്റ് മരച്ചില്ലകളി ലൂടെ ഊളിയിടുമ്പോഴുണ്ടാവുന്ന പുല്ലാങ്കുഴൽ നാദം. പ്രകൃതിയൊരുക്കുന്ന നാദധാര. ഈ താരാട്ടിനും ഇന്നെന്നെ ഉറക്കാൻ കഴിയുമെന്ന് തോന്നു ന്നില്ല. ആ ബിസ്കറ്റിന്റെ മധുരം ഒരു ലഹരിയായി തന്റെ സിരകളിൽ പടർന്നു കൊണ്ടേയിരിക്കുന്നു. ആ മധുരതരമായ ലഹരിയിൽ ഓർമ കളുടെ കുത്തൊഴുക്ക് ആരംഭിച്ചിരിക്കുന്നു. ആ ഓർമകൾക്ക് നീ ശ്രുതി മീട്ടിക്കൊള്ളൂ. ഗ്രന്ഥശാലകൾ വീടും, പുസ്തകങ്ങൾ കൂട്ടുമായപ്പോൾ അറിയാതെ മനസ്സിൽ കയറിയ ആഗ്രഹമായിരുന്നു. ഒരധ്യാപകനാ വുക. എങ്ങനെയും നേടിയെടുക്കണം. കഠിന പരിശ്രമത്തിലൂടെ ഉദ്ദേശം പൂവണിയുന്ന ഘട്ടമെത്തി. അപ്പോഴേക്കും വിലക്കുകൾ. നിന്റെ ശാരീരിക സ്ഥിതിയും അസുഖങ്ങളും ഈ ജോലിക്ക് പറ്റിയതാണോ?. നിനക്ക് കുട്ടികളുടെ മുന്നിൽ നന്നായി സംസാരിക്കാൻ പറ്റുമോ? നീ പറയുന്നത് അവർക്ക് ശരിയായി മനസ്സിലാക്കാൻ പറ്റുമോ? കഴിയുന്നത്ര പഠിച്ച് മറ്റെന്തെങ്കിലും ജോലി നോക്കിക്കോ. അടുത്ത ബന്ധുക്കളുടെ ഉപദേ ശമാണ്. പക്ഷേ എന്തോ ഒരു ആത്മവിശ്വാസം - വായന പകർന്നു തന്നതായിരിക്കണം മുന്നോട്ടേക്കു തന്നെ നയിച്ചു.

ക്ലാസിൽ കുട്ടികളെ, പ്രവർത്തനങ്ങളിലൂടെ മുന്നോട്ട് നയിക്കു കയാണ് വേണ്ടത്. അല്ലാതെ അധ്യാപകൻ കിടന്ന് കൂവിവിളിച്ചിട്ട് കാര്യമില്ല. പ്രവർത്തനങ്ങളെ മുന്നോട്ട് നയിക്കാൻ ആവശ്യത്തിന് മാത്രം സംസാരം. വെറുതെ പ്രസംഗിക്കുന്നത് കൊണ്ട് കുട്ടികൾക്ക് ഒരു പ്രയോജനവും കിട്ടില്ല. പരിശീലനത്തിന്റെ ആദ്യ നാളുകളിൽ തന്നെ ബോധ്യപ്പെട്ട കാര്യങ്ങൾ. ബന്ധുക്കൾ ആശങ്കപ്പെട്ടതിനൊ ന്നും ഒരടിസ്ഥാനവുമില്ല. പക്ഷേ ഗണിതപഠനം, പുതിയ സിലബസ്.

അതുവരെ പരിചയപ്പെടാത്ത പുതിയ ഗണിതാശയങ്ങൾ. അധ്യാപകൻ എത്ര ലളിമായി അവതരിപ്പിച്ചിട്ടും ഉൾക്കൊള്ളാനാവുന്നില്ല. ഇതിവിടെ അവസാനിപ്പിക്കുന്നതാണ് നല്ലത് എന്ന് ചിന്തിച്ച നിമിഷങ്ങൾ. പക്ഷേ ദൈവങ്ങൾ, ജീവനുള്ള ദൈവങ്ങൾ, കൂട്ടുകാർ - അവർ രക്ഷയ്ക്കെത്തി. ഉപദേശങ്ങൾ, നിർദേശങ്ങൾ, രാത്രി വൈകുന്നതു വരെ പുതിയ ഗണി താശയങ്ങളെ മെരുക്കി എടുക്കാനുള്ള സഹായം. ആത്മവിശ്വാസം വാനോളം ഉയർന്ന നിമിഷങ്ങൾ. ഓർമകളിൽ സുഗന്ധം വഴിയുന്നു. ആ കഠിന പരിശീലനങ്ങളുടെ ആകത്തുകയെന്നോണം ആ ബിസ്കറ്റ് പായ്ക്കറ്റ്. അല്ല മാഷേ, ഒരു പ്രൈമറി സ്കൂളിൽ കുറച്ചു മാസങ്ങൾ ജോലി ചെയ്യാൻ കഴിഞ്ഞതിന് ഇത്രത്തോളം കിടന്ന് തുള്ളണോ?ആരോ ചോദിക്കുന്നതു പോലെ. തുള്ളാതിരിക്കാൻ കഴിയില്ല ചങ്ങാതി. അതൊക്കെ കഥ മുഴുവൻ കേൾക്കുമ്പോൾ പതിയേ മനസ്സിലായിക്കൊള്ളും. മുള്ള് പ്രതീ ക്ഷിച്ചു വന്നു. പൂവ് ചോദിച്ചു, പൂമരം കിട്ടിയ അവസ്ഥ.

നിഷ്കളങ്കതയുടെ ആൾരൂപങ്ങളായ ഗ്രാമീണർ, അവർ പകർന്ന സൗഹൃദങ്ങളുടെ നറുതേൻ തുള്ളികൾ, കുഞ്ഞുങ്ങളുമൊത്തുള്ള പഠന പ്രവർത്തനങ്ങളുടെ സന്തോഷകരങ്ങളായ നിമിഷങ്ങൾ, കാര്യങ്ങൾ പ്രവർത്തനങ്ങളിലൂടെ പഠിച്ചെടുക്കുമ്പോൾ അവരുടെ കണ്ണുകളിൽ പ്ര ത്യക്ഷപ്പെടുന്ന തിളക്കം. അത് നൽകിയ ചാരിതാർഥ്യം. ഒരു കോളേജ് വിദ്യാർഥിനിയുടെ ചരിത്ര പഠനം അർഥവത്താക്കാൻ അവസരം ലഭിച്ചത്. അവളുമായി നടത്തിയ ചരിത്ര ചർച്ചകൾ. പങ്കിട്ട ഊഷ്മള നിമി ഷങ്ങൾ.. ലഹരിക്കടിപ്പെട്ട് കുടുംബത്തിന്റെ ദുഃഖമായി തീർന്ന ചിലരെ പിൻതിരിപ്പിക്കാൻ നടത്തിയ ശ്രമങ്ങൾ. അതിനിടയിലെ വികാരഭരി തമായ അനുഭവങ്ങൾ. യുദ്ധത്തിന്റെ നിരർഥകത വെളിവാക്കിയ ഒരു പട്ടാളക്കാരന്റെ അനുഭവ വിവരണങ്ങൾ. മനുഷ്യ സംസ്കാരത്തിന്റെ കൊടിയടയാളമായ സാഹോദര്യവും, സഹജീവി സ്നേഹവും ഉയർ ത്തിപ്പിടിക്കുന്ന ഒരു കൂട്ടം പൊതുപ്രവർത്തകർ. അവരെ വെല്ലുവിളിച്ചു കൊണ്ട് ചൂഷകക്കൂട്ടം. ഗ്രാമം അഭിമുഖീകരിച്ച ഒരു പ്രധാന പ്രശ്നത്തിൽ തങ്ങൾ മുറുകെ പിടിക്കുന്ന ആശയഗതികൾ വെല്ലുവിളിക്കപ്പെട്ടപ്പോൾ അവർ അനുഭവിച്ച പിരിമുറുക്കങ്ങൾ. അതിന് പൂരകമായി മറ്റൊരാ ശയഗതിയുടെ ശക്തമായ ഇടപെടലിലൂടെ പ്രശ്നം പരിഹരിക്കപ്പെട്ടത്. അന്ധവിശ്വാസങ്ങൾക്കെതിരെ പ്രവർത്തിക്കുന്നവരുടെ കൂട്ടത്തിൽ പങ്കാളിയാകാൻ കഴിഞ്ഞത്.

മത സൗഹാർദ്ദത്തെ അക്ഷരാർഥത്തിൽ ഉയർത്തിപ്പിടിച്ച ആഘോ ഷരാവുകളുടെ ആവേശം. വർഷങ്ങൾക്ക് മുമ്പ് നടന്ന ദാരുണമായ ഒരു കൊലപാതകത്തിന്റെ ചുരുളഴിക്കുന്നതിൽ കണ്ണിയാകാൻ

കഴിഞ്ഞത്. അങ്ങനെ ഇവിടെ നടന്ന ചരിത്ര സംഭവങ്ങളിൽ എളിയ പങ്കാളിയാകാൻ കഴിഞ്ഞതിന്റെ സന്തോഷം. ഈ നാട്ടിൻ പുറത്ത് കാലു കുത്തിയത് മുതൽ ഉണ്ടായ വൈവിധ്യപൂർണമായ അനുഭവ പരമ്പരകൾ. ഒപ്പം കുറേ സങ്കടങ്ങളും. അവസാനം ആ ബിസ്കറ്റ് പായ്ക്കറ്റും, കോഴിമുട്ടയും, മിഠായിയും. പാട വിശാലതയിൽ പൊട്ടി വിരിയുന്ന പ്രഭാതങ്ങൾ, അസ്തമയ സൂര്യൻ ചെമ്പട്ട് ചുറ്റിക്കുന്ന സായംസന്ധ്യകൾ, പഞ്ചാരമണലിൽ നിലാവ് കോരിയൊഴിക്കുന്ന നിശീഥിനികൾ. ഇവിടുത്തെ ശുദ്ധഹൃദയരായ ഗ്രാമീണരെ പോലെ പ്രകൃതിയും. മനസ്സിൽ വരച്ചു വച്ചിരിക്കുന്ന വർണ ചിത്രങ്ങൾ. ഇനി മുതൽ എല്ലാം തനിക്കന്യമാവുകയാണ്. ഓർമകൾ തിരയടിച്ചു വരികയാണ്. അടുത്ത പട്ടണത്തിൽ സർക്കാരാഫീസിൽ ജോലിചെയ്യുന്ന സുഹൃത്ത് ശ്രീധരൻ വഴിയാണ് ഇവിടെ ജോലി സംഘടിപ്പിച്ചത്. സഹപാഠിയായിരുന്ന ആ സുഹൃത്തുമൊത്ത് ഒരു മഴക്കാല സായംകാലത്ത് മനസ്സിൽ നിറയെ ആശങ്കകളുമായി ഈ നാട്ടിൻപുറത്ത് എത്തിച്ചേർന്നു.

2

"ആരാടാ ഈ രമേശൻ മാഷ്? ഏത് മറ്റവന്റെ മോനാടാ എന്റെ മോനെ തല്ലിയത്. ഇറക്കിവിടെടാ അവനെ. ഇങ്ങനത്തെ നാറികളൊന്നും നമ്മള പള്ളിക്കൂടത്തി പഠിപ്പിക്കണ്ട. ഇറങ്ങി വാടാ പുറത്ത്. നിന്നോടൊക്കെ രണ്ട് ചോദിച്ചിട്ട് തന്നെ കാര്യം." ബഹളം കേട്ട് രമേശൻ മാസ്റ്റർ പരിഭ്രമത്തോടെ മുറ്റത്തേക്കിറങ്ങി. മറ്റ് അധ്യാപകരെല്ലാം ഉത്ക്കണ്ഠയോടെ തന്നെ നോക്കുകയാണ്. പുറത്ത് ആജാനുബാഹുവായ ഒരു മദ്യപൻ എന്തും ചെയ്യാൻ തയ്യാറായി നിൽക്കുന്നു.

"മാഷേ അങ്ങോട്ട് പോകല്ലേ. ആളൊരു കവലച്ചട്ടമ്പിയാണേ." സുശീല ടീച്ചർ പിന്നിൽ നിന്നും വിക്കി വിക്കി പറയുന്നു. പോയല്ലേ പറ്റൂ, നേരിട്ടല്ലേ പറ്റൂ. രമേശൻ മാഷ് ഉള്ള ധൈര്യമെല്ലാം സംഭരിച്ച് ആ തടിമാടന്റെ മുന്നിൽ അല്പം അകലം വിട്ടുനിന്നു.

"ചേട്ടാ ഞാനാണ് നിങ്ങളെ മകന്റെ മാഷ്. ഇവിടെ പുതിയ ആളാണ്. അവൻ ക്ലാസിൽ ശ്രദ്ധിക്കാൻ വേണ്ടി ചെറിയൊരു തല്ല് കൊടുത്തതാണ്, ക്ഷമിക്കണം." മാഷ് പറഞ്ഞ് നാക്കെടുത്തതും "ഫ പട്ടീ" എന്ന ആക്രോശത്തോടെ കവിളത്ത് തഴമ്പിച്ച കൈ ആഞ്ഞു പതിച്ചതും ഒന്നിച്ചു കഴിഞ്ഞു. അടിയുടെ ആഘാതത്തിൽ മാഷ് തെറിച്ച് താഴത്തേക്ക്. നിലത്ത് വീണ് തലയടിച്ചപ്പോഴാണ് രമേശൻ മാഷിന് സ്ഥലകാലബോധം വന്നത്. താൻ കിടന്ന ബഞ്ചിൽ നിന്നും താഴെ വീണിരിക്കുന്നു. പുറത്ത് കൊള്ളിയാൻ മിന്നി. കനത്തൊരു ഇടിവെട്ട്. കൊള്ളിയാന്റെ വെളിച്ചത്തിൽ സ്കൂളിനകം ഒരു നിമിഷം തെളിഞ്ഞു. താനതു വരെ ഒരു ദുഃസ്വപ്നത്തിലായിരുന്നു എന്ന തിരിച്ചറിവ് അപ്പോഴാണ് മാഷക്കുണ്ടായത്.

പുറത്ത് തിമിർക്കുന്ന മഴ. ജന്നൽ വഴിയെത്തുന്ന തണുത്ത കാറ്റ്. എന്നിട്ടും ശരീരം വിയർത്തു കുളിച്ചിരിക്കുന്നു. ദുഃസ്വപ്നം നൽകിയ സമ്മാനം. യാഥാർത്ഥ്യത്തിലേക്ക് തിരിച്ചുവന്നിട്ടും മനസ്സിന് സമാധാനം

കിട്ടുന്നില്ല. ഈ സ്വപ്നം വരാൻ പോകുന്നതിന്റെ വല്ല സൂചനയുമായി രിക്കുമോ? കൂട്ടുകാർ തന്ന വിവരമനുസരിച്ച് സംഭവിച്ച് കൂടായ്കയില്ല. ലക്ഷണ ശാസ്ത്രത്തിലൊന്നും തനിക്ക് വിശ്വാസമില്ല. പക്ഷേ കൂട്ടുകാരുടെ വാക്കുകൾ. നാട്ടിലെ തീരദേശത്തെ ഒരു കോളനിയുമായി ബന്ധപ്പെടുത്തിയായിരുന്നു അവരുടെ സംസാരം. അതു കേട്ട് പുറമേക്ക് ധൈര്യം പ്രകടിപ്പിക്കുമ്പോഴും ഉള്ളിൽ ആശങ്ക പെരുകുകയായിരുന്നു. ഒന്നാമത് തീർത്തും അപരിചിതമായ സ്ഥലം. മനസ്സിൽ കയറിപ്പറ്റിയ ചില മുൻ ധാരണകൾ. അതിന്റെ കൂടെ കൂട്ടുകാരുടെ മുന്നറിയിപ്പുകളും. ഇപ്പോൾ സ്വപ്നവും കൂടിയായപ്പോൾ എല്ലാം ഒന്നിനൊന്ന് കെട്ടു പിണഞ്ഞതുപോലെ. മാഷിന്റെ ഉറക്കം നഷ്ടപ്പെട്ടിരിക്കുന്നു. പുറത്ത് കാറ്റിന്റെ മൂളക്കം, കടലിരമ്പം, മഴത്തുള്ളികൾ മേൽപ്പുരയിൽ പതിക്കുന്നതിന്റെ ദ്രുതതാളം.

എപ്പോഴാണ് ഉറങ്ങിപ്പോയതെന്ന് അറിയില്ല. "മാഷേ എണീച്ചില്ലേ" എന്ന വിളി കേട്ടാണ് ഉണർന്നത്. ഇന്നലെ പരിചയപ്പെട്ട ചെറുപ്പക്കാരനാണ്. സാബു എന്നാണ് പേര്. മത്സ്യത്തൊഴിലാളിയാണ്. സ്കൂളിന് കുറച്ചപ്പുറത്താണ് വീട്. രാത്രി അവനാണ്, തീപ്പെട്ടിയും, മെഴുകുതിരിയും ഒക്കെ എത്തിച്ചു തന്നത്. അവനോട് കേട്ട വിവരങ്ങളൊക്കെ ശരിയാണോ എന്ന് തിരക്കണമെന്നുണ്ടായിരുന്നു. പക്ഷേ ധൈര്യം വന്നില്ല. അവനും അവരിൽ ഒരാൾ തന്നെയല്ലേ എന്ന വിചാരം കാരണം ചോദിച്ചില്ല. വാതിൽ തുറന്നു. തുറന്ന ചിരിയുമായി സാബു മുന്നിൽ. രാത്രി കണ്ടപ്പോൾ തോന്നിയ അപരിചിതത്വം ഇപ്പോൾ തീരേയില്ല.

"മാഷേ ഒറക്കൊക്കെ ശരിയായോ? എങ്ങനെ ശരിയാവേന ബഞ്ചിലല്ലേ കിടത്തം. മാഷക്ക് പരിചയം കാണൂല്ലാലോ" ചോദ്യവും ഉത്തരവും അവന്റെ വക തന്നെ. കൂട്ടുകാർ പറഞ്ഞ് ഭയപ്പെടുത്തിയതിന്റെ ഒരംശം പോലും ഇവനിൽ കാണാനില്ല. നല്ല സൗഹൃദം, സ്നേഹം വാക്കിലും, നോക്കിലും.

"മാഷേ അത് മൊയ്തുക്കാന്റെ ചായപ്പീട്യാ. അവിടെ കുളിക്കാനും, കക്കൂസി പോകാനും ഒക്കെ സൗകര്യോണ്ട്. മാഷ കാര്യക്കൊ ഞാൻ മൊയ്തുക്യോട് പറഞ്ഞിട്ടുണ്ട്." അടുത്ത ചായക്കട ചൂണ്ടിക്കാട്ടി സാബു പറഞ്ഞു. കാഴ്ചയ്ക്ക് ചെറിയ വീട് പോലെ തോന്നിക്കുന്നു. ചായക്കടയാണെന്ന് ഒറ്റനോട്ടത്തിൽ തോന്നില്ല.

"ഞാൻ വരുന്നേ. കടലീ പോണം. വൈകീട്ട് കാണാം." സാബു തിരിച്ചു നടന്നു.

ചായക്കടയാണെങ്കിലും കിണറും, കക്കൂസും, താമസ സൗകര്യവും ഒക്കെ ചേർന്നതാണ് മൊയ്തുക്കായുടെ സ്ഥാപനം.

“പുത്യേ മാശാല്ലേ? എവ്ട്യാ സ്ഥലം. ദൂരോട്ടാണോ?” വെളുക്കെ ചിരിച്ചു കൊണ്ട് മൊയ്തൂക്കായുടെ കുശലം. പരിചയപ്പെടുന്ന രണ്ടാമൻ. അവിടെയും ആശങ്കപ്പെടാൻ മാത്രം ഒന്നും കാണാനില്ല. വെളുക്കെയുള്ള ചിരി, നിറഞ്ഞ സൗഹൃദം.

“അപ്പോ മാഷക്ക് താമസിക്കേൻ ഒരു സ്ഥലം നോക്കണെല്ലോ. അതെല്ലം നമ്മുടെ സാബൂട്ടി ശരിയാക്കിത്തരും. മാശ് ബേജാറാവണ്ട. ആയിച്ചക്ക് അവദീസം നാട്ടീ പോയി വരാലോ.” സ്ഥലം ഏതാണെന്നറിഞ്ഞപ്പോൾ മൊയ്തുക്കായുടെ പ്രതികരണം.. കടയിൽ സഹായിയായി മറ്റൊരു ചെറുപ്പക്കാരൻ കൂടിയുണ്ട്.

“മോനാണ്. ഞങ്ങ രണ്ടും ഈട്യാണ് പാർപ്പ്. സ്വന്തം വീട് കുറച്ചപ്രത്താ.” മകനെ പരിചയപ്പെടുത്തിക്കൊണ്ട് മൊയ്തൂക്കാ പറഞ്ഞു.

“ഫൈസലേ ഇഞ്ഞി വേഗം പുട്ടിന്റെ പണി നോക്ക് ഇന്ന് മാശുള്ളതാ. ഭവ്യതയോടെ ചിരിച്ചുകൊണ്ടിരുന്ന മകനോട് മൊയ്തു ക്കാ ധൃതിപ്പെട്ടു. പ്രാഥമിക കാര്യങ്ങൾ നിർവഹിച്ച് തിരിച്ചെത്തിയപ്പോഴേക്കും ആവി പറക്കുന്ന പുട്ടും കടലയും റഡി. ഇത്ര കാലത്തെ കഴിച്ച് ശീലമില്ല. സാരമില്ല. ഇന്നങ്ങനെ അങ്ങ് നടക്കട്ടെ.

കടയിൽ ആളുകൾ വരാൻ തുടങ്ങിയിട്ടേയുള്ളൂ. താൻ സ്വപ്നത്തിൽ കണ്ട കഥാപാത്രമെങ്ങാൻ കയറിവരുമോ? ഉള്ളിൽ ഒരു ഉത്കണ്ഠ.

“ഞമ്മളപള്ളിക്കൂടത്തിലെ പുയ്യ മാശാണ്.” വരുന്നവരെയൊക്കെ മൊയ്തൂക്കാ പരിചയപ്പെടുത്തുകയാണ്. എല്ലാരേയും നോക്കി നിറഞ്ഞ ചിരി സമ്മാനിച്ചു. ഒന്നും അങ്ങോട്ട് ചോദിക്കാൻ തോന്നുന്നില്ല. ചിലർ സൗഹൃദഭാവം കാണിക്കുന്നുണ്ട്. ചിലർക്ക് ഇതുപോലെ എത്ര മാഷമ്മാരെ കണ്ടതാ എന്ന നിസ്സംഗഭാവം. പക്ഷേ ആരിലും ഒരു പന്തികേടും തോന്നുന്നില്ല.

“മൊയ്തീനിക്കാ വേഗം ചായേട്. വള്ളത്തേ പോകാൻ സമയായി.. ഒരാൾ വിളിച്ചു പറഞ്ഞു. മത്സ്യത്തൊഴിലാളികളാണ്. നിഷ്കളങ്കരായ ഗ്രാമീണർ. സ്വപ്ന കഥാപാത്രത്തെ ഇവരിൽ സങ്കൽപിക്കുന്നതേ വിഡ്ഢിത്തം. മനസ്സ് പറഞ്ഞു.

ചായ കുടി കഴിഞ്ഞു. സ്കൂളിൽ തിരിച്ചെത്തി. സമയം ഇനിയും കുറേ ബാക്കിയുണ്ട്. ഇതുവരെ പരിചയപ്പെട്ടവരേയും, കണ്ടവരേയും വച്ച് നോക്കുമ്പോൾ ആശങ്ക തോന്നേണ്ട കാര്യമില്ല. സ്വപ്നങ്ങളെത്ര കണ്ടിരിക്കുന്നു. അക്കൂട്ടത്തിൽ ഒന്നായി ഇന്നലെ കണ്ടതിനേയും കരുതിയാൽ മതി. യുക്തി മന്ത്രിക്കുന്നു. രമേശൻ മാസ്റ്റർ ഒന്നു ചുറ്റും നിരീക്ഷിച്ചു. കാറ്റ് വിശാൻ തുടങ്ങിയിരിക്കുന്നു. അന്തരീക്ഷം മഴക്കാർ

മൂടി ചാരനിറമായിരിക്കുന്നു. കടലിരമ്പം ശക്തി പ്രാപിക്കുന്നതു പോലെ. ഉടനെ ഒരു മഴയ്ക്ക് സാധ്യതയുണ്ട്. മഴ ഇങ്ങനെ തുടരുകയാണെങ്കിൽ വരുന്ന കുട്ടികളുടെ എണ്ണം കുറയാൻ സാധ്യതയുണ്ട്. വയലിൽ വെള്ളം നിറഞ്ഞു കിടക്കുന്നതിനാൽ അപ്പുറത്തുള്ള കുട്ടികൾക്ക് വരാൻ പ്രയാസ മായിരിക്കും. കടൽഭാഗത്തുള്ളവരും കടുത്ത മഴയിൽ പുറത്തിറങ്ങാൻ മടിക്കും. അപ്പോഴാണ് പ്രദേശത്തിന്റെ ഭൂപ്രകൃതിയുടെ സവിശേഷത യിലേക്ക് മാഷിന്റെ ചിന്ത കടന്നു ചെന്നത്.

മെയിൻ റോഡിൽ നിന്നും കശുമാവിൻ തോപ്പിൽ കൂടിയുള്ള ഒറ്റയടി പ്പാതയിലൂടെ കുറച്ചു ദൂരം നടന്നപ്പോൾ എത്തിച്ചേർന്നത് വിശാലമായ ഒരു പാടത്തിന്റെ വക്കിലാണ്. നെല്ല് വളർന്നു നിൽക്കുന്ന പാടം മുറിച്ചുകടക്കാൻ വരമ്പുകൾ ഉണ്ടെങ്കിലും പല സ്ഥലത്തും മണ്ണിടിഞ്ഞ് വെള്ളത്തിനടിയിലായിരിക്കുന്നു. പാടം കടന്നു വേണം സ്കൂളിലേക്കെ ത്താൻ. എ. ഇ. ഒ ഓഫീസിൽ നിന്നും വഴിയൊക്കെ വിശദമായി പറഞ്ഞു തന്നിരുന്നു. സ്കൂളിനടുത്ത അധ്യാപകന്റെ മേൽവിലാസവും തന്നിട്ടുണ്ട്. പാടം മുറിച്ചുകടക്കണം. മുണ്ട് വലിച്ചു കയറ്റിമുട്ടോളം വെള്ളത്തിൽ ഒരു വിധം കര പറ്റി. തുടർന്നങ്ങോട്ട് പൂഴി കലർന്ന വെളിമ്പ്രദേശമാണ്. അൽപം കൂടി മുന്നോട്ടു നടന്നപ്പോൾ ഒരു ചെമ്മൺ റോഡായി. റോഡിന് അപ്പുറമാണ് സ്കൂൾ. അടച്ചുറപ്പുള്ള മോശമല്ലാത്ത കെട്ടിടം. സ്കൂളിൽ നിന്ന് ഇരുന്നൂറ് മീറ്ററോളം പോയാൽ കടലായി. പ്രദേശത്തി ന്റെ സവിശേഷതയായി തോന്നിയത് കടലിനോട് തൊട്ടടുത്ത് തന്നെ കിടക്കുന്ന വിശാലമായ ആ പാടമാണ്. മാഷിന്റെ വീട് കണ്ടുപിടിക്കാൻ പ്രയാസമുണ്ടായില്ല. കുടുംബപരമായ എന്തോ തിരക്കിലായതിനാൽ കണ്ണൻ മാഷാണ് എല്ലാറ്റിനും സാബുവിനെ ചുമതലപ്പെടുത്തിയത്.

കനത്ത മഴ ആരംഭിച്ചിരിക്കുന്നു. ഒപ്പം കാറ്റും. കുടയെ നേരെ നിർത്താൻ പാടുപെട്ടുകൊണ്ട്, ഹാൻഡ് ബാഗ് നെഞ്ചോട് ചേർ ത്തുവെച്ചു കൊണ്ട് ആകെ നനഞ്ഞ് മധ്യവയസ്കനായ ഒരാൾ കടന്നു വരികയാണ്.

"പുതിയ മാഷാണ് അല്ലെ? എപ്പോ എത്തി." ഹെഡ് മാഷാണ് ബാലൻ മാസ്റ്റർ. മെയിൻ റോഡിന് അപ്പുറത്താണ് വീട്. അല്പം ഗൗരവ പ്രകൃതിയാണെങ്കിലും സൗഹൃദം തോന്നിപ്പിക്കുന്ന മുഖഭാവം. കുഴപ്പ മില്ല. മനസ്സ് പറഞ്ഞു. വിവരങ്ങളൊക്കെ തിരക്കിയ ശേഷം നാലാം ക്ലാസിന്റെ ചാർജാണ് തരാൻ പോകുന്നതെന്നു പറഞ്ഞു.

"മാഷേ രണ്ടു ഡിവിഷനുള്ള കുട്ടികളുണ്ട്. നിയമനങ്ങൾ കൃത്യമായി നടക്കാത്തതു കൊണ്ട് ഒന്നിച്ചിട്ടിരിക്കയാണ്. മാഷൽപം റിസ്കെടുക്കേ ണ്ടി വരും." ഹെഡ്മാസ്റ്ററുടെ ഓർമപ്പെടുത്തൽ.

അധ്യാപകർ ഓരോരുത്തരായി എത്തിത്തുടങ്ങി. ആദ്യം എത്തിയത് രാമൻ മാഷാണ്. പരിസരത്ത് തന്നെയാണ് വീട്. തുടർന്ന് കണ്ണൻ മാഷും, രേവതി ടീച്ചറും, സലിം മാഷും എത്തിച്ചേർന്നു. എല്ലാവരും സമീപവാസികൾ തന്നെ. പരിചയപ്പെടലും, കുശലം പറച്ചിലും പെട്ടെന്നു തന്നെ കഴിഞ്ഞു. കണ്ണൻ മാഷ് തലേ ദിവസം തിരക്കിലായതിന് ക്ഷമാപണം പറയുകയാണ്. സാബുട്ടി വേണ്ട പോലെ എല്ലാം ചെയ്തു തന്നില്ലേ എന്ന അന്വേഷണവുമുണ്ട്. മഴയൽപം തോർന്നിരിക്കയാണ്. കുട്ടികൾ ഒറ്റയായും കൂട്ടമായും എത്തിച്ചേരുന്നുണ്ട്. സലിം മാഷും, രേവതി ടീച്ചറും തന്നെ നോക്കി എന്തൊക്കെയോ കുശുകുശുക്കുന്നു. രണ്ടു പേരും ഒട്ടു സഹതാപം കലർന്ന മട്ടിലാണ് നോട്ടം. "മാഷക്ക് നാലാം ക്ലാസിന്റെ ചാർജായിരിക്കും. സ്കൂൾ തുറന്നിട്ടിപ്പോൾ രണ്ട് മാസം കഴിയാറായി. ഞങ്ങൾ രണ്ടു പേരും ഇടവേളകളിൽ കയറി കുറച്ചൊക്കെ കാര്യങ്ങൾ ചെയ്തിട്ടുണ്ട്. ബാക്കിയൊക്കെ മാഷിന്റെ ചുമലിലാ. മാഷ് ആവുന്നതു പോലെയൊക്കെ ശ്രമിക്ക്. പിന്നെ പി. എസ്. സി. ക്കാർ വരുന്നതുവരെയുള്ള ഒരു കളിയല്ലേ."

സലിം മാഷ് പറഞ്ഞു നിർത്തി. അപ്പോൾ പി. എസ്. സി ക്കാർ എത്തിയാൽ താൻ പുറത്താണ്. പി. എസ്. സി ക്കാർ അത്ര പെട്ടന്നൊന്നും വരാൻ സാധ്യതയില്ല. ലിസ്റ്റ് തന്നെ നിലവിലുണ്ടോ എന്നും സംശയമാണ്.

"തന്റെ ആശങ്ക മനസ്സിലാക്കിയിട്ടെന്നോണം സലിം മാസ്റ്റർ പറഞ്ഞു. എതായാലും മാഷ് മാഷിന്റെ കഴിവ് പോലെ ശ്രമിച്ചു നോക്ക്.

"മാഷേ വാ" റജിസ്റ്ററും നീട്ടിക്കൊണ്ട് ഹെഡ്മാസ്റ്റർ മുന്നിൽ. ക്ലാസിലേക്ക് ക്ഷണിക്കയാണ്. താൻ ആദ്യം ജോലിക്ക് കയറിയ ക്ലാസിലെ അനുഭവം ഒരു നിമിഷം മനസ്സിൽ മിന്നി മറഞ്ഞു. വീടിനടുത്ത് താൻ പഠിച്ച സ്കൂൾ. ഒരു ടീച്ചർ രണ്ട് മാസത്തേക്ക് അവധിയായതിനാൽ പകരം ചേർന്നതാണ്. 'കുട്ടി' മാഷെ കൈയിൽ കിട്ടിയ ഹരത്തിൽ കുട്ടികൾ ക്ലാസിൽ ബഹളവും, കുസൃതിത്തരങ്ങളും. പറഞ്ഞിട്ടൊന്നും യാതൊരു കൂസലുമില്ല. ബഹളം കേട്ട് അടുത്ത ക്ലാസിലെ ടീച്ചർ എത്തുന്നു. മാഷേ ഗൗരവത്തിൽ നിന്നില്ലെങ്കിൽ പിള്ളേര് തലയിൽ കേറും. വല്ലാതെ കളിക്കുന്നവർക്ക് രണ്ടെണ്ണ് പൊട്ടിച്ചു കൊടുത്തെ. ടീച്ചർ വന്നപ്പോൾ ഒന്നടങ്ങിയ കുട്ടികൾ വീണ്ടും ബഹളം തുടങ്ങി. മേശമേൽ ശക്തിയായി അടിച്ചു കൊണ്ട് ദേഷ്യത്തിൽ മുന്നറിയിപ്പു നൽകിയപ്പോൾ മിക്കവാറും അടങ്ങി. തങ്ങൾക്ക് ഇതൊന്നും ബാധകമല്ലെന്ന തരത്തിൽ കുറച്ചു പേർ. കണ്ണും പൂട്ടി രണ്ടെണ്ണു കൊടുത്തു. അതോടെ അവരും

അടങ്ങി. ഇവിടേയും അതു തന്നെ സംഭവിക്കാൻ ഇടയുണ്ട്. പക്ഷേ അടി കൊടുത്താൽ? തലേ ദിവസത്തെ സ്വപ്നം ഭീതിയോടെ മാഷോർത്തു.

"ഇത് നിങ്ങളുടെ പുതിയ മാഷാണ്. രമേശൻ മാഷ്. മാഷ് പറയുന്നത് ശ്രദ്ധിച്ച് കേട്ട് നന്നായി പഠിക്യ." ഹെഡ്മാസ്റ്റർ പുതിയ മാഷേ കുട്ടികൾക്ക് പരിചയപ്പെടുത്തുകയാണ്. രമേശൻ മാഷ് ക്ലാസിലാകെ ഒന്ന് കണ്ണോടിച്ചു. ഉള്ളിൽ ഒരു നടുക്കം അനുഭവപ്പെട്ടോ?. ആറിലും, ഏഴിലും ഒക്കെ പഠിക്കാൻ പ്രായമുള്ള കുറേ കുട്ടികൾ. സ്കൂളിൽ ശരിയായി പോകാതെ തോറ്റ് തോറ്റ പഠിക്കുന്നവർ. കൂട്ടുകാരുടെ വാക്കുകൾ ഓർമ വരികയാണ്. അവർ പറഞ്ഞത് ഏതാണ്ടൊക്കെ ശരിയാണെന്നു തോന്നുന്നു. ഒരു തളർച്ച അനുഭവപ്പെടുന്നതു പോലെ. രമേശൻ മാഷ് കസേരയിൽ പോയി ഇരുന്നു. ഇരുന്നു എന്ന് പറയുന്നതിനേക്കാൾ വീണു എന്നതായിരിക്കും ശരി. ആകെ ആടിയിളകുന്നൊരു കസേര. അതിനൊത്തൊരു മേശയും. പെട്ടെന്നു തന്നെ മന:സാന്നിധ്യം വീണ്ടെടുത്തു. കുട്ടികളോട് ഇരിക്കാൻ പറഞ്ഞു. കടൽ പുറത്തെ കുട്ടികൾ, വൃത്തിയും വെടിപ്പും ഉണ്ടാവില്ല, അനുസരണ തൊട്ടുതെറിപ്പിക്കാത്തവർ. അധ്യാപകരോട് ബഹുമാനമേ ഉണ്ടാവില്ല. കൂട്ടുകാർ മനസ്സിൽ പതിപ്പിച്ച ചിത്രം. സ്നേഹം തുളുമ്പുന്ന നോട്ടം, പുഞ്ചിരി വിടരുന്ന ചുണ്ടുകൾ. അവർ പുതിയ മാഷെ കൗതുകപൂർവം വീക്ഷിക്കുകയാണ്. ആ കണ്ണുകളിലും മുഖത്തും നോക്കിയാൽ തന്നെ അറിയാം അവർ ഏതു തരക്കാരാണെന്ന്. കൂട്ടുകാരുടെ വിവരണവും യഥാർഥ ചിത്രവും കടയും കടലാടിയും പോലെ.

3

മാഷ് കുട്ടികളെ നോക്കി ഒന്ന് വെളുക്കെ ചിരിച്ചു. നിങ്ങളെയൊക്കെ വളരെക്കാലമായി പരിചയമുണ്ട് എന്ന തരത്തിൽ. അതിന് ഉടനെ പ്രതികരണമുണ്ടായി. മാഷിന്റെ നാടേട്യ? കൂട്ടത്തിൽ എറ്റവും മുതിർന്ന കുട്ടിയുടേതാണ് ചോദ്യം. മാഷോടുള്ള ബഹുമാനവും, സൗഹാർദവും ഒക്കെ ആ ചോദ്യത്തിലുണ്ട്. സ്ഥലപ്പേരു പറഞ്ഞു. ചിലരൊക്കെ കേട്ടിട്ടുണ്ട്. ഇയാളുടെ പേരന്താ? രാജു. രാജു ഈ ക്ലാസിലെ പ്രായം കൂടിയ കുട്ടിയാണ് അല്ലേ?. ചോദ്യം കേട്ട് രാജു ഒന്നു പരുങ്ങി എന്നു തോന്നുന്നു.

“അതില്ലെ മാഷെ എന്നെ കൊറേ വല്തായിറ്റാ സ്കൂള് ചേർത്തെ.” അപ്പോൾ കാര്യം അതാണ്. രക്ഷിതാക്കളുടെ ശ്രദ്ധക്കുറവോ, വീട്ടിലുള്ള എന്തെങ്കിലും പ്രശ്നങ്ങളോ ഒക്കെയായിരിക്കും കാരണങ്ങൾ. അതേ പറ്റി കൂടുതൽ ചോദിക്കാൻ നിന്നില്ല.

കുട്ടികളെ കുത്തി നിറച്ച ക്ലാസ് മുറി. ഉള്ള ബഞ്ചുകളിൽ തിങ്ങിയിരിപ്പാണ്. ഹാജരെടുത്തു. അഞ്ചു പേർ വന്നിട്ടില്ല. മൊത്തം അമ്പത്തി എഴുപേർ. ഇവരെ എങ്ങനെ കൈകാര്യം ചെയ്യും. ഏതായാലും ഒരു കഥയിൽ തന്നെ തുടങ്ങാം. കുട്ടികളുടെ ശ്രദ്ധയും വിശ്വാസവും പിടിച്ചുപറ്റാൻ തുടക്കത്തിൽ കഥയോ പാട്ടോ ഒക്കെ കേൾപ്പിക്കുന്നതാണ് നല്ലത്. ട്രെയിനിംഗ് സ്കൂളിലെ അധ്യാപകരിൽ നിന്ന് കിട്ടിയ ഉപദേശമാണ്. ഏതു കഥ പറയണം. മാസ്റ്റർ പീസായ “ഭീമനെ പുഴയിൽ തള്ളിയ” കഥയിൽ തന്നെ തുടങ്ങാം. ചെറിയ ക്ലാസിൽ പഠിക്കുമ്പോൾ അധ്യാപകൻ പറഞ്ഞുതന്ന കഥയാണ്. അന്നേ മനസ്സിൽ പതിഞ്ഞു പോയതാണ്. കുട്ടികൾക്ക് ഇഷ്ടപ്പെടുന്ന കഥയാണ്. നിങ്ങൾ ഭീമനെ കുറിച്ചു കേട്ടിട്ടുണ്ടോ? ചിലർ തലയാട്ടി. ഒന്നാം ക്ലാസിൽ, ഭ, പഠിക്കുമ്പോൾ പഠിച്ചിട്ടുണ്ട് മാഷേ. സെലീനയാണ്. “അതേ മാഷേ” കുറച്ചുപേർ അതിനെ പിന്തുണച്ചു.

കഥ ആരംഭിച്ചു. അപൂർവം ചിലരൊഴിച്ച് ബാക്കിയെല്ലാവരും കഥ ശ്രദ്ധാപൂർവം കേൾക്കുന്നുണ്ട്. അവരേയും ക്രമേണ കഥയുടെ വഴിയിലെത്തിച്ചു. കൗരവർ കൈയും കാലും കെട്ടി വരിഞ്ഞ് പുഴയിലേക്കെറിഞ്ഞ ഭീമൻ വെള്ളത്തിനടിയിലേക്ക് താണ് താണ് പോകയാണ്. നാലാം ക്ലാസിൽ പഠിക്കുമ്പോൾ കുഞ്ഞിരാമൻ മാസ്റ്റർ അവതരിപ്പിച്ച, ഓർമയിൽ പതിഞ്ഞ ആ രംഗം അതേപടി അനുകരിക്കയാണ്. കുട്ടികളെല്ലാം ശ്വാസമടക്കിപ്പിടിച്ച് കഥയിൽ ലയിച്ചിരിക്കയാണ്. പ്രശ്നം തുടങ്ങിയത് പുഴയിൽ താണുപോയ ഭീമന് ജീവൻ തിരിച്ചു കിട്ടിയത് കേട്ടപ്പോഴാണ്. അതെങ്ങനയാ മാഷേ വെള്ളത്തിൽ താണുപോയാൽ ചത്തുപോവൂലേ? ചോദ്യം രഘുവിന്റേതാണ്.

"ഇന്നാള് ഞങ്ങള അവിടുത്തെ വിജയാട്ടൻ തിരയിൽപെട്ട് മുങ്ങിയിട്ട് ചത്തിട്ടാ മാഷേ പൊങ്ങിയത്." തെളിവുമായി സക്കരിയ്യ. അപ്പോൾ അതാണ് കാര്യം. തങ്ങളുടെ അനുഭവവുമായി കഥ പൊരുത്തപ്പെടുന്നില്ല. വെള്ളവും കടലുമായി നിരന്തരം ഇടപെടുന്നവർ. കുട്ടികളുടെ യുക്തിബോധത്തിൽ മാഷിന്റെ കഥ ഉടക്കി. കുട്ടികളെ ഇതൊക്കെ വെറും കഥകളല്ലേ. കഥകളിൽ സംഭവിക്കാൻ പാടില്ലാത്തതൊക്കെ സംഭവിച്ചതായി പറയും. അതല്ലേ കഥകളുടെ പ്രത്യേകത. ഏതായാലും നിങ്ങളുടെ സംശയം വളരെ ശരിയാണ്. നിങ്ങൾ മിടുക്കന്മാരാണ്. മാഷിന്റെ അഭിനന്ദനം കുട്ടികളെ സന്തോഷിപ്പിച്ചെന്നു തോന്നുന്നു.

"മാഷെ കഥയുടെ ബാക്കി." കഥ കേൾക്കാൻ ഉത്സുകരായി നിന്നവർ തിരക്കുകൂട്ടുകയാണ്. പിന്നീട് കഥയവസാനിക്കുന്നത് വരെ കുട്ടികൾ നിശ്ശബ്ദരായിരുന്നു. കഥയുമായി ബന്ധപ്പെട്ട മൂന്നു വാക്യങ്ങൾ ബോർഡിൽ എഴുതി വായനയ്ക്കുള്ള അവസരം നൽകി. പത്തോളം കുട്ടികൾ സ്വയം മുന്നോട്ട് വന്ന് ശരിയായി വായിച്ചു. കുറേപ്പേർ ഭാഗികമായി വായിച്ചു. കുറച്ചു പേർക്ക് ചില പദങ്ങൾ മാത്രമേ വായിക്കാൻ പറ്റുന്നുള്ളൂ.

കുട്ടികളെ പറഞ്ഞിട്ട് കാര്യമില്ല. തിങ്ങിനിറഞ്ഞ ക്ലാസ് മുറി. കൃത്യമായ അധ്യാപക നിയമനം നടക്കാത്ത സർക്കാർ സ്കൂൾ, രക്ഷിതാക്കളുടെ നിരക്ഷരതയോ, ശ്രദ്ധക്കുറവോ ഒക്കെയായിരിക്കും പ്രശ്നങ്ങൾ. പത്തോളം കുട്ടികൾ നന്നായി വായിക്കുന്നുണ്ട്. അവരെ ഉപയോഗപ്പെടുത്തണം. കുട്ടികളെ പത്തു ഗ്രൂപ്പുകളാക്കി ഗ്രൂപ്പിന്റെ ചുമതല അവരെ ഏൽപ്പിക്കണം. ഗ്രൂപ്പ് റീഡിംഗിലൂടെ വായന മെച്ചപ്പെടുത്താം. വായനയിലൂടെ അക്ഷരങ്ങളും ചിഹ്നങ്ങളും തിരിച്ചറിയുമ്പോൾ ലേഖനവും മെച്ചപ്പെടും. ഇന്റർവെല്ലിനുള്ള മണി മുഴങ്ങി. സ്റ്റാഫ് റൂമിലേക്ക് ചെല്ലുമ്പോൾ പുതിയ രണ്ടു മുഖങ്ങൾ. പാർവതി ടീച്ചറും കാദർ മാഷും. സ്കൂളിൽ നിന്നും കുറച്ചകലെയാണ് സ്ഥലം. ബസിന് വരണം. "സന്തോഷവാനായിട്ടാണല്ലോ

വരവ്. പോകുമ്പോൾ കണ്ട മാഷേ അല്ലല്ലോ തിരിച്ചു വന്നിരിക്കുന്നത് ക്ലാസ് വളരെ ഇഷ്ടപ്പെട്ടു എന്നാണല്ലോ തോന്നുന്നത്" രേവതി ടീച്ചറാണ്.

തന്റെ മുഖഭാവത്തിൽ നിന്നും എല്ലാം വായിച്ചെടുത്തിരിക്കുന്നു. "ആ ഇഷ്ടപ്പെട്ടു. എണ്ണത്തിൽ കൂടുതലാണെങ്കിലും നല്ല കുട്ടികൾ. മാഷെ അവർക്കും പിടിച്ചെന്നു തോന്നുന്നു." തന്റെ സന്തോഷത്തിന്റെ യഥാർഥ കാരണം ഇവരോടിപ്പോൾ പങ്കുവയ്ക്കേണ്ട.

"മാഷക്ക് താമസിക്കാൻ അടുത്ത് തന്നെ സൗകര്യമുണ്ട്. ഒരു കടയുടെ ചെരിച്ചുകെട്ടാണ്. ഇവിടെ മുമ്പ് ജോലി ചെയ്തിരുന്ന ചിലരൊക്കെ അവിടെ താമസിച്ചിട്ടുണ്ട്. ടൗണിലെ കച്ചോടക്കാരൻ ഹമീദിന്റെ വകയാ. സാബു എല്ലാം ഏർപ്പാട് ചെയ്തു തരും. വലിയ വാടകയൊന്നും ചോദിക്കില്ല. വൈകീട്ട് സാബുവിന്റെ കൂടെ പോയി കാര്യങ്ങളൊക്കെ ശരിയാക്കിക്കോ. പിന്നെ ഇന്നുച്ചയ്ക്കും രാത്രിയും മാഷക്കുള്ള ഭക്ഷണം വീട്ടിൽ നിന്നാണ്" കണ്ണൻ മാഷ് പറഞ്ഞു നിർത്തി.

ഇന്റർവെല്ലിന് ശേഷം ഗണിത പരീക്ഷണം തുടങ്ങി. വലിയ പ്രശ്നം തന്നെ. എട്ടോളം പേർ പ്രയാസം കൂടാതെ ചെയ്യുന്നുണ്ട്. വ്യവകലനത്തിന്റെ കാര്യത്തിലാണ് കൂടുതൽ പ്രയാസം. സങ്കലനം ഉറപ്പിച്ചാൽ ക്രമേണ വ്യവകലനത്തേയും മെച്ചപ്പെടുത്താം. ഗുണനത്തിന്റേയും, ഹരണത്തിന്റേയും കാര്യം അതു കഴിഞ്ഞേ ആലോചിക്കേണ്ടു. ഏതായാലും നന്നായി വിയർക്കേണ്ടി വരും. ലളിതമായവയിൽ നിന്ന് സങ്കീർണതയിലേക്ക്. പിന്നോക്കം നിൽക്കുന്നവർക്ക് ലളിതമായ പ്രവർത്തനങ്ങൾ നൽകി മുന്നോട്ട് നയിക്കുക. അധ്യാപക പരിശീലന വേളയിൽ പഠിച്ചുറച്ച കാര്യങ്ങൾ ഒന്നൊന്നായി പ്രയോഗിച്ചു നോക്കാനുള്ള അവസരം ഇതാ മുന്നിലെത്തിയിരിക്കുന്നു. മൂർത്ത വസ്തുക്കൾ ഉപയോഗിച്ചുള്ള പ്രവർത്തനങ്ങൾക്കു തന്നെ ഊന്നൽ കൊടുക്കേണ്ടി വരും. കടപ്പുറത്തെ പൂഴിമണലിൽ ഇളമ്പക്ക തോടും, ചെറു ശംഖുകളും ഒക്കെ കിട്ടും. ഈർക്കിൽ കമ്പുകളും സംഘടിപ്പിക്കണം. കുട്ടികളോട് പറഞ്ഞാൽ അവർ തന്നെ ശേഖരിച്ചു കൊണ്ടുവരും. ഈ മഴയ്ക്കല്പം ശമനമുണ്ടായാലേ കാര്യം നടക്കൂ. കുട്ടികൾക്ക് പൊതുവേ ഗണിതത്തോട് താൽപര്യം കുറവാണ്. അത് മാറ്റിയെടുക്കലാണ് ആദ്യപടി. അതിൽ വിജയിച്ചാൽ കാര്യങ്ങൾ കുറേക്കൂടി എളുപ്പമാകും. കുട്ടികളുടെ എണ്ണക്കൂടുതൽ വലിയ പ്രശ്നം തന്നെ. ഏതായാലും വ്യക്തമായ പ്ലാനുണ്ടായാലേ കാര്യങ്ങൾ മുന്നോട്ട് പോകൂ.

കണക്കിനോട് മല്ലടിച്ച് കുട്ടികളെല്ലാം മുഷിഞ്ഞിരിക്കയാണ്. ഇനിയൽപം പാട്ടും കളിയുമൊക്കെ ആവാം. അറിയുന്ന പാട്ടുകൾ പാടാൻ പറഞ്ഞപ്പോൾ കഴിഞ്ഞ ക്ലാസുകളിൽ പഠിച്ച കവിതകളാണ് മിക്കവരും അവതരിപ്പിക്കുന്നത്. ഖദീജ ഒരു മാപ്പിളപ്പാട്ട് വലിയ തെറ്റില്ലാതെ

അവതരിപ്പിച്ചു. രാജുവിന് ഒരു നാടൻപാട്ട് പകുതി കണ്ട് നിർത്തേണ്ടി വന്നു. വായ്ത്താരിയൊക്കെ നന്നായിരുന്നു. നല്ല താള ബോധമുണ്ട്.

"മാഷെ മുഴുമനും പഠിച്ച് നാളെ പാടിത്തരാം." രാജു ആത്മവിശ്വാസ ത്തോടെ പ്രഖ്യാപിച്ചു. തുടർന്ന് മാഷും കുട്ടികളും ചേർന്നു

"താതെയ്യം നാട്ടീന്നും തകതെയ്യം നാട്ടീന്നും, പാറി പറന്നെത്തിയ കൂട്ടുകാരെ." കൈ കൊട്ടിതാളമടിച്ചു കൊണ്ട് പാടി. പാടാനും അവതരി പ്പിക്കാനും ഒക്കെ നല്ല താൽപര്യമുള്ള മിടുക്കൻമാരും, മിടുക്കികളും. തന്റെ മുന്നിലിരിക്കുന്നവർ ചില്ലറക്കാരല്ലെന്ന് മാഷിന് ബോധ്യമായി.

ഉച്ചഭക്ഷണത്തിന് സമയമായിരിക്കുന്നു. കുട്ടികൾ മിക്കവരും രാവിലെ വീട്ടിലുണ്ടാക്കിയ കറികളുമായിട്ടാണ് എത്തിയിരിക്കുന്നത്. സ്കൂളിലെ ഉച്ചഭ ക്ഷണത്തിന്റെ കൂടെ ഉപയോഗിക്കാനാണ്. കണ്ണൻ മാസ്റ്റർ ഭക്ഷണത്തി ന്റെ കാര്യം ഓർമിപ്പിച്ചു. മാഷിന്റെ കൂടെ വീട്ടിലേക്ക് നടന്നു. സ്കൂളിൽ നിന്ന് നോക്കിയാൽ കാണുന്ന സ്ഥലത്ത് തന്നെയാണ് വീട്. പാടത്തിന്റെ കരയിൽ. മാഷിനും നെൽകൃഷി ഉണ്ടെന്നു തോന്നുന്നു. മുറ്റത്തിനരികിൽ വൈക്കോൽ കൂന കാണുന്നുണ്ട്. അല്പമകലെ തൊഴുത്തുമുണ്ട്.

"ഇന്നലെ കണ്ടപ്പോൾ ഒന്നും സംസാരിക്കാൻ പറ്റിയില്ല. തിരക്കി ലായി പോയി." മാഷിന്റെ ഭാര്യയാണ്.

"മാഷിന് സ്കൂളൊക്കെ ഇഷ്ടമായോ?"

"അതെ" ചിരിച്ചു കൊണ്ട് തലയാട്ടി. അവർക്കു രണ്ട് കുട്ടികളാണ്. മൂത്തത് ആണും, ഇളയത് പെണ്ണും. രണ്ടു പേരും ഡിഗ്രിക്കും, പ്രീഡിഗ്രിക്കു മായി കോളേജിൽ പഠിക്കുന്നു. ഭക്ഷണത്തിനിടയിൽ വീട്ടുവിശേഷങ്ങളും ചർച്ചയായി. കൂട്ടത്തിൽ തന്റെ വീട്ടുകാര്യങ്ങളെ കുറിച്ചും തിരക്കി. കൊഞ്ചു കറിയും, മത്സ്യം പൊരിച്ചതും ഒക്കെ ചേർന്നുള്ള രുചികരമായ ഭക്ഷണം.

"മാഷെ നന്നായി കഴിക്ക്. ഈ പ്രായത്തിലല്ലെ നന്നായി ഭക്ഷണം കഴിക്കേണ്ടത്. തന്റെ ആരോഗ്യ സ്ഥിതി സൂചിപ്പിച്ചു കൊണ്ടാണ് കണ്ണൻ മാസ്റ്ററുടെ സ്നേഹ പൂർണമായ ഇടപെടൽ.

"ചോറ് കുറച്ചു കൂടെ എടുക്ക്" ശാന്ത ചേച്ചിയും കൂടെ ചേർന്നു. അതാണ് വീട്ടുകാരിയുടെ പേര്.

"മാഷ് നടന്നോളൂ. എനിക്കൽപം നടുനിവർക്കണം. സമയമാകുമ്പഴേ അങ്ങെത്തൂ." ഭക്ഷണത്തിനു ശേഷം കണ്ണൻ മാസ്റ്റർ അറിയിച്ചു.

4

മഴ 'വിണ്ടും ആരംഭിക്കാനുള്ള ലക്ഷണം കാണുന്നുണ്ട്. അടുത്ത പീരിഡുകൾ ഇംഗ്ലീഷിനും അറബിക്കിനും ഉള്ളതാണ്. ഇംഗ്ലീഷ് കൈകാര്യം ചെയ്യുന്നത് സലിം മാഷാണ്. അറബിക് അധ്യാപകൻ ഇന്ന് ലീവിലാണ്. രമേശൻ മാസ്റ്റർ നേരെ ക്ലാസിലേക്ക് തന്നെ ചെന്നു. ഭക്ഷണം കഴിക്കാൻ പോയവർ തിരിച്ചു വരാൻ തുടങ്ങിയിരിക്കുന്നു. കസാരയിൽ ചെന്നിരുന്ന മാഷിന്റെ അടുത്തേക്ക് കുട്ടികൾ വിശേഷങ്ങളുമായി എത്തിത്തുടങ്ങി. മാഷുമായി മിക്കവരും സൗഹൃദത്തിലായി ക്കഴിഞ്ഞു. അടുത്തതായി ഏത് കഥയാണ് പറയാൻ പോകുന്നത് എന്നാണ് ചിലർക്കറിയേണ്ടത്. ഭീമന്റെ കഥ എല്ലാവർക്കും നന്നായി ഇഷ്ടപ്പെട്ടിരിക്കുന്നു. മാഷ് പറയുന്ന കാര്യങ്ങളൊക്കെ പഠിച്ചു വന്നാൽ ദിവസവും നല്ല നല്ല കഥകൾ പറഞ്ഞു തരും.

എന്താ എല്ലാവരും നന്നായി പഠിക്കില്ലേ?

"പഠിച്ചു വരാം പഠിച്ചു വരാം" എല്ലാവരും തല കുലുക്കി സമ്മതിച്ചു.

"മാഷെ എനക്ക് വല്യമ്മ കഥ പറഞ്ഞേര്യ്ത്തണ്ടല്ലോ." ഉമയാണ്. എന്ത് കഥയാ മോളേ പറഞ്ഞു തരുന്നത്.

"അതില്ലേ അതില്ലേ മാഷേ, പ്രേതത്തിന്റേം പൂതത്തിന്റേം കഥയാ. കേട്ടാ പേടിയാവും''. ഉമ പേടി അഭിനയിച്ചു കൊണ്ടു തന്നെയാണ് പറയുന്നത്. ആട്ടെ നിങ്ങൾക്ക് പ്രേതത്തിലും ഭൂതത്തിലും ഒക്കെ വിശ്വാസമുണ്ടോ? രാത്രി പാതിരക്കാ മാഷേ വര്യാ. നമ്മള് കണ്ടാ പേടിച്ച് ബോധം കെടും. പള്ളിക്കാട്ടിന്റെ അടുത്തൂടി പോവുമ്പം പലരും കണ്ടിറ്റ്ണ്ട് പോലും. പേടിച്ചോടി വീട്ടിലെത്ര്യാ പിന്നെ പനി പിടിച്ച് ബോധോല്യാണ്ടാവും. പിച്ചും പേം പറയും. കുട്ടികൾ ഓരോരുത്തരായി മാറി മാറിയാണ് പറഞ്ഞു തീർത്തത്. പറയുമ്പോൾ ഒരസാധാരണ

ഭീതിയും അവരുടെ മുഖത്ത് തെളിഞ്ഞു. ഗ്രാമീണ വായ് മൊഴികളിലെ ചൂടുള്ള വിഷയമായി ഇവിടെ പ്രേതങ്ങൾ ഇപ്പോഴും വിലസുന്നു. മാഷ് പ്രേതത്തെ കണ്ട കഥ നിങ്ങൾക്കൊരു ദിവസം പറഞ്ഞു തരുന്നുണ്ട്. പ്രേതം ഉണ്ടോ ഇല്ലയോ എന്ന് എന്നിട്ട് നിങ്ങൾ തീരുമാനിച്ചോ.

"എന്താ മാഷേ ഒരു പ്രേത ചർച്ച." സലിം മാഷാണ്. ഇംഗ്ലീഷ് ക്ലാസിന് വന്നിരിക്കയാണ്. "മാഷ പ്രേതം പറഞ്ഞ് പേടിപ്പിക്കണ്ട. മാഷിനി പ്രേതങ്ങളുടെ അടുത്താ താമസിക്കാൻ പോന്നേ." സലിം മാഷ് എന്തുദ്ദേശിച്ചാണ് പറഞ്ഞതെന്ന് അപ്പോൾ മനസ്സിലായിരുന്നില്ല.

സ്കൂൾ വിട്ടതിന് ശേഷം നേരെ മൊയ്തുക്കായുടെ കടയിലേക്ക് നടന്നു. "ഞമ്മള മക്കളെല്ലം എങ്ങനെണ്ട് മാഷെ. അനുശരണോക്കെ ഉണ്ടോ"? ചായയടിച്ചു കൊണ്ടിരിക്കുന്നതിനിടയിൽ മൊയ്തുക്കായുടെ കുശലം.

"പ്രതീക്ഷിച്ചതിനേക്കാൾ എത്രയോ നല്ല മിടുക്കന്മാരും, മിടുക്കികളും." നൂറ് ശതമാനം ആത്മാർഥതയോടെയുള്ള മറുപടി.

"അപ്പോ മാഷക്ക് മ്മളെ സ്കൂളൊത്തിരി പുടിച്ചു. അല്ലേ?" ചായ ഗ്ലാസ് മുന്നിൽ വച്ചു കൊണ്ട് മൊയ്തുക്ക സന്തോഷത്തോടെ പ്രതികരിച്ചു. ചൂടു ചായ മോന്തിക്കൊണ്ടിരിക്കെ സാബുവും എത്തിച്ചേർന്നു. മുഖം കറുത്ത് കരുവാളിച്ചതു പോലെ. തന്റെ സൂക്ഷിച്ചുള്ള നോട്ടം കണ്ടിട്ടായിരിക്കണം; "കടലിൽ പോയി വെയിലു കൊണ്ടതിന്റെ കരുവാളിപ്പാ മാഷേ. മൊയ്തുക്കായുടെ കടുപ്പത്തിലുള്ള ചായ കുടിച്ചാ ഒക്കെ ശരിയാവും." സാബു പറഞ്ഞു.

"അഞ്ചു മണിക്ക് ടൗണിലേക്കൊരു ബസ്സുണ്ട്. അതിന് പോണം ഹമീദ്ക്കയെ കണ്ട് റൂമിന്റെ കാര്യം ശരിയാക്കണം. അത്യാവശ്യം സാധനങ്ങൾ വേണ്ടതും വാങ്ങാം." സാബു ഓർമപ്പെടുത്തി. ചെമ്മൺ റോഡിലൂടെ അല്പസമയം തെക്കോട്ടേക്ക് നടന്നാൽ മെയിൻ റോഡിൽ ബസ് സ്റ്റോപ്പിൽ എത്താം. റൂട്ടിൽ ഒറ്റ ബസ്സേ ഓടുന്നുള്ളൂ.

ബസ് കൃത്യസമയത്ത് തന്നെ എത്തി. വലിയ തിരക്കൊന്നുമില്ല. പത്ത് മിനിറ്റ് കൊണ്ട് ടൗണെത്തി. ടൗണാരംഭിക്കുന്ന സ്ഥലത്ത് ദേശീയപാതക്കരികിലാണ് ഹമീദിന്റെ കട. കടയിൽ ചെല്ലുമ്പോൾ ആൾ ഒച്ചയും അനക്കവുമില്ലാതെ ഒരേയിരിപ്പാണ്. ജോലിക്കാരാണ് കാര്യങ്ങളൊക്കെ ചെയ്യുന്നത്. ആൾ മൗന വ്രതത്തിലാണത്രേ. അതിനിടയിൽ ഒരിടപാടുമില്ല. എത്ര സമയം വരെ നീളുമെന്നും അറിയില്ല. ഏതായാലും കുറച്ചു സമയം കാത്തു നിൽക്കാം. സാബു പറഞ്ഞു. ഭാഗ്യത്തിന് പത്ത് മിനിറ്റു കഴിഞ്ഞപ്പോൾ ആ വിചിത്ര മനുഷ്യൻ മൗനം ഭഞ്ജിച്ചു. സാബു കാര്യം അവതരിപ്പിച്ചു. വാടകക്കാരനെ കിട്ടിയതിൽ ഹമീദിനും വലിയ

സന്തോഷം. മിതമായ വാടകയെ ചോദിച്ചുള്ളൂ. പാചകം ചെയ്യുന്നുണ്ടെങ്കിൽ വിറകും അവിടെ നിന്ന് സൗജന്യമായി എടുക്കാം.

"ഒറ്റയ്ക്കാണോ താമസം" പെട്ടന്നദ്ദേഹം തിരക്കി. അതേയെന്നറിഞ്ഞപ്പോൾ മുഖത്ത് എന്തോ പരിഭ്രമം പോലെ. പ്രത്യേക രീതിയിലുള്ള ഒരു നോട്ടം. താക്കോൽ തരുമ്പോൾ കഴുത്തിലണിഞ്ഞ ജപമാലയിൽ തെരുപിടിച്ച് എന്തോ മന്ത്രം ജപിക്കുന്നതു പോലെ. മൊത്തം ഒരു പന്തികേട്. സാബുവിനോട് അന്വേഷിച്ചപ്പോൾ അതയാളുടെ ഒരു കിറുക്കത്തരമെന്നായിരുന്നു ഉത്തരം. ആ മനുഷ്യനിൽ എന്തോ ഒരു നിഗൂഢത ഒളിഞ്ഞിരിക്കുന്നതു പോലെ മാഷിന് തോന്നി. "അങ്ങനെ അക്കാര്യം ശരിയായി. ഇനി മാഷക്ക് വേണ്ട അത്യാവശ്യ സാധനങ്ങളൊക്കെ വാങ്ങിക്കാം."

ബക്കറ്റ്, പാത്രങ്ങൾ, മണ്ണെണ്ണ സ്റ്റൗ, പായ, മണ്ണെണ്ണ വിളക്ക് തുടങ്ങിയവ വാങ്ങി മടങ്ങി. സമയം സന്ധ്യയായിരിക്കുന്നു. ഉച്ചയ്ക്ക് ശേഷം മഴ ഒന്നു വിട്ടു നിന്നിട്ടുണ്ട്. അസ്തമയ സൂര്യൻ ചെമ്പട്ടു വിരിച്ചു തുടങ്ങിയിട്ടുണ്ട്. പീലി വിരിച്ചു നിൽക്കുന്ന തൈ തെങ്ങുകൾക്കിടയിലൂടെ ചുവന്നു തുടങ്ങിയ ആകാശം കാണാൻ നല്ല ഭംഗി. സാബു മുറി തുറന്നു, ആകെ മാറാലയും, പൊടിയും പിടിച്ചു കിടക്കുന്നു. അടച്ചിട്ട കടയുടെ വശത്തു പിന്നിലുമായി രണ്ടു മുറികളുണ്ട്. ആദ്യത്തെ മുറിയിൽ ഒരു മേശയും കസേരയും ഇരിപ്പുണ്ട്. പിന്നിലെ മുറി അടുക്കളയായി ഉപയോഗിക്കുന്നതാണ്. നാളെ ആരെ എങ്കിലും വിളിച്ച് മുറി വൃത്തിയാക്കിയ ശേഷം ഇങ്ങോട്ടേക്ക് മാറാം. ഇന്ന് കൂടി മാഷ് സ്കൂളിൽ തന്നെ കൂടിക്കോ. സാധനങ്ങളൊക്കെ രേവതി ടീച്ചറുടെ വീട്ടിൽ സൂക്ഷിക്കാം. ടീച്ചറുടെ വീട് തൊട്ടപ്പുറമാണ്. സാബുവിന്റെ നിർദേശമാണ്.

രമേശൻ മാഷ് പുതിയ താമസ സ്ഥലത്തിന്റെ പരിസരം ഒന്ന് നിരീക്ഷിച്ചു. റോഡരികാണ് തൊട്ടപ്പുറത്ത് പള്ളിയാണ്. പള്ളിയോട് ചേർന്ന് ശ്മശാനം. കാട് മൂടിക്കിടക്കുന്ന ശ്മശാനം. താമസസ്ഥലത്തിന്റെ അരമതിൽ കഴിഞ്ഞാൽ ശ്മശാനം ആരംഭിക്കുന്നു. അപ്പോഴാണ് ഉച്ചയ്ക്ക് സലീം മാഷ് പറഞ്ഞതിന്റെ പൊരുൾ പിടികിട്ടിയത്. ഇനി പ്രേതങ്ങളാണ് രാത്രി കൂട്ട്. "മാഷെന്താ ആലോചിക്കുന്നത്? ശ്മശാനം കണ്ടിട്ടാണോ? മാഷക്ക് പ്രേത വിശ്വാസം ഉണ്ടോ? ഉണ്ടെങ്കിൽ ശ്രദ്ധിക്കണം. ഈ പരിസരത്തെ പറ്റി പല പേടിപ്പെടുത്തുന്ന കഥകളും പ്രചരിക്കുന്നുണ്ട്.. സാബു ഓർമിപ്പിച്ചു. അപ്പോൾ ഉച്ചയ്ക്ക് കുട്ടികൾ പറഞ്ഞത് അക്കൂട്ടത്തിൽ പെട്ട കഥകളാണ്. ഒരു കാലത്ത് പേടിയും, വിശ്വാസവുമൊക്കെ ആയിരുന്നു. വായനയിലൂടെയും, അനുഭവങ്ങളിലൂടേയും അതൊക്കെ മാറി. അത്രയേ ഉള്ളൂ മാഷേ. ഞാനും രാത്രി അസമയത്തൊക്കെ ഇതു

വഴി പോകാറുണ്ട്. ഇതു വരെ ഒരു പ്രശ്നവുമുണ്ടായിട്ടില്ല. സാബു ധൈര്യപ്പെടുത്തി. റോഡിന് എതിർ വശത്ത് ഒരു ചെറ്റപ്പുരയാണ്. പ്രായമായ ഒരുമ്മയും മകളുമാണ് അവിടെ താമസം.

"പാത്തുത്താ ഇത് ഹമീദ്ക്കാന്റെ കടേലെ പുതിയ താമസക്കാരനാ, സ്കൂളെ പുതിയ മാഷാ." സാബു പരിചയപ്പെടുത്തി.

"ഒറ്റയ്ക്കാണോ താമസിക്കാം പോണത്." ഉമ്മയുടെ ആശങ്കയോടെയുള്ള ചോദ്യം. അതെ എന്നറിഞ്ഞപ്പോൾ ഉമ്മയുടെയും, മകളുടേയും കണ്ണിൽ ഒരു ഭീതി മിന്നി മറിയുന്നത് മാഷിന്റെ കണ്ണിൽ പെട്ടു.

"മാഷെ എന്നാൽ നാളെ കാണാം. മാഷ് മൊയ്തുക്ക അടക്കുന്നതു വരെ അവിടെ കൂടിക്കോ. ഭക്ഷണം ഞാനങ്ങെത്തിക്കാം." ഭക്ഷണത്തിന് കണ്ണൻ മാസ്റ്റർ ക്ഷണിച്ച വിവരം സാബുവിനോട് പറയാൻ വിട്ടു പോയിരുന്നു.

"എന്നാൽ ഇന്നങ്ങനെ അങ്ങ് നടക്കട്ടെ. ഞാൻ പോട്ടെ." സാബു പിരിഞ്ഞു. നേരെ മൊയ്തുക്കയുടെ കടയിലേക്ക് നടന്നു.

"താമശ സൌകര്യോക്കെ ശരിയായോ മാശേ." കണ്ട ഉടനെ മൊയ്തുക്ക അന്വേഷിച്ചു. ഇങ്ങള് പറഞ്ഞ പോലെ എല്ലാം സാബു തന്നെ എർപ്പാടാക്കി.

"ഓനൊരു പരസഹായിയാമാശേ. നല്ലൊരു വാല്യക്കാരൻ. മാശെ ഓന് നന്നായി പുടിച്ചിറ്റ്ണ്ട്''. മൊയ്തുക്കായുടെ വാക്കുകളിൽ സാബുവിനോടുള്ള ആദരം തുളുമ്പി നിന്നു. പരിചയപ്പെട്ടത് മുതൽ എനിക്കും അത് മനസ്സിലായതാണ്. മൊയ്തു പറഞ്ഞതിനോട് മാഷും കൂട്ടിച്ചേർത്തു, അപ്പോഴേക്കും കണ്ണൻ മാസ്റ്റർ അന്വേഷിച്ചെത്തി. ഭക്ഷണം കഴിച്ചിട്ട് വരാം. മാഷ് ക്ഷണിച്ചു. പോകുന്ന വഴിയിൽ പുതിയ താമസ സ്ഥലത്തെ പറ്റി തിരക്കി. കൊഴപ്പോന്നല്ല. ആവശ്യത്തിനുള്ള സൗകര്യോക്കെ ഉണ്ട്. കോഴിക്കറിയും ചപ്പാത്തിയുമാണ് ഭക്ഷണം.

"മാഷെ ഇവിടുത്തെ കോഴിയെ തന്നെ കറിവച്ചതാണ് നന്നായി കഴിച്ചോളണം." താൻ ചെന്ന വകയിൽ അവിടുത്തെ ഒരു കോഴിക്ക് ജീവൻ വെടിയേണ്ടിവന്നിരിക്കുന്നു. നല്ല എരിവും മസാലയും ചേർത്ത ഒന്നാന്തരം കോഴിക്കറി. ആരായാലും നന്നായി കഴിച്ചു പോവും. ഭക്ഷണം കഴിക്കാൻ മാഷിന്റെ മകനും മകളും കൂടെയുണ്ട്. മകൻ അല്പ ഗൗരവ പ്രകൃതി യാണ്. ചോദിക്കുന്നതിനൊക്കെ അല്പം പിശുക്കിയാണ് മറുപടി. മകൾ നല്ല ആരോഗ്യമുള്ള ഒരു സുന്ദരിയാണ്. കുട്ടിത്തം വിടാത്ത മുഖഭാവം. കോളേജുവിശേഷങ്ങൾ ചോദിക്കുമ്പോൾ മകളാണ് മറുപടി നൽകുന്നത്. ആളുകളോട് ഇടപഴകുന്നതിൽ തുറന്ന

പ്രകൃതക്കാരിയാണെന്നു തോന്നുന്നു. "മാഷ് കോളേജിലൊക്കെ പഠിച്ചതാണോ?" പ്രീഡിഗ്രിക്ക് പഠിച്ചിട്ടുണ്ടെന്നറിഞ്ഞപ്പോൾ ഏതു വിഷയമാണെന്നായിരുന്നു അടുത്ത ചോദ്യം. ചരിത്രമാണെന്നറിഞ്ഞപ്പോൾ അവളുടെ കണ്ണുകളിൽ കൗതുകം.

"വല്ലാത്തൊരു ബോറൻ വിഷയമാ. എത്രയാ പഠിക്കാൻ. അല്ല മാഷെ." ചിരപരിചിതയെ പോലെയാണ് ചോദ്യം.

"പഠിക്കേണ്ട രീതിയിൽ പഠിച്ചാൽ ബോറടിയോ, വിഷമമോ തോന്നില്ല. നല്ല രസകരമായി എളുപ്പത്തിൽ പഠിക്കാം."

"എന്നാൽ അതെങ്ങനെയാണെന്ന് ഒന്നറിയണമല്ലോ മാഷേ?" എടീ മാഷ ഭക്ഷണം കഴിക്കാൻ വിട്. വിശേഷങ്ങളൊക്കെ അത് കഴിഞ്ഞു മതി. ഈ പെണ്ണ് വായ തുറന്നാ പിന്നെ പൂട്ടാൻ കൊറച്ച് ബുദ്ധിമുട്ടാ." അവള് പറഞ്ഞോട്ടെ മാഷെ. അത് കൊഴപ്പൊല്യ. ഈ അച്ഛൻ വർത്താനം പറേനും സമ്മതിക്കുല. ഇതും പറഞ്ഞ് അച്ഛന് ഒരു നുള്ളും കൊഞ്ഞനം കുത്തുമാണ്. അച്ഛന്റെ പുന്നാര മോളാണെന്നു തോന്നുന്നു. അച്ഛന്റെ മുന്നിൽ കുഞ്ഞുകുട്ടി തന്നെ. മകൻ ഇതൊക്കെ കേട്ടും ഗൗരവ ഭാവത്തിൽ തന്നെയാണ്. എല്ലാരുടേയും സ്നേഹപൂർവമായ നിർബന്ധത്തിന് മുന്നിൽ പതിവിലുമധികം ഭക്ഷണം കഴിക്കേണ്ടി വന്നു. ഭക്ഷണം കഴിച്ച് കൈ കഴുകുമ്പോഴാണ് ശാന്ത ചേച്ചിയുടെ ചോദ്യം.

"മാഷ് പള്ളിക്കാടിനടുത്തുള്ള മുറിയിലാണ് താമസിക്കാൻ പോന്നത് അല്ലേ? ശ്രദ്ധിച്ചോളണം. അസമയത്ത് പുറത്തേക്കൊന്നും ഇറങ്ങരുത്. അത്ര നല്ല സ്ഥലമല്ല." അമ്മ വെറുതെ അതു മിതും പറഞ്ഞ് മാഷ് പേടിപ്പിക്കണ്ട മകളാണതിന് ഉത്തരം നൽകിയത്. മാഷ്ക്ക് പ്രേതത്തിലെല്ലം വിശ്വാസോണ്ടോ? കൂടെ ഒരു ചോദ്യവും. വെറുതെ ഒന്നു ചിരിച്ചു. മറുപടിയൊന്നും പറഞ്ഞില്ല! ഭക്ഷണം കഴിഞ്ഞ് മടങ്ങിയപ്പോഴേക്കും മൊയ്തുക്കട അടച്ചിരിക്കുന്നു സ്കൂളിൽ ചെന്ന് ബഞ്ചിൽ നീണ്ടു നിവർന്നു കിടന്നു.

നാളെ ക്ലാസിൽ ചെയ്യേണ്ട പ്രവർത്തനങ്ങളെ പറ്റി ഒരു രൂപരേഖ ഉണ്ടാവണം. ഭാഷയിൽ വായനക്ക് തന്നെ ഊന്നൽ കൊടുക്കണം. നന്നായി വായിക്കുന്ന ആ പത്തുപേരേയും ഫലപ്രദമായി ഉപയോഗിച്ചാൽ തീർച്ചയായും വിജയിക്കും. കുട്ടികൾ നന്നായി സഹകരിക്കുന്നവരാണ്. വായനക്കിടയിൽ പൊതുവേ പ്രയാസമുള്ള അക്ഷരങ്ങളും ചിഹ്നങ്ങളും ഏതെന്ന് കണ്ടെത്തി പ്രത്യേക പരിശീലനം കൊടുക്കാം. ഗണിതത്തിന്റെ കാര്യമാണ് പ്രയാസം. മൂർത്ത വസ്തുക്കൾ ഉപയോഗിച്ച് തന്നെ തുടങ്ങേണ്ടിയിരിക്കുന്നു. കുട്ടികളുടെ എണ്ണക്കൂടുതലാണ് പ്രധാന വെല്ലുവിളി. ഗ്രൂപ്പ് പ്രവർത്തനം വലിയ ഫലം ചെയ്യുമെന്നു തോന്നുന്നില്ല. സലിം മാഷും, സുമതി ടീച്ചറും പറഞ്ഞതുപോലെ തന്നെ കൊണ്ട്

ആവുന്നത്ര ചെയ്യാം. സയൻസും, സാമൂഹ്യവും വലിയ പ്രയാസം ഉണ്ടാക്കില്ലെന്ന് തോന്നുന്നു. പെട്ടന്നാണ് കണ്ണൻ മാഷിന്റെ മകൾ മാലു; മാലിനി എന്നാണ് ശരിയായ പേര്, ചരിത്രത്തെ കുറിച്ചു പറഞ്ഞ കാര്യം മാഷ് ഓർത്തത്. പഠിക്കാൻ വിഷമമാണ്, ബോറാണത്രെ. ചരിത്രപഠനം ബോറല്ലെന്നും, എളുപ്പമാണെന്നും തനിക്ക് അനുഭവത്തിലൂടെ മനസ്സിലായതാണ്. അതിനോടുള്ള സമീപനമാണ് പ്രശ്നം. ഇക്കാര്യം ആ കുട്ടിയെ ധരിപ്പിക്കേണ്ടിയിരിക്കുന്നു. ചിലപ്പോൾ ക്ലാസ് കൈകാര്യം ചെയ്യുന്ന അധ്യാപകന്റെ കുഴപ്പമായിരിക്കാം. കുറച്ചു സമയമേ അവിടെ ചെലവഴിച്ചുള്ളുവെങ്കിലും ആ കുട്ടിയുമായി നല്ല ഒരു സൗഹൃദം ഉണ്ടായിരിക്കുന്നു. ഈ പ്രദേശത്ത് ആദ്യ ദിവസമാണ്.

അതിനിടയ്ക്ക് തന്നെ നല്ല കുറേ സൗഹൃദങ്ങൾ. കൂട്ടത്തിൽ മനോഹരിയായ ഒരു പെൺകുട്ടിയും. രമേശൻ മാഷക്ക് എല്ലാം ഒരു സ്വപ്നമാണോ എന്നു തോന്നിപ്പോകുന്നു. കൂട്ടുകാർ പറഞ്ഞു ഭയപ്പെടുത്തിയത് ഓർക്കുമ്പോൾ മാഷിനിപ്പോൾ ചിരിയാണ് വരുന്നത് !

ജന്നൽ പാളികൾ ശബ്ദിക്കാൻ തുടങ്ങിയിരിക്കുന്നു. കാറ്റുവീശുകയാണ്. മഴ പെയ്യുമെന്നു തോന്നുന്നു. പെട്ടെന്നൊരു കൊള്ളിയാൻ, ശക്തമായ ഇടിവെട്ടും. മാഷക്ക് തലേ രാത്രിയിലെ സ്വപ്നമാണ് ഓർമ വന്നത്. ഇന്ന് ബഞ്ചിൽ നിന്നും താഴെ വീഴാൻ പാടില്ല. ഇന്നലത്തെ വീഴ്ചയിൽ തലയ്ക്ക് ചെറിയൊരു ചതവുണ്ട്. ബഞ്ചുകൾ ഡസ്കിനോട് ചേർത്തിടാം. എത്ര കഠിനമായ സ്വപ്നം കണ്ടാലും താഴെ വീഴരുത്. പുറത്ത് മഴ തുടങ്ങി. ഈ കുളിരിൽ വേഗം ഉറങ്ങാം. ഇന്നലെ കുറെ സമയം ഉറക്കം നഷ്ടപ്പെട്ടതാണ്. മേൽപ്പുരയിൽ മഴത്തുള്ളികൾ താളം കൊട്ടാൻ തുടങ്ങിയിരിക്കുന്നു. മാഷ് മനസ്സിൽ മേഘമൽഹാറിന്റെ രാഗാലാപനം ഓർത്തു കിടന്നു.

5

ഇന്നലെ കേട്ട ഭീമന്റെ കഥ എല്ലാർക്കും ഓർമയുണ്ടല്ലോ? മാഷ് ക്ലാസ് ആരംഭിക്കയാണ്. ഇന്നലെ പറഞ്ഞു കേൾപ്പിച്ച കഥാഭാഗങ്ങൾ ഓർത്തു പറയാനുള്ള പ്രവർത്തനമാണ് നൽകുന്നത്. കഥയിൽ അന്ധനായ ഒരു രാജാവിനെ പറ്റി പറഞ്ഞിട്ടില്ലെ. അദ്ദേഹത്തിന്റെ പേരെന്തായാരുന്നു? ധൃതരാഷ്ടർ. അദ്ദേഹം ഏതു രാജ്യത്തെ രാജാവായിരുന്നു? അസ്തിനപുരി, അസ്തിനപുരിയല്ല. ഹസ്തിനപുരിയാണ്. കുട്ടികളെ കൊണ്ട് മൂന്നുവട്ടം ശരിയായി ഉച്ചരിപ്പിച്ചു. അപ്പോൾ ഹസ്തിനപുരിയിലെ രാജാവായിരുന്നു ധൃതരാഷ്ടർ. വാക്യം ബോർഡിൽ എഴുതി കുട്ടികളെ കൊണ്ട് ഗ്രൂപ്പായി വായിപ്പിച്ചു. ഇദ്ദേഹത്തിന് എത്ര മക്കളുണ്ടായിരുന്നു? നൂറ്റൊന്ന് മക്കൾ. അദ്ദേഹത്തിന് നൂറ്റൊന്നു മക്കളുണ്ടായിരുന്നു. അതും ബോർഡിൽ എഴുതി വായിപ്പിച്ചു. ഇവർ ഏതു പേരിലാണ് അറിയപ്പെട്ടത്? കൗരവർ. അവർ കൗരവർ എന്ന പേരിൽ അറിയപ്പെട്ടു. കൗരവരിൽ മൂത്തയാളുടെ പേരന്തായിരുന്നു? ഭീമൻ. അല്ല മാഷേ ദുര്യോദനാ. ദുര്യോദനല്ല ദുര്യോധനൻ എന്നാണ് പറയേണ്ടത്. മൂന്ന് പ്രാവശ്യം ശരിയായി പറയിച്ചു.

ഹസ്തിനപുരിയിലെ രാജാവായിരുന്നു ധൃതരാഷ്ടർ. അദ്ദേഹത്തിന് നൂറ്റൊന്നു മക്കളുണ്ടായിരുന്നു. അവർ കൗരവർ എന്ന പേരിൽ അറിയപ്പെട്ടു. കൗരവരിൽ മൂത്തയാളാണ് ദുര്യോധനൻ. കുട്ടികളുടെ പങ്കാളിത്തത്തോടെ നാലു വാക്യങ്ങളും ബോർഡിൽ എഴുതി. കൂട്ടമായി മൂന്നു പ്രാവശ്യം വായിപ്പിച്ചു. ഇനി നിങ്ങൾ കേട്ട കഥയുടെ ഭാഗം നന്നായി ഓർമിച്ചു വയ്ക്കുക. അത് ഓർത്ത് കൊണ്ട് ബോർഡിൽ എഴുതിയ വാക്യങ്ങൾ വായിക്കുക. വായനയിൽ പിന്നോക്കമായ കുട്ടികളെ ഓരോരുത്തരേയായി വിളിച്ചു വായിപ്പിച്ചു. ശരിയായി വായിക്കാൻ പ്രയാസമുണ്ട്. കഥാഭാഗം ഒന്നുകൂടി ഓർത്തു നോക്കാൻ പറഞ്ഞ

ശേഷം വീണ്ടും വായിപ്പിച്ചു. വായന ശരിയാവുന്നില്ല. ഇന്നലെ നന്നായി വായിച്ചവരെ വിളിച്ചു. പത്തുപേരും നന്നായി വായിക്കുന്നുണ്ട്. ഇവരെ വച്ച് ഗ്രൂപ്പുണ്ടാക്കാം. അങ്ങനെ അഞ്ചും, ആറും പേരടങ്ങുന്ന പത്തു ഗ്രൂപ്പുകളായി കുട്ടികൾ മാറി. ഒരോ ഗ്രൂപ്പും ഗ്രൂപ്പലീഡർമാരുടെ നേതൃത്വത്തിൽ വായനാ പരിശീലനം തുടങ്ങി. കുട്ടികളെല്ലാം നല്ല താൽപര്യത്തോടെ തന്നെ പ്രവർത്തനങ്ങളിൽ പങ്കെടുക്കുന്നുണ്ട്. കുറച്ചു സമയത്തെ പരിശീലനത്തിന് ശേഷം വീണ്ടും പ്രയാസമുള്ളവരെ വിളിച്ച് വായിപ്പിച്ചു. തപ്പിത്തടഞ്ഞ് വായിക്കാൻ കഴിയുന്നുണ്ട്. കഥാസന്ദർഭം ഓർമിച്ച് വാക്കുകളും വാക്യങ്ങളും തപ്പിത്തടഞ്ഞാണെങ്കിലും കണ്ടെത്തുമ്പോൾ അവരിൽ നല്ലൊരു സന്തോഷമുണ്ടാകുന്നുണ്ട്. 'ധൃതരാഷ്ട്രർ' എന്ന് ഉച്ചരിക്കാൻ പൊതുവേ പ്രയാസമുണ്ട്. സ്ത, ധൃ, ഷ്ട്ര, ദ്ര, തുടങ്ങിയ കൂട്ടക്ഷരങ്ങൾ ഉറപ്പിക്കാൻ പ്രത്യേക പരിശീലനം ആവശ്യമുണ്ട്. എന്തായാലും ഇതു തന്നെ വഴി. ഗ്രൂപ്പ പ്രവർത്തനത്തിലൂടെ പഠിച്ചു കഴിഞ്ഞ പാഠഭാഗങ്ങളുടെ വായന മെച്ചപെടുത്താം. വായന മെച്ചപ്പെടുന്നതിനനുസരിച്ച് അക്ഷരങ്ങളും ഉറപ്പിക്കാം.

ഗണിതത്തിൽ സങ്കലന വസ്തുകൾ ഉറക്കാത്ത കുറേപ്പേരുണ്ട്. അതൊന്നു മെച്ചപ്പെടുത്തിയേ മുന്നോട്ട് പോകാനാവൂ. മനക്കണക്ക് നൽകി നോക്കാം. പ്രയാസങ്ങൾ കണ്ടെത്തി അതിനനുസരിച്ച് മുന്നോട്ട് പോകാം. ഒരു പേനയ്ക്ക് എട്ട് രൂപ, പെൻസിലിന് നാലു രൂപ ആകെ വില എത്ര? ഉത്തരം ലഭിച്ചവർ എഴുന്നേൽക്കുക. കുറച്ചു പേരൊഴികെ എല്ലാവരും നിന്നിട്ടുണ്ട്. ഉത്തരം പതിമൂന്ന് പറഞ്ഞവരും, പന്ത്രണ്ട് പറഞ്ഞവരും, പതിനൊന്ന് പറഞ്ഞവരും ഉണ്ട്. ഒന്ന് കൂടി ശരിയായി ഓർത്തു നോക്കുക. എട്ടും നാലും ചേർന്നാൽ എത്രയാകും. മാഷേ എട്ടും നാലും പന്ത്രണ്ട്. രണ്ടും വാങ്ങി ഇരുപതുരൂപ കൊടുത്താൽ എത്ര രൂപ ബാക്കിലഭിക്കും? നിൽക്കുന്നവരുടെ എണ്ണം കുറഞ്ഞിരിക്കുന്നു. ശരിയുത്തരം ലഭിച്ചത് കുറച്ചു പേർക്കു മാത്രം. പ്രവർത്തനങ്ങൾ മുന്നേറിക്കൊണ്ടിരിക്കുന്നതിനനുസരിച്ച് കുട്ടികളുടെ പ്രയാസങ്ങൾ പുറത്തുവരികയാണ്. സങ്കലന വസ്തുകളിൽ നിന്നു തന്നെ തുടങ്ങേണ്ടിയിരിക്കുന്നു. മൂർത്ത വസ്തുക്കൾ ഉപയോഗിച്ചു കൊണ്ടുള്ള പ്രവർത്തനങ്ങളിൽ കൂടി തന്നെ ആശയങ്ങൾ ഉറപ്പിക്കേണ്ടിയിരിക്കുന്നു. ഈർക്കിൽ കമ്പുകൾ, ഒഴിഞ്ഞ തീപ്പെട്ടിക്കൂടുകൾ, ചെറുവെള്ളാരം കല്ലുകൾ, ചിപ്പികൾ, ഇങ്ങനെ ലഭിക്കാൻ സാധ്യതയുള്ള വസ്തുക്കൾ ശേഖരിച്ചു കൊണ്ടുവരാൻ കുട്ടികൾക്ക് നിർദേശം നൽകി.

"മാഷെ ഇനിയൊരു കഥ." ഗണിത പ്രവർത്തനങ്ങളിൽ മുഷിഞ്ഞ കുട്ടികളുടെ ആവശ്യമാണ്.

“മാഷ് പ്രേതത്തെ കണ്ട കഥ പറഞ്ഞു തരാമെന്ന് ഇന്നലെ പറഞ്ഞതല്ലെ. അത് തന്നെ ആയിക്കോട്ടെ.”

കഥ എന്നു കേട്ടപ്പോൾ എത്ര പെട്ടന്നാണ് അവർ ഉത്സുകരാകുന്നത്. പ്രേതകഥയാണെന്നറിഞ്ഞപ്പോൾ ഇന്നലെ അത്ര താല്പര്യം കാണിക്കാതിരുന്നവരും, ഉഷാറായി. മാഷ് ഒൻപതാം ക്ലാസിൽ പഠിക്കുന്ന കാലത്താണ്. ഉത്സവപ്പറമ്പിൽ നിന്നും കലാപരിപാടികളൊക്കെ കഴിഞ്ഞ് മാഷും കൂട്ടുകാരും മടങ്ങുകയായിരുന്നു. സമയം രാത്രി പന്ത്രണ്ടര കഴിഞ്ഞിട്ടുണ്ട്. നല്ല നിലാവുണ്ട്. കൂട്ടുകാരൊക്കെ പല വഴിക്ക് പിരിഞ്ഞു. വീടെത്താൻ കുറച്ച് കൂടി നടക്കണം. പോകുന്ന വഴിക്ക് റോഡരികിൽ പള്ളിയും ശ്മശാനവും. കാട് മൂടിക്കിടക്കുന്ന ശ്മശാനം. നട്ടപ്പാതിരയ്ക്ക് ശ്മശാനത്തിനരികിൽ ഒറ്റയ്ക്ക്. കുറുക്കൻമാരുടെ ഓരിയിടൽ, മൂങ്ങകളുടെ മൂളൽ. ചെറുപ്പത്തിൽ കേട്ട പ്രേതകഥകൾ ഒന്നൊന്നായി മനസ്സിലേക്ക് ഓടിയെത്തുകയാണ്. കുട്ടികളെല്ലാം ശ്വാസം പിടിച്ചിരിക്കയാണ്. മാഷ് ശ്മശാനത്തിന്റെ അടുത്തെത്താറായി.

പെട്ടെന്ന് കറുത്ത് ഭീകരമായ ഒരു രൂപം ഉള്ളിൽ നിന്നും പുറത്തേക്കിറങ്ങി. അത് പതുക്കെ മതിലിനരികിൽ കൂടി മാഷിന്റെ അടുത്തേക്ക് വരികയാണോ’?. എന്താണ് ചെയ്യുക, തിരിഞ്ഞോടണോ? കാലുകൾ വിറയ്ക്കുകയാണ്. മാഷവിടെ നിന്നു പോയി’. ആ രൂപവും നിന്നു. ഞാൻ മുന്നോട്ട് ചെല്ലാൻ കാത്തു നിൽക്കുകയാണെന്നു തോന്നുന്നു. ഉള്ള ധൈര്യത്തിൽ വീണ്ടും രണ്ടടി മുന്നോട്ട് നടന്നു. ആ ഭീകരരൂപവും രണ്ടടി മുന്നോട്ട്. ഞാൻ നിന്നപ്പോൾ അതും നിന്നു. മുന്നോട്ട് നടക്കുമ്പോൾ വീണ്ടും മുന്നോട്ടേക്ക്. അതു വരെ പേടിച്ച് വിറച്ചിരുന്ന മാഷോട് പെട്ടെന്ന് ചിരിച്ച് പോയി. പ്രേതത്തെ കയ്യോടെ പിടികൂടി. എന്താണ് സംഭവിച്ചതെന്ന് നിങ്ങൾക്ക് പറയാമോ? കുട്ടികൾ തമ്മിൽ തമ്മിൽ നോക്കാൻ തുടങ്ങി. പിന്നീട് അറിയില്ലെന്ന ഭാവത്തിൽ മാഷിന്റെ മുഖത്തേക്കും. നല്ല നിലാവുള്ള രാത്രിയാണ്. രാത്രി ഒരു മണിയോടടുത്ത സമയമാണ്. ഇപ്പോൾ പിടി കിട്ടിയോ? കുട്ടികൾ നിഷേധാർഥത്തിൽ തലയാട്ടി.

“രാവിലെയും, വൈകീട്ടുംനിങ്ങൾ വെയിലത്ത് നടന്നു വരുമ്പോൾ ചിലപ്പോൾ നിങ്ങളറിയാതെ ഒരു കറുത്ത രൂപം നിങ്ങളുടെ മുന്നിലോ, പിന്നിലോ കാണാറുണ്ടല്ലോഇനി സംഭവിച്ചതെന്താണെന്ന് നിങ്ങള് തന്നെ പറ.”

“മാഷ് നിലാവില് മാഷ നിഴലിന കണ്ട് പ്രേതാന്ന് വിചാരിച്ച്യല്ലെ. ഇപ്പം പിടി കിട്ടി.” പ്രേതമാണെന്ന് കരുതി പേടിച്ച് തിരിഞ്ഞോടിയിരുന്നെങ്കിൽ എന്തായിരുന്നു സംഭവിക്കുക? “മാഷ് ചെലപ്പം ബോധംകെട്ട്

വീഴും. മാഷക്ക് പനിവരും. മാഷ് പനിച്ചിറ്റ് പിച്ചും പേയും പറയും." അപ്പോ എന്തൊക്കെ ആയിരിക്കും പറയുക?

"ഞാനിന്നലെ രാത്രി പ്രേതത്തെ കണ്ടേ."

"പ്രേതം എന്നെ പിടിക്കാം വന്നേ." എന്നെല്ലം ആയിരിക്കുലെ മാഷേ. "അപ്പോ തിരിഞ്ഞോടിയിരുന്നെങ്കിൽ സത്യം മനസ്സിലാകുമാ യിരുന്നോ?."

"ഇല്ല ഇല്ല." എല്ലാരും ഒറ്റക്കെട്ടായിട്ടാണ്. ഇങ്ങനെ സത്യം എന്താ ണെന്ന് മനസ്സിലാക്കാതെ, നിഴലിനെ ഒക്കെ കണ്ട് പേടിക്കുന്നവരാണ് പ്രേതങ്ങളും, ഭൂതങ്ങളും ഒക്കെ ഉള്ളതാണെന്ന് പറഞ്ഞു നടക്കുന്നത്. അങ്ങനെ പറയുന്നത് കണ്ണടച്ചങ്ങ് വിശ്വസിക്കുന്നവരും ഇത്തരം കഥകൾ പറഞ്ഞു പരത്തും. നിങ്ങൾക്കിപ്പോ കാര്യങ്ങള് പിടി കിട്ട്യോ. ഇനി നിങ്ങൾ പ്രേതത്തെ പേടിക്യോ. മാഷ് പറഞ്ഞപ്പോ പേടി കുറഞ്ഞു. പക്ഷേ രാത്രിയായ പിന്നേം പേടി വരും. ഇപ്പോ നിങ്ങള് ചെറിയ കുട്ടി കളല്ലേ. വളർന്നു വരുമ്പോൾ മാഷ് പറഞ്ഞ കാര്യങ്ങൾ നന്നായി ഓർമിച്ചാൽ പേടി തനിയേ കുറഞ്ഞോളും. തുടർന്ന് ഭീമന്റെ കഥയിലെ ചില സന്ദർഭങ്ങൾ അഭിനയിച്ച കാണിക്കാനുള്ള പ്രവർത്തനം നൽകി.

പാണ്ഡവരുമായുള്ള മത്സരക്കളികളിൽ അടിക്കടി തോൽവി സംഭവിക്കുന്ന ധുര്യോധനന്റേയും സഹോദരന്മാരുടേയും സങ്കടം. ഭീമനെ പായസത്തിൽ മയക്കുമരുന്ന് ചേർത്ത് ചതിയിൽ പെടുത്താ നുള്ള ആലോചന. കൈകാലുകൾ കെട്ടി പുഴയിൽ തള്ളുന്നത്. ഭീമനെ കാണാതായപ്പോഴുള്ള കള്ളക്കരച്ചിൽ. ഭീമൻ തിരിച്ച വന്നപ്പോഴുണ്ടായ പേടി തുടങ്ങിയ സന്ദർഭങ്ങൾ കുട്ടികൾക്ക് അവരുടെ സ്വന്തം സംഭാ ഷണത്തിലൂടെ അവതരിപ്പിക്കാനുള്ള സന്ദർഭം ഒരുക്കി. കഥയിലെ ആശയങ്ങൾ അഭിനയിച്ച് പ്രകടിപ്പിക്കാൻ കുട്ടികൾനല്ല ഉത്സാഹം പ്രകടിപ്പിച്ചു.

"ഈ ഭീമനുള്ളോണ്ട ഞമ്മള് കളീല് എപ്പോം തോറ്റ് പോന്നേ. ഓന എന്തെങ്കി ചെയ്യാളേണം." കളിയിൽ പാണ്ഡവരോട് നിരന്തരം തോൽവി ഏറ്റുവാങ്ങിയ ദുര്യോധനന്റെ നിരാശ, "അറിയാണ്ട് പായ സത്തില് മയക്ക് മരുന്ന് ചേർത്ത് കുടിക്യേൻ കൊടുക്കണം. എന്നിറ്റ് മയങ്ങിപ്പോയാൽ കൈയും കാലും കെട്ടി ആരും കാണാണ്ട് പൊഴേ കൊണ്ടോയി ഇടണം." അങ്ങനെ പുഴയിൽ തള്ളി ഭീമനെ കാണാതായ ശേഷം, "അയ്യോ ഞമ്മള ഭീമാട്ടന കാണ്ന്നില്ലാലോ. ഓാറേട്യാപ്പാ പോയിന്, അയ്യോ അയ്യോ. ഇനി ഞമ്മള് ആരോട്യാപ്പാ കളിക്യാ'', കൗരവരുടെ കള്ളക്കരച്ചിൽ. ഭീമൻ തിരികെ എത്തിയ

ശേഷം -"ഉയ്യന്റമ്മേ ഇതെങ്ങന രക്ഷപ്പെട്ടു, നമ്മളാ പൊഴേലിട്ടേന്ന് ഓന് തിരിഞ്ഞിറ്റ്ണ്ടെ കാര്യം പോക്കന്നെ"- കൗരവരുടെ പേടിയും ഒക്കെ കുട്ടികൾ സ്വന്തം രീതിയിൽ അവതരിപ്പിച്ചു. പഠനപ്രവർത്തനങ്ങളിൽ പങ്കാളികളാവാനുള്ള കുട്ടികളുടെ താല്പര്യം കണ്ടപ്പോൾ മാഷിനും നല്ല ഉത്സാഹമായി.

6

രണ്ട് മുറികളും മാറാല തട്ടി അടിച്ചുവാരി ശുചിയാക്കി വച്ചിരിക്കുന്നു. വെള്ള പൂശിയ ചുമർ പൊടിയൊക്കെ പോയപ്പോൾ ഒന്നു തെളിഞ്ഞിട്ടുണ്ട്. ജന്നൽ തുറന്നു വച്ചാൽ കാറ്റും വെളിച്ചവും നന്നായി കിട്ടും. മൊത്തത്തിൽ കുഴപ്പമില്ല. കിടക്കാൻ കട്ടിലില്ല. പായവിരിച്ച് നിലത്ത് തന്നെ കിടക്കണം. സിമന്റിട്ട തറയാണ്. ടീച്ചറുടെ വീട്ടിൽ ചെന്ന് സാധനങ്ങളൊക്കെ എടുക്കണം. ടീച്ചറുടെ ഭർത്താവ് ഗോപിനാഥ് പട്ടാളക്കാരനാണ്. ഇപ്പോൾ സർവീസിൽ നിന്നും പിരിഞ്ഞു "മാഷക്ക് എന്ത് സഹായം വേണമെങ്കിലും മടിക്കാതെ പറഞ്ഞോളണം." പട്ടാളത്തിന്റെ പരുക്കത്തരമൊന്നുമില്ലാത്ത ശുദ്ധനായ ഒരു മനുഷ്യൻ.

"പിന്നെ വെള്ളം ഇവിടെ നിന്ന് കൊണ്ടു പോകുന്നതായിരിക്കും മാഷക്ക് സൗകര്യം. കുഴൽ കിണറാണ്." അദ്ദേഹം സൗഹൃദപൂർവം ഓർമിപ്പിച്ചു. മുറിയിലെത്തി സാധനങ്ങൾ അടുക്കുമ്പോഴേക്കും സാബുവും എത്തി.

"എങ്ങനെയുണ്ട് മാഷെ പുതിയ ലാവണം. ഇഷ്ടപ്പെട്ടോ?" ഇഷ്ടപ്പെട്ടു. മറുപടി കേട്ട് സാബുവിനും തൃപ്തിയായെന്നു തോന്നുന്നു.

"ഇന്നത്തെ രാത്രി ഭക്ഷണം ഞാനിങ്ങെത്തിക്കും. നാളെ രാവിലെ മാഷ് ഐശ്വര്യമായിട്ടങ്ങ് തുടങ്ങിക്കോ. ഒരിടം വരെ പോണം, രാത്രിയിങ്ങെത്താം."

"വൃത്തിയാക്കിയതിന്റെ കൂലി കൊടുക്കണ്ടെ?" "അത് എന്റെ വകയാന്ന് കൂട്ടിക്കോ മാഷേ." സാബു തിരിഞ്ഞു നടന്നു. ചിലപ്പോൾ അവൻ തന്നെയായിരിക്കാം ശുചീകരിച്ചത്. കസാര വരാന്തയിലേക്കിട്ടു. കുറച്ചു സമയം ഇവിടെ ഇരിക്കാം. എതാനും വാര അപ്പുറത്തായി തിരയടിച്ചു കൊണ്ടിരിക്കുന്ന കടൽ കാണാം. ചൂട് കുറഞ്ഞ് സൂര്യരശ്മി

സുഖകരമായി വരാന്തയിലേക്ക് പതിക്കുന്നുണ്ട്. ഇവിടെ ഇരുന്നാൽ അസ്തമയം ആസ്വദിക്കാൻ പറ്റുമെന്നു തോന്നുന്നു. മഴ പെയ്യുമോ എന്ന് തീർച്ച പോര. മേഘം പരക്കുന്നുണ്ട്. അപ്പുറത്തെ വീട്ട് വരാന്തയിൽ നിന്നും ഉമ്മ തന്നെ നോക്കിക്കൊണ്ടിരിക്കുന്ന കാര്യം അപ്പോഴാണ് ശ്രദ്ധിച്ചത്. എന്തോ ഒരു ദുരൂഹത നിറഞ്ഞ നോട്ടം. എന്തിനാ മോനെ ഒറ്റയ്ക്ക് താമസിക്കാൻ വന്നത് എന്ന് മൂകമായി പറയുന്നത് പോലെ. ഏതായാലും ഒന്ന് പോയി പരിചയപ്പെട്ടു കളയാം. അങ്ങോട്ടേക്ക് ചെന്നു. നിലത്ത് കുന്തിച്ചിരുന്ന ഉമ്മ എഴുന്നേറ്റു നിന്നു ചിരിച്ചു.

"എന്തെല്ലാ മോനേ. മോന്റെ നാടേട്യാ." നേരത്തേ കണ്ട ദുരൂഹത യൊന്നുമില്ല. തുറന്ന പെരുമാറ്റം തന്നെ.

"പിന്ന മോനെ ഇതത്ര നല്ല സ്ഥലോന്നുവല്ല. ഒറ്റക്ക് താമസിക്കുന്ന തോക്കെ അപകടാ. ഇങ്ങക്ക് പുതിയ ബാല്യേക്കാർക്ക് ഇതൊന്നും പറഞ്ഞാ മനസ്സിലാവൂലാ. രാത്രി പൊറത്തെറങ്ങാനെ പാടില്ല. ചെലപ്പോ അലർച്ചകളും കരിച്ചിലും ഒക്കെ കേൾക്കാം. വാതിലും ജന്നലും ഒക്കെ നന്നായിറ്റടച്ച് പൂട്ടിക്കോളണം കേട്ടോ. എന്ത് ഒച്ച കേട്ടാലും തൊറക്കരുത്. മിണ്ടാതെ അകത്ത് കൂടിക്കോളണം. എന്നെ ഇപ്പോം ചെല ദിവസം പാതിരാക്ക് വന്ന് വിളിക്കും. ആരാ? ആരാ? എന്റെ കെട്ടിയോം തന്നെ!" മാഷിന് ഉമ്മ പറഞ്ഞു വരുന്നതെന്താണെ ന്ന് മനസ്സിലായില്ല. ഉമ്മ തുടർന്ന് വിശദീകരണത്തിലേക്ക് കടന്നു.

"എന്റെ സൈനബക്കന്ന് ഒമ്പത് വയസാ. കർക്കട മാസത്തില് ഭയങ്കര മഴയായിരുന്നു. അങ്ങേർക്ക് കടലീപോവാം പറ്റുന്നില്ല, കുടീലാ ണെങ്കീ പട്ടിണി. പുന്നാര മോള കരച്ചില് കേട്ട്, വള്ളത്തീ പോകാതേ കരേന്ന് തന്നെ വലയെറിഞ്ഞ് വല്ലതും കിട്ട്വോന്ന് നോക്കെട്ടെ എന്നും പറഞ്ഞ് പോയതാ. കൂടെ ആരുല്ലായിരുന്നു. വല വലിക്കുന്നതിനിട യിൽ എങ്ങനെയോ തെരേ പെട്ടുപോയതായിരിക്കും. പിറ്റെ ദിവസം വൈകിട്ടാ തടി കരക്കടിഞ്ഞെ. ഉമ്മ കണ്ണു തുടക്കുന്നുണ്ട്. എല്ലാം കണ്മു ന്നിൽ കാണുന്നതുപോലെ. ഈ പള്ളീത്തന്ന്യാ കബറടക്ക്യേ. നാല്പതിന്റ ന്ന് പാതിരക്ക് എന്റെ പാത്വേ എന്നൊരു വിളിയാണ്. ഉറക്കം ഞെട്ടി ചെറ്റേന്റ എടേ കൂടി നോക്കുമ്പം പൊറത്ത് നെലാവില് വെള്ളമുണ്ടും ശർട്ടും ഇട്ട് അങ്ങനെ ചിരിച്ചോണ്ട് നിക്വ. കാല് നെലം തൊട്ടിറ്റില്ല. ഞാനൊന്ന് നോക്യേത് മാത്രം ഓർമേണ്ട്. എന്റെ സൈനൂന്റ ബിളി കേട്ടപ്പഴാ ബോധം വന്നെ. പിന്നെ രണ്ടൂസം പനിച്ച് കിടപ്പാരുന്നു. അതിന് ശേഷം ബിളി കേട്ടാ പിന്നെ അനങ്ങാതെ ഒരു കെടപ്പാ. ഇത് വഴി പാതിരാക്ക് പോയ പലരും കണ്ടിറ്റിണ്ട്.

തെക്കേലെ അവ്വോക്കറ് കണ്ട് പേടിച്ചിറ്റ് രണ്ടാഴ്ചയാ പനി പിടിച്ച് കെടന്നെ. ഇപ്പോം ചെല വെള്ളിയായ്ച്ച നട്ടപ്പാതിരാക്ക് ഏന്നെ ബിളിക്കാറ്ണ്ട്. തലവയി പൊതപ്പം മൂടി അനങ്ങാതെ ഒര്കെടത്താ. അതും കയിഞ്ഞ് മൂന്ന് കൊല്ലം എത്യപ്പഴാ ഉച്ചമ്മലെ ബീപാത്തു കെട്ടിത്തൂങ്ങ്യ. ഓളെ കെട്ട്യോൻ തന്നെ കൊന്ന് കെട്ടിത്തൂക്ക്യാന്നും പറേന്ന്ണ്ട്. ഓളെ ഈൗട്ത്തന്യാ കബറടക്യേ. കണ്ണെല്ലം തുറിച്ച്, മുടീം പറച്ചിട്ട് ഓളും അസമയത്ത് കറങ്ങി നടക്കുന്നത് പലരും കണ്ടിറ്റ്ണ്ട്. മീത്തലെ ഗോപാലന്റെ മോന് പ്രാന്ത് വന്നെ ഓള കണ്ടേന് ശേഷാ." ഉമ്മ ഹൊറർ കഥകൾ ഒന്നൊന്നായി പുറത്തു വിടുകയാണ്. ഇനിയും ഇവിടെ നിന്നാൽ ശരിയാകില്ല. ഉമ്മാ, ഉമ്മ പറഞ്ഞതു പോലെ ഞാൻ ശ്രദ്ധിച്ചോളാ. ഇപ്പൊ പോട്ടെ.

"മോൻ പേടിക്കണ്ട ഞളീടെ അടുത്ത്ണ്ടല്ലൊ." ഉമ്മ നല്ല ഒരു ഫലിതം പറഞ്ഞതായി മാഷിന് അനുഭവപ്പെട്ടു.

'ഉമ്മയുടെ മകൾ സൈനബ പൊതിയും പാത്രങ്ങളുമായി അപ്പുറത്തു കൂടെ കയറി വരുന്നത് കണ്ടു. അസ്തമയത്തെ മഴക്കാർ മറച്ചിരിക്കുന്നു. നേരത്തെ ഇരുട്ട് പരന്നിരിക്കുന്നു. രമേശൻ മാഷ് മണ്ണെണ്ണ വിളക്ക് കൊളുത്തി. ജന്നൽ തുറന്നിട്ടിരിക്കയാണ്. കാറ്റത്ത് വിളക്കിന്റെ തിരിനാളം നിന്നു വിറക്കാൻ തുടങ്ങി, മാഷ് വിളക്കല്പം മാറ്റിവച്ചു. ചിന്തയിൽ മുഴുകിക്കൊണ്ട് കസാരയിൽ ഇരുന്നു. ഇവിടെ വരുമ്പോൾ മനുഷ്യരെ കുറിച്ചായിരുന്നു വേവലാതിപ്പെട്ടിരുന്നത്. അത് മാറി. ഇപ്പോൾ പരേതാത്മാക്കളെ കുറിച്ചാണ് ഭയം. തുറിച്ച കണ്ണുകൾ, പറച്ചിട്ട തലമുടി, നിലം തൊടാത്ത പാദങ്ങൾ, ഉമ്മയുടെ വിവരണം ഉള്ളിന്റെ ഉള്ളിൽ ഭയം ജനിപ്പിച്ചില്ലേ എന്നൊരു സംശയം.

പെട്ടെന്നാണ് പുറത്തു നിന്നൊരു വിളി. ജന്നലിൽ കൂടി നോക്കുമ്പോൾ അരണ്ട വെളിച്ചത്തിൽ മതിലിനപ്പുറത്ത് ശ്മശാന വളപ്പിൽ ഒരു രൂപം. വെള്ള തലേക്കെട്ട്, വെള്ള ഷർട്ട്", മുണ്ട്. തന്നെ നോക്കി ചിരിക്കയാണെന്നു തോന്നുന്നു. മാഷിന്റെ കണ്ണുകൾ അറിയാതെ ആ രൂപത്തിന്റെ പാദങ്ങളിലേക്ക് തിരിഞ്ഞു. "ങ്ങളെന്താ ഇങ്ങനെ തുറിച്ച് നൊക്ക്ന്നെ. പുതിയ താമസക്കാരെ കണ്ടപ്പം വിളിച്ചതാ." പള്ളീലെ മുക്രിയാ. മാഷക്ക് സ്വയം ലജ്ജ തോന്നി. ബാങ്കിന്റെ സമയായി. പിന്നെ കാണാം. തന്റെ പരുങ്ങിക്കളികണ്ടിട്ടാണെന്നു തോന്നുന്നു. അദ്ദേഹം കുടയും വീശി വേഗം നടന്നു. ഉമ്മയുടെ ആ വിവരണം തന്റെ മനസ്സിന്റെ ഉള്ളിലെവിടെയോ ചെലുത്തിയ സ്വാധീനം. ഇത്തരം വിശ്വാസങ്ങളുടെ പൊള്ളത്തരം യുക്തിയുടെ ബലത്തിൽ തള്ളിക്കളയുമ്പോഴും ഉള്ളിന്റെ ഉള്ളിൽ അടിഞ്ഞു കൂടിയ മാറാലകൾ ഇനിയും തൂത്തുവാരാനുണ്ടെന്നു

തോന്നുന്നു. ഏതായാലും കുട്ടികൾക്ക് പറഞ്ഞു കൊടുക്കാൻ ഒരു ചൂടൻ പ്രേതകഥ കൂടിയായി.

ഇത്തരം കഥകൾ കേൾക്കാനുള്ള കുട്ടികളുടെ താല്പര്യം ഒന്നു വേറെ തന്നെയാണ്. സാബു ഭക്ഷണവുമായി എത്തി ചോറും മത്സ്യക്കറിയും ഉപ്പേരിയുമാണ്. എല്ലാം ഡബ്ബയിൽ ഒന്നിച്ചാണ്. കുടിക്കാനുള്ള വെള്ളം സ്റ്റവിൽ തിളപ്പിച്ചോ മാഷേ. റേഷൻ കടയിൽ നിന്നും കൊണ്ടുവന്ന മണ്ണെണ്ണ സ്റ്റവിൽ നിറയ്ക്കണം. സമയമായിട്ടില്ല. അല്പം കൂടി കഴിയട്ടെ. തനിക്ക് പറ്റിയ അമിളി ബാബുവിനോട് പറയണോ? പറഞ്ഞു കളയാം. ആദ്യത്തെ ശ്രോതാവ് അവൻ തന്നെയായിക്കോട്ടെ. കഥയൊക്കെ കേട്ട് സാബു ചിരിയോട് ചിരി തന്നെ.

"എന്റെ മാഷെ ഇങ്ങള് ഞാം കരുതിയ പോലല്ലല്ലോ!. സ്കൂളിൽ ഒറ്റക്ക് കിടക്കാമെന്ന് പറഞ്ഞപ്പോൾ നല്ല ധൈര്യമൊക്കെ ഉള്ള ആളാണെന്ന തോന്നിയെ. അതു കൊണ്ടാ ഈ മുറി സംഘടിപ്പിച്ച തന്നതും. ഇതിപ്പൊ ഉമ്മയുടെ ഒരു വർത്താനം കേട്ടപ്പഴേക്കും ഇങ്ങ നെയായാഎന്താ ചെയ്യാ? മാഷക്ക് ശരിക്കും വിശ്വാസണ്ടോ? ഇന്നലെ പറഞ്ഞത് കേട്ടപ്പം അങ്ങനെ തോന്നീറ്റില്ലാലോ." ഉമ്മ പറഞ്ഞതൊ ക്കെ ഓർത്തോണ്ട് അങ്ങനെ ഇരിക്കുമ്പഴാ ഒട്ടും പ്രതീക്ഷിക്കാത്ത സ്ഥലത്ത് പെട്ടെന്നൊരാൾ പ്രത്യക്ഷപ്പെട്ടത്. അരണ്ട വെളിച്ചത്തിൽ ആളെ ശരിക്ക് കാണാനും പറ്റുന്നില്ല. സാബുവാണെങ്കിലും പേടിച്ച പോവൂലേ.

"കാര്യോക്കെ ശരിയാ മാഷേ. മാഷാ ഉമ്മേന്റടുത്ത് പോയതാ പറ്റ്യേ. ഇത്തരം കഥകളുടെ പ്രൊഡക്ഷൻ സെന്ററാ മാഷെ ആ ഉമ്മ. അവര് പ്രചരിപ്പിക്കുന്ന കഥകളും മനസ്സിൽ വച്ച് അസമയത്ത് പുറത്തിറങ്ങു മ്പോൾ വല്ല നിഴലും കണ്ട് പേടിച്ചാണ് പ്രശ്നങ്ങൾ ഉണ്ടാവുന്നത്.. സാബു വിഷമിക്കണ്ട എന്റെ പ്രശ്നം ഇതാടെ തീർന്നു. ഇനി സാക്ഷാൽ പ്രേതം വന്നാലും സ്വാഗതം.

"എന്നാ മാഷ് കേട്ടോ ഉമ്മ പറഞ്ഞത് കളവല്ല." ഇഞ്ഞ്യെന്താ ചങ്ങായി പറേന്നെ! മാഷ് അമ്പരപ്പോടെ സാബുവിന്റെ മുഖത്തേക്ക് നോക്കി.

"അതെ മാഷെ അതൊരു കദന കഥയാണ്. ഞങ്ങള് കടല് പോണോരുടെ ഒരു സങ്കടം"; സാബുവിന്റെ രൂപവും ഭാവവും ഒക്കെ മാറി വരുന്നതു പോലെ. അതു, വരെ കണ്ട സാബുവിൽ നിന്നും വേറിട്ടൊരു സാബു. മാഷിന്റെ ഉള്ളിൽ ഒരു ഭയപ്പാട് അരിച്ചു കയറുന്നതു പോലെ. പക്ഷേ പെട്ടെന്നു തന്നെ നിയന്ത്രിച്ചു.

ബീരാനിക്കാക്ക് കെട്ട്യോളും മോളുന്നിച്ചാ ജീവനായിരുന്നു. അവരുടെ സുഖോം സൗകര്യം കഴിഞ്ഞിട്ടേ തന്റെ കാര്യം പോലും നോക്കാറുള്ളൂ. ഞങ്ങള് കടലീ പണിക്കാരുടെ ഒരു കാര്യം. മഴക്കാലത്ത് മിക്ക ദിവസോം പണിയില്ല. വേനലായാൽ മത്സ്യം കിട്ടാനുല്ല. അതിനിട യിൽ കിട്ടുന്നതു കൊണ്ടു വേണം വർഷം മുഴുവൻ കഴിഞ്ഞു പോകാൻ. മഴക്കാലത്ത് മിക്ക കുടുംബങ്ങളിലും പട്ടിണിയായിരിക്കും. ഭാര്യേ, മോളും പട്ടിണി കിടക്കുന്ന കാര്യം ബീരാനിക്കാക്ക് ചിന്തിക്കാം കൂടി പറ്റൂലാ? അങ്ങനയാ കടലെളകിയ സമയത്ത് വലേ ആയി പോയതും, തെരേ പെട്ടതും. ബീരാനിക്കായുടെ മരണം ഉൾക്കൊള്ളാൻ പാത്തുത്തായ്ക്ക് ആകുമായിരുന്നില്ല. ഇക്ക പോയിട്ടില്ലെന്നും തന്റെ അടുത്തു തന്നെ ഉണ്ടെന്നുമായിരുന്നു അവർ എല്ലാവരോടും പറഞ്ഞിരുന്നത്. സുന്ദരിയും, ഭർത്താവ് നഷ്ടപ്പെട്ടവളുമായ പാത്തുവുമായി അടുക്കാൻ പറ്റുമോ എന്ന് ചില തല്പരകക്ഷികൾ ശ്രമം തുടങ്ങി. അങ്ങനെയാണ് ഒരു ദിവസം അർദ്ധരാത്രി ചെറ്റയുടെ പുറത്തു നിന്നും അവർ പറഞ്ഞതുപോലെ 'പാത്വേ' എന്ന വിളി വന്നതും. പുറത്തു കണ്ടയാളെ ബീരാനാണെന്ന് ഒരു നിമിഷം അവർ കരുതിക്കാണണം. പക്ഷേ അതോടെ പൊതുവെ ഒരു പ്രേതവിശ്വാസിയായ അവർ രാത്രി പുറത്ത് എന്ത് ശബ്ദം കേട്ടാലും ചെവികൊടുക്കാതായി, കൊടുത്തിരുന്നു എങ്കിൽ അവർ ചതിയിൽ പെടുമായിരുന്നു. പക്ഷേ ബീരാൻ രാത്രി കാലങ്ങളിൽ പുറത്ത് കറങ്ങി നടക്കുന്നുണ്ടെന്ന് വിശ്വസിച്ച അവർ, അക്കാര്യം കാണുന്നവരോടെല്ലാം പങ്കുവച്ചു. അതൊക്കെ വിശ്വസിച്ചു പോയവരാണ് നിഴല് കണ്ടും പേടിച്ച് അപകടത്തിൽ ചാടിയത്.

മകളെ പോറ്റാൻ ചില വീടുകളിൽ ജോലിക്ക് പോയ്ക്കൊണ്ടിരുന്ന അവരെ ഉപദ്രവിക്കാൻ ചിലർ ശ്രമിച്ചിരുന്നു. നാട്ടുകാർ തക്ക സമയ ത്തെത്തി കൈകാര്യം ചെയ്തത് കൊണ്ടാണ് രക്ഷപ്പെട്ടത്. അതിൽ പിന്നെ അവരുടെ നേരെ നോക്കാൻ ആരും ധൈര്യപ്പെട്ടിട്ടില്ല. ഉപ്പ മരിച്ചതിന്റെ ഒരു പ്രയാസവും അറിയിക്കാതെ അധ്വാനിച്ച് അവർ മകളെ വളർത്തി. പള്ളിക്കമ്മിറ്റിയും അമ്പല കമ്മിറ്റിയും കഴിയുംപോലെ സഹായിച്ച് പുറത്ത് നിന്ന് ഇവിടെ പണിക്ക് വന്ന ഒരുത്തന് കെട്ടിച്ചു കൊടുത്തു. കാഴ്ചയിലും, പെരുമാറ്റത്തിലും നല്ലവനായി തോന്നിയ അവൻ ഒരു കുട്ടിയായതിന് ശേഷം സ്ഥലംവിട്ടു. പിന്നീടാണ് നാട്ടിൽ വേറെ ഭാര്യയും കുട്ടികളും ഉണ്ടെന്നറിയുന്നത്. ഉമ്മയ്ക്കും, വല്യുമ്മക്ക് ഒരു താങ്ങായി വളരുമെന്ന് വിചാരിച്ച ആ ചെക്കൻ. അവനൊരു കടയിൽ ജോലിയൊക്കെ ചെയ്യുന്നുണ്ട്. പക്ഷേ എന്തു കാര്യം. കിട്ടുന്ന കാശൊക്കെ ധൂർത്തടിച്ച് തേരാ പാരാ നടക്കയാ. മയക്ക് മരുന്നിന്

അടിമയാണെന്നും കേൾക്കുന്നു. മകൾ വീട്ടുവേലയ്ക്ക് പോയാണ് ഇപ്പോൾ കുടുംബം പുലരുന്നത്." സന്ധ്യാസമയത്ത് പാത്രങ്ങളും സഞ്ചിയുമായി അവർ കുടിലിലേക്ക് കയറിപ്പോകുന്ന കാഴ്ച മാഷിന്റെ മനസ്സിലേക്കെത്തി. ഇങ്ങനെയെത്ര സങ്കടങ്ങളാ മാഷെ ഈ കടപ്പുറത്തിന് പറയാനുള്ളത്. ഇപ്പോഴും പഴയ സാബു തിരിച്ചു വന്നിട്ടില്ല. ഉള്ളിൽ എന്തോ വലിയ സങ്കടങ്ങൾ ഒതുക്കി പിടിക്കുന്നതു പോലെ.

പരിചയപ്പെട്ടിട്ട് രണ്ട് ദിവസമായി. എവിടെ നിന്നോ വന്ന തന്റെ ആവശ്യങ്ങളെല്ലാം കണ്ടിറിഞ്ഞ് നിവൃത്തിച്ചുതരുന്നു. എന്നിട്ടും അവനെ പറ്റി ഇതുവരെ ഒന്നും അന്വേഷിക്കാൻ തോന്നിയില്ല. -രമേശൻ മാഷിന് ഒരാത്മനിന്ദ അനുഭവപ്പെട്ടു. മടിച്ചു മടിച്ചു ചോദിച്ചു

"പിന്നെ സാബൂന്റെ കാര്യങ്ങളൊക്കെ എങ്ങനയാ?"-

"അത് തന്ന്യാ മാഷേ പറേന്നത്. ഈ കടപ്പുറത്തിന്റെ സങ്കടം എന്റേം കൂട്യാ മാഷേ. എന്റച്ഛനും ബീരാനിക്കാനെ കൊണ്ട് പറഞ്ഞ പോലന്നെ. ഭാര്യേനെ മക്കളേം പോറ്റാൻ സ്വന്തം തടീം നോക്കാണ്ട് നയിച്ച്. അവസാനം സൂക്കേട് വന്ന് മരിച്ച്. ഞാനൊമ്പേല് പഠിക്കുമ്പോഴാ മഷേ. പഠിപ്പില് മോശേല്ലേനും. പറഞ്ഞിറ്റെന്താ അതോടെ നിർത്തി. അമ്മേനേം, അനിയനേം, അനിയത്തീനേം പോറ്റണ്ട ഭാരം എന്റെ തലേലായി. അന്നു മുതൽ മാമന്റെ കൂടെ കടലി പോക്കാ മാഷേ. ആവ്ന്നത് പോലെ നയിച്ച് കുടുംബം പോറ്റ്ന്ന്ണ്ട് മാഷേ. എനിക്ക് എനിക്ക് പഠിക്കാം പറ്റാത്തേന് അനിയനെ പഠിപ്പിക്ക്ന്ന്ണ്ട് മാഷേ." സാബൂന്റെ കണ്ണിൽ നിന്നും രണ്ടു തുള്ളി കണ്ണീർ താഴേക്ക് പതിച്ചു. ശബ്ദത്തിൽ ചെറിയ വിതുമ്പൽ. മാഷ് ആ കൈകളിൽ മുറുകെ പിടിച്ചു. ഒരു നിമിഷം രണ്ടു പേരും നിർന്നിമേഷരായി നിന്നു പോയി. പെട്ടന്ന് സാബു തന്റെ കൈ വലിച്ചെടുത്തു. ആളുടെ ഭാവം പെട്ടെന്നു മാറുകയാണ്. മുഖത്ത് ചിരിയും ഗൗരവവും.

"മാഷെല്ലം കേട്ടിറ്റ് വല്ലാണ്ട് സങ്കടപ്പെട്ടു പോയി അല്ലെ. സങ്കടപ്പെടാം ഒന്നൂല്ല മാഷേ. ഞാനീട ഒറ്റക്കല്ല. സഹായിക്ക്യേൻ അമ്പല കമ്മറ്റിക്കാരും, പള്ളിക്കമ്മിറ്റിക്കാരും, പാർട്ടിക്കാരും ഒക്കെ ഇണ്ട്. അച്ഛന് സുഖയില്ലാണ്ടായപ്പോ അവരൊക്ക്യാ സഹായിച്ചെ- ഞാനീട ഒറ്റക്കല്ല മാഷേ. അതുകൊണ്ടന്ന്യ സമയം കിട്ടുമ്പം മറ്റുള്ളോരേം സഹായിക്കാൻ നടക്ക്ന്നെ - കണ്ണമ്മാഷ് ഇങ്ങളെ കൊണ്ട് പറഞ്ഞപ്പം അതോണ്ടന്ന്യ ഓടി എത്തിയേ. പറഞ്ഞു പറഞ്ഞ് സമയം പോയി. മാഷ് ചോറെടുത്ത് തിന്നോ. തണുത്ത് പോവും. സാബുവിന്റെ ഭാവമാറ്റം കണ്ട് സ്ഥബ്ധനായി നിന്നു പോയ രമേശൻ മാഷിന് പരിസരബോധം തിരിച്ചു കിട്ടി.

“പൊട്ടിയ വല ശരിയാക്കാനുണ്ട്. അതാ അവിടെയാണ് സ്ഥലം. അല്പം അകലെ ഷീറ്റിട്ട് മറച്ച ഷെഡ് കാണിച്ചു കൊണ്ട് സാബു പറഞ്ഞു. രാത്രി വൈകുന്നതു വരെ ഞങ്ങളവിടെ കാണും. മാഷക്ക് എന്തെങ്കീം വെഷമം ഉണ്ടെങ്കി ഒന്ന് കൂവിയാ മതി - ഞങ്ങളിങ്ങെത്തും.

“ഇനി വെഷമത്തിന്റെ പ്രശ്നേ ഉദിക്കുന്നില്ല. സാബൂം, അമ്പല കമ്മിറ്റിം, പള്ളിക്കമ്മിറ്റിം, പാർട്ടി ഉള്ളപ്പം ഇനി ഒരാളെം പേടീല്ല. മാഷിന്റെ മറുപടി കേട്ട് സാബുവിന് ചിരി വന്നു.

“മനിശമ്മാരെ വിശ്വാസോണ്ടേ പിന്നെ പ്രേതങ്ങളൊന്നും അടുക്കൂല മാഷേ!” സാബു തിരിഞ്ഞു നടന്നു. പ്രേതത്തെ ഉദ്ദേശിച്ചല്ല ചില കെട്ട മനുഷ്യരെ ഉദ്ദേശിച്ചാണ് എന്ന് പറയാൻ തോന്നി. ആദ്യ ദിവസം കണ്ട സ്വപ്നമായിരുന്നു അപ്പോൾ മാഷിന്റെ മനസ്സിൽ. ഉമ്മയുമായി സംസാരിച്ചതിനു ശേഷമുള്ള അങ്കലാപ്പൊക്കെ മാറി ആകെ ഒരു ഉഷാറ് വന്നതു പോലെ. സാബു കൊണ്ടുവന്ന ചോറിന് പ്രത്യേക രുചി അനുഭവപ്പെടുന്നുണ്ടോ? മനസ്സമാധാനത്തോടെ വയറു നിറയെ കഴിച്ചു. അപ്പോഴേക്കും പുറത്ത് മഴ ആരംഭിച്ചു - കാറ്റിൽ വിളക്ക് കെടാൻ പോകുന്നു. മാഷ് ജനാല അടച്ചു കുറ്റിയിട്ടു. പായ നിവർത്തി നീണ്ട് നിവർന്ന് കിടന്നു.

“ഞാനീട ഒറ്റക്കല്ല” സാബുവിന്റെ ആത്മവിശ്വാസത്തോടെ, സ്ഥൈര്യത്തോടെ ഉള്ള ആ പറച്ചിൽ. കാതിൽ ഇപ്പോഴും മുഴങ്ങിക്കൊണ്ടിരിക്കുന്നു. നിരാലംബർക്ക് തുണയായി ഒരു നാട്ടുകൂട്ടം - അമ്പലക്കാർ, പള്ളിക്കാർ, രാഷ്ട്രീയക്കാർ. അച്ഛൻ നഷ്ടപ്പെട്ട മക്കൾക്ക്, രോഗികൾക്ക്, പരിരക്ഷ വേണ്ട സത്രീകൾക്ക്, സഹായം ആവശ്യമുള്ളവർക്കൊക്കെ. ഏറ്റുവാങ്ങിയവർ അത് സമൂഹത്തിന് തിരിച്ചു നൽകാൻ ശ്രമിക്കുന്നു. മനുഷ്യ സംസ്കാരത്തിന്റെ മൂല്യങ്ങൾ സംരക്ഷിക്കുന്നവർ. നായാടി, ഗുഹകളിൽ താമസിച്ച് ഒറ്റയാൻ ജീവിതം നയിച്ചിരുന്ന പ്രാകൃത മനുഷ്യർ,. കൃഷിയുടെ കണ്ടുപിടുത്തത്തോടെ നദീ തടങ്ങളിൽ കൂട്ടുചേർന്നു. ആ കൂട്ടായ്മയിൽ സംസ്കാരങ്ങൾ രൂപം കൊള്ളുന്നു.

പിന്നീട് ആരുടെ ഒക്കെയോ സ്വാർഥ മോഹങ്ങൾ ആ കൂട്ടായ്മയെ നശിപ്പിച്ച് അടിമ ഉടമ അവസ്ഥയിലെത്തിച്ചു. രാജാക്കൻമാരും, പ്രഭുക്കൻമാരും, പുരോഹിതൻമാരും അരങ്ങു തകർക്കുന്നു. അധ്വാനിക്കുന്ന സാധാരണ മനുഷ്യർ ചതച്ചരയ്ക്കപ്പെടുന്നു. അവരിൽ നിന്നും സ്പാർട്ടക്കസുമാർ പിറവി കൊള്ളുന്നു. തകർക്കപ്പെട്ട കൂട്ടായ്മയെ ജീവൻ നൽകിയും തിരിച്ചുപിടിക്കുന്നു. വംശീയ കലാപങ്ങളിലൂടേയും ‘ഘോര യുദ്ധങ്ങളിലൂടെയും ഉരുട്ടിന്റെ ശക്തികൾ വീണ്ടും, വീണ്ടും ഭിന്നിപ്പിന് ആക്കം കൂട്ടുന്നു - മനുഷ്യ സാഹോദര്യത്തിനെ വെല്ലുവിളിക്കുന്നു. അപ്പോഴും

പലയിടങ്ങളിലും നല്ല മനുഷ്യരുടെ കൂട്ടങ്ങൾ സംസ്കാരത്തിന്റെ ദീപശിഖ ഉയർത്തിപ്പിടിക്കുക തന്നെ ചെയ്യുന്നു. ലോകത്തിന്റെ ഭാവി തങ്ങളിലാണെന്ന് ഉറക്കെ ഉദ്ഘോഷിക്കുന്നു. ഉപരിവർഗ പൊങ്ങ ച്ചങ്ങൾ മാത്രം നിറപ്പകിട്ടോടെ വർണിക്കുന്ന ചരിത്ര ഗ്രന്ഥങ്ങളുടെ വരികൾക്കിടയിലൂടെ വായിച്ചെടുത്ത സത്യങ്ങൾ. മാഷിന്റെ ചിന്ത കോളേജിലെ പഴയ ചരിത്ര ക്ലാസുകളിലേക്ക് വ്യാപരിക്കയാണ്. പെട്ടന്നാണ് മാലുവിന്റെ ചരിത്രത്തെ പറ്റിയുള്ള അന്നത്തെ സംസാരം മാഷിന്റെ ഓർമയിലെത്തിയത്. ബോറാണ്, ഒത്തിരിവായിക്കാനുണ്ട്, പഠിക്കാൻ പ്രയാസമാണ്. കുട്ടീ ഞാനും ഇപ്പോഴൊരു ചരിത്ര വിദ്യാർ ഥിയാണ്. നിന്റെ പ്രദേശത്തിന്റെ ചരിത്രമാണ് വിഷയം. പഠിപ്പിക്കുന്നത് ഏതെങ്കിലും പ്രഫസറല്ല. ഇവിടുത്തെ ഒരു സാധാരണക്കാരനാണ്. അധ്വാനിച്ച ജീവിക്കുന്ന ഒരു സാധാരണക്കാരൻ. അങ്ങനെയുള്ള ആയിരക്കണക്കായ സാധാരണ മനുഷ്യരാണ് ചരിത്ര സ്രഷ്ടാക്കൾ. അല്ലാതെ ഒരുപിടി രാജാക്കന്മാരും, ചക്രവർത്തിമാരുമല്ല. ഇതു മനസ്സി ലാക്കുമ്പോഴാണ് ചരിത്രപഠനം രസകരമാകുന്നത്.

7

സങ്കടങ്ങളും, നൊമ്പരങ്ങളും നിറഞ്ഞതാണെങ്കിലും പ്രദേശ ചരിത്രത്തോട് സവിശേഷമായ ഒരാകർഷണം മാഷിൽ അങ്കുരിച്ചിരിക്കുന്നു. സാബു പറഞ്ഞ പാർട്ടിക്കാർ ആരായിരിക്കും. പാർട്ടികളുടെ കൊടികളൊന്നും ഇവിടെയെങ്ങും കണ്ടിട്ടില്ല. കമ്മ്യൂണിസ്റ്റ് കാരാണെങ്കിൽ തീർച്ചയായും ചുകപ്പ് കൊടി കാണേണ്ടതാണ്. തന്റെ നാട്ടിലാണെങ്കിൽ കമ്മ്യൂണിസ്റ്റ്കാരാണ് ഇങ്ങനെയുള്ള കാര്യങ്ങൾക്ക് മുൻകൈ എടുക്കുന്നത്. അവരുടെ കൊടിയൊന്നും കാണാത്ത സ്ഥിതിക്ക് കോൺഗ്രസ് ആകാനാണ് സാധ്യത. ആരെങ്കിലും ആയിക്കൊള്ളട്ടെ. കഷ്ടപ്പെടുന്നവരെ സഹായിക്കാനുള്ള മനസ്സുള്ളവരാണല്ലോ!. അതു ണ്ടായാൽ മതി. ചരിത്രത്താളിലെ മറ്റൊരു സവിശേഷത പള്ളിക്കാരും അമ്പലക്കാരും ഒരുമിച്ചു സഹായിച്ചു എന്നതാണ്. സാബു പറഞ്ഞത് വച്ച് മതോം ജാതീം നോക്കാതെ എല്ലാരേയും സഹായിക്കുന്നുണ്ട്- എന്റെ മതം മാത്രം മുന്തിയത്. മറ്റെല്ലാം പോക്ക്. മതം നോക്കി മാത്രം സഹായം എന്ന ഇടുങ്ങിയ ചിന്താഗതി വളർന്നു വരുന്ന ഇക്കാലത്ത് ഇവിടുത്തെ സൗഹൃദം ഒരു മാതൃക തന്നെ. ഇവിടെ നിന്നും ഇനിയും കൂടുതൽ കാര്യങ്ങൾ പഠിക്കാനും മനസ്സിലാക്കാനും ഉണ്ടെന്ന് തോന്നുന്നു. പ്രദേശചരിത്രത്തെക്കുറിച്ച് കൂടുതലറിയാനുള്ള ജിജ്ഞാസ മാഷിൽ നാമ്പെടുത്തിരിക്കുന്നു. തനിക്കും ഇവിടെ ഒരു ചരിത്ര നിയോഗ മുണ്ടെന്ന് മാഷപ്പോഴാണ് ചിന്തിച്ചത്. അപരിചമായ ഒരു പ്രദേശത്ത്, കൂട്ടുകാരുടെ ഭയപ്പെടുത്തലിന്റെ പശ്ചാത്തലത്തിൽ, അല്പം ഭീതിയോടെ എത്തിച്ചേർന്ന തനിക്ക്, ഒരാശങ്കയ്ക്കും ഇടയില്ലാതെ നിറഞ്ഞ സൗഹൃദം മാത്രം വാരി വിളമ്പിയ ഈ നാടിന്റെ മക്കളെ കഴിവിന്റെ അങ്ങേ അറ്റം വരെ ഉപയോഗിച്ച് മിടുക്കരും, മിടുക്കികളും ആക്കുക. അതിൽ ഒരു വിട്ടു വീഴ്ചയും പാടില്ല. "ഈ മാഷ ഒരു കാര്യം. പി എസ് സി ക്കാർ വന്നാൽ അപ്പോൾ സ്ഥലം വിടണം. അല്ലെങ്കിൽ ഒരെട്ടു മാസത്തോളം.

അതിനിടക്ക് എന്ത് മല മറിക്കുമെന്നാണ് ഈ ചിന്തിക്കുന്നത്?" ആരോ ചോദിക്കുന്നതു പോലെ തോന്നി. സമയം ഒരു പ്രശ്നമല്ല ഉള്ള സമയത്തിൽ ചെയ്യാവുന്നത് ചെയ്യാമല്ലൊ. മാഷ് ആശ്വാസം കൊണ്ടു. രാവിലെ നേരത്തെ സ്കൂളിലെത്തി പിന്നോക്കം നിൽക്കുന്ന കുട്ടികൾക്ക് വേണ്ട പ്രവർത്തനങ്ങൾ നൽകാം. രാവിലെ കറി വയ്ക്കാനുള്ള കടല കുതിർത്തിട്ടില്ലെന്ന കാര്യം അപ്പോഴാണ് ഓർത്തത്. കടലയും വെള്ള ത്തിലിട്ട് വിളക്കുമണച്ച് കിടന്നു.

അപ്പൊ രാവിലെ സ്വന്തമായുണ്ടാക്കുന്ന ചോറും; അതൊ കഞ്ഞിയോ; കറിയും. ഉച്ചയ്ക്ക് ചോറ് തന്നെ ആവാം. രാത്രി അവലോ പഴമോ ഒക്കെ മതിയാകും. ഒരു വർഷം മുമ്പത്തെ അധ്യാപക പരിശീലനം കാലം ഓർമയിലെത്തുന്നു. അക്കാലത്താണ് സ്വന്തമായി പാചകം ചെയ്യാൻ ശീലിച്ചത് - നാളെ ഉണ്ടാക്കാൻ ഉദ്ദേശിക്കുന്ന കടലക്കറി. അതിന്റെ പിന്നിലെ കഥ മാഷിന് മറക്കാൻ പറ്റാത്ത ഒന്നാണ്.

വീട്ടിൽ നിന്നും ഒരു മാസത്തേക്കായി ചിലവിന് അയച്ചു തന്ന കാശ് എന്തൊക്കെയോ അധിക ചിലവ് കാരണം ഓരാഴ്ച മുമ്പേ തീർന്നു. കൂടെ താമസിക്കുന്ന സുഹൃത്ത് പുരുഷോത്തന്റെ സ്ഥിതിയും അതു തന്നെ. സഹപാഠികളോടൊക്കെ ചോദിച്ചെങ്കിലും ആരുടെ പക്കലും ഇല്ല. കടയിൽ കടം ചോദിക്കാൻ മടി. ഭക്ഷണത്തിന്റെ അളവ് കുറച്ച് രണ്ടു ദിവസം പിടിച്ചു നിന്നു. അടുത്ത ദിവസം രാവിലെ രണ്ട് ബിസ്കറ്റും കട്ടൻ ചായയും. ഉച്ചയ്ക്ക് പട്ടിണി തന്നെ. വിശപ്പാണെങ്കിൽ അതു വരെയില്ലാ ത്ത തരത്തിൽ. പിടിച്ചു നിൽക്കാൻ പറ്റുന്നില്ല. അങ്ങനെയാണ് ചങ്ങാ തിയേയും കൂട്ടി സഹപാഠി പോളച്ചന്റെ റൂമിലേക്ക് ചെന്നത്. പോളച്ചൻ ചാലക്കുടി സ്വദേശിയാണ്. ഇടയ്ക്കൊക്കെ വീട്ടിൽ പോകും. വരുമ്പോൾ ചമ്മന്തിപ്പൊടി, സൂക്ഷിച്ച് വയ്ക്കാൻ പറ്റിയ പലഹാരങ്ങൾ തുടങ്ങിയവ യുമായിട്ടാണ് തിരിച്ചു വരിക. അങ്ങനെയെന്തെങ്കിലും ഇരിപ്പുണ്ടെങ്കിൽ തരാവും. അങ്ങനെയാണ് അവൻ താമസിക്കുന്ന വീട്ടിലേക്ക് ചെന്നത്. കാര്യം കേട്ടപ്പോൾ രാത്രിയിലേക്ക് കരുതിവച്ചിരുന്ന ചോറും കടല ക്കറിയും എടുത്തുതരികയായിരുന്നു. വീട്ടിൽ നിന്നും കൊണ്ടുവന്ന മസാ ലപ്പൊടി ചേർത്ത് വറ്റിച്ചെടുത്ത് പാകത്തിന് വെളിച്ചെണ്ണയും ചേർത്ത കടലക്കറി. കടലക്കറി അതിന് മുമ്പും കഴിച്ചിട്ടുണ്ടെങ്കിലും ഇതുപോലൊ ന്ന് ആദ്യമായാണ്. അതും ചേർത്ത് ഊണ് കഴിച്ചതിന്റെ രുചി ഇന്നും നാവിൻ തുമ്പിൽ നിന്നും പോയിട്ടില്ല. അതിനു ശേഷം പലപ്പോഴും ആ കറി ഉണ്ടാക്കി നോക്കിയിട്ടുണ്ട്; പക്ഷേ പോളിന്റെ അമ്മ പൊടിച്ചു കൊടുത്ത മസാലപ്പൊടിയാകാം കാരണം; അതുപോലൊരു രുചി അനുഭവപ്പെട്ടിട്ടില്ല,. നാളെ അതാണ് പരീക്ഷിക്കുന്നത്. നന്നായെങ്കിൽ സാമ്പുവിനും നൽകണം.

8

രാവിലെ നേരത്തേ എഴുന്നേറ്റു, കാര്യങ്ങളൊക്കെ വേഗം ചെയ്ത് അല്പം നേരത്തെ സ്കൂളിൽ എത്തണം. തിരക്കിട്ട് ജോലി ചെയ്തു കൊണ്ടിരിക്കുന്നതിനിടയിൽ സാബു എത്തി.

"മാഷേ പിന്നെ പ്രേതങ്ങളൊന്നും വന്ന് വിളിച്ചില്ലല്ലോ." ഇതാ ഇപ്പോഴാ ഒരാൾ വന്ന് വിളിച്ചത്""! സാബു ചിരിച്ചു. കടലിലേക്ക് പോകുന്ന വഴിയാണ്.

"വൈകീട്ട് കാണാം. മാഷ പണി നടക്കട്ടെ." സാബു വേഗം നടന്നു. സ്കൂളിലെത്തിയപ്പോൾ ഹെഡ്മാസ്റ്ററാണ് സ്വാഗതം ചെയ്തത്.

"മാഷേ വേഗം ക്ലാസിലൊന്നു പോയി നോക്ക്യേ." ധൃതിപ്പെട്ട് ക്ലാസിലേക്ക് നടന്നു.

ഒരു പറ്റം കുട്ടികൾ പതിവിലും നേരത്തെ എത്തിയിരിക്കുന്നു. ഗ്രൂപ്പ് ലീഡർമാർ അംഗങ്ങളെ പഠിപ്പിച്ചു കൊണ്ടിരിക്കയാണ്. ശരിക്കും മാഷാണെന്ന ഗമയിൽ തന്നെയാണ് പഠിപ്പിക്കൽ. തലേ ദിവസം പഠിപ്പിച്ചത് വീട്ടിൽ പോയി വായിച്ചിട്ടുണ്ടോ എന്നാണ് പരിശോധന. തെറ്റു വരുമ്പോൾ ഇടപെടുന്നുണ്ട്. മാഷെ കണ്ടപ്പോൾ ഒന്നു ചിരിച്ച് വീണ്ടും ഗൗരവത്തിൽ ജോലി തുടരുകയാണ്. ആ കാഴ്ച കൺകുളിർക്കെ കണ്ട് മാഷ് അനങ്ങാതെ അവിടെ നിന്നു. കുറച്ചപ്പുറത്തു നിന്ന് പുഞ്ചിരിച്ചു കൊണ്ട്, ഹെഡ്മാസ്റ്ററും നോക്കി നിൽക്കുന്നുണ്ട്. കഥയുടെ സ്വാധീനം പ്രവൃത്തി പഥത്തിലെത്തിയിരിക്കയാണ്. പറയുന്ന കാര്യങ്ങളൊക്കെ നന്നായി ചെയ്താൽ പുതിയ പുതിയ കഥകൾ പറഞ്ഞു തരാം എന്ന വാഗ്ദാനമാണ് കുട്ടികളുടെ ഈ നേരത്തെയുള്ള വരവും പരിശ്രമങ്ങളും. കഥ പറഞ്ഞുകൊടുക്കുന്നതിൽ മാത്രം ഒതുക്കിയാൽ പറ്റില്ല. അക്ഷരങ്ങളുടെ, വായനയുടെ മഹത്വം അവരെ ബോധ്യപ്പെടുത്തണം. അതിനു

സാധിച്ചാൽ കാര്യങ്ങൾ കൂടുതൽ എളുപ്പമാവും. തന്റെ ചരിത്ര ദൗത്യത്തെപ്പറ്റി രമേശൻ മാഷ് ഒരു നിമിഷം ഓർത്തു, അപ്പുറത്തെ ക്ലാസിൽ നിന്നും നോട്ട് നോക്കിക്കൊണ്ടിരുന്ന സലീം മാഷും കുട്ടികളുടെ പ്രകടനം ശ്രദ്ധിക്കുന്നുണ്ട്. മാഷേ പ്രേതങ്ങളെ വിട്ട് ഇവർ ഇപ്പോൾ വളരെ ഗൗരവത്തിലാണല്ലോ?. തലേദിവസത്തെ 'പ്രേത ചർച്ച' ഉദ്ദേശിച്ചാണ് മാഷിന്റെ ചോദ്യം. ഇവരെ ഗൗരവക്കാരാക്കുന്നതിൽ തീർച്ചയായും പ്രേതത്തിന്റേയും കൂട്ടുണ്ട്. മനസ്സിൽ മന്ത്രിച്ചു.

"മാഷേ ലീനക്ക് വായിക്കാനേ പറ്റുന്നില്ല. വീട്ട്ന്ന് ഒന്നും പഠിക്കാണ്ട വന്നിന്. ചോയിക്കുമ്മം കരേന്നാ." ഗ്രൂപ്പ് ലീഡർ ഷീജ പരാതിയുമായി വന്നിരിക്കയാണ്. ഗ്രൂപ്പിലെ മാറ്റംഗങ്ങളും ഷീജയെ പിന്തുണയ്ക്കുകയാണ്. ലീന എങ്ങി കരയുകയാണ്'.

മാഷ് അവളുടെ അടുത്തേക്ക് ചെന്നു. മോളെന്താ പഠിക്കാതെ വന്നേ? മാഷിന്റെ ചോദ്യം കേട്ടിട്ടും ലീന കുനിഞ്ഞിരുന്നു കരയുകയാണ്. ആവർത്തിച്ചു ചോദിച്ചിട്ടും അനക്കമില്ല. അപ്പോഴാണ് പിന്നിൽ നിന്നു നേരിയ ശബ്ദത്തിൽ ഒരു വിളി, "അതില്ലേ മാഷേ" നാലാം ഗ്രൂപ്പിലെ സജീവനാണ്. മാഷ് തിരിഞ്ഞു നോക്കിയപ്പോൾ അവന്റെടുത്തേക്ക് ചെല്ലാൻ ആംഗ്യം കാണിക്കുകയാണ്. ലീനയെ കുറിച്ച് എന്തോ രഹസ്യം അവന് പറയാനുണ്ട്. മാഷ് അവന്റടുത്തേക്കു ചെന്നു. എന്താ മോനേ കാര്യം? "അതില്ലെ മാഷേ അതില്ലെ മാഷേ" അവന് പറയാനെന്തൊ മടിയുള്ളതുപോലെ. മോം പറഞ്ഞോ. മാഷ് ധൈര്യപ്പെടുത്തി. "ഓളെ അച്ഛൻ കള്ളും കുടിച്ച് വന്നിറ്റ് ദിവസോ ഒച്ചപ്പാടാക്കും. ഓളമ്മേന അടിക്യല്ലും ചെയ്യും. പണിക്ക് പോയി വന്നാ പൈശ്യൊന്നും കൊടുക്കുല്ല മാഷെ.

"ഇള്ള പൈശക്കെല്ലും കള്ള് കുടിച്ച് അടീണ്ടാക്കല പണി." തൊട്ടടുത്തിരിക്കുന്ന രവി കൂട്ടിച്ചേർത്തു.

"അതോണ്ട് ഓക്ക് വീട്ട്ന്ന് പഠിക്കാനൊന്നും പറ്റൂല്ല മാഷെ." ലീന കേൾക്കരുത് എന്നു കരുതി പരമാവധി ശബ്ദം താഴ്ത്തിയാണ് കുട്ടികൾ പറയുന്നത്. കേട്ടാൽ അവളുടെ വിഷമം കൂടും.

അതിനിടയാക്കരുതെന്ന് ആ കുഞ്ഞുമനസ്സുകൾ തിരിച്ചറിഞ്ഞിരിക്കുന്നു. എന്തോ പ്രശ്നമുണ്ടെന്ന് മനസ്സിലായ സലിം മാഷ് ക്ലാസിനടുത്തേക്കു വന്നു. കാര്യം ഇന്നതാണെന്നറിഞ്ഞപ്പോൾ, ഒരു താക്കീതുപോലെ പറയാൻ തുടങ്ങി.

"മാഷാ കുട്ടിയോട് ഇതിനെ പറ്റിയൊന്നും ചോദിക്കാൻ നിക്കണ്ട. കുടിച്ചാൽ ആള് പെശകാണ്. അല്ലാത്തപ്പോൾ മകളോട് നല്ല സ്നേഹം

കാണിക്കും. ക്ലാസിൽ നിന്ന് മാഷ് ഇങ്ങനെ പറഞ്ഞു എന്നോ മറ്റോ വീട്ടിൽ പോയി പറഞ്ഞാൽ അതു മതി അവൻ ലവലില്ലാതെ മാഷോട് ചോദിക്കാൻ വന്നേക്കും. അതു കൊണ്ട് മാഷ് ഇക്കാര്യം അറിഞ്ഞ തായേ നടിക്കണ്ട." താക്കീത് കേട്ട രമേശൻ മാഷ് സ്തബ്ധനായി നിന്നു പോയി. പെട്ടെന്ന് മാഷിൽ നിന്നു ഒരു ചോദ്യമുയർന്നു.

"ഇയാൾ തടിച്ച് നല്ല ഉയരമുള്ള കണ്ടാൽ തന്നെ പേടി തോന്നിക്കു ന്ന ഒരു രൂപമാണോ"? സ്വപ്നത്തിൽ കണ്ട കഥാപാത്രത്തെ ഓർത്തു കൊണ്ടാണ് ചോദ്യം. അതു കേട്ടപ്പോൾ സലിം മാഷ് ഒരു ചിരി ചിരിച്ചു.

"ക്ഷീണിച്ച്, കണ്ടാൽ തന്നെ സങ്കടം തോന്നിക്കുന്ന ഒരു കോലമാണ്. പക്ഷേ മദ്യം അകത്ത് ചെന്നാൽ ആളൊരു ചെറ്റയാണ്. തനി ചെറ്റ. അതു കൊണ്ട് മാഷ് ആ കുട്ടിയുടെ കാര്യം വരുമ്പോ ശ്രദ്ധിച്ച് ഇടപെട്ടാ മതി." ഏതായാലും അവളെ ഒന്ന് സമാധാനിപ്പിച്ച് കളയാം.

"മോള് വിഷമിക്കണ്ട. നമുക്ക് പഠിക്കാനുള്ളതൊക്കെ ക്ലാസീന്നു തന്നെ പഠിക്കാം." മുഖം താഴ്ത്തി നിന്നിരുന്ന ലീന മാഷിന്റെ സ്നേഹ പൂർവമുള്ള സംസാരം കേട്ടപ്പോൾ മുഖമുയർത്തി ദയനീയ ഭാവത്തിൽ ഒന്നു നോക്കി. ആ കണ്ണുകളിലെ നൊമ്പരം കണ്ടപ്പോൾ മാഷിന്റെ ഉള്ളൊന്നു പിടഞ്ഞു. പാവം കുഞ്ഞുങ്ങൾ. അച്ഛന്റേയും, അമ്മയുടേയും സ്നേഹവും, പരിലാളനയും ലഭിക്കേണ്ട പ്രായം. അതു മനസ്സിലാക്കാൻ കഴിയാത്ത ചില വികൃത ജന്മങ്ങൾ. ഓർത്തപ്പോൾ എന്തോ രാവിലെ മുതൽ തോന്നിയ സന്തോഷവും ഉത്സാഹവും നശിച്ചതു പോലെ. മാഷ് കസാരയിൽ പോയി ഇരുന്നു. അതു വരെ ഉന്മേഷവാന്മായിരുന്ന കുട്ടികളേയും മൗനം ബാധിച്ചതു പോലെ. താൻ ഇങ്ങിനിരുന്നാൽ അത് കുട്ടികളേയും ബാധിക്കും. അതുകൊണ്ട് ഒന്നുഷാറായേ പറ്റൂ', ബല്ലടിച്ച് കഴിയട്ടെ ഒരു പാട്ടിലൂടെ തുടങ്ങിക്കളയാം.

ഇന്ന് തുടക്കത്തിൽ കല്ലുകടിച്ചെങ്കിലും പിന്നിട് നടന്ന സംഭവങ്ങളെ ല്ലാം സംതൃപ്തി നൽകുന്നതായി. ഗണിത പ്രവർത്തനത്തിൽ കുട്ടികളെ താല്പര്യപൂർവം പങ്കാളികളാക്കാൻ കഴിഞ്ഞതു തന്നെ വലിയ കാര്യം. ഈർക്കിൽ കമ്പുകളും ഒഴിഞ്ഞ തീപ്പെട്ടിക്കൂടുകളും, പുളിങ്കുരുവും ഒക്കെ ശേഖരിച്ചാണ് മിക്ക കുട്ടികളും എത്തിയിരുന്നത്,. കൊടുത്ത ക്രിയകൾ കൈയിലുള്ള വസ്തുക്കൾ ഉപയോഗിച്ച് കണ്ടെത്താൻ നിർദ്ദേശിച്ചപ്പോൾ കുട്ടികൾ നല്ല ഉത്സാഹം കാണിച്ചു. തുടർന്ന് വസ്തുതകൾ ഓർത്ത് കണ്ടെ ത്താനും നല്ല രീതിയിൽ കഴിയുന്നുണ്ട്. സങ്കലനം ഉപയോഗിച്ച് തന്നെ വ്യവകലന പ്രശ്നങ്ങൾക്കും ഉത്തരം കണ്ടെത്താമെന്ന് അവർ തിരിച്ച റിയുന്നുണ്ട്. ക്ലാസിൽ പരിശീലിച്ചത് വീട്ടിൽ നിന്നും ആവർത്തിച്ചാൽ നല്ല മാറ്റം ഉറപ്പാണ്.

“മാഷെന്താ ചായ ഗ്ലാസും മുമ്പില് വച്ചിറ്റ് ഇങ്ങനെ ആലോയിക്കിന്ന്.” മൊയ്തു ക്കയുടെ ചോദ്യം കേട്ടാണ് മാഷ് ചിന്തയിൽ നിന്ന് ഉണർന്നത്. ചായയുടെ ചൂടൊന്നാറട്ടെ എന്നു കരുതി ഇരുന്നതാണ്. കടയിൽ കുറച്ച് മത്സ്യത്തൊഴിലാളികൾ വന്നു കയറി. നേരത്തെ കണ്ടവരല്ല.

“ഇതാരാ മൊയ്തുവേ ഒരു പരിജയോല്ലാത്താള്?” ചോദ്യം തന്നെക്കുറിച്ചാണ്. “മ്മളെ പുതിയ മാശല്ലേ. മൂന്ന്സായി വന്നിറ്റ്.”

“അപ്പോ ഞമ്മള ജനൂന്റെ മാഷാ, പുതിയ മാഷ് വന്നിറ്റ്ണ്ട്ന്ന് ഓൻ പറഞ്ഞിന്.” കൂട്ടത്തിലൊരാളുടെ അന്വേഷണമാണ്. ജനു, ജനു അങ്ങനെ ഒരു പേര് കേട്ടിട്ടില്ലല്ലോ.

“മുയ്മൻ പേര് ജനാർദ്ദൻ” മൊയ്തുക്ക കൂട്ടിച്ചേർത്തു. ഓ ജനാർദ്ദനൻ മനസ്സിലായി മനസ്സിലായി.

“മാശേ അതെന്റെ മോള ചെക്കനാ’’. നേരത്തെ പറഞ്ഞ ആളാണ്.

“മാശൊന്നോന ശ്രദ്ധിക്കണം. ഓന്റമ്മ എളേന പെറ്റ് കെടപ്പാ. അതോണ്ട് ഓക്ക് സഹായിക്കേം കയ്യൂല. എനക്കാണെങ്കി എയ്ത്തും വായനേം അത്ര നിച്ചയം പോര’. മിം കച്ചോടം ഉള്ളോണ്ട് കണക്കിത്തിരി പിടീണ്ട്.” കണക്കിലാ പിടി വേണ്ടെ. മാഷ് മനസ്സിൽ ചിരിച്ചു.

“കുട്ടികൾക്ക് കണക്കിലാ പ്രയാസം. വീട്ടീന്ന് ചില കാര്യങ്ങളൊക്കെ ചെയ്തു പഠിക്കാൻ പറഞ്ഞിട്ടുണ്ട്. അത് ചെയ്യുന്നുണ്ടോ എന്ന് ശ്രദ്ധിക്കണം. പ്രയാസമുണ്ടെങ്കിൽ ഒന്നു സഹായിച്ചു കൊടുക്കണം.

“നോക്കാം മാഷെ.” വേലുച്ചേട്ടൻ പറഞ്ഞു. വേലായുധൻ എന്നാണ് മുഴുവൻ പേര്.

“പിന്നെ പാഠം ഒക്കെ വായിക്കുന്നുണ്ടോ എന്നും നോക്കണം. പ്രയാസം തോന്നുന്നുണ്ടെങ്കിൽ എന്നെ ഒന്ന് വിവരമറിയിക്കണം.” മാഷ് ഒന്നുകൂടി ഓർമിപ്പിച്ചു.

“ഓന്റച്ഛന് മദിരാശീലാ പണി മാഷെ അതോണ്ട് എല്ലാ കാര്യോം ഞാം തന്നെ നോക്കണം.” അങ്ങനെ ഒരുത്തരവാദിത്വമുള്ള രക്ഷിതാവിനെ കൈയിൽ കിട്ടിയിരിക്കുന്നു. മാഷക്ക് വലിയ സന്തോഷം തോന്നി.

9

ഊൺ തുറക്കുമ്പോഴേക്കും സാബു എത്തിച്ചേർന്നു.

"മാഷേ ഞാനൊരു ചായേം കുടിച്ച് ഉടനെ വരാം."

"കട്ടൻ മതിയെങ്കി കടേ പോണ്ട. ഇവിടെ തന്നെ ഉണ്ടാക്കാം. പിന്നെ ഒരു കടിയും ഉണ്ട്. "

"കട്ടന് കൊയപ്പോല്ല മാഷേ. കൊറച്ച് കടുപ്പത്തിലായിക്കോട്ടെ." കടലിൽ വെയിൽ കൊണ്ട ക്ഷീണം അവന്റെ മുഖത്ത് നന്നായുണ്ട്.

"മാഷേട്ന്ന പാചകൊക്കെ പഠിച്ചേ. നന്നായിറ്റ്ണ്ടല്ലോ." രാവിലത്തെ കടലക്കറിയുടെ ടെയ്സ്റ്റ് നോക്കിക്കൊണ്ട് സാബുവിന്റെ കമന്റാണ്.

"ചായേം കൊഴപ്പൊല്ല" ട്രെയിനിംഗ് സ്കൂളിൽ പഠിക്കുമ്പോൾ ശീലിച്ചതാണ്. അതുകൊണ്ടിപ്പോൾ ഉപകാരായി. മാഷ് പറഞ്ഞു.

"അല്ലെങ്കിലും പൊറത്തെ ഭക്ഷണൊക്കെ കഴ്ക്ക്ന്നെ അത്ര നല്ലതല്ല മാഷേ. സ്കൂളിലെ വിശേഷെന്തൊക്യാ.?" രാവിലത്തെ വിവരങ്ങൾ കേട്ടപ്പോ സാബുവിനും കടുത്ത രോഷം.

"ആ നായീന നേര്യാക്കാൻ എത്ര നോക്യതാ മാഷേ. ഓൻ ഇനി ഈ ജന്മത്തില് നന്നാവൂലാ. എത്ര നല്ല മനുഷ്യമ്മാര്യ വേഗത്തി തന്നെ പടച്ചോൻ കൊണ്ടോന്. ഓൻ ചത്തിറ്റ്ണ്ടേ ആ കുടുംബേങ്കിലും രക്ഷപ്പെടുയേനം. ഇങ്ങനത്തെ കൊറച്ചെണ്ണം ഉണ്ട്, ഈ കടപ്പൊറത്തിന്റെ പേര് പറയിക്ക്യേനായിട്ട്. പെണ്ണ്ങ്ങള് നയിച്ച പൈശേം കൂടി ഓൻ തട്ടിയെടുക്ക്വാ മാഷേ കള്ള് മോന്താൻ. കൊടുത്തില്ലേ തല്ലും ചീത്ത വിളീം." സാബു ദേഷ്യം കൊണ്ട് വിറക്കുകയാണ്.

"കുടുംബം പട്ടിണീലാകാണ്ട് നിക്കണ്ടീറ്റ് അടുത്ത വീട്ട് കാരെ കാശേല്പിച്ച് അവരാ ഭക്ഷണം ഉണ്ടാക്കിക്കൊടുക്കുന്നെ. സലിം മാഷാ

കാശെത്തിച്ച കൊടുക്കുന്നെ. സ്കൂളെ മാഷമ്മാരും, പള്ളിക്കമ്മിറ്റിം, അമ്പല കമ്മിറ്റിം എല്ലാരും സഹായിക്ക്ന്ന്ണ്ട്." ഇക്കാര്യോന്നും സലിം മാഷ് സൂചിപ്പിച്ചിരുന്നില്ലല്ലോ. ചിലപ്പോ ആ കുടുംബം അറിയാതെ സഹായിക്കുന്നതായിരിക്കും. മാഷോർത്തു. ഇതിലും പള്ളിക്കമ്മിറ്റിം, അമ്പലക്കമ്മിറ്റീം ഒന്നിച്ചാണ്. ആ നന്മയെങ്കിലും ഉൾക്കൊള്ളാൻ ചില മനുഷ്യർക്കാവാത്തതാണ് സങ്കടം. കുടുംബത്തെ പോറ്റാൻ വേണ്ടി മരിച്ചവരെക്കുറിച്ചാണ് ഇന്നലെ കേട്ടത്. ഇന്നിപ്പോ സ്വന്തക്കാരെ ഇഞ്ചിഞ്ചായി കൊല്ലുന്ന ക്രൂരതയുടെ കഥയും കേൾക്കേണ്ടി വന്നിരിക്കുന്നു. "സാബു ഇന്നലെ ഒരു പാർട്ടി സഹായിച്ച എന്നു പറഞ്ഞത് ഏത് പാർട്ടീന കൊണ്ടാ." മാഷ് ആകാംക്ഷയോടെ ചോദിച്ചു.

"കോൺഗ്രസല്ലാണ്ട് വേറെ ആരാ മാഷേ." മാഷ് ചോദിക്ക്യേൻ എന്താ കാരണം? ഇവിടെ പാർട്ടികളുടെ കൊടിയോ പ്രചരണോ ഒന്നും കാണാനില്ലാത്തോണ്ട് ചോദിച്ചതാ.

"അതെല്ലാം തെരഞ്ഞെടുപ്പ് സമയത്തേ കാണൂ. പിന്നെ സമ്മേളനത്തിനും ഉണ്ടാവും. ഇവിടെ കോൺഗ്രസും പിന്നെ കൊറച്ച് ലീഗ് കാരും ഉണ്ട്. മറ്റ് പാർട്ടിക്കാരൊന്നും അങ്ങനെ ഇല്ല. ചോപ്പമ്മാറെല്ലം കുറച്ചപ്പുറത്തോട്ട് ഉണ്ട്."

"കോൺഗ്രസീന്ന് പറഞ്ഞാ ഏത് കോൺഗ്രസാ ഇന്ദിരാ കോൺഗ്രസാ?" ഇവിടെ ഒറ്റ കോൺഗ്രസേ ഉള്ളൂ മാഷേ. അത് ഗാന്ധീന്റെ കോൺഗ്രസാ. മറ്റ് കോൺഗ്രസൊന്നും ഈട ഇല്ല." ആന്റണീന്റെ കോൺഗ്രസോ?.

"ഓറിപ്പ കമ്മൂണിസ്റ്റ് കാരോട്യല്ലേ. ഞാള് ശരിയായ കോൺഗ്രസ്കാരാ. കണ്ണമ്മാഷും, സലീം മാഷും ഒക്കയാ നേതാക്കമ്മാര്. മാഷക്ക് പാർട്ടീണ്ടോ? ഞാനും കോൺഗ്രസ് കുടുംബാ. ഗാന്ധിജിയേം നഹ്റൂനേം ഇന്ദിരാഗാന്ധിയേം ഒക്കെ ഇഷ്ടാ. പക്ഷേ അടിയന്തരാവസ്ഥ വന്നതോടെ ഇന്ദിരയോടുള്ള മതിപ്പ് പോയി.? അടിയന്തരാവസ്ഥയെ എതിർത്തു കൊണ്ട് ഇപ്പോ ആന്റണീന്റെ കൂടയാ."

"ഇന്ദിര ഇപ്പം തിരിച്ച് വന്നില്ലെ മാഷേ." വന്നതെല്ലം ശരിയാ, പക്ഷേ ഗാന്ധിജീന്റെ ശിഷ്യമ്മാരാ സമധാനത്തിന്റെ ആളുകളാ എന്നൊക്കെ പറഞ്ഞ കോൺഗ്രസ്കാര് അടിയന്തരാവസ്ഥേല് എന്തൊക്കെ അക്രമങ്ങളാ ചെയ്ത് വച്ചേ. അതോടെ ഇന്ദിരാ കോൺഗ്രസിനോട് ഉള്ള മതിപ്പേ പോയി.

"ആരൊക്ക്യോ എവിടെയൊക്ക്യോ ചെയ്തിറ്റ്ണ്ടാവും ഇവിടിയൊന്നും അങ്ങിനത്തൊന്നും ഉണ്ടായിറ്റില്ല മാഷേ. ഈട പണ്ട്ള്ള പോലന്നെ

എല്ലാരും ഗാന്ധീന്റെ കോൺഗ്രസന്യ." അത് ഞാൻ സമ്മതിച്ചിന് സാബ്യ. പാവങ്ങളെ സഹായിക്കാൻ മനസ്സുള്ള നിങ്ങളൊക്കെ അസ്സല് ഗാന്ധിയന്മാര് തന്യാ.

"മാഷും ഗാന്ധിന്റാളാന്ന് പറഞ്ഞിറ്റ് ഇപ്പം മാർക്കിസ്റ്റ്കളുടെ കൂടെല്ലെ കൂട്ട്." "മാർക്കിസ്റ്റ്കാർക്കെന്താ കൊഴപ്പം സാബ്യ. അടിയന്തരാവസ്ഥയിലെ കാര്യങ്ങളൊക്കെ വച്ച് നോക്കുമ്പം കോൺഗ്രസിനേക്കാളും ഭേദേല്ലെ."

"ഓറ് പണ്ട് പണ്ടേ കൊയപ്പക്കാറല്ലെ മാഷേ. ഈട അടുത്ത് കയ്യൂരും, കരിവെള്ളൂരും ഒക്കെ കൃഷിക്കാര പേരും പറഞ്ഞിറ്റ് എന്തെല്ലം കൊയപ്പാ ഇണ്ടാക്ക്യെ. ഒരു പോലീസ്കാരന എറിഞ്ഞ് പൊഴേ ചാടിച്ച് കൊന്ന്. ജന്മീന്റെ നെല്ല് കട്ടെടുത്ത്, അയാളെ ഭാര്യേന്റെ മൊല മുറിച്ച്. ഇതെല്ലം അറീന്ന ആരാ ഓറോടി പോവ്വാ." "സാബ്യ പറഞ്ഞതെല്ലം ഞാനും കേട്ട കാര്യ. പക്ഷേ അക്കാലത്തെ കാര്യങ്ങളെല്ലം വായിച്ചറിഞ്ഞപ്പം സത്യം മനസ്സിലായി." "മാർക്കിസ്റ്റ്കാര പുസ്തകം വായിച്ചിറ്റാ. അതെല്ലം നൊണയല്ലേ!."

മാർക്കിസ്റ്റ്കാര പുസ്തകല്ല സാബ്യ. അസ്സൽ ഗാന്ധി ശിഷ്യൻമാരുടെ പുസ്തകോണ്ട്. ഗാന്ധിജീന്റെ ആഹ്വാനം അനുസരിച്ചിട്ട് ഹിന്ദി പ്രചരിപ്പിക്കാൻ വേണ്ടി ഇവിടെ വന്ന ഒരാളുണ്ട്. നിരഞ്ജന എന്ന പേരിലാ അദ്ദേഹം അറിയപ്പെടുന്നത്. കയ്യൂർ സമരം നടക്കുന്ന കാലത്ത് അദ്ദേഹം അവിടെ ഉണ്ടായിരുന്നു. നടന്ന കാര്യങ്ങളെല്ലാം ശരിയായി മനസ്സിലാക്കി അദ്ദേഹം ഒരു പുസ്തകം എഴുതീറ്റ്ണ്ട്. ഒരു നോവൽ.. 'ചിരസ്മരണ' എന്നാണതിന്റെ പേര്. അത് വായിച്ചാ നടന്ന കാര്യങ്ങളെല്ലം മനസ്സിലാവ്വം. മാർക്കിസ്റ്റ്കാരവിട നിക്കട്ടെ, ഗാന്ധി ശിഷ്യൻ തെറ്റായ കാര്യം എഴുതുമെന്നു സാബ്യ കരുതുന്നുണ്ടോ?

"മാഷേ ഞാനും ഇങ്ങളെ പോലെ കേട്ട കാര്യ പറഞ്ഞെ. പുസ്തകോന്നും ഞാം വായിച്ചിട്ടില്ല." അതുപോലെ ഗാന്ധി ശിഷ്യനായ വിഷ്ണു ഭാരതീയൻ എന്ന സ്വാതന്ത്ര്യ സമര സേനാനി 'അടിമകളെങ്ങനെ ഉടമകളായി' എന്ന ഒരു പുസ്തകം എഴുതീറ്റ്ണ്ട്. ജന്മിമാരുടെ മുന്നിൽ അടിമകളെ പോലെ കഴിഞ്ഞിരുന്ന കർഷക തൊഴിലാളികളും, കൃഷിക്കാരും, കമ്മ്യൂണിസ്റ്റ്കാരുടെ നേതൃത്വത്തിൽ നടത്തിയ സമരങ്ങളെ കുറിച്ചും ജന്മിമാരെ മുട്ടുകുത്തിച്ചതിനെ പറ്റിയും, ഭൂമിക്ക് ഉടമകളായതിനെ പറ്റിയും അതിൽ പറയുന്നുണ്ട്. ജന്മിമാരും അവരുടെ ശിങ്കിടികളും കള്ളക്കേസുണ്ടാക്കാൻ പ്രചരിപ്പിച്ച നുണകളാണ് മൊല മുറിച്ച തുടങ്ങിയ കാര്യങ്ങൾ. ഇതൊക്കെ മനസ്സിലാക്കിയാണ് ഭൂരിഭാഗം കൃഷിക്കാരും, തൊഴിലാളികളും കമ്മ്യൂണിസ്റ്റ്കാരുടെ കൂടെ ചേർന്നത്.

അല്ലാതെ വെറും കൊഴപ്പക്കാരാണെങ്കി അവരുടെ കൂടെ ആളുകള് കൂടുമോ.

"അതൊന്നും ഇവിട ബാധിച്ചിറ്റില്ല മാഷേ ഇവിട പണ്ടേ നല്ല കോൺഗ്രസ്കാരാ, ഇപ്പോം നല്ല കോൺഗ്രസ് കാരാ. മാഷക്കത് മനസ്സിലായതല്ലെ അത് മതി." സാബു ഞാൻ മനസ്സിലാക്കിയ കൊറച്ച് കാര്യം പറഞ്ഞൂന്നെ ഉള്ളൂ. നിങ്ങളൊക്കെ എത്തരക്കാരാന്ന് എനിക്ക് നന്നായറിഞ്ഞൂടെ.

"മാഷേ പറഞ്ഞ് പറഞ്ഞ് സമയം പോയി. മാഷ് ഭക്ഷണത്തിന്റെ കാര്യം നോക്കിക്കോ. എന്ക്ക് വലേന്റെ പണീണ്ട്. നാള കാണാം"

മാഷ് കഴിക്കാനുള്ള അവലും പഴവും എടുത്തു. ഒരു നേരം വേവിക്കാത്ത ഭക്ഷണം. പാചകം ഒഴിവായി കിട്ടും! അങ്ങനെ ഒരു ഗുണവുമുണ്ട്. തവിട് കളയാത്ത അവലാണ്. സാവധാനം ചവച്ചരച്ച് കഴിക്കണം. പഴവും കൂട്ടിനുള്ളതുകൊണ്ട് ചവയ്ക്കാൻ എളുപ്പമാണ്. ഭക്ഷണം കഴിക്കുന്നതിനിടയിലും ചിന്ത സാബു തൊട്ടുമുമ്പ് പറഞ്ഞ കാര്യത്തിലേക്കാണ്. അവന്റെ വാക്കുകൾ വീണ്ടും തന്നിലുള്ള ചരിത്ര വിദ്യാർഥിയുടെ ചിന്തകളെ ഉണർത്തുകയാണ്. സുപ്രധാന ചരിത്ര സംഭവങ്ങളുടെ തമസ്കരിക്കപ്പെടൽ, അതിനെ അപകടകരമായ തെറ്റിദ്ധാരണകളോടെ വിലയിരുത്തപ്പെടുന്ന അവസ്ഥ. സാബു അവന്റെ നിഷ്കളങ്ക ഗാന്ധിയൻ ചിന്തയിൽ അവതരിപ്പിച്ച കർഷകസമരങ്ങളെ കുറിച്ചുള്ള വികലമായ കാഴ്ചപ്പാട്.

കയ്യൂർ എന്ന ഗ്രാമം ഇവിടെ നിന്നും അധികം ദൂരത്തല്ല. തങ്ങളുടെ അധ്വാനവും സമ്പത്തും ഊറ്റിയെടുത്ത ഭൂവുടമകൾക്കെതിരെ പ്രതിഷേധവുമായി ഒത്തുകൂടിയ ഗ്രാമീണർ. സ്വന്തം തലവിധിയാണെന്ന് സമാധാനിച്ച് അടിമത്തത്തിന്റെ നരകം പേറിയവർ. കമ്മ്യൂണിസ്റ്റ്കാരുടെ നേതൃത്വത്തിൽ, അവർ സത്യം തിരിച്ചറിഞ്ഞ് സംഘടിക്കുകയായിരുന്നു. ഭൂവുടമകൾക്കും അധികാരി വർഗത്തിനും തങ്ങളുടെ അധികാര ഗർവിന് നേരെ ഉയർന്ന ആ പ്രതിഷേധത്തെ ഉൾക്കൊള്ളാനാവുമായിരുന്നില്ല. അവർ ചതിക്കുഴികളൊരുക്കി. അവസാനം ഉശിരരായ നാല് കർഷകമക്കളെ തൂക്കിലേറ്റി. കുടിച്ച് ലക്ക് കെട്ട് പ്രകടനത്തിന് നേരേ ആക്രോശിച്ചെത്തിയ പോലീസ്കാരൻ തിരിച്ചടി ഭയന്ന് പുഴയിൽ ചാടി മരിക്കാനിടയായ സംഭവത്തെ കള്ള പ്രചരണത്തിലൂടെ കൊലപാതകമായി ചിത്രീകരിച്ച് രൂപപ്പെടുത്തിയെടുത്ത ചതിക്കുഴി. സത്യം നേരിലറിഞ്ഞ കയ്യൂരേയും പരിസര പ്രദേശങ്ങളിലേയും സാധാരണക്കാരും തൊഴിലാളികളും ആ രക്തസാക്ഷിത്വത്തെ ഇന്നും നെഞ്ചേറ്റുന്നു. മറുപുറത്ത് നിക്ഷിപ്ത താത്പര്യക്കാർ പടച്ചുവിട്ട നുണകൾ പൊടിപ്പും തൊങ്ങലും

ചാർത്തി ഇന്നും പ്രചരിപ്പിക്കപ്പെടുന്നു. കയ്യൂരിന് അധികം അകലെയല്ലാത്ത ഈ ഗ്രാമത്തിലെ ശുദ്ധാത്മാക്കളായ മനുഷ്യരും അതിൽ കുടുങ്ങിയിരിക്കുന്നു. നിഷ്കളങ്കരായ നിരവധി പേർ നേരറിയാതെ ആ വലയിൽ അകപ്പെട്ടു പോകുന്നു. ചരിത്രത്തിന്റെ ഒരു വികൃതി പോലെ. വികൃതി എന്നു പറഞ്ഞു കൂടാ. എല്ലാം അണിയറയിൽ ബോധപൂർവം ഒരുക്കിയെടുക്കുന്ന ഉപരിവർഗത്തിന്റെ പ്രചരണ തന്ത്രങ്ങളാണ്. താനും ഈ പ്രചരണ തന്ത്രത്തിൽ കുടുങ്ങിയ വ്യക്തി തന്നെയായിരുന്നില്ലേയെന്ന കുറ്റബോധം മനസ്സിൽ ഇപ്പോഴുമുണ്ട്. നിരഞ്ജനയുടേയും, വിഷ്ണു ഭാരതീയന്റേയും കൃതികളാണ് മനസ്സിന് വെളിച്ചം പകർന്നത്. ആ വെളിച്ചം സാബുവിനെ പോലുള്ള പൊതുപ്രവർത്തകർക്ക്, പാർട്ടി ഏതെങ്കിലും ആയിക്കൊള്ളട്ടെ, പകർന്നു നൽകണം. അവർ ഇന്നല്ലെങ്കിൽ നാളെ സത്യം തിരിച്ചറിയട്ടെ. തന്റെ ചരിത്രദൗത്യത്തിൽ ഈ കാര്യത്തിനും ഊന്നൽ നൽകണമെന്ന് മാഷക്ക് തോന്നി. ഏതായാലും സാബുവുമായുള്ള സൗഹൃദം പുതിയ മേഖലകളിൽ തന്നെക്കൊണ്ടെത്തിക്കുകയാണ്. തണുത്ത കാറ്റ് വിശാൻ തുടങ്ങിയിരിക്കുന്നു. മഴ പെയ്യാനുള്ള പുറപ്പാടിലാണ്. മാഷ് വിളക്കണച്ച് കിടന്നു

ഇവിടെ ആഞ്ഞുവീശുന്ന രൗദ്രത നിറഞ്ഞ കടൽ കാറ്റിനും, പുലരിയിലും അന്തിയിലും ചുവന്നു തുടുക്കുന്ന ആകാശത്തിനും കീഴിൽ കഴിഞ്ഞുകൂട്ടുന്നവർക്ക് തൊട്ടപ്പുറത്ത് ഒരു ചെമ്പുലരിപൊട്ടി വിടർന്നതിന്റെ സത്യം തിരിച്ചറിയാൻ പറ്റിയില്ല. ജീവൻ വരെ ഹോമിച്ച് സ്വന്തം സഹോദരങ്ങളെ മനുഷ്യരെ പോലെ ജീവിക്കാൻ പ്രാപ്തരാക്കിയ പോരാളികളെ കുറിച്ച് അറിയില്ല. തങ്ങളും ഇപ്പോളനുഭവിക്കുന്ന സൗകര്യങ്ങൾ അവരൊഴുക്കിയ രക്തത്തിന്റെ കൂടി ഫലമാണെന്ന് തിരിച്ചറിയാൻ കഴിയുന്നില്ല. സത്യം നുണകളുടെ കട്ടിയുള്ള കരിമ്പടം കൊണ്ട് മറച്ചുവയ്ക്കപ്പെട്ടിരിക്കുന്നു.

അതിശക്തമായ ഒരു ബാന്റ് മേളം മാഷിന്റെ സ്മരണയിലേക്ക് ഇരച്ചുകയറുന്നു. മേളക്കാർക്ക് പിന്നിൽ ചെങ്കൊടികളുമായി പട്ടാളച്ചിട്ടയോടെ മാർച്ച് ചെയ്ത് വരുന്ന ചുകപ്പ് വളന്റിയർമാർ. അവർക്ക് പിന്നിൽ ഉശിരൻ മുദ്രാവാക്യങ്ങളുമായി ആ ബാലവൃദ്ധം ജനങ്ങൾ. ഒരു മെയ് 13ന് തന്റെ കൊച്ചുഗ്രാമത്തിലെ ചെമ്മൺ റോഡിലൂടെ കടന്നു വന്ന ജാഥ. മൊയാരത്ത് ശങ്കരന്റെ രക്തസാക്ഷി ദിനാചരണമാണ്. വോളന്റിയർമാരും, ജനങ്ങളും വല്ലാതെ ആവേശഭരിതരാണ്. "കമ്മ്യൂണിസ്റ്റുകാരുടെ കൂടെ ചേർന്ന് കുഴപ്പം കുത്തിപ്പൊക്കാൻ നടന്നയാൾ. അങ്ങനെ കുഴപ്പങ്ങളുണ്ടാക്കി നടക്കുമ്പോൾ നാട്ടുകാരും പോലീസും ചേർന്ന് പിടിച്ച് ജയിലിലാക്കി. അവിടെ വച്ച് എങ്ങനെയോ മരിച്ചു.

അത് ആഘോഷിക്കാനാ ഇവര് ബേന്റും മുട്ടി നടക്ക്ന്നെ." ബന്ധുക്കളായ കോൺഗ്രസുകാരുടെ പരിഹാസമാണ്. കുട്ടിക്കാലത്തെ അനുഭവമാണ്. വാസ്തവം മനസ്സിലാക്കാൻ പിന്നെയും വർഷങ്ങൾ കഴിയേണ്ടിവന്നു.

താഴ്ന്ന ജാതിക്കാരെ അകറ്റി നിർത്തുന്നതിനെതിരെ സ്വന്തം തറവാട്ടിൽ തന്നെ കലാപമുയർത്തി, മെഡിക്കൽ വിദ്യാഭ്യാസം പോലും ഉപേക്ഷിച്ച് സ്വാതന്ത്ര്യ സമരത്തിന്റെ തീച്ചൂളയിൽ എടുത്തു ചാടി, വടക്കേമലബാറിലെ ദേശീയ പ്രസ്ഥാനത്തിന്റെ പ്രധാന സംഘാടകൻ, ഇന്ത്യൻ നാഷനൽ കോൺഗ്രസിന്റ ചരിത്രമെഴുതാൻ നിയോഗിക്കപ്പെട്ട മനുഷ്യൻ. നാട്ടിലാകെ വായനശാലകളും, റോഡുകളും ഉണ്ടാക്കാൻ മുൻകൈയെടുത്ത് പ്രവർത്തിച്ച ജനസേവകൻ. അടിച്ചമർത്തപ്പെട്ടവന്റെ രക്ഷയ്ക്ക് കമ്മ്യൂണിസ്റ്റുകാരാണ് മുന്നിൽ നിൽക്കുന്നതെന്ന് മനസ്സിലാക്കി പാർട്ടി പ്രവർത്തകനായി. കലി കൊണ്ട കോൺഗ്രസുകാർ, ഭാര്യാഗൃഹത്തിലേക്കുള്ള മാർഗമദ്ധ്യേ മർദ്ദിച്ച് അവശനാക്കി പോലീസിൽ ഏല്പിച്ചു. ലോക്കപ്പിൽ വച്ച് വീണ്ടും ക്രൂര മർദ്ദനത്തിനിരയാക്കി കൊല്ലുകയായിരുന്നു. മൃതശരീരം പോലും ബന്ധുക്കൾക്ക് വിട്ടുകൊടുത്തില്ല. കോൺഗ്രസ് നേതൃനിരയാൽ പ്രവർത്തിച്ച മഹാനായ ആ സ്വാതന്ത്ര്യ സമര സേനാനിയോട് പാർട്ടിയും സ്വതന്ത്ര ഇന്ത്യയിലെ ഭരണകൂടവും ചെയ്ത കൊടും പാതകം. അന്നത്തെ കോൺഗ്രസ് നേതാവായിരുന്ന ശ്രീ കെ. കേളപ്പനു പോലും പ്രതിഷേധിക്കേണ്ടി വന്നു. ആ കഥ മറച്ചു പിടിച്ചായിരുന്നു കോൺഗ്രസുകാരുടെ പരിഹാസം. പക്ഷേ വായിക്കുകയും ചിന്തിക്കുകയും ചെയ്യുന്നവന്റെ മുന്നിൽ സത്യം അധികകാലം ഒളിപ്പിക്കാൻ പറ്റില്ലെന്ന് അവർക്കറിയില്ലെന്ന് തോന്നുന്നു. ഇന്നും പെരും നുണകൾ ആവർത്തിക്കുന്നവരെ കാണുമ്പോൾ അങ്ങനെ ചിന്തിച്ചു പോകുന്നു. പുറത്ത് മഴയ്ക്ക് ശക്തി കൂടിയിരിക്കുന്നു. മേല്പുരയിൽ ബാന്റ് മേളം നടക്കുന്നതു പോലെ.

സാബുവിന്റെ ചോദ്യം വീണ്ടും മനസ്സിലുയരുകയാണ്. മാഷും ഗാന്ധിന്റാളാന്ന് പറഞ്ഞിറ്റ് ഇപ്പം മാർക്കിസ്റ്റ്കളുടെ കൂടെല്ലെ കൂട്ട്. സത്യം മാത്രം ഉയർത്തിപ്പിടിച്ച ഗാന്ധിയിൽ വിശ്വസിക്കുന്ന ഒരാൾക്ക്, കമ്മ്യൂണിസ്റ്റുകാർക്കെതിരെ പ്രചരിപ്പിക്കുന്ന പെരുംനുണകളെ എങ്ങനെയാണ് വിശ്വസിക്കാൻ കഴിയുക? യഥാർഥ സത്യം വെളിപ്പെട്ടാലെങ്കിലും അതുൾക്കൊള്ളാൻ കഴിയേണ്ടതല്ലേ!. ഉറക്കം കണ്ണുകളെ തഴുകാൻ തുടങ്ങിയിരിക്കുന്നു. ചിന്തകൾ കൊണ്ട് ചൂട് പിടിച്ച മനസ്സിനെ മഴയുടെ കുളിരിൽ അല്പം തണുക്കാൻ അനുവദിക്കാം.

10

രാവിലെ മുതൽ രമേശൻ മാഷ് നല്ല ഉത്സാഹത്തിലാണ്. ഗണിത പ്രവർത്തനങ്ങൾ എത്രമാത്രം ഫലിച്ചിട്ടുണ്ടെന്ന് ഇന്നറിയാം. സ്കൂളിലെത്തിയാലുടൻ പ്രവർത്തനം തുടങ്ങണം. അതിന്റെ പ്ലാൻ തയാറാക്കികൊണ്ടിരിക്കയാണ്. അതിരാവിലെ എഴുന്നേറ്റ് അതിനുള്ള ഒരുക്കം തുടങ്ങിയതാണ്. രാത്രി രാഷ്ട്രീയ ചർച്ചയുടെ ചൂടിൽ അതങ്ങ് വിട്ടു. ഇന്നലത്തെ കുട്ടികളുടെ പ്രകടനം കണ്ടപ്പോൾ തന്നെ ആത്മ വിശ്വാസം കൂടിയിട്ടുണ്ട്. താൻ നിർദ്ദേശിച്ചതു പോലെ വീട്ടിൽ വച്ചും കുട്ടികൾ ചെയ്തു നോക്കിയിട്ടുണ്ടങ്കിൽ നല്ല മാറ്റം തന്നെ പ്രതീക്ഷിക്കാം. തയാറാക്കിയ ആസൂത്രണ രേഖ മാഷ് ഒന്നുകൂടി വായിച്ചു നോക്കി. ഇതനുസരിച്ച് കാര്യങ്ങൾ നീങ്ങിയിരുന്നെങ്കിൽ! മാഷ് ആശിച്ചു. ഇന്നലെ എത്തിയതിനേക്കാൾ കൂടുതൽ പേർ ഇന്ന് നേരെത്ത എത്തിയിട്ടുണ്ട്. എല്ലാവരും ഉഷാറോടു കൂടി പ്രവർത്തനത്തിലേർപ്പെട്ടിരിക്കയാണ്. ചിലർ സ്വന്തമായി ചെയ്തു കണ്ടെത്തിയത് ഉരുവിട്ട് പഠിക്കുന്ന തിരക്കി ലാണ് - ഒമ്പേന്റോടി ആറ് വച്ചാ പതിനഞ്ച്;പതിനഞ്ചിന്ന് ആറ് പോയാ ഒമ്പ. വസ്തുക്കൾ ഉപയോഗിച്ച് ഓരോരുത്തരും സ്വയം പ്രവർത്തനത്തി ലേർപ്പെട്ടിരിക്കയാണ്. കുട്ടികളുടെ എണ്ണക്കൂടുതൽ ഇത്തരം പ്രവർത്തന ങ്ങളെ കൊണ്ട് മറികടക്കാമെന്ന ഒരാത്മവിശ്വാസം മാഷിൽ ആവേശം വർദ്ധിപ്പിച്ചു.

"മാഷ ഇന്നല എന്റ വല്യച്ചൻ പീട്യേല് കണ്ടിനീന്ന് പറഞ്ഞിനല്ലോ" ജനു എന്ന ജനാർദ്ദനനാണ്.

"മോനിങ്ങോട്ട് വാ "മാഷ് അവനെ അടുത്തേക്ക് വിളിച്ചു.

"വല്യച്ചൻ മോന പഠിപ്പില് സഹായിച്ചിനോ? മാഷിന് അറിയാൻ തിടുക്കമായി.

"കണക്ക് പഠിക്ക്യേം അച്ചാച്ചനൊരു സൂത്രം പറഞ്ഞ്യാന്നിറ്റ്ണ്ടല്ലോ. ഒമ്പതും എട്ടും എത്ര്യയാന്ന് മറന്ന് പോയോണ്ട് ഞാൻ കമ്പ് വച്ച് നോക്കീറ്റ് ഒമ്പതും എട്ടും പതിനേഴിന്ന് പഠിക്ക്മ്മം അച്ചാച്ചൻ ചോയിച്ച് ഒമ്പൊ എട്ടും പയിനേഴ് എന്നാല് പത്തമ്പോ എട്ടും എത്ര്യാന്ന്. എനക്ക് കിട്ടായിറ്റ് കമ്പ് വച്ച് കണ്ട് പിടിക്കാം പറഞ്ഞ്. നോക്കിയപ്പോ ഇരു പത്തേഴ്". എന്നിറ്റ് അച്ചാച്ചൻ ചോയിച്ച്; ഒമ്പൊ എട്ടും പതിനേഴ്, പത്തൊമ്പൊ എട്ടും ഇരുപത്തേഴ്; എന്നാ ഇരുപത്തൊമ്പോ എട്ടും എത്ര്യയാന്ന്. എനക്ക് പെട്ടെന്ന് മുപ്പത്തേഴീന്ന് ഉത്തരം കിട്ടീനല്ലോ. പിന്ന മുപ്പത്തൊമ്പതും എട്ടും നാല്പത്തേഴ്. ഇപ്പം വേഗം ഓർമ വര്ന്ന്ണ്ട് മാഷേ. അതുപോല പതിനേഴ്ന്ന് എട്ട് പോയാ ഒമ്പത്, ഇരുപത്തേഴ്ന്ന് എട്ട് പോയാ പത്തൊമ്പത്." മാഷ് ശിഷ്യനെ ചേർത്തു പിടിച്ചു. മിടുക്കൻ, മിടുമിടുക്കൻ. അച്ചാച്ചനും മനസ്സിൽ വലിയൊരു നമസ്കാരം പറഞ്ഞു. ഔപചാരിക വിദ്യാഭ്യാസം കുറവാണെങ്കിലും, കച്ചവടവുമായി ബന്ധപ്പെടുത്തി പ്രായോഗികമായി ആർജിച്ചെടുത്ത കഴിവ്. അത് കൊച്ചുമകന് പകർത്തി നൽകിയിരിക്കുന്നു. ഇതുപോലു ള്ളവരാണ് കണക്ക് പഠിപ്പിക്കേണ്ടത്. താൻ രാവിലെ ആസൂത്രണം ചെയ്ത കാര്യം ഒരു രക്ഷിതാവ് ഇന്നലെ പ്രാവർത്തികമാക്കിയിരിക്കുന്നു. സമ്മതിക്കേണ്ടതു തന്നെ. ഏതായാലും കണക്കിൽ മറ്റുള്ളവരെ സഹാ യിക്കാൻ ഈ മിടുക്കനെ ഉപയോഗിക്കണം. മാഷ് തീരുമാനിച്ചു.

അപ്പോഴാണ് ലീനയുടെ കാര്യം ഓർമ വന്നത്. ലീന എത്തിയിട്ടില്ല. സജീവനോട് അവളെ കുറിച്ച് തിരക്കി.

"മാഷേ ഇന്നലെ രാത്രീലും ഭയങ്കര ഒച്ചപ്പാടന്ന്യേ. ഓളിന്ന്. വരു ല്ലാന്ന തോന്ന്ന്നെ." ലീനയുടെ ദയനീയ മുഖം മാഷിന്റെ മനസ്സിൽ തെളിഞ്ഞു വന്നു. ഈ ദുരിതത്തിന് ഒരവസാനമുണ്ടാകില്ലെ. മദ്യം മനുഷ്യനെ ചെകുത്താനാക്കുകയാണ്. മനുഷ്യനെ എന്നു പറഞ്ഞു കൂട. ചില മനുഷ്യനെ. അധികം ചിന്തിക്കാൻ നിക്കണ്ട. ഇതിൽ തന്നെ കൊണ്ടൊന്നും ചെയ്യാൻ പറ്റില്ല. മറ്റുള്ള കുട്ടികളുടെ ഉത്സാഹം കളയണ്ട. മാഷ് കുട്ടികളോട് നോട്ട് ബുക്ക് എടുക്കാൻ ആവശ്യപ്പെട്ടു. എട്ടിന്റെ കൂടെ ആറ് ചേർത്താൽ എത്ര? ഉത്തരം നോട്ടിൽ കുറിക്കാൻ ആവശ്യപ്പെട്ടു.. എത്രയാണ് കിട്ടിയത്? പ്രയാസമുള്ള കുട്ടികളോടാണ് ആദ്യം ചോദിച്ചത്. കുറച്ചു പേരൊഴിച്ച് എല്ലാവരു ശരിയുത്തരം കണ്ടെ ത്തിയിട്ടുണ്ട്. തെറ്റിയവരോട് വസ്തുക്കൾ ഉപയോഗിച്ച് നോക്കിയപ്പോൾ എത്രയായിരുന്നു കിട്ടിയതെന്ന് ഒന്നുകൂടി ഓർത്തുനോക്കാൻ ആവശ്യ പ്പെട്ടു. എട്ടിന്റെ കൂടെ ആറ് കൂട്ടിയേരം... കുട്ടികൾ പിറുപിറുക്കാൻ തുടങ്ങി. ചില കുട്ടികൾ പെട്ടെന്ന് ശരിയുത്തരം കണ്ടെത്തി പറഞ്ഞു. അപ്പോൾ

ചെയ്ത് നോക്കിയത് ഓർമ വരുന്നത് കണ്ടോ. പ്രയാസമുള്ളവർ കൂടുതൽ പ്രാവശ്യം ചെയ്തു നോക്കുക. ഇനി നമ്മുടെ ജനാർദ്ദനനാണ് ചോദ്യം ചോദിക്കുന്നത്. മാഷ് പറഞ്ഞതു കേടപ്പോൾ ജനാർദ്ദനന് പരുങ്ങൽ. അടുത്തേക്ക് വിളിച്ച് അച്ചാച്ചൻ ചോദിച്ചതു പോലെ ചോദിക്കാൻ പറഞ്ഞപ്പോൾ അവന്റെ മടി മാറി. ശരിക്കും മാഷ റോളിലായി. അച്ചാച്ചന്റെ സൂത്രം പല കുട്ടികളിലും ഫലിക്കുന്നുണ്ട്. ഫലിക്കാത്തവർ ഉത്സാഹത്തോടെ കണ്ടെത്താൻ ശ്രമിക്കുകയാണ്. കണ്ടെത്തിയവർ ആവർത്തിച്ച് പറഞ്ഞ് ഉറപ്പിക്കുകയാണ്. താൻ ആഗ്രഹിച്ച രീതിയിൽ കുട്ടികൾ മാറി വരുന്നു. സ്വന്തമായി പഠിക്കണമെന്നുള്ള ബോധം അവരിലുണ്ടായിട്ടുണ്ട്. അതാണ് മാഷെ ഏറെ സന്തോഷിപ്പിച്ചത്. ഇന്റർവെൽ സമയത്ത് സ്റ്റാഫ് റൂമിലും അതേ പറ്റിയായി ചർച്ച. രേവതി ടീച്ചറാണ് തുടങ്ങി വച്ചത്.

“മാഷക്ക് കുട്ട്യേള് കൂടുതലുള്ളതൊന്നും വലിയ പ്രശ്നല്ലാന്ന് തോന്നുന്നല്ലോ. നല്ല സന്തോഷത്തിലാണല്ലോ.” ടീച്ചറെ ചില പൊടിക്കൈകൾ പ്രയോഗിക്കുകയാണ്. വിജയം കാണുന്നുണ്ട്.

“മാഷ് പുതിയ ആളല്ലെ. പല ടെക്നിക്കുകളും കാണും.” കണ്ണൻ മാഷാണ്.

“പ്രധാന ടെക്നിക് കഥ പറഞ്ഞു കുട്ടികളെ കൈയ്യിലെടുക്കലാണ്.” സലീംമാഷുടെ വക.

“മാഷെ അതിനും വേണം ഒരു കഴിവ്.” മറുപടി പറഞ്ഞത് കണ്ണൻ മാഷാണ്.

“മാഷ് ശരിക്കും ഒരു പരീക്ഷണത്തി തന്ന്യ അല്ലെ?”സുമതി ടീച്ചർ ചർച്ചക്ക് വിരാമം കുറിച്ചു.

11

മാല്യന് ചരിത്രത്തെ പറ്റി എന്തൊക്കൊയോ സംശയം. "മാഷ് വൈകീട്ട് സമയം കിട്ടുമ്പോൾ വീട്ടിലേക്കൊന്നു വരണം. ചായയൊക്കെ വീട്ടീന്ന് കുടിക്കാം." കണ്ണൻ മാഷ് ക്ഷണിച്ചപ്പോൾ, സന്തോഷം തോന്നി. മാല്യനോട് സംസാരിക്കണമെന്ന് കരുതിയിരിക്കെയാണ് മാഷിന്റെ ക്ഷണം. മാഷ് അഞ്ച് മണി കഴിഞ്ഞാ അങ്ങെത്തിക്കോ അപ്പഴേക്കും അവള് കോളേജിന്ന് എത്തും. അല്പം തുണി കഴകാനുണ്ട്. അതു കഴിഞ്ഞ് ചെല്ലാം. രേവതി ടീച്ചറുടെ വീട്ടിൽ നിന്നാണ് അലക്ക്. വെള്ളത്തിനുള്ള സൗകര്യവും നല്ലഅലക്കു കല്ലും ഉണ്ട്.

"മാഷ് ജോലികളെല്ലാം നന്നായി ശീലിച്ചിട്ടുണ്ട് അല്ലേ." ഞാള് പട്ടാളക്കാരെ പോലെ തന്നെ. ഗോപി ചേട്ടനാണ്. വീട്ട് ജോലികളിൽ ടീച്ചറെ അദ്ദേഹം നന്നായി സഹായിക്കുന്നുണ്ട്. അധ്യാപികയായ അവർക്ക് അത് വലിയൊരു ആശ്വാസം തന്നേയാണ്. ഒരു പട്ടാളക്കാരന്റെ ഭാര്യയായതിലുള്ള ഭാഗ്യം.

"മാഷക്ക് ചായ തരട്ടെ." ടീച്ചറാണ്. ടീച്ചറെ മറ്റൊരിക്കലാവാം. ഇന്ന് കണ്ണൻ മാസ്റ്റർ വീട്ടിലേക്ക് ക്ഷണിച്ചിട്ടുണ്ട്. "എന്തെങ്കിലും വിശേഷം?" മാല്യന് ചരിത്ര പഠനത്തിൽ എന്തൊക്കെയോ സംശയം. പറ്റുമെങ്കിൽ തീർത്തു കൊടുക്കണം.

"മാഷപ്പോ ചരിത്രം പഠിച്ചതാ." പ്രീഡിഗ്രിക്ക് രണ്ടു വർഷം പഠിച്ചിട്ടുണ്ട്. അത് കഴിഞ്ഞാ അധ്യാപക പരിശീലനത്തിന് പോയത്.

"മാഷേ അവളല്പം കുസൃതിക്കാരിയാ. ഇന്നെ ആളാണ് എന്നൊന്നും നോട്ടമില്ല. പരിചയപ്പെട്ടവരോടെല്ലാം നല്ല വാചകമടിയാ." അത് പരിചയപ്പെട്ട അന്നേ മനസ്സിലായതാ ടീച്ചറെ.

"മാഷും ചെറുപ്പാ. ഒരു കരുതല് നല്ലതാ." ടീച്ചർ ഒരു മുന്നറിയിപ്പ് തന്നതു പോലെ. മാഷ് ഒന്നു ചിരിച്ചു. ശരിക്ക് പറഞ്ഞാൽ തനിക്ക് ആ കുട്ടിയുടെ അടുത്തെത്താൻ എന്തോ ഒരു തിടുക്കം അനുഭവപ്പെടുന്ന തായി മാഷക്ക് തോന്നി. എന്താണാവോ?. ടീച്ചർ പറഞ്ഞതുപോലെ ഒരു കരുതലൊക്കെ നല്ലതാണ്. "ചന്ദ്രഗുപതാ വാസ്ദ ഫൗണ്ടർ ഓഫ് മൗര്യ സാമ്രാജ്യ... ചന്ദ്രഗുപ്താ വാസ്ദ ഫൗണ്ടർ ഓഫ് മൗര്യ സാമ്രാജ്യ." കണ്ണൻ മാസ്റ്ററുടെ വീട്ടിലെത്തുമ്പോൾ എന്തോ മന്ത്രജപം പോലെ. മുറ്റത്ത് ഉലാത്തിക്കൊണ്ട് മാലുവാണ്. എന്താ നാമ ജപം നേരത്തെ തുടങ്ങിയോ. ചരിത്രാണ് മാഷെ. പഠിച്ചിട്ടും പഠിച്ചിട്ടും തീരുന്നില്ല. അതു കൊണ്ട് നേരത്തേ തുടങ്ങിയതാ. അപ്പോ ഇങ്ങനെയാ ചരിത്ര പഠനം! കണക്കായി പോയി.

"പിന്നെ എങ്ങനെ വേണോന്നാ മാഷ് പറേന്നെ"?. അത് പറഞ്ഞു തരാം തന്ന്യാ ഞാൻ വന്നെ. "മാഷേ ചായ കഴിഞ്ഞിട്ട് മതി പഠിത്തം." ശാന്ത ചേച്ചിയാണ്. ചായയും നേന്ത്രപ്പഴവും,. കണ്ണൻ മാഷ് പുറത്തെ വിടെയോ പോയിരിക്കയാണ്.

"ഇങ്ങനെ ബുദ്ധിമുട്ടി ഉരുവിട്ടു പഠിക്കേണ്ട യാതൊരാവശ്യവുമില്ല." കോലായിലെ മേശയ്ക്ക് ഇരുവശവുമിരുന്നു കൊണ്ട് ക്ലാസ് ആരംഭിക്കു കയാണ്. ശിഷ്യയായി ഒരു കോളേജ് കുമാരി. നിനച്ചിരിക്കാതെയുള്ള ഒരു ദൗത്യം. തന്നെ സംബന്ധിച്ചിടത്തോളം ഇതൊരർഥവത്തായ ദൗത്യമാണ്. ചരിത്ര ദൗത്യം. ശിഷ്യ തന്റെ മുഖത്തേക്കു തന്നെ ദൃഷ്ടി പതിപ്പിച്ചിരിക്കയാണ്. നേരത്തെ കണ്ട കുസൃതിക്കാരിയെ കാണാനേ യില്ല. മാഷെന്താണ് പറയാൻ പോകുന്നത് എന്ന ആകാംക്ഷ മാത്രം. ഞാൻ വരുമ്പോൾ ചന്ദ്രഗുപ്തനെ കുറിച്ച് പാട്ടുപാടുകയായിരുന്നില്ലേ!. അവളുടെ മുഖത്ത് ഒരു നേരിയ പുഞ്ചിരി.. കവിളിൽ നുണക്കുഴികൾ വിടർന്നു.

"അങ്ങനെ പഠിച്ചോണ്ടിരുന്നാലല്ലേ ഓർമ നിൽക്കു മാഷേ." ചോദ്യം അല്പം ഗൗരവത്തിലാണ്. അങ്ങനെ പല പ്രാവശ്യം ഉരുവിടുന്നതിന് പകരം മൗര്യ വംശത്തിന്റെ സ്ഥാപകൻ ഇന്ന ആളാണെന്ന് മനസ്സിൽ ഓർത്തു വയ്ക്കുക. ക്ലാസിൽ അധ്യാപകൻ അവതരിപ്പിക്കുമ്പോൾ തന്നെ അക്കാര്യം മനസ്സിൽ പതിപ്പിക്കാൻ ശ്രമിക്കുക. അങ്ങനെ അധ്യാപകൻ പറഞ്ഞു തരുന്ന വസ്തുതകൾ അടുക്കടുക്കായി ഓർത്തു വയ്ക്കാൻ ശ്രമി ക്കുക. വീട്ടിൽ വന്നാൽ പുസ്തകം തുറക്കുന്നതിന് മുമ്പ് ക്ലാസിൽ കേട്ട കാര്യങ്ങൾ ക്രമത്തിൽ ഒന്നോർത്തു നോക്കുക. ഓർമയിൽ വരാത്ത കാര്യങ്ങൾ മാത്രം ഒന്നു കൂടി വായിച്ച് ഓർമിച്ചുവയ്ക്കുക. വീണ്ടും പുസ്തകം അടച്ച് ഓർത്തുനോക്കുക. ഇങ്ങനെ ഓർമയിൽ വരുന്നത് വരെ

ആവർത്തിച്ചാൽ ചരിത്ര പഠനം എളുപ്പമായി. മനസ്സിലാവുന്നുണ്ടോ? അവൾ തലയാട്ടി. എന്നാൽ നേരത്തെ പാടിക്കൊണ്ടിരുന്ന ഭാഗം ഓർമയിൽ കൊണ്ടുവരാൻ ശ്രമിച്ചു നോക്ക്. പാടിക്കൊണ്ടിരുന്ന എന്നത് കേട്ടപ്പോൾ ആ മുഖത്ത് കൊഞ്ഞനം കുത്തലിന്റെ ഭാവം ഉണ്ടായോ എന്ന് സംശയം. എന്നാലും ഏകാഗ്രതയോടെ പഠനത്തിലേക്ക് കടന്നു. ഇടയ്ക്ക് തന്റെ മുഖത്തേക്കും നോക്കുന്നുണ്ട്. മാഷ് പറഞ്ഞത് ശരിയാവുന്നുണ്ട് എന്ന ഭാവത്തിൽ. അവസാനം നാവ് ചുണ്ടിന്റെ അറ്റത്തേക്ക് കോട്ടി വച്ച് ഒരു തലയിളക്കൽ. എല്ലാം ശരിയായി എന്ന അർഥത്തിൽ. പുസ്തകം അടച്ച് കാര്യങ്ങൾ ഓർത്തു പറയാൻ തുടങ്ങി. മിടുക്കി. ആ കൈയൊന്നു പിടിച്ചുകുലുക്കി. അപ്പോൾ അവളുടെ നോട്ടം. ഒരു സാമ്രാജ്യം പിടിച്ചടക്കിയ മട്ടിൽ. നേരത്തെ പഠിച്ചതു പോലെയാണെങ്കിൽ ഇത്രവേഗം കാര്യങ്ങൾ മനസ്സിൽ പതിയുമായിരുന്നോ?

"ഇല്ല മാഷേ വേഗം തന്നെ മറന്നു പോകും. ഞങ്ങളെ സാറുമാരൊന്നും ഇങ്ങനെ പഠിക്കണമെന്ന് പറഞ്ഞു തന്നിട്ടില്ലല്ലോ." അല്പം പരിഭവത്തോടെയാണ്. ഇതൊന്നും സാറുമാരു പറഞ്ഞു തരേണ്ടതല്ല. നമ്മൾ സ്വയം കണ്ടെത്തേണ്ടതാണ്. ഏതു വിഷയമായാലും ഈ രീതിയിൽ പഠിക്കുന്നതാണ് നല്ലത്. ശരിയാ മാഷേ. അവൾ സമ്മതിച്ചു. കുസൃതിത്തരമെല്ലാം മാറി നല്ല ഒരു ഗൗരവക്കാരിയുടെ ഭാവം. മാഷ് ആള് മോശേല്ലാലോ എന്ന് ആ കണ്ണുകൾ പറയുന്നതുപോലെ.

അവളുടെ ചേട്ടൻ പ്രയാഗ് കയറി വരികയാണ്. കോളേജിൽ നിന്നും നേരെ ട്യൂഷ്യൻ ക്ലാസിന് പോയത് കാരണം താമസിച്ചാണ് വരവ്. ചേട്ടനെ കണ്ടതും അവളൊരു ചാട്ടമാണ്. രണ്ട് തോളത്തും കൈകൾ ചേർത്തുവച്ച് മുഖത്തേക്ക് നോക്കിക്കൊണ്ട്

"എനിയെന്റെ പാട്ടോണ്ട് ഏട്ടന എടങ്ങാറാക്കുല്ലാലോ.... എടങ്ങാറാക്കുല്ലാലോ... എടങ്ങാറാക്കുല്ലാലോ. ഒരു പാട്ടാണ്. സംഭവമെന്താണെന്ന് പിടികിട്ടുന്നില്ല. ഏട്ടൻ ഗൗരവക്കാരനാണെങ്കിലും പെങ്ങൾക്ക് അതൊന്നും ബാധകമല്ല.

"മാഷെന്റെ പാട്ട് നിർത്തിയെടാ മോനെ ഇനിക്കെനി മാന്ത് കിട്ടൂല്ലാലോ മോനെ" അതും താളത്തിലാണ്. മാഷക്ക് ഏതാണ്ട് കാര്യം പിടികിട്ടി. കാണാപാഠം ചൊല്ലി പഠിക്കുന്നതിനെ പറ്റിയാണെന്ന് തോന്നുന്നു. പ്രയാഗ് അവളുടെ കൈകൾ വിടുവിച്ചു. മാറിനിക്കങ്ങോട്ട് ചെറിയൊരു തള്ളും. സ്നേഹപൂർവമാണ്. "മാഷൊന്നും വിചാരിക്കണ്ട. ഇപ്പെണ്ണിന്റെ കളി ഇങ്ങനൊക്കെയാണ്. രാത്രി ഇവള പാട്ട് പാടി പഠിക്കലോണ്ട് എന്റെ പഠിത്തം അമാന്തത്തിലാ. ഞാനെന്തെങ്കിലും ദേഷ്യപ്പെട്ടാൽ അടിയും മാന്തലും തുടങ്ങും. പാട്ട് നിർത്തീന്ന് പറഞ്ഞതാ

മനസ്സിലാവാത്തെ." "എങ്ങനെയാ ശരിയായി പഠിക്കണ്ടേന്ന് മാഷിപ്പം പറഞ്ഞ് തന്നെടാ. ഇനി ഞാനൊച്ചത്തില് വായിക്കുല്ലടാ മോനേ. ഇപ്പം ഇനിക്ക് തിരിഞ്ഞോ?" തന്റെ സാന്നിദ്ധ്യമൊന്നും അവൾ കണക്കാക്കു ന്നില്ല. ചേട്ടനെ എടാ, മോനേ എന്നൊക്കെയാ വിളി. ചേട്ടന് ഇതൊക്കെ പരിചയമുള്ളത് കാരണമായിരിക്കാം ഭാവഭേദമൊന്നുമില്ല. "വല്യ ഡിഗ്രി ക്കാരനായിറ്റ് ഇതൊന്നും ഇതുവരെ പറഞ്ഞു തന്നിറ്റില്ലാലോ?" ചേട്ടനെ ഉദ്ദേശിച്ചാണ്. അതിന് പറഞ്ഞു തരാൻ ഞ്ഞി നിന്ന് തന്നിറ്റ് വേണ്ടെ. ചേട്ടന്റെ തിരിച്ചടി.

"എന്താ രണ്ടും കൂടി മാഷക്കൊണ്ട് പറയപ്പിക്കേന" കണ്ണൻ മാസ്റ്റ രാണ്.

"എല്ലാ കൊയപ്പത്തിന്റെ വിത്ത് ഈ പെണ്ണാ മാഷേ. മാഷൊന്നീന നേര്യാക്കിത്തരണം:. മോള് അപ്പഴേക്കും അച്ഛന്റെ കഴുത്തിൽ തൂങ്ങിയാ ടാൻ തുടങ്ങി. ഒരച്ഛന്റെ നിർവൃതി. മകളുടെ സ്നേഹത്തിൽ പൊതിഞ്ഞ കുസൃതികൾ. ചെറുപ്പത്തിലേ ഇത്തിരി ലാളന കൂടിപ്പോയതാ മാഷേ. മോന് കൊടുക്കണ്ടോം കൂടി ഈ കുസൃതിച്ചിക്കായിപ്പോയി. സമയം ഇരു ട്ടിത്തുടങ്ങിയിരിക്കുന്നു. ഇന്നത്തെ പഠനം ഇത്ര മതി. സാബു കാണാതെ മടങ്ങിയിട്ടുണ്ടാവും.

"മാഷെ ഇന്നിനി ഊണും കഴിച്ചിട്ട് പോകാം. കണ്ണൻ മാഷ് നിർബ ന്ധിക്കയാണ്." രാത്രി ഊണ് പതിവില്ല മാഷേ.

"നൊണ തിന്നാണ്ട് പോയാല്ണ്ടല്ലോ ഒറ്റ നുള്ള് വച്ചേരും" കൈയിൽ കയറി പിടിച്ച കൊണ്ട് ഒട്ടും നിനച്ചിരിക്കാതെ, കുസൃതിച്ചി യാണ്. എന്നേയും ചേട്ടന്റെ ലിസ്റ്റിൽ പെടുത്തി എന്നു തോന്നുന്നു.

"ഹ്ഹം നൊണയല്ല സത്യാ." പിടി അവളുടെ കൈകളിലേക്ക് മാറ്റി പേടിപ്പിക്കുന്ന ഭാവത്തിൽ പറയാനാണ് മാഷക്ക് തോന്നിയത്. അവള തൊട്ടും പ്രതീക്ഷിച്ചിരുന്നതല്ല. മാഷും കുട്ടിയായതു കണ്ട് ഒരു നിമിഷം നാണിച്ച പോയി.

"മാഷെ ഒന്നും വിചാരിക്കണ്ട ഓളെ കളി നിങ്ങക്കറിയാലോ, ങ്ങള്പ്പം ഓള കളിക്കൂട്ടായിരിക്യാ."

സുഖകരമായ തണുത്ത കടൽ കാറ്റ്. മഴ ഒന്ന് വിട്ടു നിന്നിട്ടുണ്ട്. ഇളം നിലാവ്.

"ങ്ങളിപ്പം ഓള കളിക്കൂട്ട്യായിരിക്യാ" കണ്ണൻ മാഷിന്റെ വാക്കുകൾ ചെവിയിൽ മുഴങ്ങുകയാണ്. ഓർക്കുമ്പോൾ എന്തോ ഒരു സുഖം തോന്നു കയാണ്. ആ കുട്ടിയുടെ സ്വാതന്ത്ര്യത്തോടു കൂടിയുള്ള കൈയിലെ ആ പിടുത്തം, ആ ഭീഷണിയിലെ സൗഹൃദം! അച്ഛനോടും, ഏട്ടനോടും

കാണിക്കുന്ന കുസൃതികൾ രണ്ട് ദിവസം മുമ്പ് മാത്രം പരിചയപ്പെട്ട തന്നിലേക്കും പകർന്നിരിക്കയാണ്. എവിടെ നിന്നോ വന്ന ചെറുപ്പക്കാനായ ഒരപരിചിതൻ.

സ്വന്തം അച്ഛന്റേയും ഏട്ടന്റേയും സ്ഥാനത്ത് കണ്ടു തുടങ്ങിയിരിക്കുന്നു. ടീച്ചർ മുന്നറിയിപ്പ് തന്നതു പോലെ ഒരു കരുതല് വേണ്ടത് തന്നെ. അവൾ കാണിക്കുന്ന അതേ നിഷ്ക്കളങ്കതയിൽ അങ്ങോട്ടും പെരുമാറുന്നതിൽ എന്ത് കരുതലാണ് വേണ്ടത്! അവളെ അങ്ങോട്ട് ഭയപ്പെടുത്തിയപ്പോഴും കൈയിൽ കയറി പിടിച്ചപ്പോഴും ആ നിഷ്ക്കളങ്കത തന്നയല്ലേ അനുഭവിച്ചത്. മാഷ് ഓർത്തുനോക്കി.

"നിങ്ങൾ ചെറുപ്പമാണ് "ടീച്ചറുടെ മുന്നറിയിപ്പ്. അപ്പോൾ ചെറുപ്പമാണ് പ്രശ്നം. ടീച്ചർ പറഞ്ഞത് ശരിയാണ്. പുറത്തൊരാൾ കാണുമ്പോൾ വ്യക്തികളുടെ നിഷ്ക്കളങ്കതയൊന്നും അല്ല പരിഗണിക്കുക. പ്രായമാണ്. ഏത് അപവാദങ്ങളും പ്രതീക്ഷിക്കാം. അങ്ങനെ എത്രയെത്ര സംഭവങ്ങൾ.

"നിങ്ങള് മ്ണ്ടാതിരുന്നോ ചങ്ങായി. അപവാദം പോലും. ആ കുട്ടിക്ക് നിങ്ങളിൽ നിന്ന് ഇന്ന് ലഭിച്ചിരിക്കുന്നത് വലിയ ഒരു പഠനാനുഭവമാണ്,. അതിന്റെ സന്തോഷാ അത് പ്രകടിപ്പിച്ചെ. ഇനിയും എന്തെങ്കിലും ഉണ്ടെങ്കിൽ വാരികോരി കൊടുത്തേ. തിരിച്ച് കിട്ടുന്നതെല്ലാം സന്തോഷത്തോടെ വാങ്ങി വച്ചോ. വെറുതെ അതും ഇതും ചിന്തിക്കാണ്ട് പോയി സന്തോഷത്തോടെ കെടന്നൊറങ്ങിക്കോ. ഒരു ചെറുപ്പോം, കരുതലും.".. മനസ്സിന്റെ ഏതോ കോണിൽ നിന്നും ആരോ മന്ത്രിക്കുന്നു. താൻ റൂമിന്റെ അടുത്തെത്തിയിരിക്കുന്നു. സാബു കാണാതെ മടങ്ങിക്കാണും. ചിലപ്പോൾ വെളിച്ചം കണ്ടാൽ എത്തിയേക്കും. മാഷ് റൂം തുറന്ന് വിളക്ക് കൊളുത്തി

12

"കോളേജിലെ കുട്ട്യോളേം പഠിപ്പിക്കാൻ തൊടങ്ങി ഇല്ലേ." സാബുവാണ്. എന്നെ കാണാഞ്ഞ് രേവതി ടീച്ചറോട് അന്വേഷിച്ചപ്പോൾ ടീച്ചർ പറഞ്ഞു കൊടുത്തതാണ്. പഠിപ്പിക്കലല്ല സാബു പഠനത്തിന് സഹായിക്കലാണ്.

"ഏതായാലും നല്ല കാര്യന്നെ. മാഷക്ക് വൈകുന്നേരം സമയോം പോക്കാലോ. വല്യ പെങ്കുട്ട്യേളോടെല്ലം എടപെടുമ്പം ശ്രദ്ധിക്കണം. വല്ല പ്രേമോ മറ്റൊ തോന്നിപ്പോയാ പിന്ന കുടുങ്ങ്യേന്ന്യാ മാഷേ." അതെന്താ സാബുനാരോടെങ്കിലും പ്രേമോണ്ടൊ?

"മാഷേ അങ്ങനത്തെ കുണ്ടാമണ്ടിക്കൊന്നും എന്ന കിട്ടൂല. എനക്ക് നയിച്ച് കുടുംബം പോറ്റണ്ടതാ." പ്രേമം കുണ്ടാമണ്ട്യാന്ന് ആര പറഞ്ഞെ സാബൂ. "മാഷ് സിനിമയൊന്നും കാണലില്ലെ? നായകൻ നായികേന പ്രേമിക്യാ അവസാനം ഓള് വല്യ പണക്കാരന കിട്ട്യപ്പം ഓന്റോടി പോവ്വാ. നായകൻ മുടിം താടീം നീട്ടി കള്ളും കുടിച്ച് നടക്വാ." എന്നാ സാബു കേട്ടോ ആ കുട്ടി ഇന്നന്റെ കൈ പിടിച്ചു. ഞാനങ്ങോട്ടും പിടിച്ചു, എന്നെ അവള് നുള്ളി! മാഷേ?. "സിനിമാക്കളി ഇന്നന്നെ തൊടങ്ങ്യോ."

"മാഷ് ആള് തരക്കേടില്ലാലോ. ഇങ്ങനത്തന്യാ തൊടങ്ങ്വ. പിന്ന പിടിച്ചാ കിട്ടൂലാ. മാഷ് ശരിക്കും പറഞ്ഞതാണോ?." അതേ സാബൂ. ഓള് അച്ഛനോട്ടും ഏട്ടനോട്ടും കാണിക്കുന്ന കുസൃതി എന്നോട്ടും തുടങ്ങിയതാ.

"മാഷ് പൊറമക്കാരനാ. മാഷോട് കളിക്കുമ്പൊ ശ്രദ്ധിച്ചോളണം. സിനിമേല് കരുത്തനായ ജയൻ വരെ പെണ്ണ്ന്റെ കളീല് വീണ് പോയിറ്റ്ണ്ട് മാഷെ. സിനിമേന്റെ പേര് മറന്നു പോയി." ജയന്റെ കടുത്ത ആരാധകനായ സാബു തന്റെ ഇഷ്ട നായകൻ കുണ്ടാമണ്ടിയിൽ പെട്ടത്

അവതരിപ്പിക്കാൻ തുടങ്ങുകയാണ്. ചെവി കൊടുക്കാതെ രക്ഷയില്ല.

“ജയൻ മൊതലാളീന്റെ ഡ്രൈവറ റോളിലാ മാഷേ. എന്നപ്പോല കുടുംബത്തിന്റെ ഭാരം ഉണ്ട്. മൊതലാളീന്റ മോക്ക് ജയന്റെ മസിലും തടിയും ഒക്കെ കണ്ടപ്പം ഓനോട് പ്രേമം. ജയഭാരതിയാ മോള്. ഓള ഡ്രസ്സെല്ലം കണ്ടാ തന്നെ വീണ് പോവും. പക്ഷേ ജയന്ണ്ടല്ലോ ഒരു കട്പ്പക്കാരന. ഓള സൂത്രത്തിലൊന്നു കുട്ങ്ങിപ്പോയില്ല. ഒരു ദിവസം ജയൻ മുറ്റത്ത്ന്ന് കാറ് കഴുക്മ്പം ഓള് അങ്ങോട്ടേക്ക് ചെന്ന്,. മുറ്റം നനഞ്ഞ് കെട്ക്വല്ലെ. ഓള് വഴുതി വീണ്. വീട്ടിലാണെങ്കി വേറ ആരുല്ല. ജയൻ ഓടിച്ചെന്ന് പിടിച്ച് നീർത്ത്. പിടിക്ക്മ്മം ഓറ് തമ്മീ കൂട്ടിമുട്ടിപ്പോയി. ജയന് എന്തോ ഒരിത്. ഓള മുട്ട് പൊട്ടി ചോര ഒലിക്ക്ന്ന്. ജയൻ സാരി കയറ്റി മുട്ട് കഴുകി. അന്നേരം ഓള് ഓന്റ ചൊമല് പിടിച്ചി. പിന്ന മാഷെ അത് കെട്ടിപ്പിടീലാ അവസാനിച്ചെ. അതോടെ ജയന്റ കാറ്റ് പോയി. പ്രേമം തൊടങ്ങി. പിന്ന്യല്ലെ കൊയപ്പോം കുണ്ടാം മണ്ടിം. മൊതലാളി അറിഞ്ഞ്. ജയന പണീന്ന് പിരിച്ചുവിട്ട്. ഗുണ്ടേങ്ങള വിട്ട് തല്ലിച്ച്. ഓള ഏതൊ പണക്കാരനകൊണ്ട് കെട്ടിച്ച്. അതാ മാഷേ ഞാം പറഞ്ഞെ, തൊടലും നുള്ളും ഒക്കെ തൊടങ്ങിയാ പിന്ന ചെലപ്പം പിടിച്ചാ കിട്ടൂലാ.” സാബു ഞാനീട വരുന്നേന് മുമ്പ് തന്നെ എത്രയോ പെങ്കുട്ട്യേള തൊട്ടിറ്റും, അടിച്ചിറ്റും, നുള്ളീറ്റും ഒക്കെ ഇണ്ട്. ഇങ്ങോട്ടും കിട്ടീറ്റ്ണ്ട്.

“മാഷ് നേരന്ന്യാ പറേന്ന. അങ്ങനയാങ്കി മാഷാള് തരക്കേട്ല്ലാലോ? സാബൂ ട്രെയിനിംഗ് സ്കൂള് ക്ലാസില് ഞാള് ഏഴ് ആണ്ങ്ങളും ഇരുപത്തി മൂന്ന് പെണ്ണുങ്ങളുമാ. ആദ്യത്ത കൊല്ലം പതിനഞ്ച് ദിവസം എല്ലാരും ഒന്നിച്ച് സ്കൂളി താമസിക്കണം. ഭക്ഷണം ഉണ്ടാക്കലും, കഴിക്കലും, വൃത്തിയാക്കലും, കലാപരിപാടീം, കളീം ഒക്കെ ഒന്നിച്ചാ. ഒരു വീട്ടിൽ കഴിയുന്ന പോലെ പരസ്പരം ഇടപഴകിയാ കഴിഞ്ഞെ. തൊടലും അടീം, പിടീം, ഗുസ്തിം ഒക്കെ നടക്കും. ആർക്കും ആരോടും പ്രേമം തോന്നീറ്റില്ല. നല്ല സൗഹൃദോം സ്നേഹോം. അത് ഇപ്പഴും അങ്ങനെ തന്നെ ഉണ്ട്.

“മാഷെ ഞാൻ സിനിമേലൊക്കെ കണ്ട കാര്യ പറഞ്ഞെ. എനിക്ക്ങ്ങനത്തെ അനുഭവോന്നൂല്ല. എന്നാലും മാഷൊന്ന് സൂക്ഷിച്ചാളാ.” സാബുന് കേട്ടതൊന്നും അങ്ങ് ഉൾക്കൊള്ളാൻ പറ്റിയിട്ടില്ല.

“മാഷെ നമ്മള നാട്ടുമ്പൊറത്തെ സ്ഥിതി നിങ്ങക്കറിയാലോ. ഒരിത്തിരി കണ്ടാ മതി! അതിനെ പിടിച്ചങ്ങ് ഊതി വീർപ്പിക്കും. കഥകള് പലത് വരും. അത് തന്ന്യാ കുണ്ടാമണ്ടിയാന്ന് ഞാം പറഞ്ഞെ. അല്ലാണ്ട് വെറും സിനിമേല കാര്യം മാത്രല്ല. അതുകൊണ്ട് ഇങ്ങളിത് ശ്രദ്ധിച്ച് കൈകാര്യം ചെയ്യേണം.” സാബു ഒരു ഗ്രാമീണന്റെ പ്രായോഗിക ബുദ്ധി ഉപദേശിച്ചു തരികയാണ്. ഞാനും ഒരു നാട്ടുമ്പുറത്ത് കാരനാ,

സാബു പറേന്ന കാര്യങ്ങളെല്ലം എനിക്ക് നന്നായി മനസ്സിലാവും. ഇക്കാര്യത്തില് സാബു വിഷമിക്കണ്ട. ഞാനത് വേണ്ട വിധത്തിൽ തന്നെ കൈകാര്യം ചെയ്തോളാം.

“മാഷയെനിക്ക് വിശ്വാസാ പക്ഷേ പറഞ്ഞ കാര്യങ്ങളെല്ലം കേട്ടപ്പം ഒരു ബേജാറ്.” സാബു തന്റെ വല നന്നാക്കുന്ന കേന്ദ്രത്തിലേക്ക് നടന്നു.

13

നാളെ ക്ലാസിൽ ചെയ്യേണ്ട കാര്യങ്ങളൊക്കെ പ്ലാൻ ചെയ്യണം. രമേശൻ മാഷ് ഭക്ഷണം പെട്ടെന്ന് തന്നെ കഴിച്ചു. ഗണിതത്തെ കുറിച്ചായി ചിന്ത. സങ്കലന, വ്യവകലന ക്രിയകൾ ചെയ്യാൻ പൊതുവെ കുട്ടികൾ പ്രാപ്തി നേടിക്കഴിഞ്ഞിട്ടുണ്ട്! കഴിയാത്തവർ വസ്തുക്കൾ ഉപയോഗിച്ച് എങ്ങനെ കണ്ടെത്താമെന്ന് തിരിച്ചറിഞ്ഞിട്ടുണ്ട്,. ഇനി ഇത് പ്രായോഗിക പ്രവർത്തനങ്ങളുമായി ബന്ധിപ്പിക്കണം. ഗണിതം എന്നു പറഞ്ഞാൽ കുറേ അക്കങ്ങളും സംഖ്യകളുമല്ല. അത് പ്രായോഗിക പ്രശ്നങ്ങളുടെ പരിഹാരത്തിന് പ്രയോജനപ്പെടണം. അല്ലെങ്കിൽ ഗണിതം വെറും ജഡമാണ്,. അധ്യാപക പരിശീലന കാലത്ത് മനസ്സിലാക്കിയ കാര്യങ്ങൾ. ലളിതമായ ക്രിയകൾ ഉൾക്കൊള്ളുന്ന പ്രശ്നങ്ങൾ ആദ്യം നൽകാം. കുട്ടികളുടെ പ്രകടനം വിലയിരുത്തിയ ശേഷം മാറ്റങ്ങൾ വരുത്താം. അവരുടെ ജീവിതാനുഭവങ്ങളുമായി ബന്ധപ്പെട്ട പ്രശ്നങ്ങൾ തന്നെ വേണം അവതരിപ്പിക്കാൻ. കണ്ടെത്തേണ്ടത് തങ്ങളുടെ കൂടി ആവശ്യമാണെന്ന് അവർക്ക് ബോധ്യപ്പെടണം'. അല്ലാതെ കൃത്രിമമായി എന്തെങ്കിലും നൽകിയിട്ട് കാര്യമില്ല.

"മീൻ കച്ചോടം ഉള്ളോണ്ട് എനിക്ക് കണക്കില് കൊറച്ച് പിടിയിണ്ട്." വേലുച്ചേട്ടന്റെ അന്നത്തെ വാക്കുകൾ ഓർത്തു പോകയാണ്. കണക്കിന്റെ ശരിയായ പ്രായോഗികതലമാണ് കച്ചവടം. അതിലൂന്നി കൊണ്ടുള്ള പ്രശ്നങ്ങൾ കൊടുക്കാം. വീട്ടിൽ വച്ച് അധികം പഠിപ്പൊന്നുമില്ലാത്ത തേങ്ങാക്കച്ചവടക്കാരന്റെ മുന്നിൽ ചമ്മിപ്പോയ സംഭവം മാഷിന്റെ ഓർമയിലെത്തി. ഇരുന്നൂറ്റിനാൽപത് തേങ്ങ, നാലേമുക്കാലുറുപ്യ വില. മാഷൊന്ന് വേഗം കണക്ക് കൂട്ടിയെ. ഗുണിച്ചു നോക്കാൻ കടലാസും പേനയും എടുക്കാൻ ഓടിയ തന്നെ തടഞ്ഞു കൊണ്ട് അയാൾ പറഞ്ഞു. നാല് ഇരുന്നൂറ്, പറ. എണ്ണൂറ്. നാല് നാൽപ്പത്. നൂറ്റി അറുപത്. ഇപ്പൊ

എത്ര? തൊള്ളായിരത്തി അറുപത്. ഇരുന്നൂറ്റിനാല്പേന്റെ പകുതി? നൂറ്റി ഇരുപത്. ഇപ്പം എത്രയായി? ആയിരത്തി എമ്പത്. ഇനി നൂറ്റിരുപതിന്റെ പകുതി? അറുപത്. അപ്പൊ ആകെ എത്രയായി? ആയിരത്തി ഒരുന്നൂറ്റി നാല്പത്. പേനേം വേണ്ട, കടലാസും വേണ്ട. ഗുണനവും ഇല്ല. എല്ലാം നിമിഷങ്ങൾക്കുള്ളിൽ മനക്കണക്കായി. ശരിക്കു പറഞ്ഞാൽ അത്ഭുതപ്പെട്ടു പോയി. പ്രായോഗികാനുഭവത്തിന്റെ കരുത്ത് അന്നാണ് മനസ്സിലായത്. ഇത്തരക്കാരാണ് ശരിക്കും ഗണിതം പഠിപ്പിക്കാൻ യോഗ്യർ. പ്രശ്ന പരിഹാരത്തിന് ഇന്നേ ക്രിയയേ പാടുള്ളൂ എന്നില്ല. ഓരോരുത്തരുടേയും യുക്തിക്കനുസരിച്ച് തീരുമാനിക്കാം. ഇതെല്ലാം പരിഗണിച്ച് വേണം ഗണിത ക്ലാസ് കൈകാര്യം ചെയ്യേണ്ടതെന്ന് മാഷ് തീരുമാനിച്ചു.

ജനാർദ്ദനനെ ഉപയോഗപ്പെടുത്തിയാൽ വേലുച്ചേട്ടന്റെ പ്രായോഗിക സൂത്രങ്ങൾ പലതും ലഭിക്കാൻ സാധ്യതയുണ്ട്. ആ കുട്ടി ഇക്കാര്യത്തിലൊരു മിടുക്കൻ തന്നെയാണ്. ആ മനുഷ്യനെ അന്നു കണ്ടു മുട്ടാൻ തോന്നിയത് വലിയൊരു ഭാഗ്യം തന്നെ. അതുപോലുള്ള രക്ഷിതാക്കൾ തീർച്ചയായും ഇനിയും ഉണ്ടാകാം. അവരെ കണ്ടെത്താനുള്ള ശ്രമം നടത്തണം. സാബുവിന് ഇക്കാര്യത്തിൽ തീർച്ചയായും സഹായിക്കാൻ കഴിയും. അവന്റെ ഈ പ്രദേശവുമായുള്ള ബന്ധങ്ങൾ ഉപയോഗപ്പെടുത്തണം

വിദ്യാർഥി കേന്ദ്രീകൃതമായി തന്നെ പഠന പ്രവർത്തനങ്ങൾ ആസൂത്രണം ചെയ്യണമെന്നത് ട്രെയിനിംഗ് സ്കൂളിലെ അധ്യാപകർക്ക് നിർബന്ധമായിരുന്നു, മോഡൽ ക്ലാസുകൾ എടുക്കുമ്പോൾ അത് കൃത്യമായി ഓരോ അധ്യപക വിദ്യാർഥിയും പാലിക്കുന്നുണ്ടോ എന്ന് കർശനമായ വിലയിരുത്തലുകളുമുണ്ടാവും. അലംഭാവം കാണിക്കുന്നവരെ 'ക്ഷ' വരപ്പിക്കും. പഠന കുറിപ്പ് തയാറാക്കുന്നതു മുതൽ ഈ നിരീക്ഷണം ആരംഭിക്കും. തുടക്കത്തിൽ ഗണിത ക്ലാസായിരുന്നു വലിയ പ്രശ്നം സൃഷ്ടിച്ചിരുന്നതെന്ന കാര്യം മാഷ് ഓർത്തു. പാഠഭാഗത്തിന്റെ ആസൂത്രണത്തിനനുസരിച്ച് കുട്ടികളിൽ നിന്നും വേണ്ടത്ര പ്രതികരണം ലഭിക്കാറില്ല. ഗണിതാശയങ്ങൾ ഉൾക്കൊള്ളാൻ പൊതുവെ കുട്ടികൾക്കുള്ള പ്രയാസമാണ് കാരണം. സ്വയം പ്രശ്ന നിർദ്ധാരണം സാധ്യമാകുന്ന വിധത്തിൽ കുട്ടികളോട് ഉചിതമായ ചോദ്യങ്ങൾ ചോദിക്കുക. പ്രയാസം അനുഭവപ്പെടുന്നു എങ്കിൽ ചോദ്യങ്ങൾ സന്ദർഭാനുസരണം ലളിതമാക്കുക. ഇതൊക്കെ മുൻകൂട്ടി കണ്ടു തന്നെ പഠനാസൂത്രണ രേഖ തയാറാക്കണം. അല്ലാതെ എല്ലാം അധ്യാപകൻ നേരിട്ടങ്ങ് പറഞ്ഞു പഠിപ്പിക്കുന്ന രീതി സ്വീകരിക്കാനേ പാടില്ല. അങ്ങനെയുള്ള ഒരു

ഗണിത ക്ലാസിലെ അനുഭവം മാഷോർത്തു പോയി. പഠനാ സൂത്രണ രേഖ തന്നെ പലവട്ടം തിരുത്തിയെഴുതിച്ചതിന് ശേഷമാണ് ക്ലാസിൽ പോകാൻ അധ്യാപകന്റെ അനുവാദം കിട്ടിയത്. ചോദ്യോങ്ങളിലൂടെ ഘട്ടം ഘട്ടമായി കുട്ടികളെ പ്രശ്ന പരിഹരണത്തിലേക്ക് നയിക്കണം. ആറാം തരത്തിലെ കുട്ടികളാണ്. ചതുഷ്ക്രിയകൾ ഉപയോഗിച്ച് ഉത്തരം കണ്ടെത്തേണ്ട പ്രശ്നം. ചോദ്യങ്ങൾ ശ്രദ്ധിച്ച് ഏതു വഴിയിലൂടെയാണ് ഉത്തരത്തിലേക്ക് എത്തിച്ചേരേണ്ടത് എന്ന് കുട്ടികൾ സ്വയം കണ്ടെത്തണം. ഉചിതമായ ക്രിയകൾ ഉപയോഗിക്കണം. തുടക്കത്തിൽ എളുപ്പമാണ്. കാര്യങ്ങൾ പുരോഗമിച്ചു വരുമ്പോൾ പ്രയാസം കൂടി വരും. കാര്യങ്ങൾ നന്നായി പുരോഗമിച്ചു വരികയാണ്. അധ്യാപകനെ ഒളികണ്ണിട്ടൊന്നു നോക്കി. അദ്ദേഹവും തൃപ്തനാണ്. രണ്ട് ഘട്ടങ്ങൾ കൂടി കടക്കാനുണ്ട്. ആദ്യഘട്ടം ഹരണത്തിന്റേതാണ്. അത് കഴിഞ്ഞാൽ ഗുണനമാണ്. അവിടെ ഉപയോഗിക്കേണ്ട തന്ത്രങ്ങൾ ഓർമ വരുന്നില്ല. ക്ലാസിൽ കയറിയാൽ പഠന കുറിപ്പ് നോക്കാനേ പാടില്ല. നിശ്ചിത സമയത്തിനുള്ളിൽ പ്രവർത്തനം പൂർത്തികരിച്ചിരിക്കണം. അല്ലെങ്കിൽ ബ്ലേക്ക് മാർക്കാണ്. ഹരണ പ്രശ്നത്തിലേക്കു കടന്നു. കൃത്യമായ ചോദ്യം കുട്ടികളുടെ മുന്നിലിട്ടു കൊടുത്തു. സമർഥരായ വിദ്യാർഥികൾക്കു പോലും എത്തിപ്പിടിക്കാൻ പറ്റുന്നില്ല.

ഇനി കുറച്ചു കൂടി ലളിതമായത് നൽകണം. ചില കുട്ടികൾ മാത്രം കണ്ടെത്തി. അങ്ങനെ ലളിതവത്കരണത്തിന്റെ പല പടികൾ താഴ്ത്തിയിട്ടും ഉദ്ദേശിച്ച ഫലം കാണുന്നില്ല. അധ്യാപകൻ ക്ഷുഭിതനാണ്. നിശ്ചിത സമയം കഴിഞ്ഞിരിക്കുന്നു. ബ്ലേക് മാർക്ക് ഉറപ്പ്. ചിലപ്പോൾ നല്ല പരിഹാസവും, കുറ്റപ്പെടുത്തലും കേൾക്കേണ്ടി വരും. ക്ലാസിന്റെ വിലയിരുത്തൽ ആരംഭിച്ചു. ആകെ വിഷമിച്ച് വിയർപ്പിൽ കുളിച്ചു നിൽക്കയാണ്. ക്ലാസ് നല്ല നിലയിൽ മുന്നോട്ട് പോയിട്ടുണ്ട്. ചോദ്യങ്ങൾ പ്രശ്ന നിർദ്ധാരണത്തിന് സഹായിക്കുന്ന വിധത്തിൽ തന്നെ പ്ലാൻ ചെയ്തിട്ടുണ്ട്. പക്ഷേ ഈ കൊഞ്ഞാണൻ! മാഷ് ഒന്ന് നിർത്തി. കടുത്ത ദേഷ്യം വരുമ്പോൾ പ്രയോഗിക്കുന്ന ഒരു പദം - എന്റെ നേരെയുള്ള പ്രയോഗം തന്നെ സംശയമില്ല - വിയർപ്പിന് ശക്തി കൂടിയോ? ഈ ടെക്സ്റ്റ് ബുക്ക് തയാറാക്കിയവൻ. കുട്ടികളുടെ മാനസിക നിലവാരം പരിഗണിക്കാതെ സ്വന്തം പാണ്ഡിത്യം തെളിയിക്കാൻ ഓരോ ചോദ്യങ്ങൾ പടച്ചുവിടും. നമ്മുടെ രാമേശൻ നന്നായി കൈകാര്യം ചെയ്തു. പഠന കുറിപ്പ് പല പ്രാവശ്യം മാറ്റിയെഴുതിച്ചതാണ്. അവസാനത്തേത് കണ്ടപ്പോൾ കുട്ടികൾ എങ്ങനേയും എത്തിപ്പിടിക്കുമെന്നു പ്രതീക്ഷിച്ചതാണ്. പക്ഷേ ഈ കൊഞ്ഞാണൻമാർ തയാറാക്കിയ

ചോദ്യങ്ങൾ. അതിനോട് രക്ഷയില്ലാ. രക്ഷയില്ലാ; ഇനി നിങ്ങൾ ക്ലാസിനായി ചോദ്യങ്ങൾ തെരഞ്ഞെടുക്കുമ്പോൾ ശ്രദ്ധിക്കുക. കുട്ടികൾക്ക് ഉൾക്കൊള്ളാൻ കഴിയുന്നതു മാത്രം എടുക്കുക. അല്ലെങ്കിൽ ക്ലാസിന് പറ്റിയ പ്രശ്നങ്ങൾ സ്വയം തയാറാക്കുക. ഓ രക്ഷപ്പെട്ടു! ഉള്ളിൽ നിന്നും ഒരാശ്വാസ നിശ്വാസം ഉയർന്നു. ഈയൊരു കഠിനശിക്ഷണത്തിന്റെ ഗുണം ഇപ്പോഴാണ് അനുഭവിക്കുന്നത്.

പ്രശ്നങ്ങൾ കുട്ടികൾക്ക് നൽകി അത് കണ്ടെത്താൻ അവർ സ്വയം ശ്രമിക്കുമ്പോഴുള്ള ആ ആലോചനാഭാവം. സ്വയം കണ്ടെത്തി കഴിയുമ്പോഴുള്ള ആ കണ്ണുകളിലെ തിളക്കവും സന്തോഷ ഭാവവും, അഭിമാനവും. അത് കണ്ട് നിൽക്കുന്നത് തന്നെ മനോരഞ്ജകമാണ്. എല്ലാ കാര്യങ്ങളും അധ്യാപകൻ നേരിട്ടങ്ങു പറഞ്ഞു കൊടുക്കുമ്പോൾ ഒരിക്കലും ഇത്തരം അനുഭവങ്ങൾ ലഭിക്കില്ല. അച്ചടക്കത്തിന്റേയും ശ്രദ്ധയില്ലായ്മയുടേയും പ്രശ്നമേ ഉദിക്കുന്നില്ല. അധ്യാപകനോടുള്ള ആദരവും സ്നേഹവും അവരുടെ ഉള്ളിന്റെ ഉള്ളിൽ നിന്നു തന്നെ ഉണർന്നു വരും. പ്രയാസമുള്ള കൂട്ടുകാരെ സ ഹായിക്കാൻ അവർ സ്വമേധയാ മുന്നോട്ട് വരും. ഇതെല്ലാം കുറഞ്ഞ ദിവസങ്ങൾക്കുള്ളിൽ തന്നെ താനനുഭവിച്ച് വരുന്നുണ്ട് എന്നത് മാഷിന് സന്തോഷം പകർന്നു. അധ്യാപക പരിശീലനത്തിനിടയിൽ അനുഭവിച്ച കഷ്ടപ്പാടുകൾക്കും, പിരിമുറുക്കങ്ങൾക്കും ഫലം കിട്ടിത്തുടങ്ങിയിരിക്കുന്നു. ഗാന്ധിയനായ അധ്യാപകൻ. അദ്ദേഹത്തിന്റെ ചുവടു പിന്തുടരുന്ന മറ്റധ്യാപകർ. ഗാന്ധിയൻ വിദ്യഭ്യാസത്തിന്റെ അടിസ്ഥാനമായ "പ്രവർത്തനങ്ങളിലൂടെയുള്ള പഠനം." ആ ആശയം കുറച്ച് ബുദ്ധിമുട്ടുകൾ സഹിച്ചാണെങ്കിലും സ്വായത്തമാക്കാനായതിൽ ഇപ്പോൾ അഭിമാനം തോന്നുന്നു. ആ അധ്യാപക ശ്രേഷ്ഠർക്ക് മനസ്സ് കൊണ്ട് പ്രണാമം. നാളത്തെ ക്ലാസ് ഒരു പരീക്ഷണം തന്നെയാണ്. ഗണിത പരീക്ഷണം.

സ്കൂളിലേക്കെത്തുന്ന വഴിയിൽ വച്ച് തന്നെ കണ്ണൻ മാഷിനെ കണ്ടുമുട്ടി. "മാഷേ മാഷ് ചെയ്തത് വലിയ ഉപകാരായി. മാല്യന കൊണ്ട് ഇന്നെല ഒരുപദ്രവോ ഇല്ല. അടങ്ങിയിരുന്നു പഠിപ്പായിരുന്നു. ഒച്ചേം ഇല്ല ബഹളോം ഇല്ല. അച്ചെക്കനും സ്വൈര്യായി പഠിക്കാം പറ്റി. മാഷ് ചെയ്തോന്ന വല്യ ഉപകാരായി." രാവിലെ തന്നെ കേൾക്കാൻ സുഖമുള്ള വാക്കുകളാണ് കണ്ണൻ മാഷിൽ നിന്നു വരുന്നത്. തന്റെ സ്വീകാര്യത ഇത്ര പെട്ടെന്ന് വർദ്ധിച്ചോ. രമേശൻ മാഷ്ന് തന്നെ തന്നെ വിശ്വസിക്കാൻ പറ്റാത്തതുപോലെ. കണ്ണൻ മാഷെ പോലുള്ളവരിൽ നിന്ന് ഇങ്ങനെ ഒരഭിനന്ദനം ലഭിക്കുക. അദ്ദേഹം കേവലം ഒരധ്യാപകൻ മാത്രമല്ല. ഇന്നാട്ടിലെ സാമൂഹിക, രാഷ്ട്രീയ രംഗത്തെ ഒരതികായൻ

കൂടിയാണ്. അദ്ദേഹത്തിൽ നിന്ന് ലഭിച്ചിരിക്കുന്ന ഈ അംഗീകാരം അതുകൊണ്ട് തന്നെ വിലപ്പെട്ടതാണ്. മാഷ് സംതൃപ്തിയോടെ ക്ലാസിലേക്ക് നടന്നു. രാവിലത്തെ രണ്ടു പീരീഡും ഉച്ചയ്ക്കത്തെ രണ്ടു പീരീഡും ഗണിതത്തിന്നായി മാറ്റി വച്ചിരിക്കയാണ്. മാഷ് കുട്ടികളെ ഒന്നൊളി കണ്ണിട്ടു നോക്കി. കുറേ പേർ എത്തിച്ചേർന്ന് പ്രവർത്തനങ്ങൾ തുടങ്ങിയിട്ടുണ്ട്. പരസ്പരം ചോദ്യങ്ങൾ ചോദിച്ച് ഉത്തരം കണ്ടെത്തുകയാണ്. ഒരു മത്സരബുദ്ധി തന്നെ പ്രകടിപ്പിക്കുന്നുണ്ട്. ഉത്തരം ലഭിക്കാത്തവർ കമ്പുകൾ ഉപയോഗിക്കുന്നുണ്ട്. എങ്ങനേയും പഠിച്ചെടുക്കണമെന്ന ഒരു ബോധം അവരിലുണ്ടായിരിക്കുന്നു. കൗതുകം പകരുന്ന കാഴ്ച തന്നെ. മറ്റു കുട്ടികളും എത്തിച്ചേർന്ന് കഴിഞ്ഞു. മാഷ് ലീനയെയാണ് തെരയുന്നത്. വന്നിട്ടുണ്ട്. ആ മുഖത്തേക്കു നോക്കുമ്പോൾ തന്നെ സങ്കടം വരുന്നു. രാത്രിയിൽ അനുഭവിച്ച വേദന ആ മുഖം വിളിച്ചു പറയുന്നുണ്ട്. ഇവളെ തന്റെ അടുത്തു തന്നെ ഇരുത്തണം. സ്നേഹപൂർവം അടുത്തുകൂടണം. പതുക്കെ പ്രവർത്തനങ്ങളിലേക്ക് കൊണ്ടുവരണം. വീട്ടിലെ കയ്പ്പ് ഇവിടെയുള്ളപ്പോഴെങ്കിലും മറക്കണം. സന്തോഷം നിറയ്ക്കണം.. തത്കാലം ഇത്രയേ ചെയ്യാനുള്ളൂ.

"മോളിങ്ങോട്ടേക്കു വന്നേ. മാഷ് സ്നേഹപൂർവം വിളിച്ചു" ഒരു പരുങ്ങലോടെ ചുറ്റും നോക്കി സാവധാനം അടുത്തേക്ക് വന്നു, ദയനീയമായി മാഷിന്റെ മുഖത്തേക്കു നോക്കി. ലീന രാവിലെ എന്താ കഴിച്ചേ? തന്നിലേക്ക് ചേർത്തു പിടിച്ചു കൊണ്ട് മാഷ് ചോദിച്ചു. ദോശ. എത്ര ദോശ തിന്നിന്. രണ്ട്. പതുക്കെ വിക്കി വിക്കിയുള്ള മറുപടി. അപകർഷതാബോധം ആ പിഞ്ചു മനസ്സിനെ നന്നായി ബാധിച്ചിട്ടുണ്ട്. നമ്മക്ക് വായനേം കണക്കും ഒക്കെ ക്ലാസിന്ന് തന്നെ നന്നായിറ്റ്പഠിക്കാ കേട്ടോ? മോളൊന്ന് കൊണ്ടും വിഷമിക്കണ്ട കേട്ടോ. മോള് മാഷിന്റെടുത്ത് തന്നെ ഇരുന്നോ. തെറ്റിപ്പോവുമ്പോ മാഷ് തന്നെ ശരിയാക്കിത്തരും കേട്ടോ. പേടിയേ വേണ്ട'. അവൾക്ക് ചെറിയൊരാശ്വാസം കിട്ടിയോ?. ലളിതമായ പ്രവർത്തനങ്ങൾ നൽകി ആത്മ വിശ്വാസം വർദ്ധിപ്പിക്കണം. വീട്ടിലെ ഓർമകൾ വരാൻ ഇട കൊടുക്കാതെ നോക്കാം. ലീനക്ക് കുറച്ച് കമ്പുകളാരാ കൊടുക്വാ. കേൾക്കേണ്ട താമസം രജനി കമ്പുകെട്ടുമായി ഓടിയെത്തി. കെട്ടഴിച്ച് കുറച്ചെണ്ണം ലീനക്ക് കൊടുത്തു. ചങ്ങാതിമാരെ സഹായിക്കാനുള്ള മത്സര ബുദ്ധി തന്നെ. മൂന്നും രണ്ടും എത്ര? അഞ്ച്. മിടുക്കി. ആറും മൂന്നും എത്ര? ഒമ്പത്. മിടുമിടുക്കി, ലീന രണ്ടുത്തരം ശരിയാക്കി എല്ലാവരും ഒന്ന് കൈയടി. കൈയടിയൊക്കെ കേട്ടപ്പോൾ അവളുടെ മുഖത്തല്പം സന്തോഷം പരന്നതു പോലെ. ഒമ്പതും നാലും എത്രയാ മോളേ? അറിയില്ലെന്ന

തലയിളക്കൽ. ഒമ്പതും നാലും എത്രയാണെന്ന് നമ്മുടെ ലീന കണ്ടു പിടിക്കാൻ പോന്നേ. എല്ലാവരും ശ്രദ്ധിക്കുക. ലീന ഒമ്പത് കമ്പെണ്ണി മാറ്റിവച്ചു. നാലും കൂടി എണ്ണി അതിന്റെ കൂടെ ചേർത്തു. ആകെ എത്ര യെന്ന് എണ്ണി പതിമൂന്നെന്ന് കണ്ടെത്തി. ആരാ ലീനെ ഉത്തരം കണ്ട് പിടിച്ചത് മാഷാ? ഒരു പരുങ്ങി നിൽപ്. ചോദ്യം ആവർത്തിച്ചപ്പോൾ ഒരു ചെറു ചിരിയോടെ ഉത്തരം വന്നു.

"ഞാം തന്നെ" മോള് കണ്ടെത്തിയത് ഒന്ന് എല്ലാർക്കും പറഞ്ഞു. കൊടുക്ക്.

"ഒമ്പതും നാലും പതിമൂന്ന്. ഒച്ച കുറച്ചാണ് പറയൽ. മോളൊന്ന് ഒറക്കെ പറഞ്ഞെ." ഇപ്പോൾ ശബ്ദം കുറച്ചു കൂടി ഉയർന്നു. മിടുക്കി മിടുമിടുക്കി. തോളത്ത് തട്ടി അഭിനന്ദിച്ചപ്പോൾ മുഖത്ത് നല്ല ഒരു ചിരി വിടർന്നു. ഇതിനാണ് കൊതിച്ചത്. ഇനി ഇത് നില നിർത്തി കൊണ്ട് പോകണം. മാഷിന് കുറച്ച് ആശ്വാസം കിട്ടിയതുപോലെ

ബല്ലടിച്ചു. ഹാജെരെടുത്ത ശേഷം ഗണിത പ്രവർത്തനങ്ങൾ പുനരാ രംഭിച്ചു. പ്രായോഗിക പ്രശ്നങ്ങൾ കൊടുത്തു തുടങ്ങാം. നിങ്ങൾ കടയിൽ സാധനങ്ങൾ വാങ്ങാൻ പോകാറുണ്ടോ? അധിക പേരും പോയിട്ടുണ്ട്. എന്തൊക്കെ സാധനങ്ങളാണ് വാങ്ങിക്കാറ്. വിവിധ സാധനങ്ങളുടെ പേരുകൾ പറഞ്ഞു. നമ്മുടെ ലീന പീടികയിൽ പോയി വാങ്ങിച്ച സാധ നങ്ങളുടെ പേരും വിലയും മാഷ് ബോർഡിൽ എഴുതും. ലീന കടക്കാരന് എത്ര രൂപ കൊടുക്കണമെന്ന് നിങ്ങൾ കണ്ടെത്തണം - എട്ട് രൂപ വിലയുള്ള രണ്ട് പേന, നാല് രൂപ വിലയുള്ള രണ്ട് നോട്ട് ബുക്ക്. ആകെ എത്ര? ഉത്തരം കണ്ടെത്തിയവർ എഴുന്നേറ്റ നിൽക്കണം. ആറ് പേർ ഒഴികെ ബാക്കിയുള്ളവർ നിന്നിട്ടുണ്ട്.

രണ്ട് പേനക്ക് എട്ടും എട്ടും പതിനാറ് രൂപ. രണ്ട് നോട്ട് ബുക്കിന് നാലും നാലും എട്ട് രൂപ. പതിനാറും എട്ടും ഇരുപത്തിനാല്. ആകെ ഇരുപത്തി നാല് രൂപ - ചിലർ ഉത്തരത്തിലേക്ക് നയിച്ച വഴികൾ വിശദീകരിച്ചു. ഒരു പേനക്കും ഒരു ബുക്കിനും കൂടി എട്ടും നാലും പന്ത്രണ്ട് രൂപ. അപ്പോൾ രണ്ട് പേനക്കും, രണ്ടു ബുക്കിനും പന്ത്രണ്ടും പന്ത്രണ്ടും ഇരുപത്തിനാല് രൂപ. മറ്റു ചിലർ കണ്ടെത്തിയ വഴി. രണ്ടു രീതിയും സ്വാ ഗതാർഹം തന്നെ. പ്രശ്ന പരിഹരണത്തിനു അവരവർക്ക് യുക്തമെന്നു തോന്നുന്ന വഴി സ്വീകരിക്കാമെന്ന് കുട്ടികൾ തിരിച്ചറിയുന്നുണ്ട്. ഉത്തരം കണ്ടെത്താൻ കഴിയാത്തവരോട് കമ്പുകൾ ഉപയോഗിച്ച് കണ്ടെത്താൻ നിർദേശിച്ചു. അവരെ ശ്രദ്ധിക്കാനും സഹായിക്കാനും മറ്റുള്ളവർ മത്സ രബുദ്ധിയോടെ തയാറായി. ലീനയുടെ കാര്യം മാഷ് തന്നെ നേരിട്ടേറ്റെ ടുത്തു. ഉത്തരം കണ്ടെത്താൻ കഴിയാത്തതിൽ വിഷമം ഉണ്ടായെങ്കിലും

പ്രവർത്തനത്തിൽ ഏർപ്പെട്ടപ്പോൾ ഉഷാറായി. ഉത്തരം കണ്ടെത്തി മാഷിൽ നിന്നും അഭിനന്ദനം ലഭിച്ചപ്പോൾ പുഞ്ചിരി വിടർന്നു.

വ്യവകലന ക്രിയകൾ ഉൾപ്പെടുന്ന പ്രശ്നങ്ങൾ നൽകിയപ്പോൾ ചെയ്യാൻ പറ്റാത്തവരുടെ എണ്ണം കൂടി വന്നു. സ്വാഭാവികമായും പ്രതീക്ഷിച്ചതു തന്നെ. ഇനി ഉചിതമായ ചോദ്യങ്ങളിലൂടെ പ്രശ്ന പരിഹരണത്തിലേക്ക് കുട്ടികളെ നയിക്കണം. രമേശൻ മാഷ് തളർച്ചയോടെ കസേരയിൽ ചെന്നു വീണു. സുഖകരമായ ഒരു തളർച്ച. കഴിഞ്ഞ നാല് പീരീഡുകളിലും അങ്കം വെട്ടുകയായിരുന്നു. ഗണിതത്തോടുള്ള അങ്കം. ശിഷ്യരും നല്ല വാശിയോടെ തന്നെ പങ്കെടുത്തു. അവരും തളർന്നിരിക്കയാണ്. പതിനാറോളം പേർ അടുത്ത ചുവട് വെപ്പിന് അർഹരായിട്ടുണ്ട്. മറ്റുള്ളവർക്ക് കൂടുതൽ കൈത്താങ്ങ് ആവശ്യമാണ്. ഏതായാലും നേരിയ പുരോഗതി കാണുന്നുണ്ട്. മാഷിന്റെ മനസ്സിൽ പെട്ടെന്ന് കൊഞ്ഞാണൻ പ്രയോഗം കടന്നുവന്നു. പ്രശ്നനിർദ്ധാരണത്തിൽ താൻ ചോദിച്ച ചോദ്യങ്ങളിൽ കൊഞ്ഞാണത്തരം വന്നു പോയിട്ടുണ്ടോ? ഏതായാലും നല്ല സ്വയം വിശകലനം നടത്തണം. റൂമിലെത്തട്ടെ. ഈ നാലു പീരീഡും മുഷിപ്പില്ലാതെ കുട്ടികൾ തന്നോട് സഹകരിച്ചിരിക്കുന്നു. തങ്ങളുടെ ആവശ്യമാണെന്ന തിരിച്ചറിവായിരിക്കാം കാരണം.

നല്ല ശാരീരികക്ഷീണമുണ്ട്. കുട്ടികളുടെ എണ്ണക്കൂടുതൽ ശബ്ദം ഉയർത്തി പറയാൻ നിർബന്ധിതമാക്കുന്നുണ്ട്. സാരമില്ല മുറിയിൽ പോയി അല്പം വിശ്രമിച്ചാൽ ശരിയായിക്കൊള്ളും. കുട്ടികളും തളർന്നിട്ടുണ്ട്. അവരെ കളിക്കാൻ വിട്ടിരിക്കയാണ്. തൊടാം പാച്ചിലാണ്. ലീന നല്ല ഫോമിലാണ്. ഈ ഉല്ലാസം വീട്ടിലെ പ്രശ്നങ്ങളിൽ നിന്ന് കുറച്ചെങ്കിലും അവൾക്കാശ്വാസം പകരും. പ്രശ്നങ്ങളെ മറികടക്കാനുള്ള ഒരു കേന്ദ്രമായി തീർച്ചയായും അവൾ സ്കൂളിനെ കണ്ടു തുടങ്ങും. നേരത്തെ എത്തി കൂട്ടുകാരുടെ വരവും പ്രതീക്ഷിച്ച് കൊണ്ട് സ്കൂൾ വരാന്തയിൽ കാത്തിരുന്ന ഒരു ബാല്യകാല സ്മരണ മാഷിൽ ഒരു നിമിഷം മിന്നി മറഞ്ഞു.

14

ഇതെന്താ വാതിലും തുറന്നു വച്ച് ഉറങ്ങുകയാണോ! അതും ഈ വൈകുന്നേരത്ത്?. ഗോപിച്ചേട്ടൻ വന്ന് വിളിച്ചപ്പോഴാണ് താൻ ഉറങ്ങുകയായിരുന്നു എന്ന് മാഷറിയുന്നത്. മുറിയിലെത്തിയ ഉടനെ വെള്ളവും കുടിച്ച് നീണ്ടു നിവർന്ന് കിടന്നതാണ്. ക്ലാസ് പ്രവർത്തന ത്തെ വിലയിരുത്തുകയായിരുന്നു. ചുവടുറച്ച പതിനാലു പേരെ മാറ്റി നിർത്തി അർക്ക് അവരുടെ നിലവാരത്തിലുള്ള പ്രവർത്തനം നൽകുക. മറ്റുള്ളവരെ പ്രത്യേകമായി സഹായിക്കുക. അങ്ങനെ ചിന്തിച്ചിരിക്കു മ്പോഴാണ് മയങ്ങിപ്പോയത്. ഗോപിച്ചേട്ടനുമായി നല്ല സൗഹൃദത്തി ലായിരിക്കുന്നു;ജ്യേഷ്ഠ സഹോദരനോട് തോന്നുന്ന സൗഹൃദം.

“ക്ലാസിൽ കുറച്ച് കൂടുതൽ ശബ്ദം ഉപയോഗിക്കേണ്ടി വന്നതു കൊണ്ടുള്ള ക്ഷീണമാണ് കിടന്നപ്പോൾ ഒന്നു മയങ്ങിപ്പോയി. “ഇത്രയും ക്ഷീണിക്കാൻ മാത്രം എന്താ ചെയ്തു മാഷേ? അമ്പത്തി ഏഴ് കുട്ടികളാ ഗോപിച്ചേട്ടാ. എല്ലാവരിലും എത്തണമെങ്കിൽ നല്ല ശബ്ദമെടുത്ത് പറഞ്ഞാലേ പറ്റൂ.” അപ്പൊ മാഷ് നന്നായി കഷ്ടപ്പെടാൻ തന്നെ തീരു മാനിച്ചിരിക്കയാ അല്ലേ! അങ്ങനെ തന്നെ ചെയ്യണം മാഷേ. നമ്മള് നമ്മുടെ ജോലിയിൽ ആത്മാർഥത കാണിച്ചാൽ അതിന്റെ ഗുണം സമൂ ഹത്തിനും അതുവഴി തീർച്ചയായും നമുക്കും കിട്ടും. ഗോപിച്ചേട്ടാ നിങ്ങൾ പട്ടാളക്കാർ രാജ്യത്തിന് വേണ്ടി ചെയ്യുന്ന സേവനങ്ങൾ വച്ച് നോക്കു മ്പോൾ ഞങ്ങളുടേതൊന്നും ഒര് കഷ്ടപ്പാടേ അല്ല. ഗോപിച്ചേട്ടൻ ഒന്നു ചിരിച്ചു. അദ്ദേഹം എന്തോ ചിന്തിക്കുന്നതു പോലെ. മാഷ് പറഞ്ഞത് ശരിയാ ഓരോന്നിനും അതിന്റേതായ റിസ്കുണ്ട്. ഞങ്ങളുടെ അനുഭവ ങ്ങൾ പറഞ്ഞാൽ മാഷ് ഞെട്ടും. അദ്ദേഹത്തിന്റെ മുഖം ഒന്നു വലിഞ്ഞു മുറുകിയതുപോലെ. ഉള്ളിൽ അലയടിക്കുന്ന ചിന്തകളുടെ പ്രതിഫലന മാണോ? മാഷെ കൊടും തണുപ്പിലും, കോരിച്ചൊരിയുന്ന മഴയിലും,

ച്ചുട്ടുപൊള്ളുന്ന ചൂടിലും കണ്ണിമ ചിമ്മാതെ കാവൽ നിൽക്കണം. ഏതു നിമിഷവും തീ തുപ്പാവുന്ന ശത്രുവിന്റെ തോക്കുകൾ, ഗ്രനേഡുകൾ അവയ്ക്കിടയിലെ ജീവിതം - മാഷൊന്ന് സങ്കൽപിച്ചു നോക്ക്. ഇടയ്ക്ക് നാട്ടിലെ പ്രിയപ്പെട്ടവരെ കുറിച്ചുള്ള ചിന്തകൾ. ചിന്തകൾ ജോലിയുടെ കാർക്കശ്യത്തിനെ ബാധിക്കും. അതു കൊണ്ട് ഓർമകളെ പോലും വേണ്ടെന്നു വയ്ക്കണം. അങ്ങ് വിദൂരത്ത് അതിർത്തി ഗ്രാമങ്ങളിലെ ബങ്കറിനുള്ളിലെ ജീവിതം. അപ്പുറത്തേയും ഇപ്പുറത്തേയും ഭരണാധികാരികളുടെ മനസ്സിൽ യുദ്ധവെറി പടർന്നാൽ പിന്നെ കടുത്ത ആശങ്കയായി. കല്യാണത്തിന്റെ അവധി കഴിഞ്ഞ് തിരികെ ജോലിയിൽ പ്രവേശിച്ചപ്പോഴാണ് തൊള്ളായിരത്തി എഴുപത്തൊന്നിലെ ഇന്ത്യാ പാക്കിസ്ഥാൻ യുദ്ധം. ബംഗ്ലാദേശ് എന്ന രാജ്യത്തിന്റെ പിറവി കുറിച്ച യുദ്ധം.

അതിർത്തിയിലെ കിടങ്ങിന് അപ്പുറത്തു നിന്നും ഇപ്പുറത്തു നിന്നും തോക്കുകൾ തീതുപ്പി. തല അല്പമൊന്നുയർന്നുപോയാൽ മരണം ഉറപ്പ്. അങ്ങു ദൂരെ നാട്ടിൽ ആശങ്കയോടെ ഒരു പുതുപ്പെണ്ണ്, ബന്ധുക്കൾ, ഒന്നും ഓർത്തില്ല. മനസ്സിൽ രാജ്യരക്ഷ മാത്രം. കരുതലോടെ എതിർ സൈന്യത്തെ തറപറ്റിക്കണം. അപ്പുറത്ത് നിന്നുള്ള വെടിയൊച്ച നിലച്ചിരിക്കുന്നു. അവരുടെ തന്ത്രമായിരിക്കുമോ?രണ്ട് ഭാഗത്തേക്കും ഒന്നു പാളി നോക്കി. തന്റെ ഇടത്തും വലത്തുമായി നാലു പേർ വീണിരിക്കുന്നു. ജീവനുണ്ടോ നഷ്ടപ്പെട്ടോ? അറയില്ല. അപ്പുറത്തെ ചലനങ്ങൾ എന്താണെന്ന് നോക്കിയേ അടുത്തേക്ക് ചെല്ലാൻ പറ്റൂ. കുറച്ചു സമയം കാത്തു. രണ്ടു പ്രാവശ്യം കാഞ്ചി വലിച്ചു, മറുപടിയില്ല. എല്ലാം കഴിഞ്ഞെന്നു തോന്നുന്നു. ഇനി ധൈര്യമായി പുറത്തിറങ്ങാം. തന്റെ കൂട്ടത്തിലുള്ള നാലു പേർക്കും ജീവൻ നഷ്ടപ്പെട്ടിരിക്കുന്നു. എല്ലാവർക്കും തലയ്ക്കാണ് വെടിയേറ്റിരിക്കുന്നത്. കുമരനും ആ കൂട്ടത്തിലുണ്ട്. നാഗർകോവിൽ സ്വദേശിയായ കുമരൻ. തന്റെ അടുത്ത കൂട്ടുകാരൻ. തനിക്ക് ആദ്യമായി പിറന്ന പുത്രനെ കാണാൻ നാട്ടിലേക്ക് പോകാൻ ലീവിന് അപേക്ഷിച്ച കുമരൻ. അപ്പോഴാണ് യുദ്ധം പൊട്ടിപ്പുറപ്പെട്ടത്.

തന്റെ കുഞ്ഞിനെ ഒരു നോക്ക് കാണാൻ കഴിയാതെ കുമരൻ. പിറന്ന നാടിന് വേണ്ടി ജീവൻ ബലിയർപ്പിച്ചിരിക്കുന്നു. ഒരു സൈനികന് അതൊന്നും ഓർത്ത് നെടുവീർപ്പിടാനാകില്ല. വീണ് കഴിഞ്ഞ മറ്റുള്ളവരും കുടുംബസ്ഥർ തന്നെ. ലാൻസ് നായിക് മുകുന്ദൻ, സുബേധാർ ഹനീഫ്, ലാൻസ് നായിക് രാംസിംഗ്. മണിക്കൂറുകൾക്ക് മുമ്പ് ഒന്നിച്ചു കഴിഞ്ഞ്, ഒന്നിച്ച് ഭക്ഷണം കഴിച്ച് ഒന്നിച്ചുറങ്ങിയവർ. പരസ്പരം തമാശകൾ പറഞ്ഞ് ചിരിച്ചവർ. അവരിൽ നാലുപേർ നഷ്ടപ്പെട്ടിരിക്കുന്നു. ഒരു സൈനികന് അതൊന്നും ഓർത്ത് നെടുവീർപ്പിടാനാവില്ല. അടുത്ത

ഉത്തരവും കാത്ത് ജാഗ്രതയോടെ ഇരുന്നേ പറ്റൂ. അപ്പുറത്തെ പന്ത്രണ്ടു പേരും വീണിരിക്കുന്നു. അവരും നമ്മുടെ സഹോദരങ്ങൾ തന്നെ. അങ്ങ് ദൂരെ അവരുടെ ഗ്രാമങ്ങളിൽ ഭാര്യമാരും കുഞ്ഞുങ്ങളും അവരുടെ ഭർത്താക്കന്മാരേയും, പിതാക്കളേയും ഓർത്ത് ഉറങ്ങാതെ സമയം കഴിക്കുകയായിരിക്കും. യുദ്ധം കുറേ ജീവിതങ്ങൾ അനാഥമാകുമെന്നല്ലാതെ എന്തെങ്കിലും നേടിത്തന്നിട്ടുണ്ടോ? ബ്രിട്ടീഷുകാരുടെ ഭിന്നിപ്പിച്ച് ഭരിക്കുക എന്ന വർഗീയ തന്ത്രങ്ങളിൽപ്പെട്ട് 'പാക്കിസ്ഥാൻ' നിർബന്ധിച്ച് പിടിച്ചുപറ്റിയവർ, വർഷങ്ങൾ അധികം കഴിയുന്നതിന് മുമ്പ് തങ്ങളുടെ ഒരു പ്രവശ്യയിലെ സ്വന്തം മതക്കാരോട് തന്നെ ഏറ്റുമുട്ടേണ്ടി വരിക. ബംഗ്ലബന്ധു മുജീബ് റഹ്മാനോടുള്ള സൗഹൃദം കാരണം ഇന്ത്യൻ ഭരണാധികാരികൾ യുദ്ധത്തിൽ പങ്കാളികളാവുക. പാക്കിസ്ഥാനെ അടിയറവ് പറയിച്ച് നേതൃസ്ഥാനത്ത് എത്തിച്ച മുജീബ് വർഷങ്ങൾക്ക് ശേഷം സ്വന്തം നാട്ടിലെ ഭീകരവാദികളാൽ കൊല്ലപ്പെടുക. യുദ്ധം കൊണ്ട് പാകിസ്ഥാൻ എന്തു നേടി, ഇന്ത്യ എന്തുനേടി, ബംഗ്ലാദേശ് എന്തു നേടി. കുറേ മക്കളെ അനാഥരാക്കി. കുറേ സാധു സ്ത്രീകളെ വിധവകളാക്കി. ഗോപിച്ചേട്ടൻ രോഷത്തോടെ പറഞ്ഞു നിർത്തുകയാണ്. രമേശൻ മാഷിന് തന്നെ പറ്റി വല്ലാത്ത പുച്ഛം തോന്നി. കുട്ടികളുടെ മുന്നിൽ അല്പം ശബ്ദമുയർത്തി പറഞ്ഞതിന് ക്ഷീണിച്ചു കിടന്നു പോയ തന്നെ പറ്റി. ഗോപിച്ചേട്ടനെ പോലുള്ള ഒരു പട്ടാളക്കാരന്റെ മുന്നിൽ അക്കാര്യം എഴുന്നള്ളിക്കാൻ തോന്നിയതിനെ പറ്റി.

15

അപ്പോഴാണ് ഒട്ടും പ്രതീക്ഷിക്കാത്ത രണ്ടതിഥികളുടെ കടന്നുവരവ്. പ്രയാഗും, മാലുവുമാണ്. മാഷ സ്റ്റുഡന്റ് നേരെ ഇങ്ങോട്ടെത്തിയല്ലോ? മാലുവിന്റെ ചെവിയിൽ നുള്ളിക്കൊണ്ട് ഗോപിച്ചേട്ടനാണ്. അവർ ബന്ധുക്കളാണ്. അവളുടെ കുസൃതിയെല്ലാം നന്നായി അറിയുന്നയാൾ. “എടീ മാഷ മുന്നിൽ എന്തെങ്കിലും കുസൃതി കാട്ടിയാൽ നിന്നെ ഞാനുണ്ടല്ലോ?” പുറത്ത് ചെറിയൊരു അടികൊടുത്തുകൊണ്ട് ഗോപിച്ചേട്ടൻ പറഞ്ഞു. തിരിച്ചൊരു കൊഞ്ഞനം കുത്തലോ,നുള്ളോ പ്രതീക്ഷിച്ചതാണ്. പക്ഷെ ഇന്ന് കുറച്ച് ഗൗരവത്തിലാണ്. “നിങ്ങളുടെ ക്ലാസ് നടക്കട്ടെ. ഞാനിങ്ങ് പോകുന്നു.” ഗോപിച്ചേട്ടൻ നടന്നു. അപ്പോഴാണ് മാലുവിന്റെ കൈയിലെ പൊതി ശ്രദ്ധിച്ചത്. നേന്ത്രപ്പഴമാണ്. അമ്മ കൊടുത്തയച്ചതാണ്. ഇപ്പം ചരിത്രപഠനം എങ്ങനെയുണ്ട്? അത് പറയാന മാഷെ വന്നത്. ഞാൻ വരുന്നതും കാത്തു നിൽക്കുകയായിരുന്നു. ഇവളാകെ മാറിയില്ലേ! പ്രയാഗാണ്. മാഷെ ഞാനിപ്പം ഒരു യജ്ഞത്തിലാ. ഈ വർഷം ക്ലാസു തുടങ്ങിയതു മുതലുള്ള കാര്യങ്ങളെല്ലാം മാഷ് പറഞ്ഞു തന്ന രീതിയിൽ പഠിച്ചെടുക്കുകയാ. ഇപ്പോൾ എല്ലാം നന്നായി ഓർത്തെടുക്കാൻ പറ്റുന്നുണ്ട്. ചേട്ടനും ആ രീതി പ്രയോജനപ്പെടുന്നുണ്ട്. അതു കൊണ്ട് ഇപ്പോ വീട്ടിൽ ബഹളം കുറവാ. വിവരങ്ങൾ കണ്ണൻ മാഷ് പറഞ്ഞിരുന്നു. ഏതായാലും നന്നായി. മാലു ആളാകെ അങ്ങു മാറിയോ. മാഷത്ഭുതപ്പെടുകയായിരുന്നു. കൂടുതൽ പക്വതയാർജിച്ചതു പോലെ. ചരിത്ര പഠനം ബോറാണെന്ന് അന്ന് പറഞ്ഞിരുന്നില്ലെ ഇപ്പോഴും അങ്ങനെ തന്നെയാണോ? ക്ലാസെല്ലാം ബോറ് തന്നെയാണ്. അധ്യാപകൻ കുറിപ്പ് നോക്കി അങ്ങനെ വിവരിക്കും. അതിങ്ങനെ കേട്ടിരിക്കണം. മാഷ് പറഞ്ഞതിനു ശേഷം കാര്യങ്ങൾ ഓർത്തു വയ്ക്കാൻ ശ്രമിക്കുന്നുണ്ട്. എന്നാലും ബോറാണ്.

ഇടക്ക് സംഭവങ്ങളെ കുറിച്ച് ചർച്ചയൊന്നും നടക്കാറില്ലെ. ടെക്സ്റ്റ് ബുക്കിലുള്ള കാര്യങ്ങൾ അതേപടി വിവരിക്കും. അത്ര തന്നെ. അപ്പൊ വെറുതെയല്ല ബോറ്.

ചരിത്ര പുസ്തകങ്ങളിൽ പറഞ്ഞ കാര്യങ്ങൾ മാത്രം കേട്ടുകൊണ്ടിരിക്കുക ബോറ് തന്നെയായായിക്കും. സംഭവങ്ങളുടെ വിശകലനങ്ങളും അതിനെ കുറിച്ച് ക്ലാസ് കേന്ദ്രീകരിച്ചുള്ള ചർച്ചകളും, ടെക്സ്റ്റ് ബുക്കിന് പുറത്തുള്ള വായനയും ഒക്കെ ചേർന്നാൽ ചരിത്ര പഠനം വളരെ രസകരമാവും. വിശകലനമെന്നും, ചർച്ചയെന്നും വച്ചാൽ മാഷെന്താന്ന് ഉദ്ദേശിക്കുന്നത്. എന്റെ ചെറിയ അനുഭവങ്ങൾ വച്ച് വിശദീകരിക്കാം. നമ്മൾ ടാജ് മഹലിനെ പറ്റി പഠിക്കുന്നില്ലെ? അതെ മുഗൾ ചക്രവർത്തി ഷാജഹാൻ തന്റെ പ്രിയ പത്നി മുംതാസിന്റെ ഓർമയ്ക്കായി നിർമിച്ചത്; സപ്താത്ഭുതങ്ങളിൽ ഒന്ന്. തീർന്നൊ.? ഡൽഹിക്കടുത്ത ആഗ്രയിൽ സ്ഥിതി ചെയ്യുന്നു. കഴിഞ്ഞോ? വേറെന്താണ് മാഷെ?. ഷാജഹാൻ തന്റെ ഒറ്റ കഴിവ് കൊണ്ട് താജ് മഹൽ പണിതുയർത്തി എന്നാണോ?. അല്ല അതിന് ജോലിക്കാരൊക്കെ ഇല്ലേ? ഇത്രയും സുന്ദരമായ ശില്പചാതുരിയുള്ള വെണ്ണക്കല്ലുകൊണ്ടുള്ള ഒരു മന്ദിരം പണിയാൽ അക്കാലത്ത് എത്ര മനുഷ്യാധ്വാനം വേണമെന്ന് ചിന്തിക്കാൻ പറ്റുമോ? ഏകദേശം എത്ര വേണ്ടി വരും? രണ്ടു പേരും അല്പനേരം ഒന്ന് ചിന്തിച്ചു നോക്ക്. ഊഹിക്കുവാൻ തന്നെ പറ്റുന്നില്ല മാഷേ - പ്രയാഗാണ്. ആയിരക്കണക്കിനാളുകൾ വേണ്ടി വന്നിട്ടുണ്ടാവും. അതിന്റെ ശില്പ സൗന്ദര്യവും ഷാജഹാന്റ മനസ്സിലുദിച്ചതായിരിക്കുമോ? ഏതെങ്കിലും ശില്പിയുടെ പ്ലാനായിരിക്കാനാണ് സാധ്യത അല്ലെ മാഷേ. മാലുവാണ്. തീർച്ചയായും. ആശയം ഷാജഹാന്റേത്. പക്ഷെ രൂപകൽപന ചെയ്തതും കഷ്ടപ്പാട് സഹിച്ച് പൂർത്തിയാക്കിയതും തൊഴിലാളികൾ. അവർ രാവന്തിയോളം കഠിനമായി അധ്വാനിക്കുന്നത്, ഓരോ ഭാഗങ്ങളും പണിത് പണിത് അത് പൂർത്തികരിക്കുന്നത്. അങ്ങനെ അവരുടെ അധ്വാനത്താൽ ഉയർന്നു വന്ന ലോകോത്തരമായ വെണ്ണക്കൽ ശില്പം. അതിനിടയിൽ തളർന്നു വീണവർ, പരിക്കേറ്റവർ, മരണപ്പെട്ടവർ, ഒന്ന് സങ്കൽപിച്ചു നോക്ക്. അവരിലാരുടേയെങ്കിലും പേർ നമ്മുടെ ചരിത്ര പുസ്തകത്താളിൽ കാണുമോ? പകരം ഒരൊറ്റ വാചകം - താജ് മഹൽ തീർത്തത് ഷാജഹാൻ!അതുകൊണ്ടാണ് ഇത്തരം കാര്യങ്ങൾ വരുമ്പോൾ വിശകലനങ്ങളും, ചർച്ചകളും നടക്കണമെന്നു പറയുന്നത്. അപ്പോൾ ചരിത്ര പഠനം മികച്ച ഒരനുഭവമായി മാറും. പ്രീഡിഗ്രി ക്ലാസിൽ പ്രൊഫസർ പറഞ്ഞു തന്ന കാര്യമാണ്. വിശകലനങ്ങൾ അവതരിപ്പിച്ച് ചർച്ചകൾക്കും അദ്ദേഹം തന്നെ മുൻകൈ എടുക്കുമായിരുന്നു. വിദ്യാർഥികളുടെ

വ്യത്യസ്ഥ വീക്ഷണങ്ങൾ ചർച്ചകളെ കൊഴുപ്പിക്കുമായിരുന്നു. ആ ഒരനുഭവം വച്ചാണ് കാര്യങ്ങൾ വിശദീകരിച്ചത്. ഞാൻ സ്വയം എന്തോ കണ്ടു പിടിച്ച് അവതരിപ്പിച്ചു എന്ന മട്ടിലാണ് രണ്ടു പേരുടേയും നോട്ടം. മാഷിന്റെയുള്ളിൽ ചിരിയൂറി. ഷാജഹാന്റെ പാർട്ട് തനിക്ക് ചാർത്തി ത്തന്നിരിക്കയാണ്. ഞങ്ങളുടെ പ്രൊഫസർ കോളേജിൽ ചരിത്രം പഠിപ്പിച്ചു തന്ന രീതിയാണ് പറഞ്ഞു തന്നത്. നിങ്ങൾ വീട്ടിൽ സമയം കിട്ടുമ്പോൾ ഏതെങ്കിലും ചരിത്രഭാഗം എടുത്ത് വിശകലനം ചെയ്ത് നോക്ക്. അപ്പോൾ കാര്യങ്ങൾ നേരിട്ട് മനസ്സിലാകും. പിന്നീട് ക്ലാസിലെ കൂട്ടുകാരുമായി ചേർന്ന് ഇത്തരം പ്രവർത്തനങ്ങൾ ചെയ്തു നോക്ക്.

മാഷക്കാരാപ്പാ പുതിയ കൂട്ട്? സാബുവാണ്. മുറിയിൽ നിന്ന് ശബ്ദം കേട്ട് പുറത്തു നിന്നേ ചോദ്യമാണ്. ആരാണെന്ന് വന്ന് നോക്ക്. പായേലിരുന്ന മാലുനെ കണ്ടപ്പോൾ ഒരമ്പരപ്പ്;സാബുച്ചേട്ടന കാണാം കിട്ട്ന്നില്ലാലോ? പ്രയാഗാണ്. എങ്ങനെ കിട്ടാനാ പ്രാഗേ. ഓരോ കാര്യത്തിനായി ഓടി നടപ്പല്ലേ! രണ്ട് ദിവസം മാഷ കൂടെയായിരുന്നു. മാഷ കാര്യത്തിനെല്ലം ഇപ്പൊരു വ്യവസ്ഥ്യായി. മഴയൊന്ന് നിക്കട്ടെ. നമ്മള കളിയൊക്കെ ഒന്ന് തൊടങ്ങണ്ടെ? അപ്പൊ പ്രയാഗിന്റെ ചുരു ക്കപ്പേരാണ് പ്രാഗ്. കൊയപ്പക്കാരത്യെന്താ മിണ്ടാണ്ടിരിക്ക്ന്ന്. ഞമ്മള മാഷേം വെറുതേ വിട്ന്നില്ല അല്ലേ?

മാഷിപ്പം എന്റെ സ്വന്തം മാഷാ സാബു ഏട്ടാ. മാലുവിന്റെ പെട്ടെ ന്നുള്ള ഉത്തരം കേട്ട് സാബുവിനോട് ചിരിച്ചു പോയി. എന്നാ മാഷേ നിങ്ങക്കിപ്പം സ്വന്തക്കാരൊക്കെയായി. ഞാനിങ്ങ് പോയേക്കാം. “മാലൂ ഈ സാബു ഏട്ടൻ ആള് വിചാരിക്ക്ന്നത് പോലെ അല്ല. ഈ പ്രദേശ ത്തിന്റെ ചരിത്ര സൂക്ഷിപ്പ്കാരനാണ്. ഞാനിപ്പോൾ സാബുവിൽ നിന്ന് പ്രദേശിക ചരിത്രം പഠിച്ചു തുടങ്ങിയിരിക്കയാണ്. മനുഷ്യ സംസ്കാരം ഉടലെടുത്തതു മുതലുള്ള ചരിത്രം. ആ സംസ്കാരം കാത്തു സൂക്ഷിക്കുന്ന ഒരു പ്രദേശത്തിന്റെ ചരിത്രം. ആളുകളുടെ ചരിത്രം, സ്ഥാപനങ്ങളുടെ ചരിത്രം, സംഘടനകളുടെ ചരിത്രം. എന്റെ ചരിത്ര പഠനത്തിന് സാബു പുതിയ മാനങ്ങൾ പകരുകയാണ്.” “മാഷെന്താപ്പാ ഇപ്പറേന്നെ. ചരിത്രം പഠിപ്പിക്ക്യേം ഞാനെന്താ കോളേജ് പോയിനോ”?

“ചരിത്രം പഠിക്ക്യേൻ കോളേജിലൊന്നും പോണോന്നില്ല സാബൂ. ജനങ്ങളുമായി ഇടപഴകുകേം, പൊതുപ്രവർത്തനം നടത്തുകേം ഒക്കെ ചെയ്യുമ്പോൾ ചരിത്രം അറിയാതെ നമ്മളിൽ എത്തിച്ചേരും. പ്രായമുള്ള വരുടെയും, അനുഭവസ്ഥരുടെ വായ് മൊഴികൾ തന്നെ പുസ്തകങ്ങളേ ക്കാൾ വലിയ ചരിത്രഖനികളാണ്. അങ്ങനെയുള്ള അക്ഷയഖനികൾ പൊതുപ്രവർത്തകർക്കും, രാഷ്ട്രീയ പ്രവർത്തകർക്കുമാണ് മറ്റാരേക്കാളും

ലഭിക്കുക. നിന്നിൽ നിന്നും കേട്ട ബീരാനിക്കായുടെ കഥയും, നിന്റെ സ്വന്തം കഥയും, പാവപ്പെട്ടവരെ സഹായിക്കുന്ന സ്ഥാപനങ്ങളുടെയും, പ്രസ്ഥാനത്തിന്റേയും വ്യക്തികളുടേയും ഒക്കെ കഥകളും ആണ് ഞാൻ ചരിത്രം എന്നത് കൊണ്ട് ഉദ്ദേശിച്ചത്. നിരഞ്ജനയെ പോലുള്ളവരും, വിഷ്ണു ഭാരതിയനേ പോലുള്ളവരും അത് എഴുതി സൂക്ഷിച്ചു. അത്രയേ ഉള്ളൂ വ്യത്യാസം. അധ്വാനിക്കുന്ന മനുഷ്യരാണ് ചരിത്ര സ്രഷ്ടാക്കൾ. അവരുടെ പ്രവർത്തനങ്ങൾ അധികവും വായ്മൊഴിയായാണ് നമുക്ക് ലഭിക്കുന്നത്. വലിയ പണ്ഡിതന്മാർ രചിച്ച ചരിത്ര പുസ്തകങ്ങളിലൊന്നും അവരെ പറ്റി ഒന്നും കാണില്ല. രാജാക്കന്മാരുടേയും മറ്റ് അധികാരി വർഗങ്ങളുടേയും വീരഗാഥകളും, യുദ്ധങ്ങളുടേയും വെട്ടിപ്പിടുത്തങ്ങളുടേയും കഥ കളേ കാണൂ." "അപ്പോ സാബു ഏട്ടനും ഒരു ചരിത്ര പ്രൊഫസറായി അല്ലേ മാഷേ!" മാലുവാണ്. വീട്ടിൽ നിന്നും അന്വേഷിക്കും. രണ്ടു പേരും പോകാൻ വേണ്ടി എഴുന്നേറ്റു. പോകാൻ നേരത്ത് മാലുവിന്റെ ഒരു കടാക്ഷം. സൗഹൃദത്തിൽ പൊതിഞ്ഞ ഒരു കടാക്ഷം. മാഷിൽ കുളിര് ചൊരിഞ്ഞു. "മാഷെ പെണ്ണ് പറഞ്ഞ കേട്ടിനോ എന്റെ സ്വന്തം മാഷാന്ന്. കളി അല്പം കൈവിട്ട മട്ടുണ്ടല്ലോ!. എനിക്കൊന്നും മനസ്സിലാവ്ന്നില്ലാലോ !." "ഓള ചരിത്ര പഠനം എളുപ്പമാക്കിക്കൊടുത്തു. മട്ടപ്പ് മാറ്റി പഠനം രസകരമാക്കാനുള്ള സൂത്രം പറഞ്ഞു കൊടുത്തു. അതിന്റെ സന്തോഷാ സാബു സ്വന്തം മാഷാന്ന് പറഞ്ഞേന്റ കാര്യം." "അങ്ങന ത്തന്നെ ആയിക്കോട്ടേനപ്പ്!." സാബു ആശ്വസിച്ചു.

"അല്ല മാഷേ. എനക്ക് മനസ്സിലാവായിറ്റ് ചോദിക്യ? ഇങ്ങളാ കോളേജീ പഠിക്കുന്ന പിള്ളറ മുമ്പിന്ന് ഈ കടല് പോന്ന എന്ന ക്കൊണ്ട് ചരിത്രകാരനാ ആന്യാ ചേന്യാന്നല്ലം പറേണ്ട വല്ല കാര്യേം ഉണ്ടേനോ?" "ഞാൻ സത്യേല്ലെ സാബു പറഞ്ഞെ. മനുഷ്യ സംസ്കാരത്തിന്റെ തിളക്കമുള്ള മുഖം ഏതെന്നു ചോദിച്ചാൽ അത് കഷ്ടപ്പെടുന്ന സഹജീവികളോടുള്ള കാരുണ്യവും, അവരെ സഹായിക്കലുമാണ്. ഇവിടെ നിങ്ങളെല്ലാം അതല്ലെ ഉയർത്തിപ്പിടിക്കുന്നത്. അക്കാര്യം എന്നെ പഠിപ്പിച്ചത് സാബുവല്ലെ. അത് മനസ്സിലാക്കിത്തന്ന്യാ ഞാൻ അങ്ങനെ പറഞ്ഞത്." "ഈ മാഷ ഓരോരൊ കാര്യങ്ങൾ. എനക്കൊര് പിടിം കിട്ടുന്നില്ലപ്പ." "സാബൂന് നന്നായിറ്റ് പിടികിട്ടും. നമ്മള് ചർച്ച തുടങ്ങി കഴിഞ്ഞിറ്റേ ഉള്ളൂ. ഇനിയും കുറേ മുന്നോട്ട് പോകാനുണ്ട്."

16

സ്റ്റാഫ് റൂമിൽ കാദറ് മാഷ് അദ്ദേഹത്തിന്റെ സ്വതസിദ്ധമായ ശൈലിയിൽ തമാശകൾ പൊട്ടിച്ചുകൊണ്ടിരിക്കയാണ്. വീട്ടിനടുത്ത് ആളുകളെ ശല്യം ചെയ്തുകൊണ്ടിരുന്ന ഒരു മദ്യപനെ കൈകാര്യം ചെയ്തതാണ് വിഷയം. കാശ് ചോദിക്കും, കൊടുത്തില്ലെങ്കിൽ പച്ചത്തെറി വിളിച്ച് പറഞ്ഞ് അപമാനിക്യ ഇതായിരുന്നു കക്ഷിയുടെ സ്ഥിരം പരിപാടി. തെറിയിൽ നിന്നും രക്ഷപ്പെടാൻ പലരും കാശു കൊടുത്തിരുന്നു. അത് കക്ഷിക്ക് പ്രോത്സാഹനമായി തീർന്നു. എന്റെ തടിയും മീശയും ഒക്കെ കണ്ടാണെന്നു തോന്നുന്നു എന്നെ കലാപരിപാടിയിൽ നിന്നും ഒഴിവാക്കാറാണ് പതിവ്. ഈയിടെ എന്നേയും പിടികൂടി. ഭീഷണിയൊന്നും ഫലിക്കുന്നില്ല. ഭീഷണിപ്പെടുത്തുന്തോറും തെറിയുടെ ശക്തി കൂടി വരികയാണ്. സഹികെട്ട് ഇന്നലെ ഞാനും രണ്ട് പെഗ്ഗങ്ങ് കഴിച്ചു!. മാഷെ! രേവതി ടീച്ചറോട് ഉറക്കെ വിളിച്ചു പോയി. കാദറ് മാഷപ്പോലെ ഒരാൾ മദ്യപിച്ചു എന്ന് കേട്ടപ്പോഴുണ്ടായ വെപ്രാളമാണ്. ടീച്ചർക്ക് മാത്രമല്ല കേട്ടു നിന്ന എല്ലാവരും പകച്ചുപോയിട്ടുണ്ട്. കാദർ മാഷ് തുടരുകയാണ്. വീടിനടുത്ത് എത്താറായി. വഴിയിൽ അവനുണ്ട്. ഞാനും ആടി കുഴഞ്ഞ് അടുത്തേക്ക് ചെന്നു.

കാശ് വേണെടാ. കാശ് വേണോ. ചോദിച്ചു. അഭിനയിച്ചുകൊണ്ടു തന്നെയാണ് അവതരണം. അവന് എന്തോ പന്തികേടു തോന്നുന്നുണ്ട്. എന്നിൽ നിന്നും ഒരിക്കലും പ്രതീക്ഷിക്കാത്തതാണ്. കാശ് വേണോ... ടാ. വീണ്ടും ചോദിച്ചു. മിണ്ടുന്നില്ല. കരണക്കുറ്റിക്ക് നോക്കി രണ്ടെണ്ണം പൊട്ടിച്ചു. ഇനി ആരെയെങ്കിലും തെറി പറയോട. കാശു ചോദിക്ക്യോട. ഇല്ല മാശേ. ചോദിക്കൂല മാശേ. എന്റെ നേരേ കൈക്കൂപ്പി ഇനിയും തല്ലല്ലേ എന്ന ഭാവത്തിലാണ്. ഇനിയെങ്ങാൻ ഇതാവർത്തിച്ചാലുണ്ടല്ലോ? ഇല്ല മാശേ എന്നും പറഞ്ഞ് വീട്ടിലേക്ക് കയറിപ്പോയതാ. പിന്നെ

ഒച്ചപ്പാടേ കേട്ടിട്ടില്ല. രാവിലെ കണ്ടപ്പം തലയും താഴ്ത്തി ഒരു നടപ്പാ. എന്നാലും ഇതിനു വേണ്ടി മാഷപ്പോലത്തെ ഒരാള് മദ്യം കഴിച്ചത് മോശായിപ്പോയി! രേവതി ടീച്ചറാണ്. അതിന് ആരാ ടീച്ചറെ മദ്യം കയ്ച്ചിന്. മുള്ളിനെ മുള്ളോണ്ടെടുക്കണം. അതിന് വേണ്ടി ഞാനൊ ന്നഭിനയിച്ചതല്ലേ?. ഒരു കൂട്ടച്ചിരി മുഴങ്ങി. അപ്പോഴാണ് കണ്ണൻ മാഷുടെ വരവ്.

"എന്റെ മാഷെ താമസിച്ചോണ്ട് നല്ലൊരു കലാപരിപാട്യല്ലേ കാണാം പറ്റാണ്ടായിപ്പോയെ?" സലിം മാഷാണ്. എന്റെ സലീമെ, രാവിലെ മുതൽ തുടങ്ങിയ കലാപരിപാടീന്ന് കൊറച്ച് മുമ്പാ രക്ഷപ്പെ ട്ടെ, ഇനിയൊരു പരിപാടീം കൂടി താങ്ങേനുള്ള കരുത്തില്ലേ!! - എന്ത്യേ മാഷേ? അത് നമ്മള പെണ്ണിന്റെ മോണോ ആക്ടല്ലെ. ഞാൻ ചായേം മോന്തിക്കൊണ്ട് കോലായില് ഇരിക്ക്മ്പം വന്നിറ്റൊര് ചോദ്യ? മൗര്യ സാമ്രാജ്യത്തിന്റെ സ്ഥാപകനാരാ?. ഇതെല്ലാര് ഓർത്ത് വച്ചിന്. ഉത്തരോം ഓള വക തന്നെ. ചന്ദ്രഗുപ്ത മൗര്യൻ. പിന്നെ അടുത്ത ചോദ്യമാണ്. ചന്ദ്രഗുപ്തന് ഒറ്റക്ക് വിചാരിച്ചാ സാമ്രാജ്യം ഉണ്ടാക്കാം പറ്റ്വോ? അതിന് പട്ടാളം ഒക്കെ ഇല്ലെ മോളെ. പട്ടാളം മാത്രം ഉണ്ടായാ മതിയോ. അവർക്ക് ആയുധം വേണ്ടേ? ഭക്ഷണം വേണ്ടേ? ഇതൊക്കെ ആരാ നൽകിയേ? അടുത്ത ചോദ്യാ. ഉത്തരോം ഓള വക തന്നെ. തൊഴിലാളികൾ, കൃഷിക്കാർ. എന്നിറ്റ് പിന്നേം ഒരു ചോദ്യാ. ആ തൊഴിലാളിയേളും, കൃഷിക്കാരേം പേര് ചരിത്ര പുസ്തകത്തില്ണ്ടോ? ഉണ്ടോന്ന്.? അയ്ന് ഞാൻ ചരിത്രം പുസ്തകം ഇണ്ടോ വായിച്ചിന്. ഇല്ലച്ചു ഇതൊന്നും ചരിത്ര പുസ്തകങ്ങളിൽ കാണൂല്ല. ഇതെല്ലാം നമ്മള് വിശകലനം ചെയ്ത് കണ്ടെത്തണം ഇപ്പോ മനസ്സിലായോ? ഞാൻ കരുതി തീർന്ന് രക്ഷപ്പെട്ടീന്ന്. അപ്പോ അടുത്തത് വര്വാ. താജ്മഹൽ ആരാ ഉണ്ടാക്ക്യേന്ന്. രമേശൻ മാഷിന് ഉള്ളിൽ ചിരി പൊട്ടി. മാല്യ ഇന്നലെ തന്നിൽ നിന്ന് മനസ്സിലാക്കിയ കാര്യം സ്വയം വിശകലനം നടത്തിയതാ. അതിന് പാവം അച്ഛനേം കൂട്ടുപിടിച്ചു. ഇതെല്ലം ഓള വിജയൻ മാഷോട് ചോദിക്യേന്ള്ള ഒരുക്കാത്രെ. എനി ക്ലാസ് പോയിറ്റ് എന്തെല്ലാ കാട്ടി കൂട്ട്വാന്ന് ആർക്കറിയാ? ഇന്നലെ നമ്മള രമേശൻ മാഷ് പുതിയ എന്തോ കാര്യം ഓള പഠിപ്പിച്ചതാ. അതിന്റെ പരിശോ ധനയാ ഓള് നടത്ത്യേ. എല്ലാരുടേയും നോട്ടം തന്റെ നേരെയായി. ഇവൻ ചരിത്രോം പഠിപ്പിക്ക്ന്നുണ്ടോ? കുറുക്കന്റെ കൂട്ടില് ആരേലും കോഴീന വിട്മോ. കണ്ണമ്മാഷ് ഇതെന്ത് വിചാരിച്ചാ? കാദറ് മാഷക്ക് പുതിയ വിഷയം വീണു കിട്ടിയിരിക്കയാണ്. ഓന്റെ മുഖത്ത് നോക്ക്യാ ത്തന്നെ കണ്ടൂടെ ഒരു കുറ്ക്കന്റെ ലക്ഷണം!. അമ്പട കള്ളാ ഞ്ഞി എന്ത്

ചരിത്രാ ആ പെണ്ണിനെ പഠിപ്പിച്ച് വച്ചിന്. അതിനാകെ അത്രയേ കിട്ടണ്ടും, ബാക്കി ഒക്കെ ഓളായിക്കോളും. എന്നെ ഈൗട്ന്ന് എത്രയാ വെള്ളം കുടിപ്പിച്ചെ!. മാഷ ക്ലാസിൽ പഠിച്ചപ്പോ ഉണ്ടായ അനുഭവാന്ന് തോന്ന്ന്ന്. അതാരാ മോള്. ഇഞ്ഞിം സൂക്ഷിച്ചോളെ? കാദറെ ഇഞ്ഞി ആ പാവം മാഷ ഇടങ്ങാറാക്കണ്ടെ. സലിം മാഷാണ്. കാദറ കയീ കിട്ട്യാ പിന്നെ കണക്കന്നെ. രേവതി ടീച്ചർ കൂട്ടിച്ചേർത്തു. ഞ്ഞി ഇപ്പോ ക്ലാസ് പോയിക്കോ? നമ്മക്ക് പിന്നെ പറയാ. കാദറ് മാഷ് തത്ക്കാലത്തേക്ക് തന്നെ ഒഴിവാക്കി തന്നിരിക്കയാണ്.

17

ക്ലാസിൽ പഠനം ജോറായി നടക്കുകയാണ്. ആദ്യം ലീനയെയാണ് ശ്രദ്ധിച്ചത്. കൂട്ടുകാരോടൊത്ത് പ്രവർത്തനത്തിൽ മുഴുകിയിരിക്കയാണ്. മാഷെ കണ്ടപ്പോൾ മെല്ലെ അടുത്തേക്കു വന്നു. മുഖത്ത് നല്ല സന്തോഷം കാണാനുണ്ട്. "മോളൂ പഠിച്ചതെല്ലം ഓർമ കിട്ടുന്നുണ്ടോ?. "ഉണ്ട് മാഷേ." ആത്മവിശ്വാസത്തോടെയുള്ള മറുപടി. ഒമ്പതും ഏഴും പതിനാറ്, പത്തൊമ്പതും ഏഴും ഇരുപത്താറ്. , ഇരുപത്തൊമ്പതും ഏഴും മുപ്പത്താറ്. അവൾ പഠിച്ചത് ഓർത്തു പറഞ്ഞു തരികയാണ്. മിടുക്കി. പിന്നെയില്ലേ മാഷേ? അവൾക്ക് തന്നോട് എന്തോ പറയാനുണ്ട്. മാഷിൽ ഒരു വിശ്വാസം ജനിച്ചിരിക്കുന്നു. "എന്താ മോളൂ?" അത് ഇന്നലെ സ്കൂളും വിട്ട് പോകുമ്മം, സജി എന്നോട് പറഞ്ഞ്, അച്ഛൻ കള്ളും കുടിച്ചിറ്റ് വന്ന് വയക്ക്ണ്ടാക്ക്മ്മം ഇഞ്ഞി അതൊന്നും കേക്കാണ്ട് മുറീലിരുന്ന് കമ്പ് വെച്ച് പഠിച്ചോന്ന്. ഞാം വീട്ടി പോയിറ്റ് അമ്മേനോട് പറഞ്ഞിറ്റ് കമ്പ് ശരിയാക്കി. എന്നിറ്റ് രാത്രി സജി പറഞ്ഞ പോലെ പഠിച്ച്. അച്ഛന്റെ ഒച്ചപ്പാടോന്നും കേക്കാൻ നിന്നില്ല." അമ്പടി മിടുക്കി! മാഷവളെ ചേർത്ത് പിടിച്ച് മൂർദ്ധാവിൽ ഒരു മുത്തം കൊടുത്തു. സജി എന്നുദ്ദേശിച്ചത് സജീവനാണ്.

"സജീവാ മോനിങ്ങോട്ട് വാ." കേൾക്കേണ്ട താമസം അവൻ ഓടിയെത്തി. ചേർത്ത് പിടിച്ച് അവനും ഒരു മുത്തം നൽകി. നമ്മുടെ ക്ലാസിൽ ഒരു നല്ല മാഷും കൂടി ഉണ്ടായിരിക്കുന്നു. മാഷ് നമ്മള ലീനേനെ മിടുക്കിയാക്കിയിരിക്കുന്നു. എല്ലാരും ഒന്ന് കൈയടിച്ചേ. കുട്ടികളുടെ കൈയടി ഉയർന്നു. തന്റെ ഹൃദയത്തിനുള്ളിൽ നിന്നും ഒരു കൈയടി പുറപ്പെട്ടതായി മാഷക്ക് തോന്നി. ലീനയെ പറ്റി ഞാൻ മനസ്സിലുറപ്പിച്ച പദ്ധതിയുടെ തുടക്കം സജീവൻ സ്വയം ഏറ്റെടുത്ത് നടപ്പാക്കിയിരിക്കുന്നു. തന്റെ കൂട്ടുകാരിയുടെ സങ്കടം മാറ്റാൻ ആ കുഞ്ഞ് മനസ്സ് കണ്ടെത്തിയ

വഴി! മാഷിന് സന്തോഷം കൊണ്ട് കണ്ണ് നിറയുന്നതുപോലെ. ഇനി എന്റെ പദ്ധതി കരുതിയതിനേക്കാൾ വേഗം പ്രാവർത്തികമാകും. എന്റെ ജീവിതാനുഭവം തന്ന കയ്പിനോടുള്ള മധുരമായ ഒരു പ്രതികാരം.

ഇന്ന് ഭാഷയിൽ തന്നെ ആരംഭിക്കാം. വായനയിൽഇന്ന് ഗ്രൂപ്പ് പ്രവർത്തനങ്ങളിലൂടെ കുട്ടികൾ വളരെ മുന്നേറിയിട്ടുണ്ട്. മാഷെ അത്ഭുതപ്പെടുത്തിയത്, വായനയിലും എഴുത്തിലും പിന്നോക്കമായ കുട്ടികൾ പാഠ ഭാഗം അവതരിപ്പിക്കുന്നത് ശ്രദ്ധയോടെ കേട്ട് ചോദ്യങ്ങൾക്ക് കൃത്യമായ ഉത്തരം നൽകുന്നതിൽ കാണിക്കുന്ന മിടുക്കാണ്. ആശയങ്ങൾ വാചികമായി പ്രകടിപ്പിക്കാനുള്ള അവരുടെ കഴിവാണ്. ഈ കഴിവിനെ വായനയിലേക്കും, എഴുത്തിലേക്കും നയിക്കണം. അതിന് വായനയുടെയും, എഴുത്തിന്റേയും പ്രാധാന്യം എന്താണെന്ന് അവർ തിരിച്ചറിയണം. കഥ കേൾക്കാൻ നിങ്ങൾക്ക് വലിയ ഇഷ്ടമല്ലേ? ആ മാഷേ! ആ മാഷേ!. മാഷ് കഥ പറഞ്ഞുതുടങ്ങുകയാണെന്ന് കരുതി കുട്ടികൾ ഉഷാറായി. കഥകൾ പുസ്തകത്തിൽ നിന്ന് വായിക്കാനോ? ഇഷ്ടാ ഇഷ്ടാ. മറുപടി കുറച്ച് പേരിൽ നിന്ന് മാത്രം. മാഷ് നിങ്ങൾക്ക് പറഞ്ഞു തന്നതിനേക്കാൾ എത്രയോ നല്ല കഥകൾ പുസ്തകത്തിൽ നിന്ന് വായിക്കാൻ പറ്റും. ഭൂതത്തിന്റെയും, രാക്ഷസൻമാരുടേയും, മൃഗങ്ങളുടേയും, രാജാക്കൻമാരുടേയും ഒക്കെ കഥകൾ. അതൊക്കെ വായിക്കാനെത്ര പേർക്ക് ഇഷ്ടമുണ്ട്. എല്ലാവർക്കും വായിക്കണം. എത്ര പേർക്ക് ഇപ്പോ നന്നായി വായിക്കാൻ കഴിയുന്നുണ്ട്. പന്ത്രണ്ട് പേരുണ്ട്! അപ്പൊ മറ്റുള്ളവര് എന്താ ചെയ്യാ? അറഞ്ഞൂടാത്ത അക്ഷരേല്ലം വേഗം പഠിക്കണം അല്ലെ മാഷേ? അതിനെന്താ വഴി? നിങ്ങളിപ്പം വായിക്കാൻ കഴിയാത്തവരും, മാഷ് പറയുന്നത് ശ്രദ്ധിച്ച് കേട്ട് മിടുക്കമൊരായി ഉത്തരം പറയുന്നില്ലേ. ആ ഉത്തരം മനസ്സില് നന്നായി ഓർമിച്ച് വയ്ക്കുക. എന്താ പറ്റൂല്ലെ? പറ്റും പറ്റും. എന്നിറ്റ് ആ ഉത്തരം വരുന്ന ഭാഗം പാഠത്തിലെവിടെയാന്ന് കണ്ട് പിടിക്യാ. പറ്റ്ന്നില്ലെ മാഷും, കൂട്ടുകാരും സഹായിക്കും. എന്നിറ്റ് മനസ്സിലെ ഓർമ വച്ച് വായിക്കുക. അപ്പോ ആ വരിയിലെ നിങ്ങൾക്ക് അറിഞ്ഞു കൂടാത്ത അക്ഷരങ്ങളും ചിഹ്നങ്ങളും ഏതാണെന്ന് കണ്ടു പിടിക്കാൻ പറ്റുമല്ലോ? അങ്ങനേയുള്ള അക്ഷരങ്ങളും ചിഹ്നങ്ങളും പ്രത്യേകമായി ശ്രദ്ധിച്ച് ഓർമയിൽ കൊണ്ടുവരിക - വീണ്ടും, വീണ്ടും വായിക്കുക. അങ്ങനെ പല പ്രാവശ്യം വായിക്കുമ്പോൾ വായന തനിയേ ശരിയായിക്കൊള്ളും. എന്താ ശ്രമിച്ചൂടെ. അങ്ങനെ കുറച്ച് കഴിയുമ്പോ കഥാ പുസ്തകങ്ങളൊക്കെ സ്വന്തമായി വായിക്കാൻ കഴിയൂലെ? എല്ലാരും തലയാട്ടുന്നുണ്ട്. ഏതായാലും പ്രവർത്തനം നൽകാം. ചെയ്ത് വരുമ്പോൾ കാര്യങ്ങൾ നേരിട്ട് മനസ്സിലാക്കിക്കൊള്ളും.

ഏതാനും ദിവസങ്ങളിലെ പ്രവർത്തനങ്ങൾ കഴിഞ്ഞപ്പോഴേക്കും മിക്ക കുട്ടികളും വായനയുടെ വഴിയിൽ എത്തിച്ചേർന്നിരിക്കുന്നു, ഇനി കുറച്ചു പേർ കൂടിയുണ്ട്. അവരേയും തങ്ങളോടൊപ്പം എത്തിക്കാനുള്ള ഭാഗീരഥ ശ്രമത്തിലാണ് കൂട്ടുകാർ. രണ്ട് പേർക്ക് ബുദ്ധിപരമായ പ്രശ്ന ങ്ങളുണ്ട്. അവരുടെ കാര്യം കുറച്ച് ബുദ്ധിമുട്ടാണ്. എന്നാലും പ്രവർത്തന ങ്ങളിൽ പരമാവധി പങ്കെടുപ്പിക്കുന്നുണ്ട്. ലൈബ്രറിയിലെ പുസ്തകങ്ങൾ പ്രയോജനപ്പെടുത്തണം. ഇനി കഥകൾ പറഞ്ഞു കൊടുക്കുന്നതിന് പകരം കുട്ടികളെ കൊണ്ട് വായിപ്പിക്കാം. രമേശൻ മാഷിന് തന്റെ കുട്ടികളിലുള്ള വിശ്വാസം ദിനംപ്രതി വർദ്ധിച്ചു വരികയാണ്.

ലീനയിപ്പോൾ ആളാകെ മാറിയിരിക്കുന്നു - ക്ലാസിലെ എല്ലാ പ്രവർത്തനങ്ങളിലും സജീവമാണ്. വീട്ടിലെ സങ്കടങ്ങൾ സ്കൂളിലെത്തി യാലെങ്കിലും മറക്കുന്നു. ആയിടയ്ക്ക് ഒരു ദിവസം വന്നില്ല. അച്ഛന്റെ തല്ല് കൊണ്ട് തല പൊട്ടി അമ്മയെ ആശുപത്രിയിൽ കൊണ്ടുപോയപ്പോൾ. പിറ്റെ ദിവസം വലിയ സങ്കടത്തോടെയാണ് എത്തിയത്. പക്ഷേ പ്രവർത്തങ്ങൾ തുടങ്ങിയപ്പോൾ എല്ലാം മറന്നു. ആ സംഭവത്തിന് ശേഷം ബഹളം ഒന്ന് കുറഞ്ഞിരുന്നതാണത്രെ. പക്ഷേ ഇപ്പോൾ വീണ്ടും തുടങ്ങി. താൻ ഉദ്ദേശിച്ച കാര്യത്തിന്റെ രണ്ടാംഘട്ടം തുടങ്ങാറായി എന്ന് രമേശൻ മാഷിന് തോന്നി. അതിനും സജീവനെ തന്നെ ചുമതലപ്പെടു ത്താം. താൻ നേരിട്ടിടപെട്ടാൽ സലീം മാഷ് പറഞ്ഞതുപോലെ വല്ല പ്രശ്നവുമുണ്ടായിക്കഴിഞ്ഞാൽ വിപരീത ഫലമാണുണ്ടാവുക. അയാൾ ലഹരി ഇല്ലാത്ത സമയത്ത് മകളോട് വലിയ സ്നേഹം കാണിക്കാറു ണ്ടെന്നാണ് അന്ന് സലീം മാഷ് പറഞ്ഞത്. അത്തരം സമയങ്ങൾ പ്രയോജനപ്പെടുത്തണം. തന്റെ പഠന കാര്യങ്ങൾ അച്ഛനുമായി സ്നേഹപൂർവം പങ്കു വയ്ക്കാൻ അവളെ പ്രേരിപ്പിക്കണം. മകളുടെ അച്ഛ നുമായുള്ള സൗഹൃദം ഊട്ടിയുറപ്പിക്കണം. കണ്ണൻ മാസ്റ്ററുടേയും മാലു വിന്റേയും സൗഹൃദം മാഷിന്റെ മനസ്സിൽ ഒരു നിമിഷം മിന്നി മറഞ്ഞു. അതിന്റെ പത്തിലൊന്നെങ്കിലും ഉണ്ടായാൽ സംഗതി വിജയിക്കും. സജീവൻ പറഞ്ഞാൽ ലീന അനുസരിക്കും. അവനിൽ ഇപ്പോളവൾക്ക് അത്രയും വിശ്വാസമുണ്ട്. സജീവനെ വിളിച്ച് കാര്യം പറഞ്ഞു. അവൻ സന്തോഷത്തോടെ പ്രശ്നം എറ്റെടുത്തു. കാര്യങ്ങൾ എങ്ങനെ പുരോഗ മിക്കുന്നു എന്നു നോക്കാം. അതനുസരിച്ച് കാര്യങ്ങൾ നീക്കാം. തന്റെ കൂട്ടുകാരിയുടെ സങ്കടം തീർക്കാൻ ഏതറ്റം വരെ പോകാനും ആ കുഞ്ഞു മനസ്സ് തയ്യാറാണ്. മാഷിൽ ഒരു ശുഭപ്രതീക്ഷ ഉണർന്നത് പോലെ. കുട്ടികളുടെ ഉല്ലാസപൂർണമായ കളി ചിരികൾ നിരീക്ഷിച്ചു കൊണ്ട് മുറ്റത്തിനരികെ മാഷങ്ങനെ നിന്നു.

18

സ്കൂൾ വിട്ട് മാഷ് നേരെ മൊയ്തുക്കായുടെ കടയിലേക്ക് ചെന്നു. ചായയും കഴിച്ച് റൂമിലേക്ക് പോകാം. കടയിൽ എത്തിയപ്പോൾ മൊയ്തുക്ക മാത്രമേ ഉള്ളൂ. "മാഷേ ഞാനിങ്ങളെ ഓണറെ പീടികേ പോയിനേനും. ഓനിങ്ങളെ കൊണ്ട് അന്വേസിച്ചിന് പിന്ന താമസി ക്ക്ന്നേട്ത്തില് വേറ പ്രശ്നങ്ങളൊന്നും ഉണ്ടായിറ്റില്ലല്ലോന്ന്. "എന്ത് പ്രശ്നങ്ങളുണ്ടാവാനാ മൊയ്തുക്കാ." അത് പിന്നെ മാഷേ ഇങ്ങള് പേടിക്ക ണ്ടാന്ന് വച്ചാ പറയാതിരുന്നേ. ഇങ്ങളെ മുറീല് മുമ്പൊരു എടങ്ങാറെല്ലം ഉണ്ടായിന്. ആട ഒരു ഭാര്യേം ഭർത്താവും താമസിച്ചിന്. സന്ധ്യക്ക് ഓനെന്തിനോ പൊറത്ത് പോയതാ. അന്ന് വെള്ളിയാഴ്ച്ചേനും. ജന്ന ലിന്റ അപ്പുറത്ത്ന്ന് ഒരു വിളി കേട്ടിറ്റ് ഓള് പൊറത്തോട്ട് നോക്ക്യത. നെലത്ത് കാലതൊടാണ്ട് വെള്ള ഉടുപ്പൊക്കെ ഇട്ടിറ്റ് ഒരു രൂപം. ഓൻ വരുമ്പഴത്തേക്കും ഓള് ബോധംകെട്ട് കെടക്ക്വാ. പിന്നെ മൂന്നാല് ദിവസത്തേക്ക് പനി പിടിച്ച് കെടപ്പേനും. ഒരുവിധം ശരിയായേര കാര്യേംല്ലം പൊറത്ത് പറഞ്ഞെ. ഒരു കൂടിയ ജിന്നാന്നും പറേന്നുണ്ട്, പാത്തുന്റ കെട്ടിയോൻ ബീരാനാന്നും പറേന്ന്ണ്ട്. അതിന് ശേഷം പിന്ന അവര് ആട താമസിച്ചിറ്റില്ല.

അതിന് ശേഷം ഹമീദ്, മൂസ മൊയ്ലാരെ കൊണ്ട് ഒരേലസ് ജപി ച്ചിറ്റ് അവിടെ എവിടെയോ കുഴിച്ചിട്ടിറ്റ്ണ്ട്'. ഇങ്ങനത്തൊന്നും അട്ക്കാ തിരിക്ക്യേം. ഇങ്ങക്കന്ന് താക്കോല് തരുമ്മം അതില് ജപിച്ചതീറ്റ തന്നെ. അതു കൊണ്ടാ പ്രശ്നോന്നും ഉണ്ടാവാത്തേ. മൊയ്ല്യാര് ആളൊരു ഭയങ്കരനാ. ഒര് പെർത്ത ജിന്നിന്റെ സേവേണ്ട്. ജിന്ന് തടീമ്മേ കേറിയാ പിന്ന മ്ണ്ടാട്ടം ഇണ്ടാവൂല. ഓൻ മന്ത്രിച്ച് വെള്ളം കൊടുത്താ ഏത് സൂക്കേടും അച്ചട്ടാ. ഈടയെല്ലം ഇള്ള ഞമ്മള സമുദായക്കാറ് എന്ത് വെഷമം ഉണ്ടായാലും ഓന്റട്ത്താ പോവ്വ. അങ്ങന പൈശ സമ്പാദിച്ച്

കൊറേ സലോം, ബംഗ്ലാവും ഒക്കെ ആക്കീറ്റിണ്ട്. മൊയ്തുക്കാ പുതിയൊരു ചരിത്രം അനാവരണം ചെയ്യുകയാണ്. അന്ധവിശ്വാസത്തെ ചൂഷണം ചെയ്ത് ധനികനായ ഒരു അവതാരത്തിന്റെ കഥ. മൂസ മൊയ്ല്യാരുടെ കഥ. ഇമ്മാതിരി സാധനങ്ങളെ നല്ല ഡോക്ടർമാരും, ആശുപത്രി സൗകര്യങ്ങളും ഒക്കെ ഉള്ള ഇക്കാലത്തും ജനങ്ങൾ വിശ്വസിക്കുന്നത് മാഷെ അത്ഭുതപ്പെടുത്തി. ഇതൊന്നും കേട്ടിറ്റ് ഇങ്ങള് പേടിക്കണ്ട. ഓന്റ ഏലസ്സ്ളേളാണ്ട് ഇനി ആരും അങ്ങോട്ടുട്ടുക്കൂല. മൊയ്തുക്കാ പറഞ്ഞു നിർത്തി. അന്ന് മുക്രീന കണ്ട് പേടിച്ചത് പറയണമെന്നുണ്ടായിരുന്നു. ഇപ്പോ വേണ്ട പിന്നെയാവട്ടെ. ചായയും കഴിച്ച് മാഷ് മടങ്ങി.

കടൽ കാറ്റിന് ശക്തിയേറിയിരിക്കുന്നു. ഇടിമിന്നൽ രൂക്ഷമായിക്കൊണ്ടിരിക്കുന്നു. മൂന്നു നാലു ദിവസമായി മാറി നിന്നിരുന്ന മഴ പുന:രാരംഭിക്കാനുള്ള ഒരുക്കമാണ്. വേഗം റൂമെത്താം. മാഷ് വേഗത്തിൽ നടന്നു. സാബു വന്നു നിൽപുണ്ട്. ഇന്ന് ജോലിക്ക് പോയിട്ടില്ല. എന്തൊക്കെയോ അത്യാവശ്യകാര്യങ്ങൾ ഉണ്ടായിരുന്നുവത്രെ. അതൊക്കെ നിർവഹിച്ച് വന്നിരിക്കയാണ്. "കുട്ട്യേളൊക്കെ എങ്ങനെ ഇണ്ട് മാഷെ. മാഷപറ്റി നല്ല അഭിപ്രായാണല്ലോ കേൾക്ക്ന്നേ. നമ്മള വള്ളപ്പണിക്ക് വരുന്ന വേലുച്ചേട്ടൻ ഇന്നലെ മാഷപറ്റി പറഞ്ഞിരുന്നു. മാഷ് മക്കളെയെല്ലം നല്ലണം ശ്രദ്ധിക്ക്ന്ന്ണ്ടീന്ന്." വേലുചേട്ടനെ പരിചയപ്പെട്ടതും, പേരമകന്റെ പഠിത്ത കാര്യത്തിലുള്ള അദ്ദേഹത്തിന്റെ ശ്രദ്ധയെ പറ്റിയും സാബുവിനോട് വിവരിച്ചു. മറ്റ് രക്ഷിതാക്കളെ പരിചയപ്പെടാനുള്ള താല്പര്യത്തെ പറ്റിയും സൂചിപ്പിച്ചു. "മാഷ് സലീം മാഷ കൂടെ ഒന്ന് രണ്ട് വൈകുന്നേരങ്ങളിൽ നടന്നാൽ കാര്യം നടക്കും. സലിം മാഷക്ക് രക്ഷിതാക്കളുമായി നല്ല ബന്ധമുണ്ട്." സാബു അറിയിച്ചു.

"എനിക്ക് മാഷക്ലാസിലെ കുട്ടികളാരൊക്കെയാണെന്ന് പിടിയില്ലല്ലോ. സലിം മാഷാവുമ്പോ അതും സൗകര്യാവും." സാബു അഭിപ്രായപ്പെട്ടു. മൊയ്തുക്കാ പറഞ്ഞ 'ജിന്ന്' വിശേഷം സാബുവിനോട് സൂചിപ്പിച്ചു. "മാഷേ ഇങ്ങളന്ന് മുക്രീന കണ്ട് പേടിച്ചു പോയില്ലേ. അങ്ങനത്തെ എന്തോ ഒരു സംഭവമാണ്. പാത്തുമ്മാന്റെ കഥകൾ മനസ്സില് വച്ചോണ്ടിരുന്നപ്പം സംഭവിച്ചതായിരിക്കണം. ഹമീദ്ക്കക്ക് പിന്നെ അത്രയേ വേണ്ടൂ. മൂപ്പര ഒരുതരം കിറുക്കല്ലെ. കേക്കണ്ട താമസം മൊയിലിയാറ കണ്ട് തകിടും വാങ്ങി കഴിച്ചിട്ടുതായിരിക്കും. ഇങ്ങള സ്ഥാനത്ത് അന്ന് മറ്റൊരാളായിരുന്നു മുക്രീന കണ്ടെതെങ്കിൽ മൂപ്പര തകിടിന്റെ ശക്തി മനസ്സിലാകുമായിരുന്നു."

മാഷെ ആശുപത്രീ പോയി ഡോക്ടറെ കണ്ട് മരുന്നു കുടിക്കുന്നതിന്റെ കൂട മൊയിലാറെ ജപിച്ചൂതിയ വെള്ളോം കുടിക്കണം. സുഖായാ പറയും

മൊയ്ലാറ വെള്ളം കൊണ്ടാന്ന്. അതാ ഇവിടുത്തെ ചില ആളുകളുടെ സ്ഥിതി. മൊയ്ത്തുക്കക്കും ഇതിലെല്ലും വലിയ വിശ്വാസാ. മൊയ്ല്യാർക്ക് പറ്റിയ ഒരു മന്ത്രവാദി കണാരൻ അപ്പുറത്ത്ണ്ട്,. പൂജേ, മന്ത്രോം, ബാധ ഒഴിപ്പിക്കലും, ചികിത്സയുംഒക്കയാ ഓന്റേം കലാപരിപാടി. ഓനും നല്ല കേസാ മാഷേ. "നിങ്ങള പോലത്തെ പൊതു പ്രവർത്തകന്മാർക്ക് ഇത്തരം അന്ധവിശ്വാസങ്ങള പറ്റി ജനങ്ങളെ പറഞ്ഞ് മനസ്സിലാക്കിച്ചൂടെ." വലിയ വിദ്യാഭ്യാസോന്നില്ലാത്ത പഴയ തലമുറേം, പെണ്ണുങ്ങളും ആണ് ഇവരുടെ വലേ കുടുങ്ങ്ന്നേ. പുതിയ തലമുറ കാര്യങ്ങളെല്ലാം മനസ്സിലാക്ക്ന്ന്ണ്ട്. പ്രേതത്തിലും, പിശാചിലും ഒക്കെ വിശ്വാസം പുതിയ തലമുറേല് ഇല്ലാന്ന് തന്നെ പറയാം. കുറച്ചൊക്കെ മാറിറ്റ്ണ്ട്ന്ന് പറയാ. ചില കാര്യങ്ങളെല്ലം കാണുമ്പോൾ കൂടി വരുന്നുണ്ടെന്നാ തോന്ന്ന്നെ. ഞങ്ങള നാട്ടില് ഒരാള് മരണപ്പെട്ടു. ദൈവത്തിലും ക്ഷേത്രത്തിലും ഒന്നും വിശ്വസിക്കാത്ത ഒരാളാണ്. ഒന്നിനേം മനസ്സാ, വാചാ, കർമണാ - ഉപദ്രവിക്കാതിരിക്ക്യ, പറ്റുമെങ്കിൽ സമൂഹത്തിന് ഉപകാരപ്പെടുന്ന കാര്യങ്ങൾ ചെയ്യുക എന്നതായിരുന്നു മൂപ്പരുടെ വിശ്വാസം. അതിലപ്പുറം ഒരു വിശ്വാസോ ഇല്ല. അങ്ങനെ തന്നെയാണ് അയാൾ ജീവിച്ചത്. മക്കൾ നല്ല വിദ്യാഭ്യാസം നേടി ഉയർന്ന നിലയിലാണ്.

മരിച്ച് നാല്പത്തൊന്നാമത്തെ ദിവസത്തെ ചടങ്ങ്. പ്രേതത്തെ ആവാഹിക്കുന്ന ചടങ്ങ്. മരിച്ച ആളുടെ സ്വഭാവം നന്നായി അറിയുന്ന ഭാര്യയും, ചില ബന്ധുക്കളും, സ്നേഹിതന്മാരും നടത്തേണ്ടതില്ലെന്ന് അഭിപ്രായപ്പെട്ടു. അച്ഛന് സുഖമില്ലെന്നറിഞ്ഞിട്ടും ഒരു ദിവസം പോലും അടുത്തിരുന്ന് പരിചരിക്കാൻ കൂട്ടാക്കാതിരുന്ന മക്കൾക്ക് നടത്തണമെന്ന നിർബന്ധവും. അവരുടെ. ഭാര്യമാർക്കാണ് വലിയ വേവലാതി. നടത്തിയില്ലെങ്കിൽ പിന്നെ ആ വീട്ടിൽ കഴിയാൻ പറ്റില്ലത്രെ!. അങ്ങനെ കാര്യങ്ങൾ അറിയാൻ മകൻ ബന്ധുവിനേയും കൂട്ടി ജോത്സ്യരുടെ അടുത്തേക്ക് പോയി. മരിച്ച ആൾ ക്ഷേത്രത്തിലോ, ദൈവത്തിലോ വിശ്വസിച്ചിരുന്ന ആളല്ല. മക്കളുടെ ഒരു വിശ്വാസം കൊണ്ട് വന്നതാ. ബന്ധു അറിയിച്ചു. "ആര് പറഞ്ഞു. അദ്ദേഹം മനസ്സിൽ നല്ല വിശ്വാസിയായിരുന്നു എന്നാണ് പ്രശ്നവശാൽ കാണുന്നത്.

ചില പരിഹാരക്രിയകൾ വേണം. പ്രേതത്തെ ആവാഹിച്ച് ദൂരെ കാട്ടിനുള്ളിലെ ക്ഷേത്രത്തിൽ ചേർക്കണം. ഗുളികന് നേർച്ച സമർപ്പിക്കണം" - ജോത്സ്യൻ പ്രവചിച്ചു. പൂജാ സമയത്ത് പ്രേതത്തെ ആവാഹിക്കാൻ ചിലപ്പോൾ പ്രയാസം നേരിടും. അത് എളുപ്പമാക്കാൻ വെത്തില പ്രശ്നം നടത്തേണ്ടി വരും. അതിന്റെ ആൾക്കാരേയും ഏർപ്പാട് ചെയ്യണം.. അദ്ദേഹം ഓർമിപ്പിച്ചു. അങ്ങനെ അച്ഛവേട്ടനെ ആവാഹിച്ച്

മക്കൾ ദൂരയുള്ള ക്ഷേത്രത്തിലെത്തിച്ചു. അസുഖം വന്നപ്പോൾ തിരിഞ്ഞു നോക്കാതിരുന്ന അവരും ഭാര്യമാരും ഇപ്പോൾ, പ്രേത ഭയം കൂടാതെ വീട്ടിൽ ഇടയ്ക്ക് വന്ന് താമസിക്കും.

നമ്മള് പുതിയ തലമുറക്ക് പ്രേതങ്ങളിൽ വിശ്വാസം ഇല്ലാ എന്ന് പറയുമ്പോഴും നടക്കുന്നത് ഇതൊക്കെ തന്നെയാണ്. വിശ്വാസം ഇല്ലാത്ത ആളേയും മരിച്ചു കഴിഞ്ഞാ പിടിച്ച് വിശ്വാസിയാക്കിക്കളയും. ആവാഹിച്ച് അതുവരെ കാണുക പോലും ചെയ്യാത്ത ക്ഷേത്രങ്ങളിലെത്തിക്കും. അസുഖം വന്നപ്പോൾ തിരിഞ്ഞു നോക്കാത്തവർ കൃത്യമായി ആണ്ട് ബലി സമർപ്പിക്കാൻ ചെല്ലും. അതിനിടെ ചിലരിലേക്ക് നിറയെ കാശും എത്തിച്ചേരും, നല്ല ഒന്നാം തരം കച്ചവടം. മാഷെ മാഷ് പറഞ്ഞതു പോലെ ഇതിന്റെയെല്ലാം പിന്നില് സ്ത്രീകളാ. ഇന്ന് പണ്ടൊന്നും കാണാത്ത പുതിയ അസുഖങ്ങളും, അപകടങ്ങളും ഒക്കെ പരക്കെ ഉണ്ടായിക്കൊണ്ടിരിക്കുന്നുണ്ട്. മരണം നടന്ന വീട്ടിൽ കർമ്മങ്ങൾ നടത്തിയില്ലെങ്കിൽ അവിടെയുള്ള ഒരാൾക്ക്, രോഗമോ, മറ്റെന്തെങ്കിലും വിഷമങ്ങളോ അനുഭവപ്പെട്ടാൽ അതിന്റെ അടിസ്ഥാനം എന്താണെന്ന് ചിന്തിക്കാതെ, അത് പ്രേതോപദ്രവമാണെന്ന് വ്യാഖ്യാനിച്ചുകളയും. അതാണ് നമ്മുടെ നാട്ടിലെ അവസ്ഥ. അതിനൊക്കെ ചൂട്ട് പിടിച്ചു കൊടുക്കാൻ കുറേ തൽപരകക്ഷികളുമുണ്ട്. അവർക്ക് കാശ് കിട്ടിയാൽ മതി. സാബു പറഞ്ഞു നിർത്തി.

19

സ്കൂൾ വിട്ട ശേഷം മൊയ്തുക്കായുടെ കടയിൽ നിന്ന് ചായ കുടിയും കഴിഞ്ഞ് സലിം മാഷിന്റെ കൂടെ പുറപ്പെട്ടു. മാഷിനും ചില വീട്ടുകാരെയൊക്കെ കാണേണ്ടതുണ്ട്- "വെറുതെ കാണാം പരിചയപ്പെടാം എന്നല്ലാതെ അതു കൊണ്ട് പ്രത്യേകിച്ച് എന്തെങ്കിലും ഗുണമുണ്ടെന്ന തോന്നുന്നില്ല." രക്ഷിതാക്കളെ കാണാൻ പോകണമെന്ന് പറഞ്ഞപ്പോൾ സലിം മാസ്റ്ററുടെ പ്രതികരണം.

അധികം പേരും മത്സ്യത്തൊഴിലാളികളും, കൃഷിപ്പണിക്കാരുമാണ്. ഡ്രൈവർമാരും, കടകളിൽ ജോലി ചെയ്യുന്നവരുമുണ്ട്. മിക്ക വീട്ടുകളിലും ഭർത്താവും, ഭാര്യയും ജോലിക്കു പോകുന്നുണ്ട്. എങ്കിലേ കുടുംബം പുലർത്താൻ കഴിയൂ. പ്രത്യേകിച്ചും മത്സ്യത്തൊഴിലാളികൾക്ക്. ഇളയ കുട്ടി ജനിച്ചാൽ പിന്നെ അതിനെ നോക്കേണ്ട ചുമതല മൂത്ത കുട്ടിക്കായിരിക്കും! അങ്ങനെയാണ് പല കുട്ടികളും ചേർക്കേണ്ട പ്രായം കഴിഞ്ഞും സ്കൂളിലെത്തുന്നത്. ചിലർ ഇടക്ക് നിർത്തി വീണ്ടും തുടങ്ങും. രക്ഷിതാക്കൾ പൊതുവെ വിദ്യാഭ്യാസം കുറഞ്ഞവരാണ് പഠനത്തിൽ മക്കളെ സഹായിക്കാനൊന്നും അവരെ കൊണ്ടാകില്ല. മാഷക്ക് ചെയ്യാൻ പറ്റുന്നത് മൂത്ത കുട്ടികളുണ്ടെങ്കിൽ ഇളയവരെ സഹായിക്കാൻ പറയുന്നതായിരിക്കും. തങ്ങളുടെ മാഷന്മാരേ കണ്ട് കുട്ടികൾ ചിരിക്കുകയും കൈ വീശുകയും ഒക്കെ ചെയ്യുന്നുണ്ട്. അത് നിങ്ങളുടെ ഉമയുടെ വീടാണ്. അവളുടെ ചേട്ടൻ എട്ടാം ക്ലാസിലാണ്. അവളെ സഹായിക്കാൻ അവനോട് പറയാം. ഉമ അത്ര മോശമല്ല എന്നാലും പറഞ്ഞു കളയാം. കണക്കിലൊക്കെ സഹായം ആവശ്യമാണ്. വീട്ടിൽ പ്രായമായ അച്ഛമ്മയുണ്ട്. മാഷന്മാരെ കണ്ടപ്പോൾ ഉമ ഓടി വന്നു. കൂടെ ചേട്ടനുമുണ്ട്. അവനോട് കാര്യങ്ങളൊക്കെ പറഞ്ഞു. അവൾ അത്യാവശ്യത്തിന് ചേട്ടന്റെ സഹായം തേടാറുണ്ട്. മാഷ്

അച്ഛമ്മയുടെ പ്രേതകഥകളെ കുറിച്ച് ഓർമിപ്പിച്ചു. അവരുടെ ചുണ്ടിൽ ഒരു പുഞ്ചിരി വിടർന്നു.

"ഭീമന്റെ കഥയൊക്കെ മോള് വന്ന് പറഞ്ഞ്." അവർ സന്തോഷത്തോടെ അറിയിച്ചു. അച്ഛനമമ്മയും ജോലിക്ക് പോയതായിരിക്കണം. മിക്ക വീടുകളിലും പ്രായമായവരേ ഉള്ളൂ. കുട്ടികളെ പഠനത്തിൽ ശ്രദ്ധിക്കേണ്ട കാര്യം കഴിയുന്ന തരത്തിൽ അവരെ ധരിപ്പിച്ചു. ദിനേശന്റേയും, രമ്യയുടെയും വീട്ടിൽ ചേച്ചിമാരുണ്ട്. അവരോട് ഇളയവരെ ശ്രദ്ധിക്കേണ്ട കാര്യം പറഞ്ഞു. സലിം മാഷ് അടുത്ത കണ്ട ഒരു വീട്ടിലേക്ക് കയറി. സ്കൂളിൽ അഞ്ചിലും, ഏഴിലും പഠിക്കുന്ന രണ്ട് കുട്ടികളുടെ വീടാണ്. ചേട്ടൻ ഏഴിലും, അനുജത്തി അഞ്ചിലും. കുട്ടികളുമായി ബന്ധപ്പെട്ട എന്തെങ്കിലും പ്രശ്നമായിരിക്കുമെന്നാണ് കരുതിയത്. പക്ഷേ കാര്യം അതല്ല. അവരുടെ അച്ഛൻ ജോലിക്കിടെ വീണ് നട്ടെല്ലിന് പരിക്കു പറ്റി

കിടപ്പിലാണ്. അച്ഛനെ ശുശ്രൂഷിക്കേണ്ടതുകൊണ്ട് അമ്മയ്ക്കും ജോലിക്ക് പോകാൻ പറ്റുന്നില്ല. ചികിത്സയ്ക്കും നല്ല ചെലവുണ്ട്. കുടുംബത്തെ രക്ഷിക്കാൻ പള്ളിക്കമ്മിറ്റിയും, അമ്പലക്കമ്മിറ്റിയും, പാർട്ടിയും എല്ലാം ചേർന്ന് സഹായിക്കുകയാണ്. സലിം മാഷക്കാണ് അതിന്റെ ചുമതല. മാഷ് ഇടയ്ക്ക് കാര്യങ്ങൾ വന്നന്വേഷിക്കും. അങ്ങനെ വന്നതാണ്.

"ഇപ്പോൾ അല്പ സമയം എഴുന്നേറ്റിരിക്കാനൊക്കെ പറ്റുന്നുണ്ട്." മാഷെ കണ്ടപ്പോൾ രാഘവൻ എഴുന്നേൽക്കാൻ ശ്രമിച്ചു. മാഷ് വിലക്കി. കടൽ പണിക്കും, അത്യാവശ്യം തേങ്ങയിടാനും പോയ്ക്കൊണ്ടിരുന്നതാണ്. തെങ്ങിൽ നിന്നും വീണതാണ്. മാഷെ കണ്ട് അമ്മയും മക്കളും അടുത്തുവന്നു. മാഷെ എപ്പോഴും ഇങ്ങനെ ബുദ്ധിമുട്ടിക്കേണ്ടി വരുന്നതിൽ വലിയ വിഷമമുണ്ട്. എന്തു ചെയ്യാനാ വേറെ വഴിയില്ലാണ്ടായിപോയില്ലെ? അമ്മയുടെ സങ്കടമാണ്. നിങ്ങൾ ഒന്നുകൊണ്ടും വിഷമിക്കേണ്ട. ആവശ്യമുള്ള കാര്യങ്ങൾ മടിക്കാതെ പറഞ്ഞുകൊള്ളണം. ഇങ്ങനെയുള്ള പ്രവർത്തനങ്ങൾക്കെല്ലാം മുന്നിട്ടു നിന്നിരുന്ന ആളാണ് രാഘവാട്ടൻ. ആ രാഘവാട്ടനൊരു വിഷമം വരുമ്പോൾ സഹായിക്കേണ്ടത് ഞങ്ങളുടെ ഉത്തരവാദിത്വമാണ്. പിന്നെ ഇവർ രണ്ടു പേരും ഇപ്പം ഞങ്ങളേം മക്കളല്ലേ. കുട്ടികളെ ചേർത്തു പിടിച്ച് മാഷ് പറഞ്ഞു. ഇവർക്ക് സ്വന്തമായി എഴുന്നേൽക്കാനും നടക്കാനും ആയെങ്കിൽ എനിക്ക് ജോലിക്ക് പോകാമായിരുന്നു. യശോദേച്ചി ഇപ്പോ അതിനെ പറ്റിയൊന്നും ആലോചിച്ച് വിഷമിക്കണ്ട. ഒക്കെ ഞങ്ങള് നോക്കിക്കൊള്ളും. വേണ്ടതെന്താണെന്ന് വച്ചാ മടിക്കാണ്ട് പറഞ്ഞാ മതി. മരുന്നിന്റെ കാര്യവും, ഡോക്ടറെ കാണണ്ട കാര്യവും, ആവശ്യമുള്ള സാധനങ്ങളുടെ

കാര്യവും ഒക്കെ മാഷ് ചോദിച്ചറിഞ്ഞ് അവിടെ നിന്നും ഇറങ്ങി. കുറച്ച് നടന്നതിന് ശേഷം മറ്റൊരു വീട്ടിൽ കയറി. ചേട്ടനും അനുജനും തമ്മിലുള്ള അതിർത്തി തർക്കമാണ് വിഷയം. ചേട്ടനാണ് പരാതിക്കാരൻ. വേലി കെട്ടുമ്പോൾ അൽപം കയറ്റി കെട്ടി എന്നാണ് പരാതി. ഒരു തുണ്ട് സ്ഥലത്തിന്റെ പ്രശ്നമാണ്. രണ്ടു പേർക്കും യോജിച്ച് തീർക്കാവുന്ന കാര്യം. മാഷ് അനുജനേയും കൂട്ടി വേലിക്കരികിൽ ചെന്നു. വേലി കെട്ടിയതിൽ കുറച്ചൊന്ന് അപ്പുറത്തേക്ക് തള്ളി പോയതാണ്. അതൊന്ന് നേരെയാക്കണ്ട പ്രശ്നമേയുള്ളൂ. അനുജനെ ഒന്ന് വിളിച്ച് സ്നേഹപൂർവം സംസാരിച്ചാൽ തീരുന്ന കാര്യം. അതിനാണ് പരാതി. അവിടെ നിന്നും ഇറങ്ങി. ചേട്ടനും അനുജനും തമ്മിൽ വലിയ പ്രശ്നമില്ല. അവരുടെ ഭാര്യമാർക്കാണ് പ്രശ്നം. എന്തെങ്കിലും കാരണം ഉണ്ടാക്കി നിരന്തരം വഴക്കാണത്രെ. പരാതി തന്ന സ്ഥിതിക്ക് അന്വേഷിക്കാതിരുന്നാലും പ്രശ്നമാണ്. ഇത്തരം ചിലയാളുകൾ സമൂഹത്തിന് തന്നെ ബാധ്യതയാണ് മാഷേ. ഒരു രാഷ്ട്രീയ-സാമൂഹ്യ പ്രവർത്തകനെന്ന നിലയിൽ സലിം മാഷിന് വലിയ ഉത്തരവാദിത്വമാണ്. എല്ലാം കൃത്യമായി നിറവേറ്റാനും ശ്രദ്ധിക്കുന്നുണ്ട്. ഒരുതരം നിശ്ശബ്ദ പ്രവർത്തനമാണ്. ജനങ്ങളിലൊരാളെ പോലെ. മത്സ്യത്തൊഴിലാളി സഹകരണ സംഘം രൂപീകരിക്കാനുള്ള പരിശ്രമത്തിലാണ് മാഷും പാർട്ടിക്കാരും.

മത്സ്യത്തൊഴിലാളികൾ കഷ്ടപ്പെട്ട് പിടിച്ചുകൊണ്ടുവരുന്ന മീനെല്ലാം ഇടത്തട്ടുകാർ ചുളുവിലയ്ക്ക് തട്ടിയെടുക്കുകയാണ്. നേരിട്ട് വില്പന നടത്തുകയാണെങ്കിൽ അവർക്കതൊരു വലിയ നേട്ടമാകും. മഴക്കാല പട്ടിണിയിൽ നിന്നും മോചിതരാകും. അതിനായാണ് സഹകരണ സംഘം ഉണ്ടാക്കുന്നത്. സാബുവിനാണ് പ്രധാന ചുമതല. സലിം മാഷും, കണ്ണൻ മാഷും സഹായത്തിനുണ്ട്. പ്രവർത്തനം തുടങ്ങിയപ്പോൾ ചില പ്രശ്നങ്ങൾ. പലരും അംഗങ്ങളാകാൻ മടിക്കുന്നു. കാരണമന്വേഷിച്ചപ്പോൾ തൽപര കക്ഷികൾ ബോധപൂർവം ഉടക്കു വച്ചതാണ്. ഇടത്തട്ടുകാരുടെ ഏജന്റുമാരായ അബ്ദുള്ളയും, അച്ചുതനും. അബ്ദുള്ള പ്രദേശത്തെ ഒരു സമ്പന്നനാണ്. അതുകൊണ്ടുതന്നെ ശിങ്കിടികളായി കുറച്ചു പേരുണ്ട്. അതിൽ പ്രധാനിയാണ് അച്ചുതൻ. അബ്ദുള്ളയുടെ വലം കൈയാണെന്നു പറയാം.

മഴക്കാലത്ത് പട്ടിണിയാവുന്ന മത്സ്യത്തൊഴിലാളികൾക്ക് അബ്ദുള്ള പലിശക്ക് പണം കൊടുക്കും. പിന്നീട് അവർ പിടിക്കുന്ന മത്സ്യം ചുളുവിലയക്ക് തട്ടിയെടുത്ത് ഇടത്തട്ടുകാർക്ക് കൈമാറും. ഇതിന്റെയൊക്കെ മേൽനോട്ടം അച്ചുതനാണ്. ദാരിദ്ര്യത്തെ മുതലെടുത്ത് വീടുകളിൽ നിന്നും നാളീകേരം തനിക്ക് തോന്നിയ വിലയ്ക്ക് തട്ടിയെടുക്കുന്ന

പരിപാടിയുമുണ്ട്. സഹകരണ സംഘം വന്നാൽ ഇത്തരം തട്ടിപ്പുകൾ നടക്കില്ല. അതിന് തടയിടണം. അതിനായി തന്നിൽ നിന്നും വായ്പ വാങ്ങാറുള്ള തൊഴിലാളികളെ ഭീഷണിപ്പെടുത്തി അംഗത്വമെടുക്കുന്നതിൽ നിന്നും തടഞ്ഞിരിക്കയാണ്. സാബുവിനും ഭീഷണിയുണ്ട്'. എന്തും ചെയ്യാൻ മടിക്കാത്ത ഒരു പറ്റം ഗുണ്ടകൾ അബ്ദുള്ളയുടേയും ഇടത്തട്ടുകാരുടെയും സഹായത്തിനുണ്ട്. അതിന്റേയും നേതൃത്വം അച്ചുതനാണ്. തൊഴിലാളികൾ ഒത്തു നിന്നാൽ ഒന്നും ചെയ്യാൻ പറ്റില്ല. പക്ഷേ പലരേയും വായ്പ കെണിയിൽ പെടുത്തി അബ്ദുള്ള തന്റെ പക്ഷത്തു നിർത്തിയിരിക്കയാണ്. അങ്ങനെയുള്ളവരെ മാറ്റിയെടുക്കലാണ് പ്രശ്നം. അതിൽ ചിലരെ കണ്ട് സംസാരിക്കണം. സലിം മാഷ് അടുത്തുള്ള പെട്ടിക്കടയ്ക്കരുകിൽ ആളുകളേയും പ്രതീക്ഷിച്ച് നിൽപായി. കടക്കാരൻ മാഷിന്റെ സുഹൃത്തും, പാർട്ടിക്കാരനുമാണ്.

"അച്ചു സുജായി ഇവിടെ നമ്മുടെ കുമാരനേയും, രഘുവിനേയും ഭീഷണിപ്പെടുത്തി ഇപ്പോ അങ്ങോട്ട് പോയതേ ഉള്ളൂ." കടക്കാരൻ രവി അറിയിച്ചു. കൂട്ടത്തിൽ എന്റെ നേരേയും ഒന്ന് കുരച്ചു. സംഘം ഉണ്ടാക്കാൻ സമ്മതിക്കൂലാന്ന്. മൊതലാളി ആവശ്യത്തിന് പണം കൊടുക്കുമ്പോ ഇവിടെന്തിനാ ഒരു സംഘോന്ന്. സാബുച്ചെക്കനും, പാർട്ടിക്കും പൈശേണ്ടാക്കാനുള്ള സൂത്രേല്ലേന്ന്. "സംഘം വന്നാൽ തങ്ങളുടെ തട്ടിപ്പുകൾ നടക്കുകയില്ലെന്ന് ഇവൻമാർക്ക് നന്നായറിയാം രവീ. അതിന്റെ ബേജാറാണ്. എന്തും ചെയ്യാൻ ശ്രമിക്കും. അതിനൊന്നും മടിയില്ലാത്തവരാണ് കൂടെയുള്ളത്. നമ്മൾ ശ്രദ്ധിച്ചു വേണം മുന്നോട്ടു പോകാൻ." മാഷ് ഓർമിപ്പിച്ചു. ഇവന്റെ കട ബാധ്യതയിൽ നിന്നും തൊഴിലാളികളെ രക്ഷിച്ചെടുക്കണം. അതിനുള്ള വഴിയാണ് നമ്മളാദ്യം ആലോചിക്കേണ്ടത്. വാങ്ങിച്ചതിന്റെ ഇരട്ടിയും അതിലപ്പുറവും പറ്റ് ബുക്കിൽ എഴുതിപിടിപ്പിച്ചിട്ടുണ്ടാവും. ഓരോരുത്തർക്കും എത്ര വരുമെന്നതിന്റെ കണക്ക് കിട്ടണം. ന്യായമായതു മാത്രം തിരിച്ചടക്കാനുള്ള ഏർപ്പാടുണ്ടാക്കണം. അപ്പറത്തെ കടപ്പുറത്ത് കമ്മ്ണീസ്റ്റ്കാര് സംഘം ഉണ്ടാക്കിയത് ഇവമ്മാർക്ക് വലിയ അടിയായിട്ടുണ്ട്. അവമ്മാര് കടമായി വാങ്ങിച്ച കാശേ തിരിച്ചു കൊടുത്തിട്ടുള്ളൂ. ഇവന്റെ ഗുണ്ടാ ഭീഷണിയൊന്നും അവിടെ ഏശീട്ടില്ല. അവിടത്തെ കച്ചോടം മുട്ടിയത് കൊണ്ട് ഇവിടെ സംഘം വരാതിരിക്കേൻ എല്ലാ അടവും പയറ്റും മാഷേ. രവീ, "ഏതായാലും നന്നായി ആലോചിച്ച് ഒരു വഴി കണ്ടെത്താം. പിന്നോട്ട് പോകുന്ന പ്രശ്നമേയില്ല.

"എന്താ മാഷേ. ഇന്നത്തെ സേവ കഴിഞ്ഞോ? കടപ്പൊറത്തിനെ മൊത്തം സേവിക്കണ്ട പരിപാടിലാന്ന് കേട്ടല്ലോ? നടക്കട്ടെ, നടക്കട്ടെ,

ഏട്യാ എത്വാന്ന് നമ്മക്കൊന്ന് നോക്കാലോ. അപ്പൊറത്തെ കമ്മ്ണിസ് കാറ് തുള്ള്യ കണ്ടിറ്റൊന്നും ഇവിട്യാരും തുള്ളണ്ട." രമേശൻ മാഷിന് ശരീരമാസകലം വിറകൊണ്ടതുപോലെ. കണ്ണുകളെ വിശ്വസിക്കാൻ കഴിയുന്നില്ല. അന്ന് സ്വപ്നത്തിൽ കണ്ട രൂപം അതേ രൗദ്രഭാവത്തിൽ മുന്നിൽ നിൽക്കുന്നു. സലീം മാഷിന് ഭാവമാറ്റമൊന്നുമില്ല. അച്ച്യുതനാണ്. ഒരു തടിമാടൻ. കൊമ്പൻ മീശയും രൗദ്രത നിറഞ്ഞ മുഖഭാവവും. പെട്ടെന്നു കണ്ടാൽ ആരും ഒന്നു പേടിക്കും." അച്ച്യു വെറുതെ വാക്കൊന്നും വേണ്ട. ജനങ്ങക്ക് വേണമെന്നുണ്ടെങ്കിൽ സംഘം വരും."

"അതിന് അബ്ദുക്കേ, ഞങ്ങളും ഈട ഇള്ളപ്പം ആർക്കാ മാഷേ സംഘം വേണ്ടെ. മാഷ് ഇപ്പം നടത്തുന്ന സേവ അതുപോലങ്ങു നടത്തിയാ മതി. അല്ലെടാ രവീ?" രവിയേയും ഒന്ന് തുറിച്ചുനോക്കിക്കൊണ്ട് കാർക്കിച്ചൊരു തുപ്പും തുപ്പി അച്ച്യു നടകൊണ്ടു.

"മാഷേ രണ്ടാമത്തെ സേവക്കായി ഷാപ്പിലേക്കാ. തിരിച്ച് വന്ന് വീണ്ടും ഭീഷണി തുടരും."

"രവീ തൽക്കാലം വഴക്കിനും, തർക്കത്തിനും ഒന്നും നിക്കണ്ട" മാഷ് ഓർമിപ്പിച്ചു. ആകാശം ചുവന്നു തുടുക്കാൻ തുടങ്ങിയിരിക്കുന്നു. മനോഹരമായ അസ്തമയ കാഴ്ച. കടൽ കാറ്റിൽ പീലി വിരിച്ചാടുന്ന തൈത്തെങ്ങുകൾ. സ്വപ്ന കഥാപാത്രത്തെ കണ്ട പരിഭ്രമത്തിൽ നിന്നും മാഷിന്റെ മനസ്സ് ഒന്ന് ശാന്തമായി. തിരിച്ചു നടക്കുമ്പോൾ സലിം മാഷ് ആകെ അസ്വസ്ഥനായതുപോലെ. കാര്യമായ ഏതോ ചിന്തയിലാണ്. അച്ച്യുതന്റെ ഭീഷണിക്കാര്യമായിരിക്കും ചിന്തിക്കുന്നത്. പുറമേക്ക് ഒന്നും കാണിച്ചില്ലെങ്കിലും അവനെ പോലൊരു ഭീകരനെ നിസ്സാരനായി കണ്ടുകൂടാ. പെട്ടെന്ന് മാഷ് മൗനം ഭഞ്ജിച്ചു. തൊഴിലാളികളുടെ കടം തിരിച്ചു കൊടുക്കലാണ് പ്രശ്നം മാഷേ. കുറേ റിലീഫ് പ്രവർത്തനം ഏറ്റെടുത്തത് കൊണ്ട് കമ്മിറ്റിയുടെ കൈയിൽ കാശൊന്നുമില്ല. എങ്ങനെ അത് സംഘടിപ്പിക്കുമെന്നാണ് പ്രശ്നം. വാങ്ങാൻ പറ്റുന്നവരിൽ നിന്നെല്ലാം പലവട്ടം വാങ്ങിക്കഴിഞ്ഞു. കമ്മിറ്റി ചേർന്ന് ആലോചിച്ച് ഒരു തീരുമാനമെടുക്കണം. ഇവന്മാരുടെ മുന്നിൽ തോറ്റു കൊടുക്കാൻ പറ്റില്ല. നിശ്ചയദാർഢ്യത്തോടെ മാഷ് പറഞ്ഞു നിർത്തി.

സലിം മാഷോട് യാത്ര പറഞ്ഞ് റൂമിലേക്ക് മടങ്ങി. നേരം ഇരുട്ടിത്തുടങ്ങിയിരിക്കുന്നു. ശ്മശാനത്തിലെ മരങ്ങൾ ഭീകര സത്വങ്ങളെ പോലെ തന്നെ തുറിച്ചു നോക്കുന്നുണ്ടോ. അല്പം മുമ്പ് കണ്ട സത്വം. താൻ സ്വപ്നത്തിൽ ദർശിച്ച സത്വം, തന്റെ നേരേയും കടുപ്പിച്ച ഒരു നോട്ടമെറിഞ്ഞ കാര്യം മാഷോർത്തു. ഇവനാരെട പുതിയ അവതാരം എന്ന് അന്വേഷിക്കുന്ന മട്ടിൽ. പ്രദേശചരിത്രത്തിന്റെ പുതിയ മുഖമാണ് ഇന്ന് ദർശിച്ചത്.

ചൂഷണത്തിന്റെ മുഖം - സാബുവും കൂട്ടരും ഉയർത്തിപ്പിടിക്കുന്നതിന്റെ നേരെ എതിർ മുഖം. ചില്ലറക്കാരല്ല. കാലങ്ങളായി തൊഴിലാളികളുടേയും, പാവങ്ങളുടേയും രക്തം ഊറ്റിക്കുടിക്കുന്നവർ. പഴയ ജന്മി മാടമ്പി വർഗത്തിന്റെ പുതിയ അവതാരങ്ങൾ. താമസിച്ചാണെങ്കിലും അവർക്കെതിരേയും വിരൽ ചൂണ്ടപ്പെട്ടിരിക്കുന്നു. പ്രചോദനം അപ്പുറത്തെ കടപ്പുറത്തെ കമ്മ്ണീസ്റ്റ്കാരാണ്. സാബുവിന്റെ ഭാഷയിൽ പറഞ്ഞാൽ കൊയപ്പക്കാർ. സാബുവിനെ പഴയ ചരിത്രം പഠിപ്പിക്കാൻ ഒരു നല്ല ഉദാഹരണമാണ് ലഭിച്ചിരിക്കുന്നത്. അബ്ദുള്ള. പട്ടിണി ചൂഷണം ചെയ്ത് പാവങ്ങളെ കടക്കെണിയിലാക്കി കണ്ണീരു കുടിപ്പിക്കുന്ന, പഴയ മാടമ്പിത്തത്തിന്റെ പ്രതിരൂപം. അപ്പുറത്തെ തൊഴിലാളികളുടെ മുന്നിൽ മുട്ടുകുത്തിയിരിക്കുന്നു. ഇവിടേയും അതിനുള്ള ഒരുക്കങ്ങൾ ആരംഭിച്ചിരിക്കുന്നു. സാബു വരട്ടെ വിഷയം അവനുമായി ചർച്ച ചെയ്യണം. സലിം മാഷ് സൂചിപ്പിച്ച കാര്യത്തിൽ തനിക്ക് ചില നിർദേശങ്ങൾ ഉണ്ട്.. സാബു എത്തിച്ചേർന്നു. സലിം മാഷ കൂടെ പോയിട്ട് രക്ഷിതാക്കളെ കണ്ടു കിട്ടിയോ? സാബു അന്വേഷിച്ചു. രക്ഷിതാക്കളെ കാണാൻ പറ്റിയില്ല സാബൂ, പക്ഷേ ഈ നാട്ടിൻ പുറത്തിന്റെ ശരിയായ ഒരു ചിത്രം മനസ്സിലാക്കാൻ പറ്റി. സാബുവിന്റെ ചരിത്ര വിശകലനത്തിലൊന്നും കാണാതിരുന്ന ഒരു ഇരുണ്ട ചിത്രം. മാഷെന്താ പറഞ്ഞു വരുന്നെ? ഭാര്യയും ഭർത്താവും ജോലിക്കു പോയിട്ടും കഴിഞ്ഞു കൂടാൻ കഷ്ടപ്പെടുന്ന കുടുംബങ്ങൾ. അവർക്ക് കൊള്ളപ്പലിശക്ക് പണം കടം കൊടുത്ത് രക്തം ഊറ്റിക്കുടിക്കുന്ന ഒരു പിശാച്. മാഷെ മനസ്സിലായി, സലിം മാഷ് എല്ലാം പറഞ്ഞു തന്നു അല്ലേ. ഞാനും മാഷോട് പറയണമെന്ന് കരുതിയിരിക്കുകയായിരുന്നു. "നിങ്ങൾ ഇത്ര കാലവും ഇവനെ എങ്ങനെ സഹിച്ചു."

മാഷെ ആദ്യമൊക്കെ കഷ്ടപ്പെടുന്നവർക്ക് സഹായമായി വായ്പ കൊടുത്തു തുടങ്ങിയതാ. ചെറിയ പലിശയായിരുന്നു - അത് ആളുകൾക്ക് വലിയ സഹായമായാണ് അനുഭവപ്പെട്ടത്. അവരുടെ വിശ്വാസം പിടിച്ചുപറ്റിയ ശേഷം ചതിയൻ മെല്ലെ കുരുക്ക് മുറുക്കുകയായിരുന്നു. ധാരാളം കുടുംബങ്ങൾ അവന്റെ വലയിൽ കുരുങ്ങിക്കിടക്കുകയാണ്. സ്വന്തം സഹോദരങ്ങളെ വഞ്ചിച്ച് ബാപ്പയുടെ സ്വത്തു മുഴുവൻ തട്ടിയെടുത്താണ് തുടക്കം. കള്ളത്തരത്തിന് ചൂട്ടു പിടിക്കാൻ കൂടെ ഒരു റൗഡി സംഘവുമുണ്ട്. അപ്പുറത്തെ കടപ്പുറത്തും കച്ചോടം വ്യാപിപ്പിക്കാൻ തുടങ്ങിയപ്പോഴാണ് പണി കിട്ടിയത്. ഇവന്റെ കൊള്ളയിൽ നിന്ന് രക്ഷനേടാൻ സംഘം ഉണ്ടാക്കലാണ് വഴിയെന്ന് അവരാണ് കണ്ടെത്തിയത്. അവിടെ ഉള്ളവർ കമ്മ്യൂണിസ്റ്റുകാരാണോ?. കൊറച്ച് കമ്മ്യൂണിസ്റ്റുകൾ

ഉണ്ട്. ഉള്ളവർ വലിയ സ്ട്രോങ്ങാ. അവരാണ് കാര്യങ്ങളെല്ലം മുന്നോട്ടു നീക്കിയത്. കാര്യങ്ങളൊക്കെ പെട്ടിക്കടയിലെ രവിയാട്ടനാണ് പറഞ്ഞു തന്നത്. അപ്പൊ നിങ്ങള് അവിടം വരെ പോയിന് അല്ലേ. "അവിടെ വച്ച് ഒരു ചങ്ങാതിയെ പരിചയപ്പെട്ടു. സാബൂന് വേണ്ടപ്പെട്ട ഒരാളാ." "ഇവിടെ ഉള്ളവരൊക്കെ വേണ്ടപ്പെട്ടവർ തന്നെയാ മാഷെ. മാഷ് പറഞ്ഞാളാരാ? 'അച്ചുതൻ, അബ്ദുള്ളയുടെ വലംകൈ ഗുണ്ടാത്തലവൻ അച്ചു. അവനാണ് മാഷെ വലിയ പ്രശ്നം. തൊഴിലാളികളെയെല്ലാം ഭീഷണിപ്പെട്ടുത്തി നിർത്തിയിരിക്യ. എനിക്കും ഭീഷണിയുണ്ട്. അവനൊറ്റക്കല്ല, കൂടെ എന്തിനും പോരുന്ന സെറ്റു മുണ്ട്. സാബു സൂക്ഷിക്കണം. ഒറ്റയ്ക്ക് സഞ്ചരിക്കാനേ പാടില്ല. കാര്യങ്ങളൊക്കെ രവിയാട്ടനിൽ നിന്നും സലിം മാഷിൽ നിന്നും മനസ്സിലായിട്ടുണ്ട്. കയ്യൂര് കൃഷിക്കാര പേരും പറഞ്ഞ് കമ്മ്ണിസ്റ്റുകാര് ലഹളേണ്ടാക്കീ, നെല്ല് കട്ട്, പോലീസുകാരന കൊന്ന്, മൊല മുറിച്ച് എന്നൊക്കെ സാബു അന്ന് പറഞ്ഞില്ലെ? അതുപോലെ സാബൂനേം, പാർട്ടീനേം കൊണ്ട് ഒരു സംസാരം വന്നിട്ട്ണ്ട്. എന്ത്ന്നാദ് മാഷേ? സംഘം ഇണ്ടാക്ക്ന്നത് പാർട്ടിക്കും സാബൂനും പണം തട്ടാനാന്ന്. അന്നത്തെ ജന്മിമാടമ്പിമാര് ഉപയോഗിച്ച അതേ കള്ള പ്രചരണം, സമരത്തെ കരിതേച്ച് കാണിക്കാനും, സമരക്കാരെ കള്ളക്കേസിൽ കുടുക്കാനും പ്രയോഗിച്ച അതേ തന്ത്രം. പക്ഷേ അവിടുത്തെ ആൾക്കാർ അത് വിശ്വസിച്ചില്ല. പുറത്തുള്ള എന്നേയും സാബുവിനേയും പോലുള്ളവർ വിശ്വസിച്ചു.

അന്നത്തെ ജന്മിമാരുടെ സ്ഥാനത്ത് ഇവിടെ ഒരു അറവു പലിശക്കാരനും ശിങ്കിടികളും കൃഷിക്കാരുടെ സ്ഥാനത്ത് സാബുവും പാർട്ടിയും,. സാബുവിന് ചരിത്രത്തിന്റെ കളി മനസ്സിലാവുന്നുണ്ടോ? മാഷക്ക് പുസ്തകം വായിച്ചിറ്റൊക്കെ മനസ്സിലായപോല പഠിക്കാൻ പറ്റാത്ത എനിക്കെങ്ങനെ മനസ്സിലാവാനാ, എന്നാലും മാഷ് പറേന്ന കേട്ടിറ്റ് കൊറച്ചൊക്കെ പിടി കിട്ട്ന്ന്ണ്ട്. അനുഭവം വരുമ്പഴല്ലേ മാഷേ ഇങ്ങന ഓരോന്ന് പഠിക്യാ. സാബു ഇതങ്ങന വിട്ടു കൊടുക്കുന്ന പ്രശ്നമില്ല. കാര്യം സ്വന്തമായങ്ങ് എറ്റെടുത്തു പോലെ മാഷിലൊരു തോന്നൽ.

സ്വപ്നത്തിൽ വന്ന ഭീകരന്റെ പ്രതിരൂപത്തെ കണ്ടതിനാലാണോ? പാവപ്പെട്ടവരെ വഞ്ചിക്കുന്ന നീചൻമാരോടുള്ള ആത്മരോഷമാണോ? സുഹൃത്തിനെതിരെ ഉള്ള ഭീഷണിയാണോ? എന്തായാലും തന്നിക്കിതിലും ഒരു ചരിത്ര നിയോഗമുണ്ടെന്ന് രമേശൻ മാഷക്ക് തോന്നി. തൊഴിലാളികളുടെ കടം വീട്ടലാണ് പ്രധാന പ്രശ്നമെന്ന് സലിം മാഷ് പറഞ്ഞിട്ടുണ്ട്. അതിന് വേണ്ട കാശ് കണ്ടെത്തണം. അതിന് ഞാനൊരു വഴി ആലോചിച്ചിട്ടുണ്ട്. നടക്കുമെങ്കിൽ കാര്യം വിജയിക്കും. കണ്ണൻ

മാഷക്കും, സലിം മാഷക്കും ശമ്പളസർട്ടിഫിക്കറ്റ് ഉപയോഗിച്ചാൽ ബാങ്കിൽ നിന്നും വായ്പ കിട്ടും? അതുപയോഗിച്ച് കടം വീട്ടണം. പിന്നീട് തൊഴിലാളികളിൽ നിന്നും ഗഡുക്കളായി പിരിച്ച് തിരിച്ചടക്കണം.

നിങ്ങളെ കമ്മിറ്റിയിൽ സാബു ഒന്ന് പറഞ്ഞു നോക്ക്. ഞാൻ പറഞ്ഞു എന്നൊന്നും പറയണ്ട. മാഷെ അതു നല്ലൊരു പരിപാടിയാ. ഏതായാലും ഞാൻ പറഞ്ഞു നോക്കാം. പിന്ന അപ്പുറത്തെ സംഘക്കാരുടെ സഹായോം തേടാം. അത് ശരിയാവൂല മാഷേ. അവര ഏൽപ്പിച്ചാൽ കാര്യം ഭംഗിയായി നടക്കും. പക്ഷേ ഇവിടുത്തെ കോൺഗ്രസ്കാർക്ക് അതത്ര ഇഷ്ടപ്പെട്ടൂല്ല. ഏതായാലും, അദ്യം പൈസ സംഘടിപ്പിക്കട്ടെ. എന്നിട്ട് ബാക്കി കാര്യങ്ങൾ ആലോചിക്കാം.

ജീവിതം മുന്നോട്ടു കൊണ്ടുപോകാൻ അമ്മയ്ക്കും അച്ഛനും ജോലിക്ക് പോകേണ്ടതുകൊണ്ട് മൂത്ത കുട്ടി ഇളയ കുട്ടിക്ക് കാവലിരിക്കേണ്ടി വരിക. അതു കാരണം അവരുടെ യഥാസമയം ലഭിക്കേണ്ട വിദ്യാഭ്യാസം മുടങ്ങുക. പല കുട്ടികളും പ്രായക്കൂടുതലുണ്ടായിട്ടും ചെറിയ ക്ലാസിലിരിക്കേണ്ടി വന്നതിന്റെ യഥാർഥ കാരണം ഇന്നാണ് ശരിയായി മനസ്സിലായത്. പഠനത്തിന്റെ പിന്നോക്കാവസ്ഥയ്ക്കും ഒരു കാരണം ഇതു തന്നെ. അധ്വാനിച്ച ജോലി ചെയ്തിട്ടും ദാരിദ്ര്യം ബാക്കി. അതിന്റെ കൂടെ ഉള്ളത് തട്ടിപ്പറിക്കാൻ ഒരു കാട്ടു കള്ളനും. അവന് കൂട്ടിനായി കുറേ ശിങ്കിടികളും. ഈ പ്രദേശത്തിന്റെ കറുത്ത ചിത്രം. കേൾക്കാൻ ആഗ്രഹിക്കാത്ത വശം. പക്ഷേ അതിന്ന് നേരിൽ കണ്ടിരിക്കുന്നു. പക്ഷേ ഇവിടുത്തെ നല്ല മനുഷ്യരുടെ കൂട്ടായ്മ ഈ അവസ്ഥ മാറ്റുക തന്നെ ചെയ്യും. കൂടുതൽ രക്ഷിതാക്കളെ പരിചയപ്പെടാൻ പറ്റിയില്ലെങ്കിലും ഇന്നത്തെ നടത്തം കുട്ടികളോടുള്ള തന്റെ ഉത്തരവാദിത്തം ഒന്നുകൂടി വർദ്ധിപ്പിച്ചതായി മാഷക്ക് തോന്നി. ഇത്തരം സാഹചര്യത്തിൽ പെട്ടുപോയ കുട്ടികളുടെ പഠനം മെച്ചപ്പെടുത്താൻ പ്രത്യേക ശ്രദ്ധ പതിപ്പിക്കണം. വായനാ പ്രവർത്തനത്തിൽ കുട്ടികൾ മെച്ചപ്പെട്ടു വരുന്നുണ്ട്. വാചികമായി ഗ്രഹിച്ച ആശയം വരികളിൽ കണ്ടെത്താനും അറിയാത്ത അക്ഷരങ്ങളും ചിഹ്നങ്ങളും തിരിച്ചറിയാനും അവർക്ക് നല്ല നിലയിൽ കഴിയുന്നുണ്ട്. ലീനയിൽ നിന്നും അക്കാര്യത്തിൽ സന്തോഷകരമായ അനുഭവമാണ് ഇന്നുണ്ടായത്. ആശയം ഉൾക്കൊള്ളുന്ന വരികണ്ടെത്താൻ പ്രയാസമുണ്ടായില്ല. പക്ഷേ അതിലെ രണ്ട് കൂട്ടക്ഷരങ്ങൾ പിടികിട്ടുന്നില്ല. ആശയം വാചികമായി ഒന്നുകൂടി പറയിപ്പിച്ചു. വീണ്ടും വായിക്കാൻ ആവശ്യപ്പെട്ടു. അറിയുന്ന അക്ഷരങ്ങൾ ചേർത്ത് ചേർത്ത് അറിയാത്തതിനെ ഒരെത്തിപ്പിടിയായിരുന്നു. ശരിയായി വായിക്കാൻ കഴിഞ്ഞപ്പോഴുണ്ടായ ആ ചിരിയും സന്തോഷവും. തനിക്ക്

കിട്ടിയ വലിയൊരു സമ്മാനമായി മാഷക്ക് തോന്നി. ഗണിതത്തിൽ പക്ഷേ നേരെ തിരിച്ചായി പോയി. പ്രായോഗിക പ്രശ്നങ്ങളുടെ നിലവാരം അല്പമൊന്നു കൂട്ടിയപ്പോൾ വഞ്ചി തിരുനക്കര തന്നെ. അതിനുള്ള തന്ത്രം മെനയേണ്ടിയിരിക്കുന്നു. എന്നാലും പൊതുവെ മോശമല്ലാത്ത ഒരു മാറ്റം ഉണ്ടായിട്ടുണ്ട്. ഭക്ഷണം കഴിച്ചശേഷം നാളെ നടത്തേണ്ട ഗണിത പ്രവർത്തനങ്ങളെ കുറിച്ചുള്ള ചിന്തയിലായി. ഇന്ന് നൽകിയ പ്രവർത്തനങ്ങളിൽ എന്തെങ്കിലും പിഴവുകൾ സംഭവിച്ചിരുന്നോ. ലളിതമായ പ്രശ്നങ്ങൾ നൽകി തന്നെയാണ് തുടങ്ങിയത്. അതൊക്കെ കുട്ടികൾ സ്വയം വിശകലനത്തിലൂടെ കണ്ടെത്തിയിരുന്നു. ടെക്സ്റ്റ് ബുക്കിലെ ചോദ്യങ്ങളിലേക്ക് കടന്നപ്പോഴാണ് പ്രശ്നമായത്. കുട്ടികൾ ഇതുവരെ നടത്തിയ പ്രവർത്തനങ്ങൾ വച്ച്, അതും അവർക്ക് ചെയ്യാൻ കഴിയേണ്ടതാണ്. പക്ഷേ എട്ടുപേർക്കൊഴികെ, ചെയ്യാൻ പറ്റുന്നില്ല.

തന്ത്രങ്ങൾ അവരുടെ മനസ്സിലുണ്ട്. പക്ഷേ വേണ്ട സ്ഥലത്ത് പ്രയോഗിക്കാൻ കഴിയുന്നില്ല. അതിനാണ് പരിഹാരം കണ്ടെത്തേണ്ടത്. അവരുടെ സ്വയം വിശകലനശേഷി ഒന്നുകൂടി മെച്ചപ്പെടേണ്ടതുണ്ടോ?. ഓരോ പ്രവർത്തനം നടത്തുമ്പോഴും വിശകലന ചോദ്യങ്ങൾ ആവർത്തിക്കുന്നതിൽ അർഥമില്ല. പിന്നെ എവിടെയാണ് പിഴച്ചത് മാഷ് കൂട്ടിയും, കിഴിച്ചും ആലോചന തുടർന്നു കൊണ്ടേയിരുന്നു. എത്ര നേരമായെന്നറിയില്ല'. പെട്ടെന്ന് ഒരുൾവിളി പോലെ. ചോദ്യം നന്നായി വായിച്ച് ഉൾക്കൊള്ളാനുള്ള സമയം കൊടുത്തിരുന്നോ. ഇല്ല. അത് ചെയ്തില്ല. അവിടെയാണ് പാളിച്ച പറ്റിയത്. ചോദ്യ വിശകലനത്തിന് വേണ്ട സമയം നൽകണം. എന്തെങ്കിലും സംശയമുണ്ടെങ്കിൽ അത് വ്യക്തമാക്കി കൊടുക്കണം. പുറത്ത് കുറുനരികളുടെ രാഗാലാപനം ഉച്ചസ്ഥായിയിലായിരിക്കുന്നു. അവരെ കളിയാക്കുന്നത് പോലെ മൂങ്ങകളുടെ മൂളൽ. തന്റെ ആലോചന അർദ്ധരാത്രിയോളം നീണ്ടിരിക്കുന്നു. ഇത്ര നേരവും ഉറക്കിളച്ച് ചിന്തിച്ചതിന് ഫലം കിട്ടിയിരിക്കുന്നു. നാളെ ആത്മവിശ്വാസത്തോടെ ക്ലാസിലേക്ക് പോകാം. ഇനി സമാധാനത്തോടെ ഉറങ്ങാം.

20

രമേശൻ മാഷ് വലിയ ആവേശത്തിലാണ്. ഇന്നലെ രാവിൽ ധ്യാനത്തിനിടയിൽ കിട്ടിയ തന്ത്രം പ്രയോഗിക്കുകയാണ്. കുട്ടികൾ ചോദ്യം പലകുറി വായിക്കുന്നു. കണ്ടെത്തേണ്ട വഴികൾ ഇതല്ലേ മാഷെയെന്ന് ഇങ്ങോട്ട് ചോദിക്കുന്നു. ആത്മവിശ്വാസത്തോടെ പടിപടിയായി പ്രശ്നപരിഹാരത്തിലേക്ക് എത്തിച്ചേരുന്നു. ചോദ്യത്തെ രണ്ടു ഭാഗമായി പിരിച്ചുനൽകുകയാണ് ആദ്യം ചെയ്തത്. സ്വയം വിശകലനം ചെയ്യാൻ അത് കൊണ്ട് അവർക്ക് എളുപ്പമുണ്ട്. ഈ ബുദ്ധി ഇന്നലെ തോന്നാഞ്ഞത് എന്തുകൊണ്ടാണെന്നാണ് മാഷ് ഇപ്പോൾ ചിന്തിക്കുന്നത്. മറ്റൊരു വലിയ സന്തോഷവുമുണ്ട്. ലീനയുമായി ബന്ധപ്പെട്ടതാണ്. സജീവൻ ഒരു മുഴം മുൻകൂട്ടിയെറിഞ്ഞിരിക്കുന്നു. രാവിലെ എത്തിയപ്പോൾ തന്നെ അവൻ തന്റെയടുത്തേക്ക് ഓടിവന്നു. വിജയാട്ടൻ, ലീനയുടെ അച്ഛൻ, ലഹരിയുടെ കെട്ടഴിഞ്ഞ് രാവിലെ മകളോട് വാത്സല്യം പ്രകടിപ്പിക്കുന്ന സമയം. സജീവന്റെ നിർദ്ദേശമനുസരിച്ച് അവൾ കമ്പുകൾ ഉപയോഗിച്ച് അച്ഛന്റെ മുന്നിൽ കണക്കുകൾ ചെയ്തു കാണിച്ചു തുടങ്ങി. ഇടയ്ക്ക് അച്ഛനോടും ചോദ്യങ്ങൾ ചോദിക്കാൻ ആവശ്യപ്പെടുന്നുണ്ട്. അങ്ങനെ അച്ഛനും പ്രവർത്തനത്തിൽ പങ്കാളിയായിരിക്കയാണ്. മകൾ തന്റെ ചോദ്യത്തിന് ശരിയായി ഉത്തരം നൽകുകയും, കമ്പുകൾ ഉപയോഗിച്ച് ശരിയാണെന്ന് തെളിയിക്കുന്നതും കണ്ട് അച്ഛനും നല്ല ആവേശത്താലായി.

അപ്പോഴാണ് സജീവൻ അവിടേക്കെത്തിയത്. ബാക്കി സജീവന്റെ വാക്കുകളിലൂടെ. “മാഷെ ഞാം ചെന്നേരം എന്നേം കളി കൂട്ടി. ഞാനും ലീനേം മത്സരം ആയി. ചെല കളീല് ലീന ജയിച്ചു. അപ്പോ വിജ്യാട്ടന് വലിയ സന്തോഷം. അന്നേരം ഞാം വിജ്യാട്ടനോട് പറഞ്ഞ് ഓളിപ്പം ക്ലാസിലും മട്ക്യാ, ങ്ങള് രാത്രില് ഒച്ചപ്പാട് ഇണ്ടാക്കാണ്ടിരുന്നാ ഇനിയും

മ്ട്ക്കി ആവൂന്ന്. അന്നേരം വിജ്യാട്ടൻ എന്ന തന്നെ നോക്കി. അന്നേരം ഓാറ കണ്ണ്ന്ന് വെള്ളം വര്ന്ന്. ബാക്കി ലീനയുടെ വാക്കുകളിൽ - രാത്രി അച്ഛൻ കള്ളും കുടിച്ചിറ്റ് ആടി ആടി വന്ന്. എന്നേം അമ്മേനേം ഒന്ന് നോക്കീറ്റ്, തലേം താത്തി ഒറ്റക്കരച്ചില്. എന്നിറ്റ് ചോറും തിന്നിറ്റ് അപ്പാട് പോയി കെടന്ന്. അമ്മേന വയക്കൊന്നും പറഞ്ഞിറ്റില്ല. അതോണ്ട് എനക്കിന്നല നല്ലോണം പഠിക്കാം പറ്റി മാഷേ. ലീനയുടെ ആശ്വാസകരമായ വാക്കുകൾ മാഷിന്റെ ഉള്ളിൽ കുളിർമഴ പെയ്യിച്ചു. രണ്ട് മക്കളേയും ചേർത്ത് പിടിച്ച് മാഷ് കുറച്ച് നേരം നിർന്നിമേഷനായി നിന്നു പോയി. തന്റെ പദ്ധതിയുടെ ഒന്നാം ഘട്ടം വിജയിച്ചോ? വിശ്വസി ക്കാറായിട്ടില്ല. മദ്യപന്മാരുടെ കളി അങ്ങനെയാണ്. തന്റെ മാമനെ കുറിച്ച് മാഷ് ഒരു നിമിഷം ഓർത്തു. ഏതായാലും ഒരു ദിവസം ബഹള മില്ലാതെ ആ കുഞ്ഞിന് ഉറങ്ങാനായിരിക്കുന്നു. അതിന്റെ ആശ്വാസം എത്രയാണെന്ന് മാഷ്ന് നന്നായി മനസ്സിലാക്കാൻ പറ്റും. കേട്ടിട ത്തോളം അയാൾക്ക് നല്ല കുറ്റബോധം ഉണ്ടെന്നു തോന്നുന്നു. ആദ്യം അതു തന്നേയാണ് ഉണ്ടാവേണ്ടത്. സലിം മാഷോട് പറഞ്ഞാലോ. വേണ്ട പെട്ടെന്നു പറയേണ്ട. തുടർന്ന് എന്താണ് സംഭവിക്കുന്നതെന്ന് നോക്കാം. ഒരു വ്യക്തത വന്നാൽ പറയാം. അയാളെ നേരെയാക്കാൻ സജീവൻ തന്നെ മതിയാകും. ആ കുഞ്ഞ് മനസ്സിൽ രൂപം കൊണ്ട ശരമേറ്റാണ്, ആ മദ്യപനിൽ നിന്നും ആദ്യമായി കുറ്റബോധത്തിന്റെ കണ്ണീർ പൊഴിഞ്ഞത്. അത് തുടർന്ന് അയാളുടെ മദ്യപാന ശീലം നിർത്തുന്നിടത്ത് എത്തിക്കണം. ലഹരിക്ക് അടിപ്പെട്ടു പോയവരെ മാറ്റിയെടുക്കുക പ്രയാസമാണെന്ന് കേട്ടിട്ടുണ്ട്. മകളുടെ സ്നേഹവായ്പ് അതിലേക്ക് നയിച്ചെങ്കിലായി.

“മാഷേ മാലു അന്വേഷിച്ചിന്. ചരിത്രത്തിന്റെ ചർച്ചക്കാണ്. പ്രയാഗ് ക്ലാസ് കഴിഞ്ഞ് വരാൻ താമസിക്കുന്നതുകൊണ്ടാണ് അങ്ങോട്ടേക്ക് വരാതിരുന്നത്. മാഷ് സമയമുണ്ടെങ്കിൽ വീട്ടിലേക്ക് വാ.” കണ്ണൻ മാഷാണ്. മാലുവിനെ കാണാൻ തനിക്കും ആഗ്രഹമുണ്ട്. ഏതായാലും പോയിക്കളയാം. മാഷേ അഞ്ച് മണിക്ക് ശേഷം വരാം. ചരിത്ര ചർച്ചക്കാ ണത്രെ. ക്ലാസിൽ നടന്ന സംഭവങ്ങൾ പറയാനായിരിക്കും. ഏതായാലും സാബു വന്നെങ്കിൽ അവനേയും കൂട്ടാം. മാഷ് റൂമിലേക്ക് നടന്നു. ചായയു ണ്ടാക്കി കഴിച്ചു. അകപ്പാടെ നല്ലൊരു സന്തോഷം. മാഷ് ജനാല തുറന്ന് ശ്മശാനത്തിലേക്ക് നോക്കിയിരുന്നു. വൻ മരങ്ങൾ, കുറ്റിച്ചെടികൾ, അടിക്കാട്, അതിനിടയിലായി പരേതരുടെ മീശാൻ കല്ലുകൾ. ചിലയിട ത്ത് കാട് വെട്ടി വൃത്തിയാക്കിയിട്ടുണ്ട്. പുതുതായി എത്തിച്ചേർന്നവരുടെ കല്ലറയാണ്. പല വിധ വേഷങ്ങൾ കെട്ടിയാടിയതിന് ശേഷം ജീവിത

രംഗത്തിൽ നിന്നും വിടവാങ്ങിയവർ. അവരുടെ അന്ത്യ വിശ്രമകേന്ദ്രം. കുറ്റൻ മരങ്ങൾ കടൽ കാറ്റേറ്റ് ഉലയുന്നു. രാത്രി കാലങ്ങളിൽ നിലാവ് പരന്നൊഴുകുമ്പോൾ വൃക്ഷ നിഴലുകൾ പ്രേതങ്ങളായി പരിണമിക്കുന്നു. വീരാനിക്കയും, ജിന്നുകളുമായി മാറുന്നു. പാത്തുമ്മമാരുടെ കഥകൾ അവയ്ക്ക് ജീവൻ നൽകുന്നു. നത്തുകളുടെ മൂളലും, കാലം കോഴിയുടെ കൂക്കിയും, നായ്ക്കളുടെ ഓലിയിടലും പിശാചുക്കളുടെ വരവറിയിച്ചു കൊണ്ട് മുഴങ്ങുന്നു. മനസ്സിൽ അന്ധവിശ്വാസത്തിന്റെ കൂരിരുട്ടുമായി അതുവഴി വരുന്നവരെ അപകടത്തിലേക്ക് നയിക്കുന്നു. ശ്മശാനത്തിലെ ഇരുണ്ട മൂലകളിലേക്ക് നോക്കുമ്പോൾ കറുത്ത രൂപങ്ങൾ പതിയിരിക്കുന്നു ണ്ടെന്ന് ഒരു നിമിഷം തോന്നിപ്പോകുന്നു. മുക്രി ഉസ്മാനിക്ക പലവട്ടം പള്ളിയിലേക്ക് ക്ഷണിച്ചതാണ്. ഇതു വരെ പോകാൻ പറ്റിയിട്ടില്ല. മൂപ്പരും വലിയ പ്രേതവിശ്വാസിയാണ്. പക്ഷേ മൂസ മൊയ്ല്യാരുടെ രക്ഷ കെട്ടിയതു കൊണ്ട് ഒന്നും അടുക്കില്ലത്രെ. തന്നോടും ഒന്നു കെട്ടു ന്നതാണ് നല്ലതെന്ന് ഉപദേശിച്ചിരുന്നു. നല്ല ഒരു മനുഷ്യൻ.

"മാഷെന്താ ആലോചിച്ചു കൊണ്ടിരിക്കുന്നെ" സാബുവാണ്. മുഖത്ത് നല്ല ക്ഷീണമുണ്ട്. ചായയിട്ടു കൊടുക്കാം, മൊയ്തുക്കായുടെ കടയിൽ നിന്ന് വാങ്ങിയ നെയ്യപ്പവുമുണ്ട്. സാബുന് മറ്റ് തിരക്കില്ലെങ്കിൽ കണ്ണൻ മാഷിന്റെ വീടു വരെ ഒന്ന് പോകാം. മാലുവുമായി ചരിത്ര ചർച്ചക്കാണ്. "ഇങ്ങള് മാഷും കുട്ടീം പഠിക്കുന്നേടത്ത് ഞാനെന്തിനാ മാഷേ. ഞാനെന്ത് ചരിത്രം ചർച്ച ചെയ്യേന മാഷേ. വരാൻ പോകുന്ന വലിയൊരു ചരിത്ര സംഭവത്തിന് നേതൃത്വം കൊടുക്കുന്ന ആള് തന്ന്യാ ഇങ്ങനെ പറയേണ്ടത്. അതേത് സംഭവാ മാഷേ. നമ്മള് ഇന്നലെ ചർച്ച ചെയ്തില്ലേ? ഓ അതിനേം മാഷ് പിടിച്ച് ചരിത്ര സംഭവാക്ക്യോ. സംശയം എന്താ സാബൂ. ഒരു പ്രദേശത്തെ പാവപ്പെട്ട ജനങ്ങളുടെ ജീവിതം മെച്ചപ്പെടുത്തുന്ന കാര്യം ചരിത്ര സംഭവമല്ലെങ്കിൽ മറ്റെന്താണ്. ഏതായാലും കണ്ണൻ മാഷുമായി മാഷ് ഇന്നലെ സൂചിപ്പിച്ച കാര്യത്തെ പ്പറ്റി സംസാരിച്ചു നോക്കാം. ഞാനും വരാം. സാബു സമ്മതിച്ചു.

21

ചെല്ലുമ്പോൾ അച്ഛനും മകളും ഗംഭീര ചർച്ചയിലാണ്. സ്വാതന്ത്ര്യ സമരമാണ് വിഷയം. അച്ഛന് നേരെ മകളൊരു ചോദ്യമിട്ട കൊടുത്തതാണ്. ഇന്ത്യക്ക് സ്വാതന്ത്ര്യം വാങ്ങിച്ച തന്നതാരാണ്? അതിലെന്താടി ഇത്ര സംശയം, നമ്മുടെ ഗാന്ധിജിയല്ലാതെ വേറെ ആരാ. ഗാന്ധിജി ഒറ്റയ്ക്ക് സ്വാതന്ത്ര്യം വാങ്ങിത്തന്ന എന്നാണോ അച്ഛൻ പറയുന്നത്. മകളുടെ സംശയം. നീയെന്താടീ ഇപ്പറേന്നെ. ഒരാൾക്ക് ഒറ്റക്കങ്ങ് സാധിക്യോ. ഗാന്ധിജിയുടെ നേതൃത്വത്തിൽ ജനലക്ഷങ്ങൾ അണിനിരന്ന നിരവധി സമരങ്ങളില്ലേ. അതിന്റെയൊക്കെ ഫലാ നമ്മുടെ സ്വാതന്ത്ര്യം. അപ്പോൾ ഭഗത് സിംഗും, സുഭാഷ് ചന്ദ്രബോസും ഒക്കെ നേതൃത്വം നൽകിയ സമരങ്ങളോ? അതൊക്കെ ഇണ്ട്. പക്ഷേ ഗാന്ധിജി നടത്തിയ സമരങ്ങളാണ് പ്രധാനം. ഇനിക്ക് ചർച്ച ചെയ്യേനിതാ മാഷും സാബൂം വന്നിന്. ഇനി എന്നെ വെറുതെ വിട്ടേക്ക്. അദ്ദേഹം വിഷയം ഞങ്ങളുടെ ചുമലിലാക്കി രക്ഷപ്പെടാനുള്ള ഒരുക്കത്തിലാണ്. അച്ഛനങ്ങനെ രക്ഷപ്പെടണ്ട. കൊറച്ച് നേരോം കൂടി ഇരിക്ക്. പോകാൻ പുറപ്പെട്ട മാഷിന്റെ കഴുത്തിൽ തൂങ്ങി മോളുടെ നിർബന്ധം. അവരുടെ ക്ലാസിൽ ഇന്നൊരു ചരിത്ര ചർച്ച നടന്നു. സ്വാതന്ത്ര്യ സമരമായിരുന്നു വിഷയം. സ്വാഭാവികമായും ഗാന്ധിജിയിൽ ഊന്നി നിന്നുകൊണ്ടുള്ള ചർച്ച. ഭഗത് സിംഗിന്റെ നേതൃത്വത്തിൽ വിപ്ലവകാരികൾ നടത്തിയ പോരാട്ടങ്ങളും, സുഭാഷ് ചന്ദ്ര ബോസ് ഐ. എൻ. എ രൂപീകരിച്ച് നടത്തിയ പോരാട്ടങ്ങളും ചർച്ച ചെയ്യപ്പെട്ടു. അതിലൊന്നും ആർക്കും അഭിപ്രായ വ്യത്യാസമില്ല. പക്ഷേ ചർച്ച കേരളത്തിലേക്കും സ്വന്തം പ്രദേശത്തേക്കും നീണ്ടപ്പോൾ ചൂടുപിടിച്ചു. കയ്യൂർ, കരിവെള്ളൂർ സമരങ്ങളായിരുന്നു വിഷയം.

“അതെന്ത്ന്നാടീ ഗാന്ധീന്റെ സമരത്തില് കുത്തിത്തിരിപ്പ് ഉണ്ടാക്കാൻ കമ്മൂണിസ്റ്റുകാര് ചെയ്ത അക്രമേല്ലെ?

അവിടെയാണച്ഛാ ഗാന്ധിജി വാങ്ങിത്തന്ന സ്വാതന്ത്ര്യത്തിന്റെ പ്രശ്നം. എന്തു പ്രശ്നം.? മാഷും സാബുവും പരസ്പരം ഒന്നു നോക്കിപ്പോയി. കയ്യൂർ വിഷയം മുമ്പൊരു ദിവസം തങ്ങൾ ചർച്ച ചെയ്തതാണ്. അതിലൊന്നും ഗാന്ധിജി കടന്നു വന്നിട്ടില്ല. മാലു എന്താണ് പറയാൻ പോകുന്നത്. രണ്ടു പേരും ആകാംക്ഷാഭരിതരായി. കർഷകർ ‘പുലരി മുതൽ അന്തിവരെ പാടത്ത് പണി ചെയ്ത് ഉണ്ടാക്കിയ നെല്ല്. അത് ജൻമിത്തമ്പ്രാക്കൻമാർ പത്തായത്തിൽ നിറച്ചു. നാട്ടിൽ അരിക്ക് ക്ഷാമം. അധ്വാനിച്ചുണ്ടാക്കിയ നെല്ല് തങ്ങൾക്ക് ന്യായ വിലക്ക് നൽകണമെന്ന് കൃഷിക്കാർ. ഒരു മണി പോലും തരില്ലെന്ന് തമ്പ്രാക്കൾ. കരിഞ്ചന്തക്ക് നെല്ല് കടത്താൻ അവർ ഗൂഢാലോചന നടത്തി. വിവരം ജനങ്ങളറിഞ്ഞു. അവർ കമ്മ്യൂണിസ്റ്റുകാരുടെ നേതൃത്വത്തിൽ സമരത്തിനിറങ്ങി. നെല്ല് കടത്തിയാൽ തടയുമെന്ന് പ്രഖ്യാപിച്ചു. ജന്മിമാരും അവരെ സംരക്ഷിക്കുന്ന ബ്രിട്ടീഷ് അധികാരികളും കൂടിയാലോചന നടത്തി. സമരത്തെ പൊളിക്കാൻ കള്ള പ്രചരണങ്ങൾ ആരംഭിച്ചു. പ്രതിഷേധക്കാർക്കെതിരെ ഭീകര മർദ്ദനങ്ങൾ അഴിച്ചുവിട്ടു. അതിനെയൊക്കെ നേരിട്ട് പല സ്ഥലങ്ങളിലും നെല്ല് പിടിച്ചെടുത്തു ജനങ്ങൾക്ക് വിതരണം ചെയ്തു.

ജന്മിമാരും ബ്രിട്ടീഷ് അധികാരികളും കലി കൊണ്ടു. ഭ്രാന്തിളകിയതുപോലെ നാട്ടിലെങ്ങും പോലീസ് നരനായാട്ട്. ലാത്തിച്ചാർജ് വെടിവെപ്പ്. കുറേ പേർ മരിച്ചു വീണു പരിക്കേറ്റവരെ ചികിത്സ നൽകാതെ ജയിലിലടച്ചു. ഉശിരമാരായ നാല് യുവാക്കളെ കള്ളക്കേസു ചുമത്തി തൂക്കിലേറ്റി. കുറ്റം തങ്ങളധ്വാനിച്ചുണ്ടാക്കിയ നെല്ല് പട്ടിണി മാറ്റാൻ ന്യായ വിലക്ക് നൽകണമെന്നാവശ്യപ്പെട്ടു പോയത്. ഇന്ത്യയുടെ കുഗ്രാമങ്ങളിലെ പാവങ്ങളായ കൃഷിക്കാരും തൊഴിലാളികളും. അടിമത്തത്തിന്റെ ഇരട്ട നരകം പേറുന്നവർ. ഒന്ന് ബ്രിട്ടീഷ് സാമ്രാജ്യത്വം, മറ്റൊന്ന് ജന്മിമാടമ്പിത്തം. രണ്ടിൽ നിന്നും മോചനം നേടിയാലേ സ്വാതന്ത്ര്യം അർഥപൂർണമാവൂ. ഇതിൽ ഗാന്ധിജി നേടിത്തന്നത് ഏതു സ്വാതന്ത്ര്യം? കയ്യൂരേയും, കരിവെള്ളൂരിലേയും ജനങ്ങൾ സ്വന്തം ചോരയിലൂടെ നേടിയെടുത്തത് ഏത് സ്വാതന്ത്ര്യം? അവർ നടത്തിയ സമരം സ്വാതന്ത്ര്യ സമര ചരിത്രത്തിന്റെ പടിക്ക് പുറത്ത്? ചരിത്ര ചിന്തകരായ മാഷക്കും സാബു ചേട്ടനും, കോൺഗ്രസ് നേതാവായ കണ്ണൻ മാഷക്കും എന്തു പറയാനുണ്ട് എന്നാണെന്റെ ചോദ്യം. മാലു പറഞ്ഞു നിർത്തി. ശിഷ്യ തന്നെ കടത്തിവെട്ടിയിരിക്കുന്നു. രമേശൻ മാഷ് ശരിക്കും അത്ഭുതസ്തബ്ധനായിപ്പോയി. ഇവൾക്ക് ഈ

ചിന്ത എവിടുന്ന് കിട്ടി. നിരഞ്ജനയുടെ പുസ്തകം വായിച്ചപ്പോഴൊന്നും ഇങ്ങനെ ഒരു ചിന്ത തന്റെ മനസ്സിൽ കടന്നു വന്നിട്ടില്ല. ഗാന്ധിജിയെ ചോദ്യം ചെയ്യുക എന്നത് അചിന്ത്യമായിരുന്നു. സാബുവും കണ്ണൻ മാഷും അവളുടെ ചോദ്യത്തിന്നു മുന്നിൽ പകച്ചു നിൽക്കുകയാണ്. ഗാന്ധിജിയെ ചോദ്യം ചെയ്യുക അവരെ സംബന്ധിച്ചിടത്തോളവും അചിന്ത്യം തന്നെ. പക്ഷേ നിഷേധിക്കാനാവാത്ത ചരിത്ര സത്യമാണ് തങ്ങളുടെ മുന്നിൽ അനാവരണം ചെയ്യപ്പെട്ടിരിക്കുന്നത്. എടീ ഗാന്ധി ശിഷ്യനായആ ചാര്യ വിനോഭ ഭാവെയുടെ നേതൃത്വത്തിൽ നടന്ന ഭൂദാനപ്രസ്ഥാനം, ചമ്പാരനിൽ നടന്ന നീലം കൃഷിക്കാരുടെ സമരം ഒക്കെ ഗാന്ധിയൻ സമരത്തിന്റെ ഭാഗമല്ലെ. അതൊക്കെ ശരി തന്നെ അച്ഛാ. പക്ഷേ ജന്മിമാടമ്പിത്ത ചൂഷണത്തിന്റെ, അടിമത്തത്തിന്റെ ഒരു രോമത്തിൽ തൊടാനെങ്കിലും ആ സമരങ്ങൾക്കായിട്ടുണ്ടോ? സ്വാതന്ത്ര്യം ലഭിച്ച് ഇത്ര വർഷങ്ങൾ കഴിഞ്ഞിട്ടും നമ്മുടെ അയൽ സംസ്ഥാനങ്ങളിലെ പാവപ്പെട്ട ജനങ്ങൾ, ഭൂവുടമകളുടെ കീഴിൽ, സവർണജാതി മേലാളന്മാ രുടെ കീഴിൽ അടിമതുല്യം കഴിയേണ്ടി വരുന്നതിന്റെ ഉത്തരവാദിത്വം ആർക്കാണ്. കേരളത്തിന്റെ മണ്ണിൽ നിന്നുംഅതിനെ കെട്ട് കെട്ടിച്ചതി ന്റെ നേരവകാശികൾ ആരാണ്? ഒരു ഉണ്ട് വീണ് പൊട്ടിയതുപോലെ മാഷക്ക്, അനുഭവപ്പെട്ടു. പെട്ടെന്നുണ്ടായ ഒരിടി വെട്ടിൽ പരിസരം പ്രകമ്പനം കൊണ്ടു. മഴ വീണ്ടും ആരംഭിക്കാനുള്ള ഒരുക്കമാണ്. വയലേ ലകളെ തഴുകി തണുത്ത കാറ്റ് കടന്നു വന്നു. കുടത്തിലടച്ച ഭൂതത്തെ താൻ തുറന്നു വിട്ടിരിക്കയാണോ?'. പരിചയക്കാരുടെ അടുത്തെല്ലാം കുസൃതി കാണിച്ച് നടന്ന നിഷ്കളങ്കയായ പെണ്ണ്. ആ കുട്ടിയാണോ ഈ ചോദ്യങ്ങളുന്നയിച്ചിരിക്കുന്നത്. ഇതിന്റെ പിന്നിൽ തീർച്ചയായും അർഥവത്തായ ചർച്ചകൾ നടന്നിട്ടുണ്ട്. സംശയിക്കാനില്ല.

"ഇതിനൊക്കെ ഉത്തരം തേടി ക്ലാസിലെ ചില കൂട്ടുകാർ പോയിട്ടുണ്ട്. അവരുടെ മറുപടി കിട്ടിയാൽ ചർച്ച തുടരാം." മാല്യ പറഞ്ഞു നിർത്തി. ചരിത്ര പഠനം രസകരമാക്കാൻ തന്നിൽ നിന്നു പകർന്നു കിട്ടിയ കാര്യങ്ങൾ അവൾ പ്രാവർത്തികമാക്കിയിരിക്കുന്നു. ഉത്തരം കണ്ടെ ത്തേണ്ട ബാധ്യത തന്റെ ചുമലിലും ഇട്ടു തന്നിരിക്കയാണ്. സാബു സൊസൈറ്റി കാര്യം കണ്ണൻ മാഷുമായി ആലോചിക്കുകയാണ്. മാല്യ പതിയെ മാഷിന്റെ അരികിലേക്ക് വന്നു. അഭിനന്ദന ഭാവത്തിൽ, കണ്ണുകളിലേക്ക് ഉറ്റുനോക്കിക്കൊണ്ട് മാഷിന്റെ കൈ പിടിച്ചുകുലുക്കി. അവൾക്ക് തന്നോട് പറയാനുള്ളതല്ലാം ആ കൺകളിലും, ആ മൃദുസ്പർ ശത്തിലും ഉണ്ടെന്നു മാഷിന് തോന്നി.

“മോളേ ഈ ചായ കൊണ്ടുപോയിക്കേ” അകത്തു നിന്നും ശാന്ത ചേച്ചിയാണ്. പുറത്ത് മഴ ആരംഭിച്ചിരിക്കുന്നു. ഇടിമിന്നൽ തകർക്കുക യാണ്. ചൂടുള്ള ചായയും വറുത്ത കായയും കഴിച്ചു കൊണ്ട് മഴയും നോക്കി അങ്ങനെ ഇരുന്നു, ലോണെടുക്കുന്ന കാര്യത്തിൽ കണ്ണൻ മാഷിന് സമ്മതമാണ്. തത്കാലം അതേ വഴിയുള്ളൂ. കമ്മിറ്റിയുടെ അനുവാദം കിട്ടിയാൽ ഉടനെ പ്രവർത്തനം തുടങ്ങാം. സാബുവിനും സന്തോഷ മായി. പണ്ഡിതന്മാർ എന്റെ ചോദ്യത്തിന് എത്രയും പെട്ടെന്ന് ഉത്തരം കണ്ടെത്തണം. തിരിച്ചു പോരാൻ തുടങ്ങുമ്പോൾ മാലുവിന്റെ വകയാണ്.

22

വണ്ടി കുതിച്ചു പായുകയാണ്. ചുറ്റും വിശാലമായ ഗോതമ്പ്, നെൽ, പാടങ്ങൾ. പച്ചപ്പട്ട് പുതച്ചതു പോലെ. പാട വിശാലതക്ക് ചക്രവാളങ്ങൾ അതിരിടുന്നു. കതിരണിഞ്ഞു നിൽക്കുന്ന ഗോതമ്പും നെല്ലും. കൺകുളർപ്പിക്കുന്ന കാഴ്ച. അതിൽ മയങ്ങിയങ്ങനെ ഇരിക്കയാണ്. പെട്ടെന്നാണ് ആ ദൃശ്യം കണ്ണിൽ പെട്ടത്. പാടത്തിനരികിലായി നിര നിരയായി കിടക്കുന്ന ചെറ്റപ്പുരകൾ. ചിലതിന് പേരിന് മൺ ചുമരുകൾ ഉണ്ട്. മുകൾ ഭാഗം ഷീറ്റ് കൊണ്ട് മറച്ചിരിക്കുന്നു. കുടിലിന് പുറത്ത് അടുപ്പുകൾ പുകയുന്നു. കാഴ്ചയിൽ കന്നുകാലി തൊഴുത്തിനോട് സമാനമായ അവസ്ഥ. അപരിഷ്കൃതത്വം വിളിച്ചോതുന്ന മനുഷ്യക്കോലങ്ങൾ. വൃദ്ധരും, കുട്ടികളും, ചെറുപ്പക്കാരും, മധ്യവയസ്കരും എല്ലാരും ഒരുപോലെ, പിഞ്ഞിക്കീറിയ മുഷിഞ്ഞ വസ്ത്രങ്ങൾ ചുറ്റിയ പട്ടിണിക്കോലങ്ങൾ. ആ വയലേലകളെ പച്ചപ്പട്ടുടുപ്പിക്കുന്നവർ. സ്വർണം വിളയിക്കുന്നവർ. ഭാരതത്തിന്റെ വിശപ്പ് മാറ്റുന്നവർ, കർഷകത്തൊഴിലാളികൾ. അവരുടെ ജീവിത സാഹചര്യത്തിന്റെ നേർ ചിത്രം.

അടിമക്കൂലിക്ക് പ്രഭാതം മുതൽ പ്രദോഷം വരെ കഠിനാധ്വാനം ചെയ്യുന്നവർ. വണ്ടി കേരളം വിട്ടതിന് ശേഷം പല സ്ഥലങ്ങളിലും കാണുന്ന കാഴ്ച. ബന്ധുവായ റെയിൽവേ ഉദ്യോഗസ്ഥന്റെ കൂടെ ഉത്തരേന്ത്യ സന്ദർശിക്കാൻ ഒരവസരം കിട്ടിയിരിക്കയാണ്. വളരെ ആവേശത്തോടെയാണ് യാത്ര പുറപ്പെട്ടത്. പക്ഷേ കാഴ്ചകൾ മനസ്സിനെ നൊമ്പരം കൊള്ളിക്കുന്നു. പാട വിശാലതയുടെ മനോഹാരിത അതിനരികിലെ മനുഷ്യക്കോലങ്ങളെ കാണുമ്പോൾ മാഞ്ഞു പോകുന്നു. വണ്ടി അടുത്ത സ്റ്റേഷനിൽ നിർത്തി. പ്ലാറ്റ് ഫോമിൽ കാണുന്ന ഭൂരിഭാഗവും ദാരിദ്ര്യത്തിന്റേയും, വൃത്തിയില്ലായ്മയുടേയും അടയാളം പേറുന്നവർ. അപ്പുറത്ത് ഗുഡ്സ് വണ്ടിയിൽ ചാക്കുകൾ കയറ്റുന്നു. ചാക്കുകളൊഴിഞ്ഞ സ്ഥലത്ത്

നിന്ന് കുറച്ച് കുട്ടികൾ നിലം തൂത്തുവാരി മണ്ണടക്കം തങ്ങളുടെ മുന്നിലുള്ള പാത്രത്തിലാക്കുന്നു. വാശിയേറിയ ഒരു മത്സരമെന്നതു പോലെയാണ് ചെയ്തു കൊണ്ടിരിക്കുന്നത്. ചുറ്റും പൊടിപടർന്നുകൊണ്ടിരിക്കുന്നു. എല്ലാരും സ്കൂൾ പ്രായത്തിലുള്ള മക്കൾ. വണ്ടിയിൽ കയറ്റുന്നതിനിടെ ചാക്കിൽ നിന്നുതിർന്നു വീണ ധാന്യമണികൾ ശേഖരിക്കാനുള്ള മത്സരത്തിലാണവർ. ഭാരതത്തിന്റെ ഭാവി പൗരമാർ. അവരുടെ രക്ഷിതാക്കൾ ചോര നീരാക്കി വിളയിച്ചെടുത്ത ധാന്യങ്ങളാണ് ആ വണ്ടിക്കകത്തേക്ക് കയറ്റുന്നത്. കണ്ണിനെ ഈറനണിയിക്കുന്ന കാഴ്ച. മനസ്സിനെ രോഷം കൊള്ളിക്കുന്ന കാഴ്ച. ഇത് ഇവിടങ്ങളിലുള്ള പതിവ് കാഴ്ചകളാണ്. ബന്ധു മുകുന്ദാട്ടൻ പറഞ്ഞു. വലിയ ഭൂവുടമകൾ. അവരുടെ കീഴിൽ ആയിരക്കണക്കായ തൊഴിലാളികൾ, കുട്ടികൾ മുതൽ വൃദ്ധർ വരെ. തുച്ഛമായ കൂലി. അത്യന്തം വൃത്തിഹീനമായ ജീവിത ചുറ്റുപാടുകൾ. കുട്ടികൾക്ക് വിദ്യാഭ്യാസ സൗകര്യമില്ല, ചികിത്സാസൗകര്യമില്ല.

ജന്മിത്തമ്പുരാൻ കൽപിക്കുന്നതിനപ്പുറം വല്ലതും ചോദിച്ചുപോയാൽ ജീവൻ അപകടത്തിലായേക്കും. അധസ്ഥിത ജാതിയിൽ പിറന്നവർ. സവർണന്മാരെന്ന് പറയുന്നവർക്കുള്ള യാതോരവകാശവുമില്ലാത്തവർ. പാടത്തിന്റെ മറുപുറത്ത് സവർണ മേലാളന്മാരുടെ സർവ്വസൗകര്യങ്ങളോടും കൂടിയ ബംഗ്ലാവുകൾ കാണാം. പലയിടത്തും ജാതി മതിലുകൾ. കേരളം വിട്ടാൽ മിക്ക സംസ്ഥാനങ്ങളിലേയും സ്ഥിതി ഇതുതന്നെ വിവിധ സംസ്ഥാനങ്ങളിൽ, വിവിധ സ്ഥലങ്ങളിൽ ജോലി ചെയ്ത അനുഭവം വച്ചാണ് മുകുന്ദാട്ടൻ സംസാരിക്കുന്നത്. അവിടങ്ങളുമായി തട്ടിച്ചു നോക്കിയാൽ കേരളം സ്വർഗമാണെന്ന് പറയാം. പാവപ്പെട്ടവരിൽ ബഹുഭൂരിപക്ഷത്തിനും, ഒരു തുണ്ട് ഭൂമിയുണ്ട്, കയറിക്കിടക്കാൻ വീടുണ്ട്, ജാതി, മത ഭേദമെന്യെ കുട്ടികൾക്ക് പഠിക്കാൻ വിദ്യാലയങ്ങളുണ്ട്, ചികിത്സാ സൗകര്യങ്ങളുണ്ട്. ഇവിടങ്ങളിൽ പട്ടണപ്രദേശങ്ങളിലെത്തിയാൽ പരിഷ്കാരത്തിന്റെ വികസനത്തിന്റെയും പ്രൗഢികൾ കാണാം, പ്രാന്തപ്രദേശങ്ങളിലെത്തുമ്പോൾ വീണ്ടും ദുരിതക്കാഴ്ചകൾ. സന്ദർശിച്ച പ്രസിദ്ധമായ ദേവാലയ പരിസരങ്ങളിൽ പോലും മറിച്ചൊരു ചിത്രം കാണാനില്ല. ഭിക്ഷയ്ക്കായി പിന്നാലെ ഓടുന്ന തദ്ദേശവാസികളായ പാവങ്ങൾ. കൊടുത്തില്ലെങ്കിൽ ചീത്ത വിളിക്കുന്നവർ. രമേശൻ മാഷ് ഓർത്തു. അപ്പോൾ മാലു പറഞ്ഞ സ്വാതന്ത്ര്യത്തിന്റെ പ്രശ്നം, അതൊരു പ്രസക്തിയേറിയ ചോദ്യം തന്നെ.

കേരളത്തിൽ പോലും വയനാടും, അട്ടപ്പാടിയും അടക്കമുള്ള ആദിവാസി മേഖലകൾ, ഇതുപോലുള്ള തീരദേശഗ്രാമങ്ങൾ - തങ്ങൾക്കായി അനുവദിക്കപ്പെട്ട ആനുകൂല്യങ്ങൾ ഇടത്തട്ടുകാരും, സമ്പന്നരും,

രാഷ്ട്രീയക്കാരും ഒക്കെ ചേർന്ന് തട്ടിയെടുക്കുന്ന അവസ്ഥ. അവിടങ്ങളിൽ നിന്നും ഉയർന്നുവരുന്ന ചോദ്യങ്ങളും ഇതു തന്നെ. ലഭിച്ച സ്വാതന്ത്ര്യത്തിന്റെ അർഥം എന്ത്?അവിടെയാണ് സ്വാതന്ത്ര്യം അർഥവത്താക്കിയ പോരാളികളുടെ പ്രസക്തി ഏറി വരുന്നത്. കയ്യൂർ മുതൽ തൊട്ടപ്പുറമുള്ള കടപ്പുറത്തെ കമ്മ്യൂണിസ്റ്റ്കാർ വരെ. ഇവിടെ പോരാട്ടത്തിനിറങ്ങുന്ന കോൺഗ്രസുകാർ വരെ. മാലുവിന്റെ ചോദ്യം മാഷിന്റെ മനസ്സിൽ കിടന്നു കറങ്ങുകയാണ്. "ഇതിൽ ഗാന്ധിജി നേടിത്തന്നത് ഏത് സ്വാതന്ത്ര്യം?

ഒരു വശത്ത് ബ്രിട്ടീഷ് അടിമത്തം, മറുവശത്ത് ജന്മി ഭൂപ്രഭുത്വത്തിന്റെ അടിമത്തം. അവർക്ക് പാവപ്പെട്ടവരെ ചൂഷണം ചെയ്യാൻ ബ്രിട്ടീഷ് അധികാരികളുടെ സർവ പിന്തുണയും. അതിൽ ബ്രിട്ടീഷുകാരെ കെട്ടുകെട്ടിച്ചു. അവരുടെ ശിങ്കിടികളായിരുന്ന ജന്മിത്വം ഇന്നും ചൂഷണം തുടരുന്നു. അവരുടെ അടിമകളായി ഇന്നും കഷ്ടപ്പെടുന്നവർക്ക്, ലഭിച്ചു എന്നു പറയുന്ന സ്വാതന്ത്ര്യം അനുഭവിക്കാൻ പറ്റുന്നുണ്ടോ?. ഗാന്ധി നയിച്ച സമരരീതികളിൽ നിന്നും ഭിന്നമായി എല്ലായിടത്തും കമ്യൂണിസ്റ്റ് ശൈലിയിലുള്ള സമരങ്ങളാണ് നടന്നിരുന്നതെങ്കിൽ സ്ഥിതിഗതികൾ മാറുമായിരുന്നില്ലേ? അത്തരം സമരങ്ങൾ കേരളത്തിൽ മാത്രമായി എന്തേ പരിമിതപെട്ടു പോയി. മനസ്സിൽ പലവിധ സംശയങ്ങൾ ഉയർന്നു വരികയാണ്. ഗാന്ധിജി, ഇന്ത്യയിലെ ദരിദ്ര നാരായണൻമാരുടെ പ്രതീകം. ആദ്യം ബ്രിട്ടീഷ് അടിമത്വത്തിൽ നിന്നുള്ള മോചനം. അതിനായുള്ള സമരപരിപാടികൾ -പിന്നീട് വരുന്ന സ്വതന്ത്ര ഇന്ത്യയുടെ ഭരണകൂടം പാവപ്പെട്ടവരുടെ പ്രശ്നങ്ങൾക്ക് പരിഹാരം കാണുമെന്ന് അദ്ദേഹം ഉറച്ചു വിശ്വസിച്ചു കാണണം. പക്ഷേ ഇന്നും അദ്ദേഹത്തിന്റെ വിശ്വാസങ്ങൾ വിശ്വാസങ്ങളായിത്തന്നെ നിൽക്കാൻ കാരണമെന്താണ്. അദ്ദേഹം വാങ്ങിത്തന്ന സ്വാതന്ത്ര്യത്തിന്റെ അർഥം നഷ്ടപ്പെടുത്തിയത് ആര്? രാജ്യം പഞ്ചവത്സര പദ്ധതികളിലൂടെ, ശാസ്ത്ര സാങ്കേതിക, വ്യവസായിക, കാർഷിക വളർച്ചയിലൂടെ മുന്നേറുമ്പോഴും, ഭൂരിഭാഗം ഗ്രാമീണരുടേയും അവസ്ഥ ശോചനീയമായി തുടരുന്നു - ഗാന്ധിജി കണ്ട ക്ഷേമരാഷ്ട്രം വിദൂരതയിൽ തന്നെ കുടികൊള്ളുന്നു. ആ സ്വാതന്ത്ര്യം പൂവണിയണമെങ്കിൽ ജനങ്ങളുടെ ചെറുത്ത് നിൽപേ വഴിയുള്ളൂ? കയ്യൂരിലേതുപോലെ, കരിവെള്ളൂരിലേതുപോലെ, ജാതി, മത, ഭേദമെന്യേ ചൂഷിതരായവരുടെ പടയണി തീർത്തേ പറ്റൂ.

23

അന്ന് ശനിയാഴ്ചയാണ്. അവധിയായിട്ടും മാഷ് നാട്ടിൽ പോയിട്ടില്ല. വൈകുന്നേരം കടവരാന്തയിൽ കസാരയിട്ട് അസ്തമയം ആസ്വദിക്കുകയാണ്. മഴ മാറി ആകാശം തെളിഞ്ഞിട്ടുണ്ട്. ആകാശനീലിമയിൽ മെല്ലെ ചുവപ്പ് പടരുകയാണ്. നീലരാശിയിൽ ചുവപ്പ് പടരുമ്പോഴുണ്ടാകുന്ന ആ വർണ വിസ്മയം. പ്രകൃതിയൊരുക്കുന്ന മനോഹരമായ രേഖാചിത്രങ്ങൾ. നിമിഷക്കൾക്കുള്ളിൽ അത് മാറി മറിഞ്ഞു വരുന്നു, അവസാനം ചുവപ്പിന്റെ ഒരു മേലാപ്പായി പരിണമിക്കുന്നു. താഴെ നിരനിരയായി പച്ചത്തെങ്ങോലകൾ. മുകളിൽ ചുവപ്പ് പട്ട്. പച്ചയുടെയും ചുവപ്പിന്റേയും വർണ മേളനം. മാഷ് ആ വർണ ശോഭയിൽ മുഴുകി അങ്ങനെ ഇരിക്കുകയാണ്. പെട്ടൊന്നൊരു വിളി 'മാശേ' പാത്തുത്തയാണ്. തന്റെ തൊട്ടപ്പുറത്ത് വന്ന് നിൽക്കയാണ്. ആകാശവിസ്മയത്തിൽ തരിച്ചിരുന്ന താൻ ഉമ്മ വന്നതറിഞ്ഞതേയില്ല. "മോനോടെനിക്കൊരു കാര്യം പറയേന്ണ്ടേനും", പുതിയ പ്രേതകഥ വല്ലതുമായിരിക്കുമോ? മാഷ് സംശയിച്ചു.

"എന്റെ സൈന്വന്റെ മോന്ണ്ട് റസാഖ്. ഓനിപ്പം ടൗണില് ഒരു പലചരക്ക് കടേല് ജോലിക്ക് നിക്വാ. ഇന്ന് രാത്രി ബരും. എന്നിറ്റ് തിങ്കളായ്ച്ച രാവിലെ പോഉം. ബാക്കി ദിവസേല്ലം ആടത്തന്ന കൂടല. ബേണന്നിച്ച ഓന് ദിവശോം ഇങ്ങോട്ട് പോര. പക്കെ ഒരു കുരുത്തോം ഇല്ല മോനേ. കൂലി കിട്ടുന്ന ഒരു കാശും തരൂല. ഇപ്പോ എന്തോ ഒരു ബീഡി വലിം തൊടങ്ങീറ്റ്ണ്ട്. അത് വലിച്ചാ ഓനാള് ആക മാറ്റാ. ഒര് പെരാന്തെടുത്ത പോല്യ. ഞാറായ്ച്ച രാവില തീറ്റിയെല്ലം കയിഞ്ഞാല് ബീഡി ആയിറ്റ് കടപ്പൊറത്തേക്ക് ഒര് പോക്കാ. തിരിച്ച് വരുമ്പം പോയ ആളല്ല. പിന്നെ ആകെ ഒരു ചെയ്ത്താൻ കയറിയേന്റ മട്ടാ. മോനൊന്നോന കൊണദോശിച്ച് നന്നാക്വേം പറ്റോ. ഏറിയ മുസീബത്ത് ഉണ്ടാവും

മോനേ." സാബു അവനെ പറ്റി മുമ്പ് പറഞ്ഞ കാര്യം മാഷോർത്തു. "ഉമ്മാ ഞാൻ സംസാരിച്ചു നോക്കാം. നാളെ രാവിലെ ഇങ്ങോട്ടൊന്നു പറഞ്ഞയച്ചാൽ മതി."

"ഉപ്പേനെ കണ്ട ഓർമ എന്റെ കുട്ടിക്കില്ല മാശേ. ഓന്റെ ഉള്ളില് എന്തെല്ലാമോ ബലിയ സങ്കടങ്ങളുണ്ട്. ഓന ഗർഭായ സമയത്താ ഓന്റുപ്പ ഇവിടം വിട്ട് പോയ്ക്കളഞ്ഞത്. പിന്നെ ഇതു വരെ തിരിഞ്ഞു നോക്കിയിട്ടില്ല. ശ്കൂള് കൂട്ടുകാർക്ക് ഉപ്പമാര് പുതിയ ഉടപ്പെല്ലം വാങ്ങിക്കൊടുത്ത ബിശേഷം കേട്ടിറ്റ്, എന്റെ ഉപ്പ പുതിയ ഉടുപ്പം കൊണ്ട് എപ്പാ ബര്വാ ഉമ്മാന്ന് വന്ന് ചോദിക്കും. ഓനെ കെട്ടിപ്പിടിച്ച് കരയാന്നെല്ലാണ്ട് എന്റെ മോളെന്ത് ചെയ്യേന മോനേ. ചെറുപ്പത്തിലേ ഓള ഉപ്പ പോയി. മോൻ പെറന്നപ്പോഴേക്കും കെട്ട്യോനും വേണ്ടാണ്ടായി. ഇപ്പം മോനും ഈ കോലത്തില്. എന്റെ മോളെയൊരു ദുര്യോഗം മാശേ,." ഉമ്മ കരയുകയാണ്. ദു:ഖത്തിന്റെ കാഠിന്യമെന്ന പോലെ ആ കൈകൾ വിറകൊള്ളുകയാണ്. മാഷ് ആ വിറയാർന്ന കൈകൾ സ്വന്തം കൈയിലെടുത്തു.

"ഉമ്മ വിഷമിക്കണ്ട. റസാഖിനെ കാര്യങ്ങൾ പറഞ്ഞു മനസ്സിലാക്കാം. ഓനെ നമ്മക്ക് നല്ല കുട്ടി ആക്കാം."

"പുണ്യം കിട്ടും മോനെ പുണ്യം." കണ്ണ് തുടച്ചു കൊണ്ട് ഉമ്മ മെല്ലെ നടന്നു.

ബീഡി എന്ന് ഉമ്മ പറഞ്ഞത് കഞ്ചാവ് ആയിരിക്കാനാണ് സാധ്യത. ബീഡിയിൽ കഞ്ചാവ് തെറുത്ത് വലിക്കുന്നവരെ പറ്റി കേട്ടിട്ടുണ്ട്. വലിച്ച് ശീലിച്ചാൽ അതിൽ നിന്നും മോചിതരാകാൻ എളുപ്പമല്ല. മോചിതരായാലും മാനസിക വിഭ്രമം കാണിക്കാൻ സാധ്യതയുണ്ട്. കിട്ടുന്ന കൂലിയൊക്കെ അവൻ ഇതിന് വേണ്ടി ചെലവഴിക്കയായിരിക്കും. വലിക്കാനുള്ള സൗകര്യത്തിന് വേണ്ടിയായിരിക്കും ടൗണിൽ തന്നെ തങ്ങുന്നത്. ഏതായാലും ഉമ്മ പറഞ്ഞ സ്ഥിതിക്ക് സംസാരിച്ചു നോക്കാം. എന്തെങ്കിലും പരിഹാരം ഉരുത്തിരിയുമെന്നു നോക്കാലോ. സാബുവിനോടും ഒന്നാലോചിക്കാം. മനസ്സിൽ വിചാരിച്ചതേ ഉള്ളൂ സാബു എത്തി.

"മാഷേ പാത്തുമ്മാ എന്നോടാണിക്കാര്യം ആദ്യം ആവശ്യപ്പെട്ടത്. ഞാനാണ് മാഷിനോട് പറയാൻ പറഞ്ഞത്. മാഷാവുമ്പോ കുറച്ചു കൂടി കാര്യങ്ങളൊക്കെ മനസ്സിലാക്കി കൈകാര്യം ചെയ്യുമല്ലോ." വിവരം പറഞ്ഞപ്പോൾ സാബുവിന്റെ മറുപടി.

"ടൗണിൽ അവന്റെ ചില കൂട്ടുകാരുണ്ട്. അവർക്ക് കഞ്ചാവ് വില്പനക്കാരുമായി ബന്ധമുണ്ട്. അവരാണ് സാധനം എത്തിച്ചു കൊടുക്കുന്നത്. അവരുമായിട്ടുള്ള ബന്ധം വിടാൻ തയാറായാൽ അവൻ രക്ഷപ്പെടും

എതായാലും മാഷ് സംസാരിച്ച നോക്ക്. രാവിലെ തന്നെ വേണം. വൈകിയാൽ അവനെ പിന്നെ കിട്ടില്ല. ”

“മാഷെ സൊസൈറ്റിയുടെ കാര്യം ചർച്ച ചെയ്യാൻ നാളെയോഗം വിളിച്ചിട്ടുണ്ട് - ഞങ്ങളുടെ കൂടെയുള്ള തൊഴിലാളികളെല്ലാം ഉഷാറിലാണ്. എന്തായാലും സംഘം ഉണ്ടാക്കണമെന്ന വാശിയിലാണ്. അച്ചുവും സെറ്റും കറങ്ങി നടപ്പാണ്. ഇന്നുച്ചയ്ക്ക് എന്റെ നേരെയൊന്ന് ചാടി. ഭീഷണിയാണ്. ഞാനൊന്നും പ്രതികരിക്കാതെ മാറിക്കളഞ്ഞു. മീറ്റിംഗുമായി ബന്ധപ്പെട്ട് ആളുകളെ കാണാനുണ്ട്. കണ്ണൻ മാഷുടെ കൂടെ പോകണം, സാബു പിരിഞ്ഞു. നാളെ രാവിലെ ഭക്ഷണം മൊയ്തുക്കായുടെ കടയിൽ വച്ചാക്കാം. ഉണ്ടാക്കാൻ നിന്നാൽ റസാഖുമായി സംസാരിക്കാൻ സമയം കിട്ടില്ല. മാഷ് തന്റെ പഠനാസൂത്രണ പരിപാടിയിലേക്ക് കടന്നു

മാഷെ ഏയ് മാഷെ. വിളികേട്ടാണ് മാഷ് പുറത്തിറങ്ങിയത്. ഒരു ചെറുപ്പക്കാരൻ, വെളുത്ത് ചടച്ച ഒരു കോലം.

“വല്യുമ്മ പറഞ്ഞ്, മാഷ് കാണാം വേണ്ടി പറഞ്ഞിനീന്ന്.”

“ഓ റസാഖല്ലേ. അകത്ത് വന്നിരിക്ക്” മാഷ് കസേര നീക്കിക്കൊണ്ട് പറഞ്ഞു.

“ടൗണില് പലചരക്ക് കടേല ജോലി അല്ലേ? ഞാനീട സ്കൂളെ പുതിയ മാഷാ. ഭക്ഷണം ഇവിടുന്ന് തന്നെ ഉണ്ടാക്കലാ. അപ്പൊ കൊറച്ച് സാധനങ്ങളൊക്കെ വേണം. റസാഖി നോട് അന്വേഷിക്കാന്ന് വെച്ചാ?” ടൗണിലാവുമ്പോ വിലേം കുറയുമല്ലോ.

“റസാഖ് വരുമ്പോ എത്തിച്ച തരാൻ പറ്റുമെങ്കിൽ നല്ലതായിരുന്നു.” അതിന് മാഷേ ഞാൻ ശനിയാഴ്ച മാത്രേ വര്വൂ. അന്നേക്ക് മതിയെങ്കിൽ കൊണ്ടത്തരാം. വെലേല് ചെറിയൊരു വെത്യാസം, അത്രേ ഉള്ളൂ. “വീട്ടില് വല്യുമ്മേം, ഉമ്മേം തനിച്ചല്ലേ. റസാഖിന് ദിവസോം ഇങ്ങ് പോന്നാലെന്താ.”

“അത് ശരിയാവൂല മാഷെ.” “ആകെ ഒരു മോനാ, നീ അട്ത്ത്ണ്ടാവുമ്പോ അവർക്കത് വലിയ സന്തോഷായിരിക്കുലെ.” അവരിക്ക് സന്തോശായിരിക്കും മാഷേ, പക്ഷേ എനക്ക് സങ്കടാ മാഷെ. അതെന്താ റസാഖേ, അവര് ജോലിക്ക് പോയി എത്ര കഷ്ടപ്പെട്ടിട്ടാ നിന്നെ വളർത്തി വലുതാക്ക്യേ. അതല്ല മാഷെ എന്റെ ഉപ്പ, ഉപ്പേന ഇതുവരെ എനിക്ക് കാണാം പറ്റീറ്റില്ല മാഷെ. എന്റെ കൂട്ടാരും, എന്റെ കുടുംബക്കാരും ഒക്കെ അക്കാര്യം പറഞ്ഞ് എന്നെ കരയിക്കും മാഷേ. ഏട്ന്നോ വന്ന് കേറിയ തെണ്ടീന്റ മോനെല്ലെടാ ഇഞ്ഞിന്നു പറഞ്ഞ് ദേഷ്യപ്പെട്ടും. കൂട്ടുകാർട്ട കൂടെ കളിക്ക്മ്പം, എന്തെങ്കിലും തർക്കം വന്നാ ഒടന തൊടങ്ങും

തെണ്ടീന്റ മോനേ എന്ന വിളി. കുടുംബ വീട്ടിലെല്ലം പോയി എന്തെങ്കി തൊട്ടോ, പിടിക്യോ ഒക്കെ ചെയ്താ അവ്ടന്നും കേക്കണം തെണ്ടീന്റെ മോനേ വിളി. കുടുംബ വീട്ടിലെ സൈനബക്ക് ഓള ഉപ്പ വാങ്ങിക്കൊടുത്തേ കീ കൊടുത്താ ഓടുന്ന കാറ്. അതൊന്നെടുത്ത് കളിച്ചേന് ആ തെണ്ടീന്റ മോന് എന്തിനാടീ കാറ് കൊടുത്തേന്നും പറഞ്ഞ് ഓള ഉപ്പ തല്ലി. പിന്ന ഞാൻ കുടുംബ പൊരക്ക് പോകലില്ല മാഷേ, കൂട്ട്വാര കൂടി കളിക്ക്ന്നത് നിർത്തി മാഷേ. ഈ നാടിനോട് തന്നെ വെറുപ്പ് തോന്നിപ്പോയി മാഷേ. സങ്കടപ്പെട്ട് ഓടി വന്ന് ഉമ്മാനോട് പറഞ്ഞാ ഓറും കരച്ചലാ മാഷേ. അത് കേട്ട് അപ്പറത്തുന്ന വല്യമ്മേം കരേന്ന്ണ്ടാവും. എന്റെ സങ്കടോ ന്ന് മാറ്റ്വേം ഈട ആര്വല്ലാണ്ടായി പോയി മാഷേ. സ്കൂളിന്ന് കൂട്ടുകാര് ഓറ ഉപ്പ കൊണ്ടക്കൊടുത്ത ഡ്രസിന പറ്റി പറയും. അത് കേട്ടിറ്റ് എന്റെ ഉപ്പയും ഒരു ദിവസം ഡ്രസുമായി എന്നെ കാണാം വരുന്ന് മനസ്സില് വിചാരിക്കും. കാത്തിരിക്കും. അത് കാണുമ്പോ ഉമ്മേം കരയും. പത്താം ക്ലാസ് കയിഞ്ഞതോടെ എവിടെങ്കിലും പോയാ മതീന്നായി. അങ്ങനയാ ആബൂട്ടി ഹാജിന്റെ കടേല് നിക്യേം തൊടങ്ങിയേ. അവ്ട ജോലീലായി, കാശൊക്കെ കിട്ടിയപ്പോ അവിടേള്ള ചങ്ങായിമാരോടി കൂടി ജോളി അടിക്യേം തുടങ്ങി. അങ്ങന എന്റെ സങ്കടം മറന്നു. ഇങ്ങോട്ട് വരുമ്പം, ഉമ്മാനേം, വല്യമ്മാനേം കാണുമ്പം എല്ലാ സങ്കടോം തിരിച്ച് വരും. അതോണ്ട ഞാനിങ്ങോട്ട് ദിവസോം വരാത്തെ.

“റസാഖിന് പുകവലിക്കുന്ന ശീലോണ്ടോ?. ഇണ്ട് മാഷേ അത് വലിച്ചാ മനസ്സിന് വലിയ സന്തോഷാ. ഇവിട വന്നാ കടപ്പൊറത്ത് പോയി ഒന്ന് വലിക്കും. എല്ലാം മറക്കും. അത് വലിക്ക്ന്നത് അപകടാ ന്ന് റസാഖിന് അറിയാമോ?. അങ്ങന തോന്ന്ന്ണ്ട് മാഷേ പക്ഷേ നിർത്താം പറ്റ്ന്നില്ല. റസാഖേ നിന്റെ സങ്കടം ഒക്കെ നമുക്ക് തീർക്കാം. എനിക്ക് മൊയ്തുക്കായുടെ കടേ പോയി ചായ കഴിക്കണം. നീ വീട്ടീ തന്നെ ഉണ്ടാവണം. ഞാൻ പോയി വേഗം വരാം. ബീഡിയുമായി കടപ്പു റത്തേക്ക് പോയിക്കളയുമോ എന്നാണ് മാഷ പേടി. പിതാവിനെ കാണാൻ പറ്റാത്തതിലുള്ള സങ്കടം ഒരു വശത്ത്. പിതാവിന്റെ പേരും പറഞ്ഞ് കുറ്റപ്പെടുത്തുന്ന കൂട്ടുകാരും ബന്ധുക്കളും, വീട്ടിൽ അതേ പറ്റി ചോദിച്ചാൽ ആശ്വസിപ്പിക്കാൻ കഴിയാത്ത ഉമ്മയും, വലിയുമ്മയും. ചെറുപ്രായം തൊട്ടേ മനസ്സിൽ ഒതുക്കി വെച്ച ദുഃഖഭാണ്ഡം. അതിൽ നിന്ന് രക്ഷപ്പെടാനുള്ള ഒളിച്ചോട്ടം. ലഹരിയുമായുള്ള ചങ്ങാത്തം. ചായ കുടിച്ച കൊണ്ടിരിക്കുമ്പോഴും മാഷിന്റെ ചിന്ത റസാക്കിനെ കുറിച്ചായിരുന്നു.

“മാശെന്താ ഇങ്ങനെ വിശാരിച്ചോണ്ടിരിക്കുന്നെ? നാട്ടീ പോവാത്തോ ണ്ടുള്ള വെശമാ.” മൊയ്തുക്കയാണ്. താനെന്തോ വലിയ ചിന്തയിലാണെ ന്ന് അദ്ദേഹത്തിനും മനസ്സിലായിരിക്കുന്നു.

"ഒന്നല്ലമൊയ്തുക്ക" ഒന്ന് ചിരിച്ച് വേഗം പുറത്തു കടന്നു. റസാഖ് വീട്ടിൽ തന്നെയുണ്ട്. ഭക്ഷണം കഴിക്കയാണ്. കഴിച്ചാൽ അങ്ങോട്ട് വരും - വല്യുമ്മയാണ്.

കുറച്ച് കഴിഞ്ഞപ്പോഴേക്കും റസാഖ് എത്തി. റസാഖെ നീ പറഞ്ഞതൊക്കെ വളരെ ശരിയാണ്. നിന്റെ സ്ഥാനത്ത് ആരായാലും അങ്ങനെയൊക്കെ ചിന്തിച്ചു പോകും. പക്ഷേ എക്കാലവും സന്തോഷം കിട്ടാൻ വേണ്ടി ഉമ്മമാരെ പിരിഞ്ഞിരിക്കാൻ പറ്റുമോ? ഉമ്മയും വല്യുമ്മയും നിന്നെ ആശ്വസിപ്പിക്കാതെ കരഞ്ഞിരിക്കലാണ് പതിവെന്ന് നീ പറഞ്ഞു. അത് അവരും അങ്ങനെ ഒരവസ്ഥയിലായി പോയതു കൊണ്ടല്ലേ. നിനക്ക് ഉപ്പയെ കാണാൻ പറ്റാത്തതിൽ വലിയ വിഷമമുണ്ടായില്ലേ. അപ്പോൾ കഷ്ടപ്പെട്ട് വളർത്തി വലുതാക്കിയ മകൻ തിരിഞ്ഞു നോക്കാതിരുന്നാൽ ആ ഉമ്മമാരുടെ സങ്കടം എത്രയായാരിക്കുമെന്ന് നിനക്ക് ഊഹിക്കാൻ കഴിയില്ലേ?. അവരെ നോക്കാതെ കിട്ടുന്ന കാശിന് ജോലിയടിച്ച്, ലഭിക്കുന്ന സന്തോഷത്തിന് എന്ത് അർഥാ ഉള്ളത് റസാഖേ. ഉപ്പ വിട്ടു പോയതുകളഞ്ഞതാണ് അവരുടേയും സങ്കടത്തിന്റെ പ്രധാന കാരണം. തിരിച്ചുവരുമെന്ന് ഉറപ്പില്ലാത്ത ഒരാളിന്റെ പേരിൽ നിന്നെ എന്തു പറഞ്ഞായിരുന്നു അവർ ആശ്വസിപ്പിക്കേണ്ടിയിരുന്നത്. അതു കൊണ്ട് ഉപ്പ ചെയ്യാതിരുന്നത് ഇനി റസാക്ക് ചെയ്യണം. അങ്ങനെ ഉമ്മമാരുടെ സങ്കടം മാറ്റി അവിടെ ചിരി വരുത്തണം.

കഴിഞ്ഞതെല്ലാം അങ്ങനെ മറക്കാൻ പറ്റണം. അല്ലാതെ കഴിഞ്ഞതും ഓർത്ത് സങ്കടപ്പെട്ടിരുന്നാൽ, ഉത്തരവാദിത്വമില്ലാതെ നടന്നാൽ നമുക്ക് നമ്മുടെ ജീവിതം തന്നെ നഷ്ടപ്പെട്ടു പോകും റസാഖെ. നീ സാബുവിനെ കണ്ടോ? നന്നായി പഠിക്കാൻ ആഗ്രഹിച്ചവൻ. പക്ഷേ അച്ഛൻ നഷ്ടപ്പെട്ടതോടെ കുടുംബം പോറ്റാൻ പഠിപ്പ് നിർത്തി കടലിൽ പോകേണ്ടി വന്നവൻ. സങ്കടങ്ങളൊക്കെ മാറ്റിവച്ച് അധ്വാനിച്ച് കുടുംബം പോറ്റുന്നു. അനിയനെ പഠിപ്പിക്കുന്നു. കഴിയുന്നതു പോലെ കഷ്ടപ്പെടുന്നവരെ സഹായിക്കുന്നു. നാട്ടിന് വേണ്ടി നല്ല കാര്യങ്ങൾ ചെയ്യുന്നു. ചില കൂട്ടുകാരും, കുടുംബക്കാരും റസാഖിനെ വേദനിപ്പിച്ചു. അതു കൊണ്ട് നാട്ടുകാർ മുഴുവൻ അങ്ങനെയാണെന്ന് ധരിക്കരുത്. റാസാഖിന് എന്തു വിഷമം ഉണ്ടായാലും സഹായിക്കാൻ ഇവിടെ ആളുണ്ട്. ദൂരെ നിന്ന് ജോലിക്കായി ഇവിടെ വന്ന എനിക്ക് ഇതിപ്പോൾ സ്വന്തം സ്ഥലം പോലെ തോന്നുന്നു. അത്രയും വലിയ സഹായമാണ് സാബുനെ പോലുള്ള ആളുകളിൽ നിന്നും കിട്ടിയത്. അതുകൊണ്ട് എല്ലാരും ചീത്തയാണെന്ന് കരുതാതെ നല്ല മനുഷ്യരെ കണ്ടെത്താൻ നോക്കുക. അപ്പോൾ സങ്കടമെല്ലാം മാറിക്കിട്ടും. റസാഖ് മുഖം അല്പം

താഴ്ത്തി പറയുന്നതെല്ലാം കേൾക്കുകയാണ് ഇപ്പോൾ റസാഖിന് എന്ത് തോന്നുന്നു.? ചെയ്തതെല്ലാം തെറ്റായി പോയീന്നു തോന്നുന്നു മാഷേ. ഞാനൊരിക്കലും ഇങ്ങനെ ചെയ്യാൻ പാടില്ലായിരുന്നു. ഞാനുപ്പേന കാത്തു നിന്നതു പോലെ എന്റെ ഉമ്മ ദിവസോം ഞാം വരുന്നതും കാത്ത് നിന്ന്ട്ടുണ്ടാവൂലേ മാഷേ. ഇങ്ങനെ കാര്യങ്ങള് പറഞ്ഞ് തരാൻ ആരും ഉണ്ടായിരുന്നില്ല മാഷേ. റസാഖേ ഇന്റ സങ്കടങ്ങളൊക്കെ വല്യുമ്മയാ എന്റടുത്തു വന്ന് പറഞ്ഞത്. അപ്പഴേ പ്രശ്നം എനിക്ക് മനസ്സിലായതാ. അതു വച്ചാ നിന്നോട് സംസാരിച്ചത്. നിനക്ക് ബീഡി വലിക്കാഞ്ഞിട്ട് വല്ല പ്രശ്നോം തോന്ന്ന്ന്ണ്ടോ? ഇല്ല മാഷെ. മാഷോട് സംസാരിച്ചോണ്ട് നിക്ക്മ്പം അതിനെ പറ്റി ഓർമയേ ഇല്ല. എന്നാ ഇനിയത് മറന്ന് കള. ഓർമ വര്ന്ന്ണ്ടേ ഉമ്മമാരോട് എന്തെങ്കിലും വിശേഷം പറഞ്ഞോണ്ടി രിക്ക് അല്ലെ ഇങ്ങോട്ടേക്ക് പോരീ. ഇല്ല മാഷേ മാഷ് പറഞ്ഞ കാര്യങ്ങ ളെല്ലം നിരീച്ചിരുന്നാ തന്നെ എനിക്കിനി വലിക്കാം തോന്നൂല്ല. എന്നാ റസാഖ് പോയി ഉമ്മമാരെ സന്തോഷിപ്പിക്കുന്ന രണ്ട് വർത്താനം പറ.

അൽപസമയം കഴിഞ്ഞു. റസാഖിന്റെ ഉറക്കേയുള്ള വിളി കേട്ട് മാഷ് ഞെട്ടിപ്പോയി.

“മാഷേ എന്റുമ്മമാര് ഇതാ പിന്നേം കരേന്നേ” രണ്ടാമത്തെ വിളിയിലാണ് മാഷക്ക് കാര്യം മനസ്സിലായത്. ഓടി പുറത്തേക്ക് ചെന്നു. ഉമ്മ ചിരിച്ചുകൊണ്ട് അവന്റെ നേരെ കൈയോങ്ങിക്കൊണ്ട് ഓട്ടുകയാണ്. വല്യുമ്മയും അതു നോക്കി ചിരിക്കയാണ്. അവനെന്തോ കുസൃതി ഒപ്പിച്ചതാണെന്ന് തോന്നുന്നു. മാല്വവിന്റെയും, കണ്ണൻ മാഷുടേയും സൗഹൃദമാണ് ആ കാഴ്ച ഓർമപ്പിക്കുന്നത്. എന്തായാലും ആ ഉമ്മയുടെ ചിരി കാണാൻ പറ്റി. തന്റെ വാക്കുകൾക്ക് ഫലമുണ്ടായെന്നു തോന്നുന്നു. തനിക്കെങ്ങനെയാണ് ഇങ്ങനെയൊക്കെ ഉപദേശിക്കാൻ കഴിഞ്ഞത് എന്നാണ് മാഷിപ്പോൾ ചിന്തിക്കുന്നത്. തീർച്ചയായും തന്റെ ജീവിതത്തിലെ തിക്താനുഭവങ്ങൾ തന്നെയായിരിക്കാം. വല്യുമ്മ തന്റെ നേരെ കൃതജ്ഞതാഭരിതമായി നോക്കുന്നുണ്ട്. അവരുടേത് തമാശക്ക ളിയാണെന്ന് ആംഗ്യത്തിലൂടെ പറയാൻ ശ്രമിക്കുന്നുണ്ട്. ഏതായാലും സന്തോഷകരമായ ഒരന്തരീക്ഷം ചിലപ്പോൾ എത്രയോ വർഷങ്ങൾക്കു ശേഷമായിരിക്കാം അവിടെ ഉണ്ടായിരിക്കുന്നു. ആ കുടുംബം അത്രയ ധികം അനുഭവിച്ചു കഴിഞ്ഞിട്ടുണ്ട്. തന്റെ വയസാൻ കാലെത്തെങ്കിലും ഇത്തിരി സുഖം ആ ഉമ്മക്കനുഭവിക്കാൻ കഴിയട്ടെ. റസാഖിനുണ്ടായ മന: മാറ്റത്തിൽ ഉമ്മമാരേക്കാളും സന്തോഷം തനിക്കാണെന്ന് മാഷക്ക് തോന്നി.

24

മാ... ഷേ പതിവിൽ നിന്നും വ്യത്യസ്ഥമായി സാബുവിന്റെ നീട്ടിയുള്ള വിളി. കമ്മിറ്റി കഴിഞ്ഞു മാഷേ. സാമ്പത്തിക കാര്യത്തിൽ മാഷ് പറഞ്ഞതുപോലെ തന്നെ തീരുമാനമായി. തൊഴിലാളികളെ ബന്ധപ്പെടുന്ന കാര്യത്തിലും വ്യക്തമായ പരിപാടികൾ ആസൂത്രണം ചെയ്തിട്ടുണ്ട്. കണ്ണൻ മാസ്റ്ററും, സലീം മാസ്റ്ററും, രാമൻ മാസ്റ്ററും, പള്ളിക്കമ്മിറ്റി പ്രസിഡന്റ് മുഹമ്മദലിയും, അമ്പല കമ്മിറ്റി പ്രസിഡന്റ് കരുണാകരനും തൊഴിലാളികളുമായി ബന്ധപ്പെടും. ഇവരാകുമ്പോൾ അബ്ദുവും കൂട്ടരും തടയാൻ വരില്ല. എല്ലാവരും ജനസ്വാധീനമുള്ളവരാണ്. അവരെ തൊടാൻ അച്ചുവിനും ഗുണ്ടകൾക്കും പറ്റില്ല. "രാമൻ മാസ്റ്ററെ ഇത്തരം പ്രവർത്തന രംഗത്ത് ഇതുവരെ കണ്ടിട്ടില്ല. മാഷും പാർട്ടിക്കാരനാണോ സാബൂ?" പാർട്ടിയിലൊന്നും ഇല്ല. ഭക്തി രംഗത്താണ്. ഉത്സവസമയത്ത് മാഷിന്റെ ആധ്യാത്മിക പ്രഭാഷണം ഉണ്ടാകും. ആളുകൾ വളരെ ബഹുമാനിക്കുന്ന ഒരു വ്യക്തിയാണ്.

ഇതൊരു നല്ല കാര്യമാണെന്ന് മനസ്സിലാക്കി കൂടെ വരാൻ സമ്മതിച്ചതാണ്. മലയാളം പണ്ഡിറ്റായ മാഷിന്റെ ക്ലാസ് ശ്രദ്ധിക്കാനിടവന്നപ്പോഴൊക്കെ അദ്ദേഹത്തിന്റെ പ്രഭാഷണ ചാതുര്യം മനസ്സിലായതാണ്. കുട്ടികളെ കൈയിലെടുക്കാനുള്ള ഒരു പ്രത്യേക കഴിവ് തന്നെയാണത്. പക്ഷേ സ്റ്റാഫ് റൂമിലൊന്നും അധികം സംസാരിക്കുന്നതു കണ്ടിട്ടില്ല. തികഞ്ഞ ഒരു സാത്വിക മട്ടാണ്. "മാഷെ രാമൻ മാഷിന്റെ സഹായം ഞങ്ങൾക്ക് വളരെയധികം ഗുണം ചെയ്യും. അച്ചുവും സംഘവും തീരെ പ്രതീക്ഷിക്കാത്ത ഒരു കാര്യമായിരിക്കും അത്. ഏതായാലും കമ്മിറ്റി കഴിഞ്ഞപ്പോൾ ആകെയൊരു സന്തോഷം. എല്ലാത്തിനും ഒരു വ്യവസ്ഥ ആയതുപോലെ. നമ്മളെ റസാഖിന്റെ കാര്യം എന്തായി?"

മാഷ് സംസാരിച്ചിനൊ?. അതിനും ഒരു വ്യവസ്ഥയായി സാബ്യ. നമ്മ ക്കൊന്നും അറിഞ്ഞു കൂടാത്ത ഒരു പാട് സങ്കടങ്ങളാ ഓന്റെ ഉള്ളില്. എല്ലാം എന്നോട് തുറന്ന് പറഞ്ഞു. ഞാനത് മാറാന്ള്ള വഴിയും പറഞ്ഞു കൊടുത്തു. അവന്റെ തെറ്റുകൾ അവന് തിരിച്ചറിയാൻ പറ്റി. അത് തിരു ത്തിക്കൊള്ളാമെന്ന് ഏറ്റുകയും ചെയ്തു. ബീഡിവലി നിർത്തി. ഇപ്പൊ ഉമ്മമാരുമായിട്ട് തമാശേം കുസൃതിം ഒക്കെ ആയിട്ട് സന്തോഷിച്ചിരി ക്ക്യാ. സാബുവിന് സഹായത്തിന് വേണേ ഇനി അവനേയും കൂട്ടാം. ചില കൂട്ടുകാരുടേയും, ബന്ധുക്കളുടേയും പരിഹാസവും കുറ്റപ്പെടുത്തലും ആണ് അവനെ സങ്കട കടലിലാക്കിയത്. അത് വച്ച് ഇവിടെയുള്ളവർ മുഴുവനും മോശക്കാരാണെന്നാണ് അവൻ ധരിച്ചു വച്ചിരിക്കുന്നത്. ഇവി ടെയുള്ള നല്ല മനുഷ്യരെ അവന് അറിയാൻ പറ്റിയിട്ടില്ല. സാബുവിന്റെ പ്രവർത്തനങ്ങളിലെല്ലാം സമയം കിട്ടുന്നത് പോലെ അവനേയും പങ്കെടുപ്പിച്ചാൽ അവൻ തീർച്ചയായും നല്ലൊരു ചെറുപ്പക്കാരനായി മാറും.

"മാഷേ ചോറ് ബെയ്ച്ചോ? പുറത്തു നിന്നും റസാഖാണ്. കൈയിലൊരു പൊതിയുണ്ട്. പൊരിച്ച മീനാണ്. എന്റേം, ഉമ്മാരുടേം ഒരു സന്തോശത്തിന് കടപ്പുറത്തു പോയി കൊറച്ച് നല്ല മീന് വാങ്ങി പൊരിച്ച്. കൊറച്ച് മാഷക്കും തരാന്ന് വച്ച്. ആകോലി പൊരിച്ച താണ്. നല്ല സുഖിപ്പിക്കുന്ന ഗന്ധം. ഇത്രക്ക് സന്തോഷൊണ്ടായിറ്റ് ഇനിക്ക് മാഷ വീട്ടിലോട്ട് വിളിച്ചൂടേനോ?. അയിന് സാബ്യ ഏട്ടാ മാഷക്ക് ഞമ്മള ഭക്ഷണം പുടിക്യോംന്നറിയോ?" പുടിക്യേങ്കി ഒരു ദിവസം എന്തായാലും വിളിക്കും. മാഷ് ചിരിച്ചു. "പിന്ന റസാഖേ ഇഞ്ഞി ടൗണിലുള്ള ആ കറക്ക് കമ്പനി ഇല്ലേ, അവരുമായിട്ടുള്ള ബന്ധം എന്തായാലും ഒഴിവാക്കണം. ഇങ്ങള് വിജാരിക്ക്ന്ന പോല അങ്ങനത്ത ബന്ധോന്നും എനക്കില്ല, സാബ്യ ഏട്ടാ, ചെറിയ ഒരു ജോളി, പിന്ന എപ്പേങ്കിലും സന്തോഷ ത്തിന് പൊകക്കലും. ഇന്ന് മാഷ് പറഞ്ഞതെല്ലാം കേട്ടപ്പം തന്നെ ഞാനതെല്ലം നിർത്തി. എന്റെ പൈശേല്ലം ആബൂട്ടി മൊതലാളീന്റേ ട്ത്ത് ഇണ്ട്. ഓറ് പകുതി ശമ്പളേ തെരുത്തുള്ളൂ. ബാക്കി ഓറാട പിടിച്ച് ബക്കലാ. ഞാം ജോളി അടിച്ച് സമ്പൂറാക്കണ്ടാ എന്ന് വിചാരിച്ചാ. നാള കൊറച്ച് ബാങ്ങീറ്റ് ഉമ്മാറക്ക് ഡ്രസ് കൊണ്ട് കൊടുക്കണം. ഓറ് സന്തോശിക്കട്ടെ. മാഷക്ക് വേണ്ട സാധനത്തിന്റെ ശീട്ട് തന്നാ അതും കൊണ്ടേരാ." ഞാൻ വെറുതെ പറഞ്ഞതാ റസാഖേ. നീയുമാ യിട്ട് പരിചയം ഉണ്ടാക്കാം വേണ്ടീറ്റ് അപ്പൊ അങ്ങനെയൊക്കെ പറഞ്ഞതാ. ഞാം നാള വീടിലേക്ക് സാധനം കൊണ്ടരും. അക്കൂട്ടത്തല് മാഷക്കും എന്തെങ്കിലും ആവശ്യം ഉണ്ടെ കൊണ്ടേരാ. ഇപ്പം ഒന്നും വേണ്ട റസാഖേ ആവശ്യമുള്ളപ്പോൾ പറയും. ഉമ്മാറ്കാത്ത് നിക്ക്ന്ന്ണ്ട്.

ചോറ് ബെയിക്കട്ടെ മാഷേ. അവൻ പോയി. റസാഖ് കുടുംബത്തിന്റെ ഉത്തരവാദിത്വം ഏൽക്കാൻ തുടങ്ങിയിരിക്കുന്നു. മാഷക്കും, സാബുവിനും വലിയ സന്തോഷം തോന്നി- സാബൂ നമുക്കിന്ന് കണ്ണൻ മാസ്റ്ററുടെ വീട്ടിൽ പോണം. മാലൂനെ കാണണം. നമ്മുടെ ചരിത്ര ചർച്ച തുടരണം. “എനക്കും ഓളോട് രണ്ട് ചോയിക്കേനുണ്ട് മാഷെ. സ്വാതന്ത്ര്യത്തെ പറ്റി ഓള് പറഞ്ഞ കാര്യോന്നും ശരിയല്ല. നമ്മക്കൊരു മൂന്ന് മണിക്ക് പോകാം. പ്രാഗിനേം ഒന്ന് കാണണം.” സാബു പോയി - ഉച്ചഭക്ഷണം കഴിക്കണം. ചോറും കറിയും വിളമ്പിവച്ചു. ഇഷ്ടപ്പെട്ടകടലക്കറിയാണ്. റസാഖ് കൊണ്ടുവന്ന പൊരിച്ച മത്സ്യം എടുത്തു. ആ ഉമ്മയുടെ കൈപ്പുണ്യം അറിയാനുണ്ട്. അസ്സൽ രുചി..

മൂന്ന് മണിക്ക് തന്നെ കണ്ണൻ മാഷിന്റെ വീട്ടിലെത്തി. മാലു ഇല്ല അമ്മയുടെ കൂടെ മാമന്റെ വീട്ടിലേക്ക് പോയിരിക്കയാണ്. പ്രയാഗ് വരാന്തയിലിരുന്ന് വായനയിലാണ്. കണ്ണൻ മാഷ് ഉറക്കത്തിലാണത്രേ. മാലൂ ആയിട്ട് ചരിത്രത്തെ കുറിച്ച് സംസാരിക്കാമെന്ന് വച്ച് വന്നതാണ് പ്രയാഗേ. “മാഷെ, മാഷന്ന് പറഞ്ഞു തന്ന രീതിയിൽ മാലു കോളേജിൽ അവളുടെ കൂട്ടുകാരുമായി ചർച്ച തുടങ്ങി. അങ്ങനെ ‘അവളുടെ ചരിത്രത്തിന്റെ മാഷ് വിജയൻ സാറിന്റെ ശ്രദ്ധയിലും കാര്യമെത്തി. ഇപ്പോൾ സാറ് തന്നെ മുൻകൈയെടുത്ത് ഇടയ്ക്ക് ഡിബേറ്റുകൾ സംഘടിപ്പിക്കുന്നുണ്ട്. സ്വാതന്ത്ര്യ സമരവുമായി ബന്ധപ്പെട്ട ചർച്ച ക്ലാസിന് വെളിയിലെത്തി, ക്യാമ്പസിലാകെ പടർന്നിരിക്കയാണ്. സ്റ്റുഡൻസ് യൂനിയൻകാരും, സ്റ്റുഡൻസ് ഫെഡറേഷൻ കാരും, വിദ്യാർഥി പരിഷത്ത് കാരും തമ്മിൽ ചൂടുപിടിച്ച ചർച്ച നടക്കുകയാണ്. ഡിഗ്രി ഫൈനലിന് പഠിക്കുന്ന കയ്യൂരെ ഒരു കുട്ടിയുണ്ട്. അജയൻ. അവന്റെ അച്ഛൻ സെൻട്രൽ സ്കൂളിലെ അധ്യാപകനാണ്. ഇന്ത്യയിലെ വിവിധ സംസ്ഥാനങ്ങളിൽ മാറി മാറി അദ്ദേഹം ജോലി ചെയ്തിട്ടുണ്ട്. അജയനും പ്രി ഡിഗ്രി വരെ അച്ഛന്റെ കൂടെ മറ്റു സംസ്ഥാനങ്ങളിലാണ് പഠിച്ചത്. അവിടങ്ങളിലുള്ള സ്ഥിതിഗതികളൊക്കെ നന്നായറിയാം. ആ അനുഭവങ്ങൾ വച്ച് അവനാണ് ഇപ്പോൾ ചർച്ചനയിക്കുന്നത്. നേരനുഭവങ്ങളായത് കൊണ്ട് ആർക്കും അതിനെ തള്ളിക്കളയാൻ പറ്റുന്നില്ല.

ചരിത്ര വിദ്യാർഥി കൂടിയായ അവൻ കേരളത്തിൽ നടന്ന കർഷക, തൊഴിലാളി സമരത്തെക്കുറിച്ചെല്ലാം പഠനം നടത്തിയിട്ടുണ്ട്. കയ്യൂരിനെ പറ്റി പ്രത്യേകം പഠിച്ചിട്ടുണ്ട്. അന്ന് മാലു നിങ്ങളോട് പറഞ്ഞതെല്ലാം അവൻ ഡിബേറ്റിൽ അവതരിപ്പിച്ച കാര്യങ്ങളും തുടർന്ന് നടന്ന ചർച്ചകളുമാണ്. കുട്ടികൾ അത് ആവേശപൂർവം ഏറ്റെടുത്തിട്ടുണ്ട്. സ്വതന്ത്ര ഇന്ത്യയിൽ കുറഞ്ഞത് അമ്പത് ശതമാനം ജനങ്ങളും ശരിക്ക്

പറഞ്ഞാൽ ഇന്നും സ്വാതന്ത്ര്യത്തിന്റെ അർഥമറിയാത്തവരാണ്. സ്വാതന്ത്ര്യത്തിന് മുമ്പ് തങ്ങളെ അടിമകളാക്കി വച്ച അതേ ഭൂപ്രഭുത്വത്തിന്റെ ചവിട്ടടിയിൽ തന്നെയാണ് മിക്ക സംസ്ഥാനങ്ങളിലേയും ഭൂരിഭാഗം വരുന്ന സാധാരണക്കാർ. എന്നാൽ കേരളം വിഭിന്നമാണ്. അതിന്റെ കാരണം ഇവിടെ നടന്ന കർഷക സമരങ്ങൾ തന്നെയാണ്. എന്നെ പോലെയുള്ള ഭൂരിഭാഗം കുട്ടികൾക്കും ഇക്കാര്യങ്ങളൊക്കെ ഇത്തരം ചർച്ചകളിലൂടെയാണ് മനസ്സിലായി വരുന്നത്. അന്ന് മാഷിന്റെടുത്ത് നിന്ന് മനസ്സിലാക്കിയ കാര്യങ്ങൾ മാലു കൃത്യമായി അവളുടെ ക്ലാസിലെത്തിച്ചു. എന്റെ പെണ്ണുങ്ങൾ ഒരു കുസൃതിക്കാരിയൊക്കെയാണെങ്കിലും അവളെ പറ്റി ഇപ്പോൾ എനിക്ക് വലിയ അഭിമാനം തോന്നുന്നു. പ്രാഗേ എനക്ക് ഈ പറയുന്നതിനോടൊന്നും യോജിക്കാൻ പറ്റുന്നില്ല. സ്വാതന്ത്ര്യം നേടിയതിന് ശേഷം ഇന്ത്യ എത്രയധികം പുരോഗമിച്ചു.

ശാസ്ത്ര രംഗത്തും, വ്യാവസായിക രംഗത്തും, കാർഷിക രംഗത്തും വലിയ വളർച്ചയല്ലേ ഉണ്ടായാരിക്കുന്നത്. അതിന്റെയൊക്കെ ഗുണം നമ്മളൊക്കെ അനുഭവിക്കുന്നില്ലേ? അല്ലാതെ പഴയ കാലത്തേതു പോലാണോ ഇന്ന് നമ്മൾ ജീവിക്കുന്നത്. “സാബു ഏട്ടാ നമ്മള് കേരളത്തിലിരുന്ന് ചിന്തിക്കുമ്പോൾ കാര്യം നൂറ് ശതമാനം ശരിയാണ്. മറ്റു സംസ്ഥാനങ്ങളിലെ പട്ടണപ്രദേശങ്ങൾ എടുത്തു നോക്കിയാലും ശരിയായിരിക്കാം. പക്ഷേ ഇന്ത്യയിലെ ഭൂരിഭാഗം ഗ്രാമങ്ങളും എടുത്തു പരിശോധിച്ചാൽ മേൽ പറഞ്ഞ നേട്ടങ്ങളൊന്നും അങ്ങോട്ട് കടന്ന് ചെന്നിട്ടില്ലെന്നു കാണാം. കേരളത്തിൽ തന്നെ വയനാടും, അട്ടപ്പാടിയും, ചില തീരദേശ ഗ്രാമങ്ങളുമുണ്ട്. അവിടെയുള്ള ജനങ്ങൾ എന്തുകൊണ്ടാണ് ഈ അനീതിക്കെതിരെ സമരത്തിനൊന്നും ഇറങ്ങാത്തത് പ്രാഗേ. അവർക്കതിനുള്ള സ്വാതന്ത്ര്യമല്ലെ ലഭിച്ചിരിക്കുന്നത്.? ഒന്നാമത്തെ പ്രശ്നം വിദ്യാഭ്യാസം തന്നേയാണ്. അറിവിലൂടെ സ്വന്തം അവസ്ഥ തിരിച്ചറിയുമ്പോഴാണ് മനുഷ്യർ അതിനെതിരെ പൊരുതാൻ ഇറങ്ങുക.

തങ്ങളുടെ കഷ്ടപ്പാടുകൾ ഈശ്വര നിശ്ചയമാണെന്നും, തലവിധിയാണെന്നും ആണ് ഭൂരിപക്ഷത്തിന്റേയും വിശ്വാസം. അത് മാറ്റിയെടുക്കണമെങ്കിൽ വിദ്യാഭ്യാസം അത്യാവശ്യമാണ്. ഔപചാരിക വിദ്യാഭ്യാസമില്ലെങ്കിൽ പോലും, അനൗപചാരികമായി അവരെ പഠിപ്പിക്കാൻ രാഷ്ട്രീയ, സാമൂഹ്യ സംഘടനകൾ തയാറാവണം. അങ്ങനെ അവർ സ്വന്തം അവസ്ഥ തിരിച്ചറിഞ്ഞാൽ പ്രതികരിക്കാൻ തുടങ്ങും, അപ്പോൾ സ്വാഭാവികമായും ഭൂവുടമകൾ ഭീഷണിയുമായി വരും. ഇവിടെ അമ്പുള്ളയും, അച്ചുവും ചെയ്യുന്നതു പോലെ. അവരെ സഹായിക്കാൻ പിന്നാലെ പോലീസും എത്തും. എതിർ ശബ്ദമുയർത്തുന്നവനെ എങ്ങനെയെങ്കിലും

അടിച്ചൊതുക്കും. അതിനെയൊക്കെ നേരിടാനുള്ള ആശയകരുത്തും, സമരവീര്യവുമുള്ള സംഘടനകൾക്കേ വിജയിക്കാൻ പറ്റൂ. ഇവിടെ കയ്യൂരിലൊക്കെ നടന്നത് അതാണ്. അല്ല പ്രാഗേ അതിന് അക്കാലത്ത് ആട ഇള്ള ആൾക്കാർക്കൊക്കെ പഠിക്കാൻ സ്കൂളുണ്ടായിരുന്നോ,? വിദ്യാഭ്യാസമുണ്ടായിരുന്നോ? സാബു ഏട്ടാ അവിടെയാണ് കമ്മ്യൂണിസ്റ്റുകാരുടെ ഇടപെടൽ. രാത്രി കാലങ്ങളിലൊക്കെ രഹസ്യമായി ആളുകളെ വായനയും എഴുത്തും പഠിപ്പിച്ചു. അവരുടെ കഷ്ടപ്പാടുകളുടെ യഥാർഥ കാരണം എന്തെന്ന് തിരിച്ചറിയാൻ അവരെ പ്രാപ്തരാക്കി. അതിനു ശേഷമാണ് പ്രതിഷേധ പരിപാടികൾ തുടങ്ങിയത്. അതാണ് മറ്റുള്ളവരുടെ കണ്ണിൽ അവർ കാട്ടിയ വലിയ അക്രമം. അങ്ങനെയാണെങ്കിൽ എന്തു കൊണ്ടാണ് പ്രാഗേ ഇന്ത്യയുടെ മറ്റു ഭാഗങ്ങിൽ കമ്മ്യൂണിസ്റ്റുകാർ ഇത്തരം കാര്യങ്ങൾ ചെയ്യാത്തത്? അവർക്ക് സ്വാധീനമുള്ള മേഖലകളിലൊക്കെ ചെയ്യുന്നുണ്ട്. അത്തരം സ്ഥലങ്ങളിൽ അതിന്റേതായ മാറ്റവും ഉണ്ട്.

യു. പി യിലേയും, ബീഹാറിലേയും, രാജസ്ഥാനിലേയും, കമ്മ്യൂണിസ്റ്റ് സ്വാധീനമേഖലകളിൽ കൃഷിക്കാരും തൊഴിലാളികളും, കുറച്ചൊക്കെ അവകാശങ്ങൾ പിടിച്ചുപറ്റിയിട്ടുണ്ട്. അവരുടെ ഓഫീസുകളോടനുബന്ധിച്ച് തന്നെ വായനശാലകളും, നിശാ പാഠശാലകളും ഒരുക്കിയിട്ടുണ്ട്. ഔപചാരിക പഠനത്തിന് സൗകര്യമില്ലാത്ത ഗ്രാമവാസികൾക്ക് അറിവിന്റെ വെളിച്ചം ഈ സംവിധാനങ്ങൾ വഴി നന്നായി ലഭിക്കുന്നുണ്ടത്രെ. അതെ പ്രയാഗേ എനിക്ക് വടക്കേ ഇന്ത്യൻ സന്ദർശനത്തിടയിൽ ബീഹാറിൽ കൂടി കടന്നു പോകുമ്പോൾ ഇങ്ങനെ ഒരു ഗ്രാമം കാണാനിടവന്നിട്ടുണ്ട്. അവിടുത്തെ വായനശാലയിൽ കേരളത്തിലെ നവോഥാന നായകരുടേയും, എ. കെ. ജി അടക്കമുള്ള രാഷ്ട്രീയ നേതാക്കളുടെ ഫോട്ടോകളും കണ്ടിരുന്നു. കേരളത്തെ പറ്റി അറിയാൻ അവർക്ക് പ്രത്യേക താല്പര്യവുമുണ്ട്. മാഷ് ഓർമ്മിപ്പിച്ചു. അതെ മാഷെ ഇത്തരം ഗ്രാമങ്ങൾ മറ്റുള്ളവയെ അപേക്ഷിച്ച് കുറച്ചു കൂടി മെച്ചമാണെനാണ് അജയൻ പറഞ്ഞത്. പ്രാഗേ അങ്ങനെയാണെങ്കിൽ അത് മറ്റ് ഗ്രാമങ്ങളിലും നടപ്പാക്കാൻ പറ്റേണ്ടതല്ലേ?സാബു ഏട്ടാ അതാണ് വലിയ പ്രശ്നം, അതാണ് നമ്മൾ കൃത്യമായി മനസ്സിലാക്കേണ്ടത്. അപ്പോഴാണ് കേരളത്തിന്റെ വലിപ്പം തിരിച്ചറിയാൻ കഴിയുക. അജയനിൽ നിന്നും കിട്ടിയ വിവരങ്ങൾ ഞാൻ പറയാം. ഇത് നടപ്പാവണമെങ്കിൽ ആളുകളെ ജാതി, മതംഇതൊന്നും നോക്കാതെ ഒറ്റക്കെട്ടായി സംഘടിപ്പിക്കാൻ പറ്റണം. അതിന് ഏത് ജാതിയിലായാലും, ഏത് മതത്തിയാലും തങ്ങളുടെ പ്രശ്നങ്ങൾ ഒന്നാണെന്ന് ജനങ്ങൾക്ക് തിരിച്ചറിയാൻ കഴിയണം. അങ്ങനെ ജനങ്ങൾ ഒന്നിക്കാതിരിക്കാൻ ജാതീയമായും

മതപരമായും ഉള്ള ഭിന്നതകൾ ബോധപൂർവംവളർത്തി കൊണ്ടുവരിക യാണ് ഭൂവുടമകളും അവരുടെ ശിങ്കിടികളായ പൗരോഹിത്യ വർഗവും. ദൈവത്തിന്റെ തലയിൽ നിന്നും, ഉടലിൽ നിന്നും ജനിച്ചവർ ഉയർന്ന ജാതി, പാദത്തിൽ നിന്നും ജനിച്ചവർ നീച ജാതി, അവർ ശാസ്ത്ര പ്രകാരം അടിമപ്പണി ചെയ്യാൻ വിധിക്കപ്പെട്ടവരാണ് എന്നൊക്കെ യാണ് അവരെ പഠിപ്പിച്ചു വച്ചിരിക്കുന്നത്. കേരളത്തിൽ ശ്രീനാരായണ ഗുരുവും,, ചട്ടമ്പിസ്വാമികളും, സഹോദരൻ അയ്യപ്പനും, വാഗ്ഭടാനന്ദനും അയ്യങ്കാളിയും അടക്കമുള്ള സാമൂഹ്യ പരിഷ്കർത്താക്കൾ അത്തരം ജാതി ചിന്തക്കെതിരായി ജനങ്ങളെ ചിന്തിപ്പിക്കുകയും വലിയൊരളവ് വരെ വിജയിക്കുകയും ചെയ്തു. എന്നാൽ ഇത്തരം നവോത്ഥാന നായകരോ പ്രസ്ഥാനങ്ങളൊ മറ്റ് സംസ്ഥാനങ്ങളിൽ അങ്ങനെ ഉണ്ടായില്ല. അതുകൊണ്ട് ഇന്നും അവിടങ്ങളിൽ പഴയ ജാതി അടിമത്തം നില നിൽക്കുകയാണ്. നവോഥാന പ്രസ്ഥാനത്തിന്റെ തുടർച്ചയായാണ് ദേശീയ പ്രസ്ഥാനവും, തൊഴിലാളി, കർഷക പ്രസ്ഥാനങ്ങളും കേര ളത്തിൽ ശക്തി പ്രാപിച്ചത്. അങ്ങനെയാണ് ജാതിമത ഭേദമെന്യേ തൊഴിലാളി കർഷകസമരങ്ങൾ അരങ്ങേറിയതും മനുഷ്യരെ പോലെ ജീവിക്കാനുള്ള അവകാശം നേടിയെടുത്തതും. ജാതി ചിന്ത ഇന്നും കൊടികുത്തി വാഴുന്നത് കൊണ്ട് മറ്റു സംസ്ഥാനങ്ങിൽ സാധാരണ ക്കാരേയും തൊഴിലാളികളേയും ഒന്നിപ്പിക്കുക വളരെ പ്രയാസകര മായ പ്രവർത്തനമാണ്. ആരെങ്കിലും സവർണ ഭൂവുടമകൾക്കെതിരെ ശബ്ദിച്ചാൽ അവരെ നേരിടാൻ ആയുധപരിശീലനം സിദ്ധിച്ച വിവിധ സേനകളെ തയാറാക്കി നിർത്തിയിട്ടുണ്ട്. കേരളത്തിൽ ഉണ്ടായ രീതിയിൽ നവോഥാന പ്രസ്ഥാനങ്ങൾ ശക്തി പ്രാപിച്ചാൽ മാത്രമേ, ജാതി മത ചിന്തകൾക്കതീതമായി മനുഷ്യനൊന്നാണെന്ന ബോധം വളർത്തിയെടുത്താൽ മാത്രമേ അത്തരം സവർണ സേനകളെ എതിർത്ത് പരാജയപ്പെടുത്താൻ കഴിയൂ. അതിന് മത സംഘട നകൾ നടത്തുന്ന വിദ്യാലയങ്ങൾക്ക് പകരം പൊതു വിദ്യാലയങ്ങൾ ഉയർന്നു വരണം. എല്ലാ കുട്ടികൾക്കും സമഭാവനയോടെ പഠിക്കാൻ അവസരമുണ്ടാകണം.

പൊതുവിദ്യാലയങ്ങളാണ് കേരളത്തിന്റെ നേട്ടങ്ങളുടെ അടിത്തറ യായി വർത്തിക്കുന്നത്. ഈയൊരു അന്തരീക്ഷം മറ്റു സംസ്ഥാനങ്ങളി ലുണ്ടായാലേ അവിടുത്തെ മനുഷ്യർക്ക് മോചന മുണ്ടാകൂ. എന്നിട്ടെന്താ ണാവോ അത്തരം പ്രവർത്തനങ്ങൾക്ക് ആരും മുൻകൈ എടുക്കാത്തത്? ജാതികളെയെല്ലാ ഒന്നിപ്പിച്ച് തങ്ങളുടെ മതത്തിന്റെ മാഹാത്മ്യം ഉയർ ത്തിക്കാണിക്കാനാണ് പ്രവർത്തിച്ചു കൊണ്ടിരിക്കുന്നത് എന്നവകാ ശപ്പെടുന്ന സംഘടനകൾ ഉണ്ട്. പല സ്ഥലങ്ങളിലും അവർക്ക് നല്ല

സ്വാധീനശക്തിയും ഉണ്ട്. സ്വന്തം മതക്കാരെ രക്ഷിക്കാനാണ് അത്തരം സംഘടനകൾ ആത്മാർഥമായി ആഗ്രഹിക്കുന്നതെങ്കിൽ അവർ ആദ്യം ചെയ്യേണ്ടത്, സ്വന്തം മതത്തിലെ പാവപ്പെട്ടവർക്ക് ഒരു തുണ്ട് ഭൂമിയും, കയറിക്കിടക്കാൻ സുരക്ഷിതമായ വീടും, ചെയ്യുന്ന ജോലിക്ക് അർഹമായ കൂലിയും, വിദ്യാഭ്യാസ സൗകര്യവും ഒരുക്കാനുള്ള പ്രവർത്തനമാണ്. അതിലേക്ക് വരുമ്പോൾ മതവും, ജാതിയും ഏതായാലും പാവപ്പെട്ടവരുടെ പ്രശ്നങ്ങൾ ഒന്നാണെന്ന് അവർ തിരിച്ചറിയും. അങ്ങനെ മത സഹോദര്യം വളരും. അല്ലാതെ പഴയ അനാചാരങ്ങൾ പുന:സ്ഥാപാച്ച്, അന്യമതവിദ്വേഷം പടർത്തി സമൂഹത്തെ പിന്നോട്ട് നയിക്കുകയല്ല വേണ്ടത്. മത പുനരുഥാനം എന്ന പേരിൽ എല്ലാ മതക്കാരും ചെയ്തു കൊണ്ടിരിക്കുന്നത് ഇതാണ്. ഇവിടെയാണ് കേരളം മാതൃകയാകുന്നത്. പ്രാഗേ ഇവിടെയും ജനങ്ങൾ കൈയൊഴിഞ്ഞ പഴയ ആചാരങ്ങളൊക്കെ തിരികെകൊണ്ടുവരാനും, മതപരമായ ഭിന്നിപ്പ് വളർത്താനും ഇരുഭാഗത്തു നിന്നും ചില കൂട്ടർ കഠിന ശ്രമത്തിലാണല്ലോ? സാബു എട്ടാ അതിനിട കൊടുത്താൽ നമ്മളും ഉത്തരേന്ത്യയിലെ അവസ്ഥയിലേക്ക് മാറും.

നമ്മൾ നടത്തുന്ന ഇത്തരം ചർച്ചകൾ സമൂഹത്തിൽ എത്തിച്ചാലേ ജനങ്ങൾ തെറ്റായ ചിന്തകളിലേക്ക് മാറുന്നത് തടയാൻ പറ്റൂ. കോളേജിൽ അത്തരമൊരു ചർച്ചയാണ് നടന്നുകൊണ്ടിരക്കുന്നത്. ചർച്ചയ്ക്കാവശ്യമായ പുസ്തകം തേടിയാണ് മാലു മാമന്റെ വീട്ടിൽ പോയിരിക്കുന്നത്. അവിടെ നല്ലൊരു ലൈബ്രറിയുണ്ട്. അപ്പുറത്തെ കടപ്പുറത്തിനടുത്താ. നിരഞ്ജനയുടേയും, വിഷ്ണു ഭാരതീയന്റെയും പുസ്തകങ്ങളാ. വായിച്ചു നോക്കാൻ അജയൻ നിർദേശിച്ചതാണ്. മാഷേ അങ്ങനെ ഏതാണ്ടൊരു പുസ്തകല്ലേ മാഷന്ന് വായിച്ചിനീന്ന് പറഞ്ഞെ. തന്നെ സാബൂ. ഏതായാലും മാലു പുസ്തകം കൊണ്ടരട്ടെ. എനക്കും ഒന്ന് വായിക്കാലോ. തീർച്ചയായും വായിക്കണം സാബു. നമ്മുടെ പഴയ അവസ്ഥകളെന്തായിരുന്നു എന്ന് മനസ്സിലാക്കാമല്ലോ.

“ചോറും തിന്ന് ഒന്ന് നട്ടു നീർത്തതാ, നന്നായങ്ങ് ഒറങ്ങിപ്പോയി. ഇങ്ങളൊക്കെ എപ്പ വന്ന്യ?” കണ്ണൻ മാഷാണ്.

“സാബു നമ്മള വർക്ക് നാള വൈകീറ്റ് തൊടങ്ങാന്നാ തീരുമാനിച്ചിന്. ഇഞ്ഞ്യൊന്ന് കരുതി ഇരുന്നോളണം. അവര് ചെലപ്പം ദേഷ്യം ഇന്നോട് തീർക്കാൻ നോക്കും. അതോണ്ട്, വാക്കിനും, തർക്കത്തിനും ഒന്നും നിക്കണ്ട. കാര്യങ്ങളെല്ലം ഞങ്ങള് നോക്കിക്കൊള്ളും. “മാഷേ കഴിഞ്ഞ ദിവസം അച്ച ഭീഷണിം കൊണ്ട് വന്നതാ, ഞാം ഒഴിഞ്ഞ് മാറ്യതാ. ആ അതന്ന്യാ നല്ലത്.

"മാഷേ, മാഷ ശിഷ്യ ഓള മാമന്റെ വീട്ടി പോയിരിക്ക്യാ. വരാം താമസിക്കുന്നാ തോന്ന്ണേ. ഇപ്പം കുട്ടിക്കളിയൊക്കെ കൊറഞ്ഞി റ്റ്ണ്ട്. അധിക സമയോം വായനേലാ. ഇടക്ക് ചർച്ചക്ക് എന്റ്ടത്ത് പാഞ്ഞുവരും. എല്ലം ഒരു രസം തന്നെ.

"പ്രാഗേ നമ്മള കളി തൊടങ്ങണ്ടേ? ഒരു പുതിയ ബോള് വാങ്ങണം. അട്ത്ത ശനിയാഴ്ച തൊടങ്ങാം." ഫുട്ബോൾ കളിയാണ്. സ്കൂളിന്റെ മുന്നി ലുള്ള വെളിമ്പറമ്പാണ് സ്ഥലം. താല്പര്യം ഉണ്ടെങ്കി മാഷക്കും കൂടാം സാബു ക്ഷണിച്ചു. മാഷ് ചിരിച്ചു.

"മാഷെ അപ്പൊ നമ്മള ഇന്ത്യേന്റെ പുരോഗതി പൊറമ കാണ്ന്നതേ ഉള്ളൂ അല്ലെ." പ്രയാഗിൽ നിന്നും കേട്ട കാര്യങ്ങൾ സാബുനെ സങ്കടപ്പെടുത്തിയിട്ടുണ്ട്. അതൊക്കെ നമ്മള് ശ്രമിച്ചാ മാറ്റാം പറ്റും സാബു. ഇവിടുത്തെ കാര്യം തന്നെ നോക്ക്. പാവപ്പെട്ട തൊഴിലാളികള സഹായിക്കാൻ അമ്പല കമ്മിറ്റിയും, പള്ളിക്കമ്മിറ്റിയും, പാർട്ടിം ഒക്കെ ഒന്നിച്ചിറങ്ങിയിരിക്കയല്ലേ. പാവപ്പെട്ട ഹിന്ദൂം പാവപ്പെട്ട മുസ്ലീമും ഒക്കെ രക്ഷപ്പെടുന്ന കാര്യമല്ലെ. ഇതുപോലൊരു ചിന്ത ഇന്ത്യ യിലെല്ലായിടത്തും വരണം. അതുണ്ടാക്കാൻ നമ്മൾ പരിശ്രമിക്കണം. ഈ യോജിപ്പ് ഇല്ലാണ്ടാക്കേ്വൻ ചെലരൊക്കെ ശ്രമിക്ക്ന്ന് ണ്ട് മാഷേ.

പള്ളിക്കാരെന്തിനാ ഹിന്ദുക്കള സഹായിക്കിന്ന് എന്ന് ഒരു കൂട്ടർ, അമ്പലക്കാരെന്തിനാ മാപ്പളാറ സഹായിക്ക് ന്നദ് എന്ന് മറ്റൊരു കൂട്ടർ. സാബൂ ഇങ്ങനെ ഉള്ളവരെ ഒറ്റപ്പെടുത്തുക തന്നെ വേണം. തൊഴിലാളികളുടെ യോജിപ്പ് കാണുമ്പോൾ ആ അബ്ദുള്ളയും, അച്ചവും ഒക്കെ അത്തരക്കാര ഉപയോഗച്ച് ഭിന്നിപ്പുണ്ടാക്കാൻ നോക്കും. കരു തിയിരുന്നുകൊള്ളണം. നമ്മുടെ കേരളത്തെ വടക്കേ ഇന്ത്യയുടെ കോലത്തിലേക്ക് കൊണ്ടുപോകാൻ അനുവദിക്കരുത്. മാഷേ പഠി പ്പൊക്കെ ഇടക്ക് വച്ച് നിർത്തി ഒരു പണിക്കും പോകാതെ തെക്ക് വടക്ക് നടക്കുന്ന കുറച്ച് ചെറുപ്പക്കാര്ണ്ട്. പാവപ്പെട്ട കുടുംബത്തിലേയാ, അവർക്ക് എവിടെ നിന്നൊക്കെയോ ഇപ്പോൾ നല്ല കാശ് വരുന്നുണ്ട്. രാത്രിയായാൽ പുറത്ത് നിന്ന് ആളുകൾ വന്ന് ആയുധ പരിശീലനങ്ങ ളും, ക്ലാസുകളും ഒക്കെ നൽകുന്നുണ്ട്. അവരാണ് ഇതിന്റെ പിന്നിൽ. ചെറുപ്പക്കാരെ ആകർഷിക്കാൻ പല വാഗ്ദാനങ്ങളും നൽകുന്നുണ്ട്. ബോധപൂർവം ഭിന്നിപ്പിക്കാനുള്ള ശ്രമമാണ്. എങ്കിൽ നല്ല ശ്രദ്ധ വേണം കൂടുതൽ ചെറുപ്പക്കാർ അവരുടെ വലയിൽ പെട്ടു പോകാതിരിക്കാൻ നോക്കണം. മാഷേ കാര്യം അമ്പലക്കമ്മിറ്റിയുടേയും, പള്ളിക്കമ്മിറ്റി യുടേയും, പാർട്ടിയുടേയും ഒക്കെ ശ്രദ്ധയിൽ പെടുത്തിയിട്ടുണ്ട്. മാഷെ നാളെ കാണാം. സംഘത്തിന്റെ പ്രവർത്തനവുമായി കുറച്ചാളുകളെ കാണാനുണ്ട്. സാബു നടന്നു.

25

ഇന്ന് വൈലോപ്പിള്ളിയുടെ മാമ്പഴമാണ് അവതരിപ്പിക്കേണ്ടത്. കവിത ആകർഷണീയമായ രീതിയിൽ ചൊല്ലി അവതരിപ്പിക്കാനും, പ്രഭാഷണ രൂപത്തിൽ പകർന്നു നൽകാനും തനിക്ക് അല്പം പ്രയാസമുണ്ട്. പക്ഷേ കവിത കുട്ടികളെ അനുഭവിപ്പിക്കണം. അതിന് വേണ്ട മുന്നൊരുക്കങ്ങൾ രാത്രി തന്നെ ചെയ്തു വച്ചിട്ടുണ്ട്. ആദ്യം മാമ്പഴക്കാലത്തെ തങ്ങളുടെ അനുഭവങ്ങൾ കുട്ടികളെ കൊണ്ട് പറയിക്കലാണ്. പിന്നീട് കവിത ചൊല്ലി കേൾപ്പിക്കലാണ്. തുടർന്ന് ഉചിതമായ ചോദ്യങ്ങളിലൂടെ ആശയങ്ങൾ കണ്ടെത്താനുള്ള പ്രവർത്തനമാണ്.

“അങ്കണ തൈമാവിൽ നിന്നാദ്യത്തെ പഴം വീഴ്കെ, അമ്മ തൻ നേത്രത്തിൽ നിന്നുതിർന്നു ചുടുകണ്ണീർ.” ഇവിടെ ആരുടെയോ നേത്രത്തിൽ നിന്ന് ചുടുകണ്ണീർ ഉതിർന്നിരിക്കുന്നു ഇല്ലേ. ആരുടെ നേത്രത്തിൽ നിന്നാണ് ചുടുകണ്ണീർ ഉതിർന്നത്? അമ്മയുടെ നേത്രത്ത്ന്നാ മാഷേ. നേത്രം എന്ന് പറഞ്ഞാ എന്താ? കണ്ണ്. കണ്ണീര് വര്വാ കണ്ണ്ന്നല്ലെ മാഷേ. നമ്മൾക്കൊക്കെ കണ്ണ്ന്ന് കണ്ണീര് വരാറില്ലേ? എപ്പോഴാ വരുന്നേ? സങ്കടം വരുമ്പോ കണ്ണീര് വരും. ഇവിടെ എങ്ങനെയുള്ള കണ്ണീരാ ഉതിർന്നിരിക്കുന്നത്? ചുടുകണ്ണീർ. അപ്പൊ സങ്കടം വരുമ്പം നമുക്ക് കണ്ണീര് വരും. പക്ഷേ ഇവിടെ ചുടുകണ്ണീർ ഉതിർന്നു എന്നാണ് പറഞ്ഞിരിക്കുന്നത്. അത് എന്തുകൊണ്ടായിരിക്കും? നല്ല സങ്കടം ഉള്ളത് കൊണ്ടായിരിക്കും അല്ലെ മാഷേ. അതെ കടുത്ത സങ്കടം. എന്തോ കണ്ടപ്പഴാ അമ്മേന്റെ കണ്ണ്ന്ന് ചുടുകണ്ണീര് വന്നത് അല്ലേ?എന്ത് കണ്ടപ്പഴാ?പഴം വീഴുന്ന കണ്ടപ്പോ. എന്തിൽ നിന്നാണ് പഴം വീണത്?. തൈമാവ്ന്ന്. അപ്പോ ആ പഴം ഏതായിരിക്കും? മാവ്ന്ന് വീണ പഴം മാമ്പഴം. എവിടെ നിൽക്കുന്ന തൈമാവിൽ നിന്നാ മാമ്പഴം വീണത്?അങ്കണത്തിലെ തൈമാവ്ന്ന്. അങ്കണം എന്ന് എന്തിനെയാണ്

പറയുന്നത്? നമ്മള് സ്കൂളിന്റെ അങ്കണത്തിൽ കളിക്കാറില്ലേ? മുറ്റല്ലെ മാഷെ. ഇവിടെ വീണ മാമ്പഴത്തിന് എന്തെങ്കിലും പ്രത്യേക തയുണ്ടോ? ആദ്യത്തെ പഴാ. അതെ മാവിൽ ആദ്യം ഉണ്ടായ മാമ്പഴം അല്ലെ. മാവിൽ ആദ്യമായുണ്ടായ മാമ്പഴം പഴുത്തു വീഴുന്നത് കണ്ടാൽ നമുക്കൊക്കെ എന്താ തോന്നുക? സന്തോഷം തോന്നും. ഇവിടെ അമ്മക്ക് എന്താ തോന്നിയത്? സങ്കടം. എങ്ങനെയുള്ള സങ്കടാ? നല്ല സങ്കടം. ഇങ്ങനെ അമ്മക്ക് മാമ്പഴം വീഴുന്ന കണ്ടേപ്പോ കടുത്ത സങ്കടം തോന്നാൻ എന്തായിരിക്കും കാരണം? അതെന്ത്ന്നായിരിക്കും മാഷേ? കുട്ടികൾ ആലോചനയിലാണ്. രണ്ട് വരികളിലെ ആശയം കുട്ടി കളിലെത്തിക്കാൻ ഉപയോഗിച്ച ചോദ്യങ്ങൾ. ചൂണ്ടയിൽ മത്സ്യങ്ങൾ മത്സരിച്ച കൊത്തുന്നത് പോലെ കുട്ടികൾ ചോദ്യങ്ങൾ ഉൾക്കൊള്ളു കയും, വരികളിലെ ആശയങ്ങളെ സ്വയം കൈപ്പിടിയിലൊതുക്കുക യും ചെയ്തിരിക്കുന്നു. നേത്രം, അങ്കണം തുടങ്ങിയ പദങ്ങൾ, സ്വയം തന്നെ അവർക്ക് തിരിച്ചറിയാൻ കഴിഞ്ഞു. മാവിൽ ആദ്യമായുണ്ടായ മാമ്പഴം വീഴുന്നതു കാണുമ്പോൾ ആർക്കായാലും സന്തോഷമാണ് ഉണ്ടാവേണ്ടതെന്നും, അമ്മയ്ക്ക് കരച്ചിൽ വന്നതിന് പിന്നിൽ എന്തോ വലിയ സങ്കടം ഉണ്ടെന്നും, അതെന്താണെന്ന്, തുടർന്നുള്ള വരികളിൽ നിന്നും കണ്ടെത്തണമെന്നുള്ള താല്പര്യവും അവരിൽ ഉണർന്നിരിക്കുന്നു. വലിയ വിവരണത്തിന്റെ പിൻബലമില്ലാതെ ചെറു ചോദ്യങ്ങളിലൂടെ കുട്ടികളുടെ താല്പര്യത്തെ ഉണർത്തുമ്പോൾ, ആശയങ്ങൾ കണ്ടെ ത്താനുള്ള അവരുടെ ഒരു മാത്സര്യവും, കണ്ടെത്തി കഴിഞ്ഞാലുള്ള സന്തോഷവും. അത് തനിക്കും വളരെ ആസ്വാദ്യകരമായതായി മാഷിന് തോന്നി. കവിതയുടെ അവസാന ഘട്ടത്തിലെത്തിയിരിക്കുകയാണ്. അമ്മയുടെ സങ്കടത്തിന്റെ ആഴം കുട്ടികൾ സ്വയം അനുഭവിച്ചറിഞ്ഞി രിക്കുന്നു. കൊടുത്ത ചോദ്യങ്ങൾ ആശയങ്ങളെ ചികഞ്ഞെടുക്കാനും, കവിതാ മർമ്മത്തെ ഉൾക്കൊള്ളാനും കുട്ടികൾക്ക് തികച്ചും പ്രയോജന പ്പെട്ടിരിക്കുന്നു. പൂക്കുലയും പൊട്ടിച്ച വരുന്ന കുഞ്ഞിന്റെ നിഷ്കളങ്കതയും, അതുൾക്കൊള്ളാൻ കഴിയാഞ്ഞ അമ്മയുടെ ദേഷ്യവും, അത് കുഞ്ഞു മനസ്സിൽ സൃഷ്ടിച്ച നൊമ്പരവും എല്ലാം അവർ സ്വയം ഏറ്റുവാങ്ങി യത് പോലെ.

ഏറ്റവും രസകരമായി തോന്നിയത് വഴക്കു പറഞ്ഞ അമ്മയുടെ ഭാഗത്താണ് അധികം പേരും ആദ്യംനിലകൊണ്ടത് എന്നതാണ്. പൂക്കുല പറിച്ചാ പിന്ന മാങ്ങ കയക്കുല്ലാലോ?. അതുകൊണ്ട് അങ്ങനെ തന്നെ കിട്ടണം എന്നാണ് ഭൂരിപക്ഷം പേരും അഭിപ്രായപ്പെട്ടത്. പൂക്കുല പൊട്ടിക്കാൻ പാടില്ല എന്ന് കുഞ്ഞിന് അറിയാമായിരുന്നോ? നിങ്ങളും ചെറിയ പ്രായത്തിൽ ഇത്തരം വികൃതികൾ കാണിച്ചിട്ടുണ്ടാവില്ലെ?

ചെറിയ കുഞ്ഞുങ്ങൾ അറിയാതെ തെറ്റ് ചെയ്താൽ വഴക്കു പറയുന്നത് ശരിയാണൊ? തുടർന്നുള്ള ചോദ്യങ്ങളാണ് അവരെ മറ്റൊരു ചിന്തയിലേക്ക് നയിച്ചത്. അത് മാതാവ് ദേഷ്യപ്പെട്ടപ്പോഴുള്ള, കുഞ്ഞിന്റെ ഭാവമാറ്റവും, വദനാംബുജം വാടിയതും, പൂക്കുല വലിച്ചെറിഞ്ഞതിന്റെ തീവ്രതയും ഉൾക്കൊള്ളാൻ അവർക്ക് സഹായകമായി. മാമ്പഴം പെറുക്കാൻ വരില്ലെന്നും പറഞ്ഞ് കുട്ടി മലർക്കുല വലിച്ചെറിഞ്ഞില്ലേ. അത് കണ്ടപ്പോൾ, താൻ ചെയ്തത് തെറ്റായിപോയി എന്ന് അമ്മക്ക് മനസ്സിലാക്കാൻ പറ്റിയോ? പറ്റിയില്ല. പിന്നെ എപ്പോഴാണ് മനസ്സിലായത്? കുഞ്ഞ് മരിച്ചപ്പോൾ. കുഞ്ഞിന്റെ വേർപാട് അമ്മയിലുണ്ടാക്കിയ ദു:ഖത്തിന്റെ ആഴം. സാധാരണ കുഞ്ഞുങ്ങൾ മരിക്കുന്നത് വലിയ സങ്കടമാണ്. ഇവിടെ അമ്മ അനുഭവിക്കുന്നത് ഇരട്ടി സങ്കടമാണ്. കാരണം എന്തായിരിക്കും? ആർക്കും സംശയമില്ല. തെറ്റും ശരിയും തിരിച്ചറിയാൻ പാടില്ലാത്ത കുഞ്ഞിനെ വഴക്കു പറഞ്ഞതു തന്നെ. അത് കേട്ട്, മാമ്പഴം പെറുക്കുവാൻ ഞാൻ വരില്ല എന്ന് കുട്ടി സങ്കടപ്പെട്ടത് തന്നെ. അമ്മയോട് എന്തും പറഞ്ഞു കൊണ്ടായിരുന്ന കുട്ടി മലർക്കുല വെറും മണ്ണിലേക്ക് എറിഞ്ഞത്? മാമ്പഴം പെറുക്കാൻ ഞാൻ വരില്ല എന്ന് പറഞ്ഞു കൊണ്ട്. കുട്ടി അന്ന് സങ്കടത്തോടെ പറഞ്ഞതു പോലാണോ പിന്നിട് സംഭവിച്ചത്? അതെ മാമ്പഴം വീഴ്ന്നേന്റെ മുമ്പേ കുട്ടി മരിച്ചു പോയി. അങ്ങനെ കുട്ടി പറഞ്ഞത് പോലെ, പിന്നീട് സംഭവിച്ചില്ലേ. ആ കാര്യം ചൂണ്ടിക്കാണിക്കുന്ന വരികളുണ്ട്. ഏതാണെന്ന് പറയാമോ? കുട്ടികൾക്ക് പറയാൻ പറ്റുന്നില്ല.

"വാക്കുകൾ കൂട്ടി ചൊല്ലാൻ വയ്യാത്ത കിടാങ്ങളെ, ദീർഘദർശനം ചെയ്യും ദൈവജ്ഞരല്ലോ നിങ്ങൾ" വരികൾ ചൊല്ലി കേൾപ്പിച്ചു. ദൈവജ്ഞർ എന്ന് ആരെ ഉദ്ദേശിച്ചാണ് പറഞ്ഞിരിക്കുന്നത്? കിടാങ്ങളെ. എങ്ങനെ ഉള്ള കിടാങ്ങളാണ്?വാക്കുകൾ കൂട്ടി ചൊല്ലാൻ വയ്യാത്ത കിടാങ്ങൾ. വാക്കുകൾ കൂട്ടി ചൊല്ലാൻ വൈയാത്ത കുട്ടികൾ എന്നു പറഞ്ഞാൽ എങ്ങനെയുള്ള കുട്ടികളാണ്? നിങ്ങളെ പോലുള്ള കുട്ടികളാണോ? അല്ല മാഷേ ചെറിയ കുട്ട്യോളാ. അവർ എന്തു ചെയ്യു എന്നാണ് പറഞ്ഞിരിക്കുന്നത്? ദീർഘദർശനം ചെയ്യുന്നു എന്ന്. 'ദീർഘദർശനം' എന്നാലെന്താണ്?. ദീർഘദർശനം എന്നാൽ... കുട്ടികൾക്ക് അർഥം കണ്ടെത്താൻ പ്രയാസമുണ്ട്. അടുത്ത തിങ്കളാഴ്ച കൊടുങ്കാറ്റ് വീശുന്ന് ഒരാള് ഇന്നേ പറഞ്ഞുന്ന് വിചാരിക്യ. പറഞ്ഞതുപോലെ കാറ്റ് വീശീന്നും വിചാരിക്യ. അപ്പോ അയാള് ദീർഘദർശം നടത്തി എന്നു പറയാം. വരാൻ പോകുന്നത് നേരത്തെ അറിയല് അല്ല മാഷേ. അതെ അതു തന്നെ. ഇവിടെ കുട്ടി നേരത്തെ എന്താണ് കണ്ടിറിഞ്ഞത്? മാമ്പഴം പെറുക്കാൻ ഞാൻ വരുല്ലാന്ന്. അതുപോലെയാണോ

സംഭവിച്ചത്? അതെ. വരാൻ പോകുന്നതിനെ നേരത്തെ കണ്ടറിയാൻ നമുക്ക് കഴിയുമോ? ഇല്ല. പിന്നെ ആർക്ക് കഴിയുമെന്നാണ് പറഞ്ഞിരിക്കുന്നത്? ദൈവത്തിന്. അതു കൊണ്ട് അവരെ പോലെ തന്നെ ആരേയും കാണണമെന്നാണ് കവി പറഞ്ഞിരിക്കുന്നത്.? കുഞ്ഞുങ്ങളെ. വരാൻ പോകുന്നതിനെ മുൻകൂട്ടി അറിയുന്ന ദൈവങ്ങളെ പോലെയാണ് കൊച്ചു മക്കൾ എന്ന കവി സന്ദേശം, സംശയത്തിനിടയില്ലാത്ത വിധം കുട്ടികളിലെത്തിയിരിക്കുന്നു. ഇന്നലെ രാത്രിയിലെ ദീർഘനേരത്തെ ആലോചനയും ആസൂത്രണവും വിജയിച്ചിരിക്കുന്നു. മാഷ് സംതൃപ്തിയോടെ കസാരയിൽ ചെന്നിരുന്നു'. ഉമ എന്തോ പറയാനുണ്ടെന്ന ഭാവത്തിൽ മാഷെ തന്നെ നോക്കുകയാണ്. പറഞ്ഞോ മോളേ? അതില്ലെ മാഷെ ചെറുപ്പത്തില് വീട്ടില് അമ്മ ഒരു പുതിയ ചട്ടി വാങ്ങീറ്റ് അത് കയുകീറ്റ് ഒണങ്ങാം വെച്ചേരത്ത്, ഞാം ബോളോണ്ട് കളിക്ക്ന്നേരം അയിന് കൊണ്ടിറ്റ് പൊളിഞ്ഞ് പോയി. അന്നേരം അമ്മ വടി എട്ത്തിറ്റ് അടിക്ക്യേം വന്ന്. ഞാം പാഞ്ഞിറ്റ് അച്ഛമ്മേ ന്റെ വൈയീല് ഒളിച്ച്. അന്നേരം അമ്മക്ക് അടിക്കേം പറ്റീറ്റില്ല. അച്ഛമ്മ മോള രക്ഷിച്ച് അല്ലേ?. മാഷേ ഞാം ഏച്ചി നട്ട പനിനീർമ്മന്ന് പൂ പറച്ചേരം ഏച്ചി എന്ന നുള്ളിനല്ലോ. രജനിയാണ്. പൂവ് ചെടിയിലിരിക്കുന്നത് കാണാനാണോ, പറിച്ച് മുടിയിൽ വെക്ക്ന്നത് കാണാനാണോ നിങ്ങൾക്കിഷ്ടം. ചെടിയിലിരിക്കുന്നത് കാണാനാ മാഷേ, ക്ലാസിന്റെ ഒന്നിച്ചുള്ള പ്രതികരണം. മാഷെ എന്റനിയൻ കശുമാവിന്റെ മുക്കാത്ത അണ്ടിം മാങ്ങേം തച്ചിട്ടിറ്റ്, അച്ഛനോന് നല്ല അടി കൊടുത്തിന്. എന്നിറ്റ് ഓൻ ഭയങ്കര കരച്ചിലേനം. പ ിന്ന ഓൻ ചത്തൊന്നും പോയിറ്റില്ലേനം. അതു കൊണ്ട് അച്ഛന് സങ്കടോന്നൂല്ല. സുധീറാണ്. കുട്ടികൾ കവിതയിൽ നിന്ന് ലഭിച്ച അനുഭവം സ്വന്തം അനുഭവങ്ങളുമായി കണ്ണി ചേർക്കയാണ്.

"പിന്നെ ഓൻ ചത്തൊന്നും പോയിറ്റില്ലേനം. അതു കൊണ്ട് അച്ഛന് സങ്കടോന്നൂല്ല." സുധീറിന്റെ നിഷ്കളങ്കമായ ആ കണ്ടെത്തൽ.. കുഞ്ഞുങ്ങളെ വഴക്ക് പറയുകയോ, അടിക്കുകയോ ചെയ്താൽ അവർ പിന്നീട് മരിക്കാനിടയുണ്ടെന്നും രക്ഷിതാക്കൾക്ക് സങ്കടം വരുമെന്നും ഉള്ള ഒരു ബോധം കവിത കുട്ടികളിൽ സൃഷ്ടിച്ചോ? മാഷെ അയ്യമ്മ ചെറ്ങ്ങനെ ദേശ്യപ്പെട്ടേന് ആ കുട്ടി ഇങ്ങന ചാവണ്ടേനം,. ഞമ്മേളോട് ഉമ്മേം, ഉപ്പേം എല്ലം എത്ര ദേശ്യപ്പെട്ന്ന്ണ്ട്. എന്നിറ്റെന്താ ഞമ്മള് ചത്ത് പോന്ന്ണ്ടോ? സഖരിയ്യ ആണ്. ശരിയാ മാഷേ ശരിയാ മാഷേ. അവന് കൂട്ടായി കുറേ പേരുണ്ട്. ന്യായമായ ചോദ്യം. ഇത് തീർച്ചയായും കവിയോടുള്ളതാണ്. അമ്മ ചെറുതായി ദേഷ്യപ്പെട്ടതിന് കവി ഇങ്ങനെ കുട്ടി മരിച്ചു എന്നെല്ലാം എഴുതാമോ? നിഷ്കളങ്കരായ കുഞ്ഞുങ്ങളുടെ ചിന്തയാണ്. കവിത അവരിൽ ചലനങ്ങൾ സൃഷ്ടിച്ചിരിക്കുന്നു.

26

വെള്ളം കൊണ്ടുവരണം. മാഷ് ബക്കറ്റുമായി ഗോപിച്ചേട്ടന്റെ വീട്ടിലേക്ക് നടന്നു.

"മാഷെ തിരക്കില്ലെങ്കിൽ കുറച്ചിരുന്ന് വിശേഷങ്ങളൊക്കെ പറഞ്ഞിട്ട് പോകാം." ഗോപിച്ചേട്ടൻ ക്ഷണിച്ചു. പിന്നെ ക്ലാസൊക്കെ എങ്ങനെ പോകുന്നു. പുതിയ ടെക്നിക്കുകളൊക്കെ പ്രയോഗിക്കയാണെന്ന് രേവതി പറഞ്ഞു. ട്രെയിനിംഗ് സ്കൂളിൽ നിന്ന് പഠിച്ച പുതിയ തന്ത്രങ്ങളൊക്കെ പ്രയോഗിച്ച് നോക്കുന്നുണ്ട്. അതിന്റെ ഗുണവും കാണാനുണ്ട്. അപ്പുറത്തെ വീട്ടിലേക്ക് പോയിരുന്ന ടീച്ചറും എത്തിച്ചേർന്നു. മാഷെ മാമ്പഴം കുട്ടികൾക്ക് നന്നായി രുചിച്ചു അല്ലേ. അഭിപ്രായം പറയാനൊക്കെ മത്സരമായിരുന്നല്ലോ? ടീച്ചറെ ചിലര് കവിയെ വരെ വെറുതെ വിട്ടില്ല.

"അമ്മ ചെറിയ വഴക്ക് പറഞ്ഞതിന് കുട്ടിയെന്തിനാ ചത്തു പോയേന്ന ചോദ്യം. ശരിയാ മാഷേ കവി കുട്ടിയെ മരിക്കാൻ വിടാൻ പാടില്ലായിരുന്നു"

"വൈലോപ്പിള്ളിയുടെ മാമ്പഴത്തെ കുറിച്ചാണൊ" ഗോപിച്ചേട്ടൻ ചോദിച്ചു. ചെറുപ്പത്തിലൊക്കെ പഠിച്ച കൂട്ടത്തിൽ ഇന്നും ഓർമയിൽ നിൽക്കുന്ന കവിതയാണത്. അധ്യാപകനത് അവതരിപ്പിച്ച രീതിയും ഓർമയുണ്ട്. കണ്ണ് നിറഞ്ഞു പോയിരുന്നു. അത് അന്ന്. ഇന്ന് മക്കൾ കവിയെ ചോദ്യം ചെയ്യുകയാണ് ഗോപിച്ചേട്ടാ. പൂങ്കുല പൊട്ടിച്ചതിന് കുട്ടിക്ക് വഴക്ക് കിട്ടണമെന്നാണ് കുട്ടികളുടെ പക്ഷം. വികൃതി കളിച്ചാ ഞങ്ങൾക്ക് അടി വരെ കിട്ടുന്നില്ലേ?എന്നിട്ട് ഞാള്ണ്ടോ ചത്ത് പോയിറ്റ് എന്നാണ് ചോദ്യം. മാഷെ ആശയം വിവരിച്ചു കൊടുക്കാതെ മാഷുപയോഗിച്ച ആ ചോദ്യോത്തര രീതിയുണ്ടല്ലോ, അത് തന്നെയാണ് കുട്ടികളിൽ ഇത്തരം ചിന്തകൾ ഉയർത്തിട്ടുണ്ടാവുക. ഞാൻ എന്റെ ക്ലാസിൽ നിന്നും ശ്രദ്ധിക്കുകയായിരുന്നു. ചോദ്യങ്ങൾ കേട്ട് ആശയങ്ങൾ സ്വയം

കണ്ടെത്തുന്നതിൽ കുട്ടികൾ മത്സരിക്കയായിരുന്നില്ലേ?. ഞങ്ങളൊക്കെ പഠിക്കുന്ന സമയത്ത് അധ്യാപകൻ ആസ്വാദ്യകരമായി വിവരിച്ചുതരി കയായിരുന്നു പതിവ്. ആ വിവരണം കേട്ടാണ് അന്ന് കണ്ണ് നിറഞ്ഞു പോയത്. ഗോപി ചേട്ടാ പുതിയ രീതിയനുസരിച്ച് നേരിട്ടുള്ള വിവരണം പാടില്ല. ചോദ്യങ്ങളിലൂടെ കുട്ടികളുടെ ചിന്തയെ ഉണർത്തി, അവർക്ക് സ്വയം കവിത ആസ്വദിക്കുന്നതിനുള്ള സാഹചര്യം ഒരുക്കുകയാണ് വേണ്ടത്. അങ്ങനെ ചെയ്യുമ്പോഴാണ് കുട്ടികളിൽ വ്യത്യസ്ഥ ചിന്തകൾ ഉടലെടുക്കുന്നത്. മാഷ് പറഞ്ഞത് ശരിയാ. വിവരണമാകുമ്പോൾ അധ്യാപകന്റെ കഴിവ് പോലെ കുട്ടികളിൽ സന്തോഷമോ, സങ്കടമോ ഒക്കെ സൃഷ്ടിക്കാൻ കഴിയും അതിലപ്പുറത്തേക്ക് കടന്ന് പുതിയ ചിന്ത യൊന്നും ഉണ്ടാക്കാൻ കഴിയില്ല. കേട്ടു, ആസ്വദിച്ചു. അതോടെ തീർന്നു. ആ വ്യത്യാസം ഇന്നത്തെ മാഷിന്റെ ക്ലാസ് കേട്ടപ്പോൾ ശരിക്ക് മനസ്സിലായി. കുട്ടികൾ അവസാനം ഉയർത്തിക്കൊണ്ടു വന്ന ചോദ്യങ്ങ ളൊക്കെ അതിന്റെ ഭാഗം തന്നെയല്ലേ? തന്റെ ക്ലാസ് മറ്റധ്യാപകരും ശ്രദ്ധിച്ചിരിക്കുന്നു. നല്ല അഭിപ്രായവും ഉണ്ടായിരിക്കുന്നു.

ടീച്ചറുടെ വാക്കുകൾ അതാണ് സൂചിപ്പിക്കുന്നത്. മാഷക്ക് സംതൃപ്തി തോന്നി. ഇങ്ങനെ ഓരോ വിഷയം കൈകാര്യം ചെയ്യുമ്പോഴും കുട്ടിക ളിലുണ്ടാക്കിയെടുക്കുന്ന പുതിയ പുതിയ ചിന്തകളാണ് പിന്നീട് നമ്മുടെ സാമൂഹ്യ പുരോഗതിയുടെ, സാമൂഹിക മാറ്റങ്ങളുടെ അടിത്തറയായി മാറേണ്ടത്. ക്രിയാത്മകത ഉണർത്തുന്ന ചിന്ത നിലച്ചാൽ ലോകം നിർജീവാവസ്ഥയിലെത്തും എന്ന് ആരോ എഴുതിയത് വായിച്ചിട്ടുണ്ട്. വിദ്യാഭ്യാസവും അത് പ്രധാനം ചെയ്യുന്ന അധ്യാപകരും അതുകൊണ്ട് തന്നെ ഒരു രാഷ്ട്രത്തിന്റെ ഏറ്റവും വലിയ സമ്പത്താണ്. ഒരു പട്ടാളക്കാ രന്റെ തോക്കിൽ നിന്നു തുപ്പുന്ന തീയുണ്ടകളേക്കാൾ പതിന്മടങ്ങ് ശക്തി യുണ്ട് അധ്യാപകന്റെ വാക്കുകൾക്ക്. നമ്മളെവിടേയും പോകേണ്ടതില്ല. ഔപചാരികവും, അനൗപചാരികവുമായ വിദ്യാഭ്യാസം കേരളത്തിന്റെ സാമൂഹ്യ ജീവിതത്തിലുണ്ടാക്കിയ നേട്ടങ്ങൾ ശ്രദ്ധിച്ചാൽ മനസ്സിലാകും. മറ്റ് സംസ്ഥാനങ്ങളിലെ സ്ഥിതിഗതികളൊക്കെ കാണുമ്പോഴാണ് നമുക്കത് ശരിക്ക് മനസ്സിലാവുക.

പട്ടാളക്കാരനായ ഗോപിച്ചേട്ടന്റെ മറ്റൊരു മുഖമാണ് അനാവരണം ചെയ്യപ്പെടുന്നത്. പട്ടാളക്കാരന്റെ ജീവിതാനുഭവങ്ങൾക്ക് മുന്നിൽ അധ്യാപകന്റെ ജീവിതം തുലോം നിസ്സാരമെന്നാണ് കഴിഞ്ഞ ദിവസം തനിക്ക് തോന്നിയത്. അതിപ്പോൾ ഗോപിച്ചേട്ടൻ തന്നെ തിരുത്തി യിരിക്കയാണ്. അധ്യാപകന്റെ വാക്കുകൾക്ക് തീയുണ്ടകളേക്കാൾ ശക്തിയുണ്ടെന്നാണ് പറഞ്ഞിരിക്കുന്നത്. “മാഷെ ഞങ്ങളുടെ അച്ഛൻ

ഒരു വലിയ രാജ്യസ്നേഹിയായിരുന്നു. മൂത്ത രണ്ട് ആൺമക്കളേയും രാജ്യരക്ഷയ്ക്കായി വിടണമെന്നത് അച്ഛന്റെ വലിയ ആഗ്രഹമായിരുന്നു. പക്ഷേ നിങ്ങളുടെ പ്രവർത്തനം ഒക്കെ കാണുമ്പോൾ രാജ്യ സ്നേഹിയായ അച്ഛന് എന്തേ തങ്ങളെ അധ്യാപകരാക്കാൻ തോന്നിയില്ല എന്നാണ് ഇപ്പോഴെന്റെ ചിന്ത." മാഷെ, പട്ടാളത്തിൽ അയച്ചതിന് അച്ഛനും ഞങ്ങളും പിന്നീട് നന്നായി അനുഭവിച്ചിട്ടുണ്ട്. എഴുപത്തൊന്നിലെ ബംഗ്ലാദേശ് യുദ്ധമില്ലേ. ഗോപിച്ചേട്ടൻ അന്ന് യുദ്ധത്തെ കുറിച്ച് പറഞ്ഞത് മാഷോർത്തു. ആ സമയത്ത് ഓരോ നിമിഷവും മരിച്ചു കൊണ്ട് ജീവിച്ചു എന്നു പറയാം. റേഡിയോ വാർത്തയുടെ സമയമാവുമ്പോൾ ചങ്കിടിപ്പ് അടുത്ത് നിൽക്കുന്നവർക്കും കൂടി കേൾക്കാൻ പറ്റും മാഷേ. അച്ഛൻ പുറമെ ധൈര്യം കാണിച്ച് ഞങ്ങളെ ആശ്വസിപ്പിക്കും. അവൻ കഴിവുള്ളവനാണ്, തന്ത്രശാലിയാണ്, ഒന്നും സംഭവിക്കില്ല എന്നൊക്കെ. കേൾക്കുമ്പോൾ അൽപമൊരാശ്വാസം തോന്നും, വീണ്ടും മുറിയടച്ചിട്ട് കിടന്ന് കരയും. ഇവരുള്ള മേഖലയിൽ പാകിസ്ഥാൻ കടന്നു കയറുന്നു എന്ന വാർത്ത വന്നതോടെ, അതുവരെ ധൈര്യം കാണിച്ച അച്ഛനും പിടിച്ചു നിൽക്കാനായില്ല. പിന്നെ മൂന്ന് ദിവസം ചത്ത വീട് പോലെയായിരുന്നു മാഷേ. മൂന്നാമത്തെ ദിവസമാണ് പാക്കിസ്ഥാൻ അടിയറവ് പറഞ്ഞു എന്ന വാർത്ത വന്നത്. എന്നിട്ടും ഇവർക്ക് എന്തു സംഭവിച്ചു എന്നറിയാത്തതുകൊണ്ടുള്ള ആധിയായിരുന്നു, ഭക്ഷണോക്കെ കഴിച്ചു എന്നു വരുത്തും.

ഒരാഴ്ച കഴിഞ്ഞപ്പോഴാണ് എഴുത്ത് വന്നത്. ശ്വാസം നേരെ വീണത്. പക്ഷേ അപ്പോഴും ഗോപിച്ചേട്ടന്റെ അടുത്ത ചങ്ങാതി കുമരൻ. നേരിട്ട് കണ്ടിട്ടില്ലെങ്കിലും ഇവരെഴുതുന്ന എഴുത്തിലെല്ലാം കുമരന്റേയും ഭാര്യ ഗിരിജയുടേയും അന്വേഷണങ്ങൾ ഉണ്ടാവും. അവധി കിട്ടുമ്പോൾ അവരുടെ നാട്ടിലേക്കു ചെല്ലാനും, ഇങ്ങോട്ടേക്കും വരാനും ഒക്കെയുള്ള താൽപര്യം സൂചിപ്പിക്കും. അവസാനത്തെ എഴുത്തിൽ കുഞ്ഞ് ജനിച്ചതിന്റെ സന്തോഷവും അറിയിച്ചിരുന്നു. ആ കുമരൻ സ്വന്തം കുഞ്ഞിനെ ഒരു നോക്കു കാണാൻ കഴിയാതെ. പാവം ഗിരിജ. ടീച്ചറുടെ കണ്ണിൽ നിന്നും കണ്ണീരൊഴുകുകയാണ്. അന്ന് രാത്രി ഉറങ്ങാൻ കഴിഞ്ഞിട്ടില്ല മാഷേ. കരയുകയായിരുന്നു. ഞാൻ പോയി ചായ എടുക്കട്ടെ. ടീച്ചർ പെട്ടെന്ന് രംഗത്ത് നിന്നും മാറിക്കളഞ്ഞു. മാഷെ കുത്തിയിരുന്ന് കരയാനാണ്. ഇത്തരം കാര്യങ്ങൾ ഓർക്കുമ്പോൾ ഇതാണ് ഇവളുടെ അവസ്ഥ. അതിർത്തി കാക്കുന്ന ധീര ജവാന്മാരുടെ കുടുംബങ്ങളുടെ, ജീവിതത്തിന്റെ, നേർ ചിത്രം. തങ്ങളുടെ വർഗീയ, രാഷ്ട്രീയ അജണ്ടകൾ നടപ്പാക്കാൻ ദേശസ്നേഹത്തിന്റെ മുഖം മൂടി അണിയുന്ന

ഭരണാധികാരികൾ. രാജ്യരക്ഷ, രാജ്യസ്നേഹം എന്നൊക്കെ കെട്ടിഘോഷിച്ച് യുദ്ധതന്ത്രങ്ങളൊരുക്കുന്നു. അതിന്റെ മറവിൽ കോടികളുടെ ആയുധക്കച്ചവടങ്ങൾ. രാജ്യങ്ങൾക്ക് ആൾനാശവും, വൻ സാമ്പത്തിക നഷ്ടവും മാത്രം വരുത്തി വയ്ക്കുന്ന യുദ്ധങ്ങൾ. ബലിയാടുകളാക്കപ്പെടുന്നതോ പാവം പട്ടാളക്കാരും, അവരുടെ കുടുംബങ്ങളും. ഗോപിച്ചേട്ടൻ അന്നൊരിക്കൽ പറഞ്ഞതിന് അനുബന്ധ മെന്നോണം കൂട്ടിച്ചേർത്തു. ടീച്ചർ ചായയും പലഹാരവുമായി വന്നു. സങ്കടം മുഖത്തു നിന്നും മാഞ്ഞിട്ടില്ല. ഇങ്ങനെയുള്ള കാര്യങ്ങൾ ഓർക്കുമ്പോൾ അറിയാതെ കരഞ്ഞു പോകും മാഷേ. എന്റെ അമലിന് അച്ഛനെ കാണാൻ ഭാഗ്യമുണ്ടായത് കൊണ്ട് ഇവർ രക്ഷപ്പെട്ടു. അവർക്ക് രണ്ട് കുട്ടികളാണ് മൂത്തവൻ ഏഴിലാണ്. ഇളയവൾ അഞ്ചിലും. പട്ടാളക്കാരന്റെ ഭാര്യയായത് ടീച്ചറുടെ ഭാഗ്യമാണെന്നായിരുന്നു അന്ന് ധരിച്ചിരുന്നത്. പക്ഷേ അതിന്റെ ഭീകരത ഇന്നാണ് മനസ്സിലായത്. വെള്ളവുമായി തിരിച്ചു വരുമ്പോൾ മാഷോർത്തു.

27

കണ്ണൻ മാഷും സംഘവും തൊഴിലാളികളുമായി സംസാരിക്കാൻ പോയിരിക്കയാണ്. സാബു എത്തിയാൽ വിവരങ്ങളൊക്കെ അറിയാം. അതുവരെ നാളത്തെ ക്ലാസിനുള്ള ഒരുക്കങ്ങൾ നടത്താം. ഇന്ന് പഠിപ്പിച്ച കവിതയിലെ ചില കൂട്ടക്ഷരങ്ങൾ കുറച്ച് കുട്ടികൾക്ക് വേണ്ടത്ര ഉറച്ചിട്ടില്ല. അതൊന്ന് ഉറപ്പിക്കണം. ങ്കാ, ത്ര, ജ്ഞ, സ്യ തുടങ്ങിയ കൂട്ടക്ഷരങ്ങളാണ് പ്രശ്നം. കവിതയിലെ ഈ അക്ഷരങ്ങൾ വരുന്ന പദങ്ങൾ കണ്ടെത്താനുള്ള പ്രവർത്തനം ആദ്യം നൽകാം, തുടർന്ന് ഈ അക്ഷരങ്ങൾ വരുന്ന മറ്റ് പദങ്ങൾ പറയിക്കാം. അക്ഷര ചിഹ്ന കാർഡുകൾ ഉപയോഗിച്ച് പദ നിർമാണ കളിയും നടത്താം.

മാഷ് അക്ഷര കാർഡ് തയാറാക്കുന്ന പ്രവർത്തനത്തിലേർപ്പെട്ടു. രണ്ട് സെറ്റ് വേണം. മത്സരക്കളിയാണ്. നിശ്ചിത സമയത്തിനുള്ളിൽ തെറ്റില്ലാതെ പദം നിർമിച്ചാൽ പോയിന്റ്. നിർമിച്ച പദം ശരിയാണൊ യെന്ന് മറ്റു കുട്ടികളാണ് കണ്ടെത്തേണ്ടത്. തെറ്റു വരുത്തിയവർക്ക് വീണ്ടും അവസരം ലഭിക്കും. തുടർന്ന് നിർമിച്ച പദങ്ങൾ ഓർത്തെഴുത ലാണ്. പഠിച്ച പദങ്ങൾ ഉപയോഗിച്ച് വാക്യനിർമാണമാണ് അടുത്ത പടി. തെറ്റു വരുത്തുന്നവർക്ക് പ്രവർത്തനം ആവർത്തിച്ച് നൽകേണ്ടി വരും. കളി രൂപത്തിലായതു കൊണ്ട് കുട്ടികളറിയാതെ പഠിച്ചു കൊള്ളും.

കവിതയിലെ ആശയങ്ങൾ മനസ്സിലുള്ളത് കൊണ്ട് പദങ്ങളും അക്ഷ രങ്ങളും കണ്ടെത്താൻ എളുപ്പമായിരിക്കും. ആശയങ്ങൾ കണ്ടെത്താൻ സ്വയം അവസരം നൽകിയത് കുട്ടികളുടെ ആത്മവിശ്വാസം ഉയർത്തി യിട്ടുണ്ട്. അദ്ധ്യാപകനോടുള്ള സൗഹൃദവും നല്ല പോലെ വളരുന്നുണ്ട്. അവരുടെ അനുഭവങ്ങളൊക്കെ സ്വാതന്ത്ര്യത്തോടെ വന്നു പറയുന്നത് തനിക്ക് ലഭിക്കുന്ന അംഗീകാരം തന്നെയായി മാഷക്ക് തോന്നി. നാളെ നടത്തുന്ന കളിയും അതിന് ശക്തി പകരുമെന്നുറപ്പാണ്. റോഡിൽ

നിന്നും ആളുകൾ സംസാരിക്കുന്ന ശബ്ദം കേൾക്കുന്നുണ്ട്. കുറച്ചു പേരുണ്ട്. കൂട്ടത്തിൽ സാബുവിന്റെ ശബ്ദവും കേൾക്കുന്നുണ്ട്. എന്തോ പ്രശ്നമുണ്ടായത് പോലെ. മാഷ് പുറത്തിറങ്ങി. അവർ ഇങ്ങോട്ടേക്കാണ് വരുന്നത്. ഇരുട്ടിൽ ശരിക്ക് കാണാൻ പറ്റുന്നില്ല. കണ്ണൻ മാഷും സംഘവും പോയിട്ട് വല്ല കുഴപ്പങ്ങളും സംഭവിച്ചോ. സംഘം സംസാരിച്ചു കൊണ്ട് പതുക്കെയാണ് വരുന്നത്. ഇടയക്ക് നിന്നും ചർച്ച ചെയ്യുന്നുണ്ട്. എന്തോ കാര്യമായി സംഭവിച്ചിട്ടുണ്ട്. അച്ചുവിന്റെ പേരൊക്കെ പറയുന്നത് കേൾക്കുന്നുണ്ട്. കത്തിയുടെ കാര്യവും പറയുന്നുണ്ട്. മാഷക്ക് ഉത്കണ്ഠയായി. അവരുടെ അടുത്തേക്ക് നടന്നാലോ. കൂട്ടത്തിൽ പരിചയമില്ലാത്തവരും ഉണ്ടെന്ന് തോന്നുന്നു. ഏതായാലും സാബു ഇങ്ങോട്ട് വരാതിരിക്കില്ല. വന്നിട്ട് കാര്യങ്ങളറിയാം. കൂട്ടത്തിലുള്ളവർ പല വഴിക്ക് പിരിഞ്ഞു. ചിലർ പള്ളിയിലേക്ക് പോകുന്നുണ്ട്. സാബുവും മറ്റൊരാളും ഇങ്ങോട്ടേക്കു വരുന്നുണ്ട്.

മറ്റേയാളെ പരിചയമില്ല രണ്ടു പേരുടെ മുഖത്തും നല്ല പരിഭ്രമം കാണാനുണ്ട്. മാഷെ ആകെ പ്രശ്നമാണ്. കണ്ണൻ മാഷും സംഘവും വീടുകളിൽ കയറി തിരിച്ചു വരുന്നതുവരെ ഒരു കുഴപ്പവുമില്ലായിരുന്നു. അവർ തിരിച്ചു പോന്ന് അര മണിക്കൂർ കഴിഞ്ഞപ്പോൾ അച്ചുവും സംഘവും ഊരി പിടിച്ച കത്തിയുമായി ഓരോ വീട്ടിലും കയറി സ്ത്രീകളെ അടക്കം പുളിച്ച തെറിയാണ്. തൊഴിലാളികളുടെ നേരെ കത്തിയോങ്ങി ഭീഷണിയാണ്. സംഘത്തിൽ ചേർന്നാൽ കൊന്നുകളയുമെന്നാണ് താക്കീത്. എല്ലാരും പേടിച്ചിരിക്കയാണ്. കണ്ണൻ മാഷും കൂട്ടരും പറയുന്നത് കേട്ടാൽ എല്ലാരും അനുഭവിക്കേണ്ടി വരുമെന്നാണ് പേടിപ്പിക്കുന്നത്. ഹംസേ ഇതാണ് കയ്യൂരിനെ പറ്റിയൊക്കെ പറയാറുള്ള മാഷ് മാഷേ ഇത് ഹംസക്ക. തൊഴിലാളിയാണ്. മാഷേ ഇതിന് നല്ല തിരിച്ചടി കൊടുത്തില്ലെങ്കിൽ ഇവന്മാർ അടങ്ങില്ല. ചെറുപ്പക്കാരൊക്കെ രോഷാകുലരാണ്. അവർ കൂട്ടുകാരെ സംഘടിപ്പിക്കാൻ പല വഴിക്ക് പോയിരിക്കയാണ്. കഴിയുമെങ്കിൽ ഇന്ന് തന്നെ ഒരു തിരിച്ചടി നൽകണമെന്നാണ് അഭിപ്രായം. അവരാളുകളുമായി ഇപ്പോഴിങ്ങെത്തും. അപ്പുറത്തെ കടപ്പുറത്തും ഇവർ ഇതു പോലെ ഒരു കളി കളിച്ചു നോക്കിയതാണ്. സംഘത്തിൽ ചേർന്നെന്നറിഞ്ഞ് ഊരിപ്പിടിച്ച കത്തിയുമായി അച്ചുവും സംഘവും എത്തിയതാണ്. വിവരമറിഞ്ഞ് പത്തിരുപത് പേർ പങ്കായങ്ങളുമായി ഇരച്ചുകയറി തലങ്ങും വിലങ്ങും തല്ലായിരുന്നു. കത്തിയുമിട്ട് ഓടട ഓട്ടമായിരുന്നു. ഓടിയില്ലെങ്കിൽ എല്ലാത്തിനേയും ആശുപത്രിക്ക് കെട്ടിയെടുക്കേണ്ടി വരുമായിരുന്നു. ഇവിടെ കുറച്ചു തണ്ടപ്പൻമാരായതു കൊണ്ട് വിളച്ചിലെടുക്കുന്നതാണ്. കണ്ണൻ മാഷോട് കാര്യം പറയാം.

എന്തെങ്കിലും ഉടനെ ചെയ്യേ പറ്റൂ. അല്ലെങ്കിൽ അതവർക്കൊരു വളമാകും. പിന്നെ സംഘം ഉണ്ടാക്കാൻ നോക്കുകയേ വേണ്ട. ചെറുപ്പക്കാരൊക്കെ ആളുകളുമായി തിരിച്ചെത്തട്ടെ. എന്നിട്ട് ആലോചിക്കാം. സാബുവിന് ഇക്കാര്യത്തിൽ വലിയ സമ്മതമില്ലാ എന്ന് മുഖം വിളിച്ചറിയിക്കുന്നുണ്ട്. പക്ഷേ ചെറുപ്പക്കാരുടെ സമ്മർദ്ദം ഉള്ളതുകൊണ്ട് മറിച്ചൊന്നും പറയാനും പറ്റുന്നില്ല. പള്ളിയിൽ പോയവർ തിരിച്ചെത്തി. അവർക്കാരേയും കിട്ടിയിട്ടില്ല. നമസ്കാരത്തിന് എത്തിയവരൊക്കെ നേരത്തെ തിരിച്ചു പോയിരിക്കുന്നു. പെട്ടെന്ന് എടുത്തുചാടി ഒന്നും ചെയ്യേണ്ടെന്നാണ് മുക്രിയും, പള്ളിയിലുള്ള മുതിർന്നവരും പറയുന്നത്. ഏതായാലും കണ്ണൻ മാഷേയും സലീം മാഷേയും കണ്ട് വിവരം പറയാം. നിങ്ങൾ ചെന്ന് പറയ്. ഞാൻ വരുന്നില്ല. അവരിതിന് സമ്മതിക്കുമെന്ന് തോന്നുന്നില്ല. ഞാനുണ്ടായാൽ എന്നോട് നിങ്ങളെ തടയാൻ പറയും. എതായാലും അതിനിടയാക്കണ്ട. സാബു ഒഴിഞ്ഞു മാറാനുള്ള ശ്രമത്തിലാണ്.

ഞങ്ങൾ ചെന്ന് പറയാം. പക്ഷേ സാബു വിട്ടു നിന്നാൽ കാര്യം നടക്കില്ല. ആദ്യം നിങ്ങള് പോയി സമ്മതം വാങ്ങ്. എന്റെ കാര്യം അവിടെ പറയുകയേ വേണ്ട. അവരുടെ അഭിപ്രായം എന്താണെന്ന് വച്ചാൽ അതു പോലെ മുന്നോട്ട് നീങ്ങാം സാബു അറിയിച്ചു. ഹംസയും മറ്റുള്ളവരും കണ്ണൻ മാസ്റ്ററുടെ വീട്ടിലേക്ക് പുറപ്പെട്ടു. സാബു വല്ലാത്തൊരു മാനസികാവസ്ഥയിലാണ്. ഗാന്ധിയൻ രീതിയനുസരിച്ച് ചെറുപ്പക്കാർ പറയുന്നതിനോട് യോജിക്കാൻ പറ്റില്ല. ഇവർ പറയുന്നത് പോലെ ഇടപെട്ടാൽ എന്തും സംഭവിക്കാം. മറ്റേ കടപ്പുറം പോലെയല്ല. സ്വന്തം സ്ഥലം എന്ന നിലയിലും, കാശുകാരൻ എന്ന നിലയിലും അബ്ദുള്ളയ്ക്കും കുറച്ച് സ്വാധീനമൊക്കെയുണ്ട്. കടക്കെണിയിൽ പെടുത്തി കുറേ തൊഴിലാളികളെയെങ്കിലും തന്റെ അടിമകളാക്കി വച്ചിട്ടുമുണ്ട്. കണ്ണൻ മാസ്റ്ററും സംഘവും പോയപ്പോൾ ഞെട്ടിപ്പിക്കുന്ന വിവരങ്ങളാണ് കിട്ടിയിരിക്കുന്നത്. പലരുടെയും കടം അവർക്ക് തിരിച്ചടക്കാൻ പോലും പറ്റാത്ത രീതിയിൽ പെരുകിയിരിക്കുന്നു. യഥാർഥത്തിൽ വാങ്ങിയത് വലിയസംഖ്യയൊന്നുമില്ല. പലിശയിനത്തിൽ കള്ളക്കണക്കെഴുതി പെരുപ്പിച്ചതാണ്. പലർക്കും ഷാപ്പിൽ കള്ള് വാങ്ങിച്ചു കൊടുത്ത് ആ വകയിലും വലിയ തുക എഴുതി വച്ചിരിക്കുകയാണ്. അച്ചുവിന്റെ സൂത്രമാണ്. ആ വകയിൽ അവൻ തോന്നുമ്പോഴെല്ലാം സൗജന്യമായി കള്ള് മോന്തുകയാണ്. തൊഴിലാളികൾക്ക് ഇതെല്ലാം നല്ല ബോധ്യമുണ്ട്. പക്ഷേ കെണിയിലകപ്പെട്ടിരിക്കയാണ്.

എങ്ങനെയെങ്കിലും രക്ഷപ്പെടണമെന്നുണ്ട്. പക്ഷേ അപ്പുറത്ത് ഭീകരൻമാരാണ് നിലയുറപ്പിച്ചിരിക്കുന്നത്. കണ്ണൻ മാഷും സംഘവും ചെന്നത് അവർക്ക് കുറച്ചാ ശ്വാസം പകർന്നിരുന്നു. അധികം പേരും നിലപാട് മാറ്റി സംഘത്തിൽ മെംബർഷിപ്പ് എടുക്കാമെന്ന അഭിപ്രായത്തിൽ എത്തിയിരുന്നു. അച്ചുവിന്റേയും കൂട്ടരുടേയും ഭീഷണിക്കു മുന്നിൽ ഇനിയെന്താണ് സംഭവിക്കുക എന്നറിയില്ല. സാബു ആകെ നിരാശനാണ്. മാഷെ പൊതു പ്രവർത്തനത്തിനിടയിൽ ഇതുവരെ ഇങ്ങനെ ഒരു പ്രതിസന്ധി ഉണ്ടായിട്ടില്ല. ഞാനിടപെട്ടാൽ ഇഷ്ടം പോലെ ചെറുപ്പക്കാരെ കിട്ടും. കണ്ണൻ മാസ്റ്ററുടെയും മറ്റും നിലപാട് മനസ്സിലാക്കി മിണ്ടാതിരിക്കുന്നതാണ്. എന്റേയും നിലപാട് അതു തന്നെയാണ്. വളരെ സമാധാന പൂർണമായ ഒരു രാഷ്ട്രീയ പ്രവർത്തനമാണ് ഇതുവരെ നയിച്ചത്. പാവപ്പെട്ടവരെ സഹായിക്കുന്നതിനായിരുന്നു മുൻതൂക്കം. ഇതുവരെ ഒരു സംഘർഷമോ, തമ്മിലടിയോ ഒന്നും ഈ കടപ്പുറത്ത് ഉണ്ടായിട്ടില്ല. പണ്ട് പാത്തുത്തായെ ഇടങ്ങാറാക്കിയതിന് രണ്ടു പേരെ നന്നായി കൈകാര്യം ചെയ്ത കഥ കേട്ടിട്ടുണ്ട്. അതിന് ശേഷം പിന്നെ അങ്ങനെയൊന്നും ഉണ്ടായിട്ടേയില്ല. ഇതിപ്പോൾ കടുത്ത വെല്ലുവിളി തന്നെയാണ്. രാമൻ മാസ്റ്റർ ഉൾപ്പെടെ രംഗത്തിറങ്ങിയത് കൊണ്ട് അവർ പിന്നോട്ട് പോകുമെന്നാണ് കരുതിയത്. അവർ തിരിച്ചു പോന്നതിന് ശേഷമാണ് ലഹള തുടങ്ങിയത്. പാവങ്ങളെ അബുവിന്റെ കൈയിലേക്ക് വിട്ടുകൊടുത്തതാണ് അബദ്ധമായത്. അമ്പലകമ്മിറ്റിയും, പള്ളിക്കമ്മിറ്റിയും എല്ലാം കൈകോർത്ത് അവരെ രക്ഷിക്കാമായിരുന്നു. അബു ഇങ്ങനെ ഒരു ചതി ചെയ്യുമെന്ന് ആരും ഓർത്തിരുന്നില്ല. സ്വന്തം സഹോദരങ്ങളെ ചതിച്ചവനാണെങ്കിലും പള്ളിക്കമ്മിറ്റിക്കും അമ്പലക്കമ്മിറ്റിക്കും വാരിക്കോരി കൊടുക്കുമായിരുന്നു. അതൊക്കെ കൊണ്ട് ആദ്യം ആരും അത്ര ശ്രദ്ധിച്ചില്ല. കണ്ണൻ മാഷെ കാണാൻ പോയവർ തിരിച്ചെത്തി. തൽക്കാലം കൊഴപ്പത്തനൊന്നും പോകേണ്ടെന്നും, മണ്ഡലം കമ്മിറ്റിയുമായി ആലോചിച്ച് തീരുമാനമെടുക്കാമെന്നുമാണ് കണ്ണൻ മാഷും സലിം മാഷും ഒക്കെ പറഞ്ഞിരിക്കുന്നത്. അങ്ങനെ എല്ലാരും പിരിഞ്ഞു പോയിരിക്കയാണ്.

കേട്ടിട്ട് സാബുവിന് കുറച്ചാശ്വാസം വന്നത് പോലെ. അതു തന്നെയാണ് നല്ലത് നമ്മൾ എടുപിടീന്ന് എടുത്ത് ചാടി കാര്യങ്ങൾ കുഴപ്പത്തിലാക്കണ്ട. വന്നവരും പിരിഞ്ഞു. മാഷെ ഒരു ഗ്ലാസ് വെള്ളം വേണല്ലോ. സാബുവിനെ അതുവരേയുള്ള പിരിമുറുക്കം വല്ലാതെ ക്ഷീണിപ്പിച്ചിരിക്കുന്നു. ഒരു കട്ടനിടാം. എന്നാൽ ആയ്ക്കോട്ടെ മാഷെ. സാബു ആശ്വാസത്തോടെ പറഞ്ഞു. മാഷെ മണ്ഡലം കമ്മിറ്റിക്ക് അത്ര എളുപ്പത്തിൽ അബുവിനെതിരെ നിലപാടെടുക്കുവാൻ പറ്റുമെന്നു തോന്നുന്നില്ല.

തെരഞ്ഞെടുപ്പ് കാലത്തും, സമ്മേളന കാലത്തും അവന്റടുത്തു നിന്നും വലിയ കാശ് സംഭാവനയായി വാങ്ങിക്കാറുണ്ട്. പോരാത്തതിന് അവനും കോൺഗ്രസാ. കാശുകാരനായതു കൊണ്ട് ഇവിടുത്തെ നേതാക്കളെക്കാൾ സ്വാധീനം അവന് മണ്ഡലം കമ്മിറ്റിയിലുണ്ട്. മണ്ഡലം കമ്മിറ്റിയിലെ പ്രമുഖർക്കെല്ലാം അവനുമായി വ്യക്തിപരമായി ബന്ധവുമുണ്ട്. അതുകൊണ്ട് മണ്ഡലം കമ്മിറ്റിയിൽ പോയാലൊന്നും കാര്യം നടക്കില്ല. സാബുവിന്റെ നിരാശ തന്നിലേക്കും പടർന്നിരിക്കു ന്നതായി മാഷക്ക് തോന്നി. തൊഴിലാളികളുടെ കടം തിരിച്ചടക്കാനുള്ള കാശിന്റെ കാര്യത്തിലായിരുന്നു ആദ്യം പ്രശ്നം. അതു പരിഹരിക്കപ്പെ ട്ടപ്പോൾ പുതിയ പ്രശ്നം ഉയർന്നു വന്നിരിക്കയാണ്. പുതിയതല്ല പ്ര തീക്ഷിച്ചത് തന്നെ. ചെറുപ്പക്കാർ നേരിടാൻ തയ്യാറായിട്ടുണ്ട്. പക്ഷേ പറഞ്ഞു കേട്ടിടത്തോളം എന്താണ് സംഭവിക്കുക എന്ന് പറയാൻ പറ്റില്ല. വലിയൊരു കുഴപ്പത്തിലേക്ക് പോകുന്നതിൽ ഇവിടെയുള്ള സമാധാന പ്രേമികൾക്ക് താല്പര്യമില്ല. ഒരു കൊള്ളപ്പലിശക്കാരനും ഒരുപറ്റം തെമ്മാടികളും, സമാധാനത്തോടെ പരസ്പര സ്നേഹത്തോടെ കഴിഞ്ഞിരുന്ന ഒരു നാട്ടിൻ പുറത്തിന്റെ ഉറക്കം കെടുത്തുകയാണ്.

'സാബു ഏട്ടാ, പുറത്തു നിന്നും ആരോ വിളിക്കുകയാണ്. സാബു ചായ ഗ്ലാസും മേശപ്പുറത്ത് വച്ച് പുറത്തേക്കിറങ്ങി. കുടെ മാഷും. രാമൻ മാഷിന്റെ വീട്ടിനടുത്തുള്ള ചെറുപ്പക്കാരനാണ്. അച്ചുവിന്റെ സെറ്റി ലുള്ള കുറച്ചു പേർ മദ്യപിച്ച് രാമൻ മാസ്റ്ററുടെ വീട്ടിന് മുന്നിൽ വന്ന് തെറിയഭിഷേകമായിരുന്നുവത്രെ. പരിസരക്കാർ ഒത്തുകൂടി ഓടിച്ച് വിട്ടിരിക്കയാണ്. കത്തികാട്ടി ഭീഷണിയൊക്കെ ഉണ്ടായിരുന്നുവത്രെ. നടക്കില്ലെന്ന് കണ്ട് ഓടിയതാണ്. കണ്ണൻ മാസ്റ്ററുടെ വീട്ടിലും, കൂടെ പോയവരുടെ വീട്ടിലും വരാൻ സാധ്യതയുണ്ട്. സാബുവും ശ്ര ദ്ധിച്ചു കൊള്ളണം. മറ്റുള്ളവരെ കണ്ട് വിവരം പറയാം ചെറുപ്പക്കാരന്റെ കൂടെ സാബുവും പോയി. സാമൂഹ്യ ദ്രോഹികൾ സാത്വികനായ പാവം രാമൻ മാസ്റ്ററേയും വെറുതെ വിട്ടില്ല. പക്ഷേ നാട്ടുകാർ ഓടിച്ചു വിട്ടിട്ടുണ്ട്. അതൊരു സന്തോഷകരമായ കാര്യം തന്നെ. മാഷിന്റെ മൂഡെല്ലാം നഷ്ടപ്പെട്ടിരിക്കുന്നു. ഭക്ഷണം കഴിച്ച് കിടന്നുറങ്ങാം. ബാക്കിയൊക്കെ രാവിലെ എഴുന്നേറ്റ് ചെയ്യാം.

28

ക്ലാസിൽ കുട്ടികളെല്ലാം ജനാർദ്ദനനെ പൊതിഞ്ഞിരിക്കയാണ്. അവന് അച്ചാച്ചൻ കണക്ക് പഠിക്കാൻ ഒരു കളിപ്പാട്ടം ഉണ്ടാക്കി കൊടുത്തിരിക്കയാണ്. മച്ചിങ്ങ ഈർക്കിലിൽ കോർത്തുണ്ടാക്കിയ ഒരു മാല. കൂട്ടാനും, കുറയ്ക്കാനും, ഗുണിക്കാനും, ഹരിക്കാനും പഠിക്കാൻ സഹായകമായ ഒരു മാല. ഒരു കയർ വലിച്ചുകെട്ടി അതിൽ ഉറപ്പിക്കാൻ കഴിയും. നാല് മച്ചിങ്ങ ഉള്ള ഒരു മാലയിൽ ഏഴ് മച്ചിങ്ങ ഉള്ള ഒരു മാല കോർത്തു വച്ചാൽ നാലും ഏഴും പതിനൊന്ന് എന്ന് എളുപ്പത്തിൽ കണ്ടെത്താനാകും. പതിനൊന്നിൽ നിന്ന് ഏഴ് മാറ്റി ബാക്കി നാല് എന്ന് കണ്ടെത്താനും എളുപ്പമാണ്. ഏഴിന്റെ മൂന്ന് കൂട്ടങ്ങൾ വച്ച് മൂന്ന് ഏഴ് ഇരുപത്തി ഒന്ന് എന്നും, ഇരുപത്തി ഒന്നിൽ നിന്ന് ഏഴ് മൂന്ന് പ്രാവശ്യം എടുത്തു മാറ്റി ഇരുപത്തി ഒന്നിനെ ഏഴ് കൊണ്ട് ഹരിച്ചാൽ മൂന്നാണെന്നും കണ്ടെത്താൻ എളുപ്പമുണ്ട്. മച്ചിങ്ങക്ക് ആവശ്യത്തിന് വലിപ്പമുള്ളത് കൊണ്ട് എണ്ണാനും കുട്ടികൾക്ക് സൗകര്യമാണ്.

വേലുച്ചേട്ടന്റെ കണ്ടുപിടുത്തം ഗണിത പഠനത്തിന് വളരേ പ്രയോജനകരമാണെന്ന് മാഷിന് തോന്നി. കുട്ടികൾക്ക് വീട്ടിൽ വച്ച് കളിപ്പാട്ടം പോലെ നിർമിക്കാനും, ഗണിതം രസകരമായി അഭ്യസിക്കാനും ഒന്നാം തരം ഒരു ഉപകരണം. മച്ചിങ്ങ സുലഭമായതുകൊണ്ട് എല്ലാവർക്കും ഉണ്ടാക്കുന്നതിന് പ്രയാസമില്ല. വില കൊടുത്തു വാങ്ങാൻ കിട്ടുന്ന പഠനോപകരണങ്ങളേക്കൾ എത്രയോ മെച്ചം. തീർച്ചയായും ഗണിത പഠനത്തിന് വേലുച്ചേട്ടൻ നൽകിയ മികച്ച ഒരു സംഭാവന തന്നെ. നിർമാണ രീതി മറ്റുള്ള കുട്ടികളേയും പരിചയപ്പെടുത്താം. മാലയിലെ ഒരു മച്ചിങ്ങയിൽ നിന്ന് ഊർക്കിൽ ഈരിയെടുത്തു. ഈർക്കിൽ പൊട്ടിപ്പോവാതെ 'റ' പോലെ വളച്ച് മച്ചിങ്ങയുടെ കാമ്പിൽ രണ്ട് വശത്തായി

ഉറപ്പിക്കുന്നു. ഉറപ്പിച്ചതിന് ഇടയിൽ മധ്യഭാഗത്തായി ചെറിയൊരു ഊർക്കിൽ കഷണം കുത്തനെ ഉറപ്പിക്കുന്നു. ഇതേപോലെ ഒന്നുകൂടി ഉണ്ടാക്കി, ആദ്യത്തേതിന്റെ കുത്തനെ ഉറപ്പിച്ച ഈർക്കിൽ കഷണത്തിൽ തൂക്കിയിടുന്നു. ഇങ്ങനെ എത്ര വേണമെങ്കിലും തൂക്കിയിടാം. കുട്ടികൾക്കും ഉണ്ടാക്കി നോക്കാൻ വലിയ താല്പര്യം. ഇന്ന് വീട്ടിൽ എത്തിയാൽ ചെയ്ത് നോക്കാമെന്ന് എല്ലാരും ഏറ്റു. തികച്ചും ഗ്രാമീണനായ, പ്രയോഗിക ഗണിതം മാത്രം കൈമുതലായുള്ള ഒരു രക്ഷിതാവിന്റെ സംഭാവന. രാവിലെ തന്നെ തികച്ചും മനസ്സിനെ സ്പർശിച്ച സന്തോഷകരമായ ഒരനുഭവം! ഇതിനെ ഗണിത പഠനത്തിന് പരമാവധി പ്രയോജനപ്പെടുത്തണം. മാഷ് തീരുമാനിച്ചു.

ക്ലാസിൽ പദ നിർമാണക്കളി ആരംഭിച്ചിരിക്കയാണ്. പ്രയാസമുള്ള കുട്ടികളാണ് ആദ്യം മത്സരിക്കുന്നത്. ക്ലാസിന്റെ ഒരു വശത്ത് ചരട് വലിച്ചുകെട്ടിയിട്ടുണ്ട്. മറുവശത്ത് ബഞ്ചിൽ രണ്ട് സെറ്റായി അക്ഷരങ്ങളും ചിഹ്നങ്ങളും നിരത്തി വച്ചിട്ടുണ്ട്. എഴുതിയ കാർഡുകളുടെ മുകൾ ഭാഗം കയറിൽ തൂക്കിയിടാൻ പാകത്തിൽ പിന്നോട്ടേക്ക് നന്നായി മടക്കിയിട്ടുണ്ട്. രണ്ടു പേർ തമ്മിലാണ് മത്സരം. സ്റ്റാർട്ട് പറഞ്ഞാൽ ഓടി അധ്യാപകൻ നിർദേശിച്ച പദത്തിലെ അക്ഷരങ്ങളും, ചിഹ്നങ്ങളും കണ്ടെത്തി എടുത്ത് മറുവശത്തെ കയറിൽ കൃത്യമായി തൂക്കിയിടണം. ശരിയായി ആദ്യം പൂർത്തിയാക്കുന്ന ആൾ വിജയിച്ചു. തെറ്റിയെങ്കിൽ രണ്ടാമത് ഒരവസരം കൂടി ലഭിക്കും.

മത്സരത്തിൽ ഇല്ലാത്ത കുട്ടികൾ അക്ഷരങ്ങളും ചിഹ്നങ്ങളും നിരത്തുന്നത് നിരീക്ഷിച്ച് ശരിയാണൊ എന്ന് പരിശോധിക്കണം - കളി ആവേശകരമായി നടക്കുകയാണ്. ആദ്യമൊക്കെ തെറ്റ വരുത്തിയവർ തുടർന്നുള്ള അവസരങ്ങളിൽ കൃത്യമായി വയ്ക്കുന്നുണ്ട്. മത്സരം നിരീക്ഷിക്കുന്ന കുട്ടികൾക്കും യോജിച്ച ചിഹ്നങ്ങൾ മനസ്സിൽ ഉറപ്പിക്കാൻ കളി പ്രയോജനപ്പെടുന്നുണ്ട്- ഞാനച്ഛനോട് പറഞ്ഞിറ്റ് കടലാസ് മുറിച്ചിറ്റ് വീട്ട്ന്നിങ്ങന കളിച്ച് നോക്കും മാഷേ. രഘുവാണ്. ഞാനും നോക്കും, ഞാനും നോക്കും മറ്റ് ചിലരും അവന് കൂട്ടുണ്ട്. കൂട്ടത്തിൽ ലീനയുമുണ്ട്. കുട്ടികൾക്ക് കളി ഇഷ്ടമായിരിക്കുന്നു. നിർമിച്ച പദങ്ങൾ ഓർത്തെഴുതാൻ മിക്കവർക്കും കഴിയുന്നുണ്ട്. ഓർക്കാൻ കൂടുതൽ സമയം കൊടുത്തപ്പോൾ എല്ലാവർക്കും ശരിയാക്കാൻ പറ്റി.

പ്രവർത്തനം കഴിഞ്ഞതും ലീന മാഷിന്റെ അടുത്തെത്തി. തിരക്കിനിടയിൽ വീട്ടിലെ വിശേഷങ്ങൾ ചോദിക്കാൻ വിട്ട കാര്യം മാഷപ്പോഴാണോർത്തത്. ചോദിക്കുന്നതിന് മുമ്പേ ലീന പറഞ്ഞു തുടങ്ങി. നല്ല സന്തോഷത്തിലാണ്. കേൾക്കാൻ സുഖമുള്ള കാര്യമാണ് പറയാൻ

പോകുന്നതെന്നുറപ്പ്. മാഷെ ഇന്നല അച്ഛൻ പണിയെല്ലം കയിഞ്ഞ് വന്നിറ്റ് അമ്മക്ക് പൈശ കൊട്ത്തിനല്ലോ. ഇപ്പം കള്ളെല്ലം കൊറച്ചേ കുടിക്ക്ന്ന്ള്ളും. ഒച്ചപ്പാടേ ഇല്ല. എന്നിറ്റ് പൈശ കിട്ടീറ്റ് അമ്മ ഇര്ന്നിറ്റ് കരേന്ന്. മോളേ രക്ഷപ്പെട്ടു, മാഷ് മനസ്സിൽ പറഞ്ഞു. മുഖം താഴ്ത്തി സങ്കടത്തിന്റെ ആൾരൂപമായി വരുന്ന ലീനയെ ഇനി കാണേണ്ടി വരില്ല. ആ അമ്മ കാശ് കിട്ടിയപ്പോൾ സന്തോഷം കൊണ്ട് കരഞ്ഞു പോയതായിരിക്കും. രാത്രി പഠിക്ക്ന്നേരം അച്ഛൻ എന്റേടത്ത് വന്ന് ഇരിക്കും! പക്ഷേ കള്ളു നാറും മാഷേ. '

ബേ, ഒരഭിനയമാണ്. അത് സാരോല്ല മോളെ. ഇപ്പം ഒച്ചപ്പാടൊന്നും ഇല്ലാലോ. ഇനി സാവധാനം കള്ള് കുടീം ഇല്ലാണ്ടാക്കണം. അന്ന് സജി വന്നേരം സജി അച്ഛനോട് പറഞ്ഞ് ഇങ്ങള് കള്ള് കുടിക്കാണ്ടിരുന്നാ ഇങ്ങളമോള് ഇനീം മ്ട്ക്കി ആകുന്ന്. അന്നേരം അച്ഛന് എന്തോ സങ്കടം പോലെ. ഞാളയൊന്നും നോക്കാണ്ട് ഇങ്ങനെ ഇരിക്ക്ന്ന്. ഇങ്ങ് വാടാ മാഷ് സജീവനെ വിളിച്ചു. മോനേന്ന് വിളിക്കുന്ന മാഷിന്റെ എടാ വിളി കേട്ടപ്പോ സജീവൻ ഒന്നമ്പരന്നു. അമ്പരപ്പോടെ തന്നെ മാഷിന്റെ അടുത്തെത്തി. ഇന്ന ഞാനിന്ന് ശരിയാക്ക്ന്ന്ണ്ടടാ. മാഷവനെ ചേർത്തു പിടിച്ചു. ലീനക്ക് ചിരിവരുന്നുണ്ട്. ഇഞ്ഞി കഴിഞ്ഞ ദിവസം ലീനേന്റെ അച്ഛനോടെന്താ പറഞ്ഞെ? കള്ള് കുടിക്കണ്ടാന്ന മാഷേ. ഇപ്പോ ഓറ് ഒച്ചപ്പാടെല്ലം നിർത്തി. എനി കള്ള് കുടീം നിർത്തിക്കണം. സജീവൻ കുറച്ച് ഗൗരവത്തിലാണ്. ലീനേന്റെ പഠിപ്പിന്റെ കാര്യം പറഞ്ഞാ ഓറ് നിർത്തും. മാഷും അങ്ങനേല്ലെ പറഞ്ഞുതന്നെ. മിട്ടുക്കാ ഇന്റ ചെവി ഞാനിപ്പം മുറിച്ചെടുക്കും. മാഷിന്റെ തമാശ സജീവന് നന്നേ രസിച്ചു.

കുഞ്ഞുമനസ്സിൽ കള്ളം ഇല്ല. അയാളെ നന്നാക്കാൻ ഇവൻ തന്നെ മതി. ഇനി കാര്യം സലിം മാഷോട്ടും പറയാം. അയാൾ കാശു കൊടുക്കുന്ന സ്ഥിതിക്ക് ഇനി ആ കുടുംബത്തിന് സഹായത്തിന്റെ ആവശ്യം വരില്ല. ഇത്ര പെട്ടെന്ന് ഈ സ്ഥിതിയിൽ എത്തുമെന്നു കരുതിയതല്ല. സലിം മാഷിന്റേയും, സാബുവിന്റേയും സംസാരത്തിൽ നിന്ന് അയാൾക്ക് ഇങ്ങനെയൊരു മാറ്റം പ്രതീക്ഷിച്ചതേ അല്ല. പക്ഷേ ലഹരിയില്ലാത്ത സമയങ്ങളിൽ മകളോട് വലിയ സ്നേഹം കാണിക്കാറുണ്ടെന്ന സലീം മാഷിന്റെ അന്നത്തെ സൂചനയാണ് വഴിത്തിരിവായത്. വിവരമറിഞ്ഞാൽ മാഷക്ക് വലിയ സന്തോഷമാവും.

കണ്ണൻ മാഷും, സലിം മാഷും ഇന്നവധിയിലാണ്. മണ്ഡലം കമ്മിറ്റിക്കാരോട് സംസാരിക്കാൻ പോയിരിക്കയാണ്. രാമൻ മാഷിന്റെ വീടിന് മുന്നിൽ തെറിയുമായി എത്തിയതോടെ ജനങ്ങളുടെ രോഷം വർദ്ധിച്ചിരിക്കുന്നു. അബ്ബുവിനേയും സംഘത്തേയും വെറുതെ വിടാൻ പാടില്ലെന്ന നിലപാടിൽ പ്രദേശമാകെ എത്തിയിരിക്കുന്നു. അതുകൊണ്ടാണ് ഒരു

തീരുമാനമറിയാൻ കണ്ണൻ മാഷും, സലിം മാഷും രാവിലെ തന്നെ പോയിരിക്കുന്നത്- രാമൻ മാഷിന് അങ്ങനെ ഒരു സംഭവമുണ്ടായതിന്റെ യാതൊരു ഭാവവുമില്ല. എല്ലാം പതിവ് പോലെ തന്നെ. എങ്ങനെയും സംഘം സ്ഥാപിപിക്കണമെന്ന നിലപാടിലാണ്.

29

മൊയ്തുക്കായുടെ കടയിൽ കയറി ചായ കഴിച്ചിട്ട് റൂമിലേക്ക് പോകാം. കടയിൽ കുറച്ചാളുകൾ ഉണ്ട്. എല്ലാരും കാര്യമായ ചർച്ചയിലാണ്. പ്രശ്നം അബ്ദുവും കൂട്ടരും തന്നെ. ഓം പറേന്നേല്ലും കാര്യം ഇല്ലേ. ഇതുവരെ ഈ മാഷമ്മാരേനും ഓാറയെല്ലം സഹായിച്ചിന്. എത്രയോ കൊല്ലായിറ്റ് സഹായിച്ചോണ്ടിരിക്ക്ന്നല്ല്യെ. സംഘാന്ന് പറഞ്ഞിറ്റ് പെട്ടന്ന് ഒരുസം അയിന് തടസ്സം നിക്ക്മ്മം ഓാന് വെഷമം ഉണ്ടാവൂലെ. ഒരാൾ അബ്ദുവിനെ ന്യായീകരിക്കയാണ്. ഭയങ്കര സഹായാ. ഇഞ്ഞ്യെന്താ പറേന്നെ സുക. വാങ്ങിയേന്റെ ഇരട്ടി ക്ക് ഇരട്ടി വച്ചാ ഓാൻ കള്ളക്കണെക്ക് എഴുതിവെക്കുന്നെ. ഒരിക്കൽ കുടുങ്ങിപ്പോയാ പിന്ന ഒഴിവായി പോരണെങ്കി ഉള്ള കടി വിക്കണ്ടി വരും. അതാ ഓാന്റ സഹായം. അതെ പപ്പാ, അപ്പറത്ത കടപ്പൊറക്കാറ് അത് മനസ്സിലാക്ക്യോണ്ടല്ലെ ഓാന കൈകാര്യം ചെയ്തെ. അപ്പറത്ത് നടന്ന പോലെയൊന്നും ഇവിടെ നടക്കൂന്ന് തോന്ന്ന്നില്ല. ഇവിട ഓാനും കൊറച്ച് സ്വാധീനേല്ലം ഇണ്ടല്ലോ.

പലവിധ അഭിപ്രായങ്ങളാണ്. രാമമ്മാഷ തൊട്ട് കളിച്ചത് ഓാനത്ര നല്ലതിനല്ല. ഒരാൾ അഭിപ്രായപ്പെട്ടു. എല്ലാവരും കടൽപ്പണിക്കാരാണ്. അവർക്ക് കൂടി ഗുണത്തിനാണ് സംഘം. എന്നിട്ടും ചിലർ അബ്ദുവിനെ ന്യായീകരിക്കയാണ്. ചായ കഴിച്ച് എല്ലാരും പോയ്ക്കഴിഞ്ഞു. മൊയ്തുക്ക ചായയുമായി വന്നു. മശേ രാംമാശ് അത്ര നല്ലോനൊന്ന്വല്ല. രാംമാഷെ പറ്റി അവിടെ വന്ന അഭിപ്രായത്താന്റെ തുടർച്ചയായാണ് മൊയ്തുക്കാ ഇടപെട്ടിരിക്കുന്നത്. സംഘത്തി ചേർക്കാൻ പോയോണ്ട് മാത്രേല്ല അയാള ചീത്ത പറഞ്ഞെ. അയാള് നമ്മള മൂസ മുസലിയാര ആവിശ്യോ ല്ലാണ്ട് അലമ്പാക്ക്വാ. ഓാറ് ജപിച്ചൂത്ന്നേം വെള്ളം കൊടുക്ക്ന്നേം വെറും തട്ടിപ്പാന്ന് ആളുകളെ വിശ്വസിപ്പിക്കാനുള്ള പരിപാടീല. രോഗം

മാറ്റാൻ ഡോട്ടറ കാണിച്ച് മര്ന്ന് കുടിച്ചാ മതീന്നാ പറഞ്ഞു കൊട്ക്ക്ന്നെ. അതോണ്ട് ഞാള ക്കൂട്ടക്കാര് കൊറേപേര് അങ്ങോട്ട് പോന്ന നിർത്തി. ഇപ്പം ടൗണില് ഗേർമേണ്ട് ആശോത്രീലാ പോന്നെ. ഇങ്ങനെ പോയാ മുസലിയാരെ കച്ചോടം പൂട്ടും. മുസല്യാർന്നിച്ചാ അബ്ബന്റെ വലംകൈയാ. അതോണ്ട് അബ്ബ അറിഞ്ഞ് തന്നെ ചെയ്യിച്ചതാ. മൊയ്തുക്കാ രോഗം വന്നാ രോഗാണുന നശിപ്പിക്കണം അതിന് മരുന്ന് തന്നെ കുടിക്കണം. മാഷ് പറഞ്ഞതിലെന്താ തെറ്റ്. മാശേ മര്ന്നിനേക്കാളും ശക്തീല്ലെ ജിന്നിലൂടെ കിട്ട്ന്ന വെള്ളത്തിന്. പക്കെ ഒരിക്കല് വെള്ളം കൊടുത്തിറ്റ് ഒരു കുട്ടിക്ക് കൊറച്ചധികായി പോയി. അന്ന് ജിന്നിന്റെ സേവ ഓനത്ര കിട്ടീറ്റ്ണ്ടാവ്വലാ. അതാ പറ്റിയെ. അതിന് ശേഷാ മാഷ് വേണ്ടാത്ത വർത്താനം പറയേം തൊടങ്ങിയേ. ഓനോട് മാത്രല്ല അപ്പറത്ത് ചുട്ട കോഴീന പറപ്പിക്ക്ന്ന മന്ത്രവാദി കണാരനൂണ്ട്. ഇങ്ങളെ ഒരു ചാത്ത നില്ലെ, കുട്ടിച്ചാത്തൻ ആ, ചാത്തന്റെ ശക്തീല മൂപ്പരകളി. ബാധയെല്ലം ഒയിഞ്ഞ് പോകേൻ ഓന്റ ഒരു നോട്ടം മതി. കണാരന്റെ ചരട് കെട്യാ തന്നെ ഒന്നും അടുക്കുലാന്നാ ജനങ്ങള് പറേന്നെ. അങ്ങ് ദൂരത്ത്ന്നല്ലം ആള്കള് കൂട്ടാൻ വരും. ഒയിഞ്ഞ് പോകാൻ കൂട്ടാക്കാത്ത, മുന്തിയ ബാധേനെയെല്ലം ഒയിപ്പിക്കാനാ. ഓന്റ കയീ കിട്ട്യാ പിന്നെ അച്ചട്ടാ. പക്കെ ഇന്നാളൊരു പറ്റ് പറ്റി. അപ്പറത്ത്ള്ള ഒരു പെണ്ണ്ങ്ങള് വെള്ളിയാഴ്ച്യാന്ന് ഓർമിക്കാണ്ട് നട്ടുച്ചക്ക് പള്ളിക്കാടിന്റെ അടുത്തൂടി പോക്മ്മം എന്തോ കണ്ട് പേടിച്ച്. എന്തോ മുന്ത്യ ബാധയാന്നാ കണാരൻ പറഞ്ഞെ. ഒയിപ്പിക്ക്ന്ന പരിപാടി തൊടങ്ങി. അതിന് മുമ്പേ ഓനിത്തിരി ലഹരീന്റെ സേവേണ്ട്. ഓൻ തന്നെ കാച്ചി എടുക്ക്ന്ന്വ. അത് ആവശ്യക്കാർക്ക് വിൽക്കുന്ന പരിപാടി ഇണ്ട്. നല്ല ചെലവാന്നാ കേട്ടെ. പക്കെ അന്ന് കയിച്ചത് കൊറച്ച് കൂടിപ്പോയി. ഓന്റെ മന്ത്രം കൊണ്ടും നോട്ടം കൊണ്ടും ബാധ ഒയിഞ്ഞില്ല. അവസാനത്തെ കൈയായി ചൂരല് കൊണ്ട് അടി തൊടങ്ങി, പണ്ണുങ്ങള് ബോധംകെട്ട് വീണ്. ആശ്പത്രീ കൊണ്ട് പോയി മരുന്ന് കൊടുത്തേര ബോധം വന്നെ. പ്രശറ് കൂടി പോയതാത്രെ. അതോനൊര് വലിയ പറ്റായിപ്പോയി. സുഖേട് മാറാനും ഓന്റേട്ത്ത് പല ജാതി ഭശ്ശോണ്ട്. ഇതെല്ലം വെറും തട്ടിപ്പാന്നാ മാഷ് പറഞ്ഞോണ്ട് നടക്ക്ന്നെ.

ഈനെ പറ്റിയൊന്നും വലിയ വിവരോല്ലാത്ത കൊറച്ച് ചെറ്പ്പ ക്കാരും മാഷ കൂടേണ്ട്. അയിന്റെ എല്ലം പലാ ഇന്നലെ മാഷക്ക് കിട്ടിയെ. എന്നിറ്റ് ചീത്ത പറയേം ചെന്നവരെ ആളുകള് ഓടിച്ച് വിട്ടു ന്നാണല്ലോ മൊയ്തുക്കാ കേട്ടത്?അതെല്ലണ്ട്. മാശ് ഭക്തീന്റെ വലിയ ആളായോണ്ട് കൊറച്ചാള്കള് മാശ കൂടയും ഇണ്ട്. മൊയ്തുക്കായോട്

തർക്കിക്കുന്നതിൽ അർഥമില്ല. അനുഭവം വന്നാലും ഇങ്ങനെയുള്ളവർ പഠിക്കില്ല. എല്ലാം കേട്ടപ്പോൾ രാമൻ മാഷോടുള്ള മതിപ്പ് ഒന്നുകൂടി വർദ്ധിച്ചു. ആത്മീയക്കാരനാണെങ്കിലും, അന്ധവിശ്വാസങ്ങൾക്കെതിരെ പൊരുതുകയാണ്. കൂടെ കുറച്ചു ചെറുപ്പക്കാരും ഉണ്ടെന്നത് ഈ നാട്ടിൻ പുറത്തിന് അഭിമാനാണ്. മൊയ്തുക്കയെ പോലുള്ളവർക്ക് അതിന്റെ മഹത്വം തിരിച്ചറിയാൻ കഴിയില്ല. ദേശ ചരിത്രത്തിന്റെ പുതിയൊരു മുഖം തെളിഞ്ഞിരിക്കുന്നു. സന്തോഷം തരുന്ന ഒരു മുഖം.

30

റൂമിലെത്തിയ ശേഷം ഇന്ന് നടന്ന പഠനപ്രവർത്തനങ്ങളെ പറ്റി ഒരു വിശകലനം നടത്തുകയാണ്. ആ മച്ചിങ്ങാ മാല ഏതെല്ലാം പ്രവർത്തനങ്ങൾക്ക് ഉപകരിക്കുമെന്നാണ് ആലോചിച്ച് കൊണ്ടിരിക്കുന്നത്. മൂർത്ത വസ്തുക്കൾ ഉപയോഗിച്ച് നടത്തേണ്ട പ്രവർത്തനങ്ങൾക്ക് വളരെ സൗകര്യ പ്രദമാണ് വേലു ചേട്ടന്റെ കണ്ടുപിടുത്തം. ചതുഷ്ക്രിയകൾക്കു പുറമെ ഭിന്നസംഖ്യ ഒരു കൂട്ടത്തിന്റെ ഭാഗമെന്ന നിലയിൽ പരിചയപ്പെടുത്താനും നല്ലൊരു ഉപകരണമാണ്. സ്ഥാനവില ഉറപ്പിക്കുന്നതിനും പ്രയോജനപ്പെടുത്താം. ഇതൊക്കെ കുട്ടികൾക്ക് സ്വയം പ്രദർശിപ്പിക്കാനും സൗകര്യമുണ്ട്. ഗണിതവുമായി ബന്ധപ്പെട്ട കളികൾക്കും ഉപയോഗപ്പെടുത്താം. കുട്ടികൾക്കും വളരെ ഇഷ്ടപ്പെട്ടിട്ടുണ്ട്. ഒരു കളിപ്പാട്ടം ഉപയോഗിക്കുന്ന താൽപര്യത്തോടെ അവർക്ക് കാര്യങ്ങൾ പഠിക്കാം. പദ നിർമാണക്കളിയും വളരെ പ്രയോജനം ചെയ്തിട്ടുണ്ട്. കളിയിൽ പോയന്റ് നേടാനുള്ള മത്സരത്തിൽ അക്ഷരവും, ചിഹ്നങ്ങളും അറിയാതെ അവരിൽ പതിയുന്നുണ്ട്. തെറ്റില്ലാതെ എഴുതാൻ അത് വഴി അവർക്കു കഴിയും.

നാല് ഗ്രൂപ്പുകളാക്കി പ്രവർത്തനം നൽകിയാൽ എല്ലാരുടേയാം പങ്കാളിത്തം വർദ്ധിപ്പിക്കാം. മാഷേ ഇന്നും ക്ഷീണിച്ച് കിടപ്പാണോ? ഗോപിച്ചേട്ടനാണ്. ഇപ്പോൾ പ്രശ്നമൊന്നുമില്ല. എല്ലാം ശീലമായി. ക്ലാസുമായി പൊരുത്തപ്പെട്ടു കഴിഞ്ഞു. മാഷെ നാട്ടില് നടക്കുന്ന പുകിലുകളൊക്കെ അറിഞ്ഞോ? ഒക്കെ അറിഞ്ഞു. കണ്ണൻ മാഷും, സലീം മാഷും തിരിച്ചെത്തിയോ. എത്തിയില്ലാ എന്നാ തോന്നുന്നെ. എത്തിയിട്ടുണ്ടെങ്കിൽ വിവരം ലഭിക്കുമായിരുന്നു. ഇന്നലെ രാത്രി പന്ത്രണ്ട് മണി വരെ കണ്ണാട്ടന്റെ വീടിന് കാവലായിരുന്നു. രാമൻ മാസ്റ്ററെ അച്ചുവിന്റെ സെറ്റ്

ചീത്ത വിളിച്ചതറിഞ്ഞപ്പോൾ, അവരിങ്ങോട്ടും എത്തുമെന്ന് പ്രതീക്ഷിച്ച താണ്. അവിടെ പരിസരക്കാർ ഓടിച്ചതുകൊണ്ടായിരിക്കാം ഇങ്ങോട്ട് വന്നില്ല. വന്നെങ്കിൽ നന്നായി കൈകാര്യം ചെയ്യാൻ തന്നെ തീരുമാനി ച്ചതാണ്. മാഷെ, നേതൃത്വം സമ്മതിച്ചാൽ ജനങ്ങളിടപെട്ട് ഒറ്റ ദിവസം കൊണ്ട് തീർക്കാവുന്ന പ്രശ്നമാണ്. കിട്ടണ്ടത് കിട്ടേണ്ട പോല കിട്ടിയാൽ ഇവറ്റകളൊക്കെ മാളത്തിലൊളിക്കും, അപ്പുറത്ത് കണ്ടതല്ലേ, ഒരു പട്ടാളശൈലിയിലുള്ള കരുത്തുറ്റ പ്രതികരണം. അബ്ദുവിന്റെ കാശ് കണ്ട് കുറച്ചുലവലാതികൾ ചുറ്റിപ്പറ്റി നടക്കുന്നതാണ്. നന്നായി കള്ളും വാങ്ങിച്ചു കൊടുക്കുന്നുണ്ട്. കത്തികാണിച്ച് വിരട്ട ലൊക്കെ ഇവന്മാരുടെ വെറും ഷോയാണ്. രാമൻ മാഷിന്റെ നേരെ വന്നത് ഇവൻമാർക്കൊരു പാഠമായിട്ടുണ്ട്. ഇന്നലെ പൊതിരെ കിട്ടേണ്ടതായിരുന്നു. മാഷ് സമ്മ തിക്കാഞ്ഞിട്ടാ. രാമൻ മാഷിന് അന്ധവിശ്വാസങ്ങൾക്കെതിരായുള്ള പ്രവർത്തനങ്ങളും ഉണ്ട് അല്ലെ ഗോപി ചേട്ടാ. മാഷെ, ആളുകളെ പറ്റിച്ച് കാശു പിടുങ്ങുന്ന രണ്ടവതാരങ്ങൾ ഇവിടെയുണ്ട്. കണാരനും, മൂസേം. കാശ് തട്ടല് മാത്രല്ല മന്ത്രം, ജപിച്ചൂതല് എന്നൊക്കെ പറഞ്ഞ് ആളുകളെ പലപ്പോഴും അപകടത്തിലുമാക്കുന്നുമുണ്ട്.

അവരുടെ തട്ടിപ്പുകളെ പറ്റി മാഷ് ആളുകള പറഞ്ഞ് മനസ്സിലാക്കു ന്നുണ്ട്. മാഷ് പറഞ്ഞാൽ ആളുകൾക്കത് ബോധ്യമാകും. ജനങ്ങൾക്കിട യിൽ നല്ല സ്വാധീനവും' വിശ്വാസവും ഉള്ള വ്യക്തിയാണ്. സ്കൂളിലൊന്നും ആരോടും അധികം സംസാരിക്കുന്നതൊന്നും കാണാറില്ല. ഒതുങ്ങി ക്കൂടുന്ന പ്രകൃതമാണെന്നാ തോന്നാറ്. ഏകദേശം അങ്ങനെയൊ ക്കെ തന്നെയാണ്. പക്ഷേ താൻ ഇടപെടേണ്ട അവസരമാണെന്ന് മനസ്സിലായാൽ ആളാകെ മാറും. അന്ന് തൊഴിലാളികളുടെ അടുത്ത് സംഘത്തെ കുറിച്ച് സംസാരിക്കാൻ പോയപ്പോൾ മാഷാണ് അവരെ കാര്യങ്ങൾ പറഞ്ഞ് ബോധ്യപ്പെടുത്തിയത്. തങ്ങൾ പെട്ടിരിക്കുന്ന ചൂഷണത്തിന്റെ ആഴവും, സംഘം വന്നാലുള്ള നേട്ടവും രാഷ്ട്രീയക്കാ രെക്കാൾ മാഷ് വിശദീകരിച്ചപ്പോഴാണ് അവരുടെ ഉള്ളിൽ തട്ടിയത ത്രെ. അതറിഞ്ഞു തന്നേയാണ് അച്ഛന്റെ സെറ്റ് മാഷ തെറി പറയാൻ എത്തിയത്. മാഷ രാഷ്ട്രീയമൊക്കെ എങ്ങനെയാണ്?' അങ്ങനെ പ്രകടമായ രാഷ്ട്രീയമൊന്നുമില്ല. ആര് ചെയ്യുന്ന നല്ല കാര്യമായാലും സഹകരിക്കും. തെറ്റാണെന്ന് തോന്നിയാൽ എതിർക്കും.

മാഷിന്റെ പ്രധാന പ്രവർത്തന രംഗം അധ്യാത്മികതയാണ്. അദ്ദേഹത്തിന്റെ ആധ്യാത്മിക പ്രഭാഷണം കേൾക്കാൻ ജാതി, മത, ഭേദമെന്യെ ആളുകൾ ഒത്തുകൂടും. തുടങ്ങിക്കഴിഞ്ഞ് അവസാനിച്ചാൽ മാത്രമേ ആളുകൾ പിരിയൂ. പങ്കെടുത്തവർക്കൊക്കെ അതൊരു

അനുഭവം തന്നെയായിരിക്കും. മലയാളം പണ്ഡിറ്റ് എന്നതിന് പുറമെ സംസ്കൃതവും, ഹിന്ദിയും അദ്ദേഹത്തിന് നന്നായറിയാം. വേദേതിഹാസങ്ങളൊക്കെ നന്നായി പഠിച്ചിട്ടുണ്ട്. മറ്റ് മതഗ്രന്ഥങ്ങളും നന്നായി പഠിച്ചിട്ടുണ്ട്. ബനാറസ് ഹിന്ദു സർവകലാശാലയിലെ ചില അധ്യാപകരുമായും സുഹൃദ് ബന്ധമുണ്ട്". ഇടക്ക് അവിടങ്ങളിലൊക്കെ സന്ദർശനം നടത്താറുണ്ട്. സന്യാസിശ്രേഷ്ഠരുമായും, സൂഫിവര്യന്മാരുമായും തർക്കങ്ങളിലും, ചർച്ചകളിലും ഒക്കെ പങ്കെടുക്കാറുണ്ട്. അവിടങ്ങളിലെ സ്ഥിതിഗതികളൊക്കെ നന്നായി പഠിച്ചിട്ടുമുണ്ട്.

ദൈവത്തിന്റെ പേരും പറഞ്ഞ് നമ്മൾകാട്ടി കൂട്ടുന്ന കോപ്രായങ്ങൾക്കൊന്നും ഒരർഥവുമില്ലെന്നാണ് അദ്ദേഹം പറയുന്നത്. ദൈവം ഒന്നേയുള്ളൂ. അത് നമ്മളിലാണ് കുടികൊള്ളുന്നത്. അല്ലാതെ വിഗ്രഹങ്ങളിലോ, പ്രതിമകളിലോ ഒന്നുമല്ല. പ്രപഞ്ച സൃഷ്ടിയിലെ ഒരംഗമാണ് മനുഷ്യൻ. വിശേഷ ബുദ്ധിയുള്ളവനാണ്. തന്റെ സഹജീവികളേയും, മറ്റ് ജീവജാലങ്ങളേയും, പ്രകൃതിയേയും സംരക്ഷിച്ചു കൊണ്ട് ജീവിക്കുക. യഥാർഥ ദൈവ സ്നേഹി അതാണ് ചെയ്യേണ്ടത്. അല്ലാതെ അർഥമില്ലാത്ത ആചാരങ്ങളുടേയും, അന്ധവിശ്വാസങ്ങളുടേയും, പൂജകളുടേയും പിന്നാലെ പോകുന്നതും ദൈവവുമായി ഒരു ബന്ധവുമില്ല. അതെല്ലാം പുരോഹിതന്മാർക്ക് കാശ് സമ്പാദിക്കാനുള്ള മാർഗം മാത്രമാണ്. ഉദരനിമിത്തം ബഹുകൃതവേഷം എന്ന് പറഞ്ഞതു പോലെ.

ശ്രീ നാരായണഗുരു അവസാനമായി കണ്ണാടി പ്രതിഷ്ഠയാണ് നടത്തിയത്. അതിൽ തന്നെ എല്ലാമുണ്ട്. നാം നമ്മെ തന്നെ അറിയുക. അതു തന്നെയാണ് ദൈവത്തെ അറിയലും. പൗരാണിക ഗ്രന്ഥങ്ങളെ ഉദ്ധരിച്ച് കൊണ്ട് അദ്ദേഹം ഈ തത്വങ്ങൾ കേൾവിക്കാരെ യുക്തിയുക്തമായി ബോധ്യപ്പെടുത്തും. വർഗീയ ചിന്താഗതി പുലർത്തുന്നവർ പോലും അദ്ദേഹത്തിന്റെ വാക്കുകൾ കേട്ടാൽ പിന്തിരിയും. അത്രയും ശക്തിയും, ആധികാരികതയും ആ വാക്കുകൾക്കുണ്ട്. മറ്റു പല പ്രഭാഷകരും കാലഹരണം വന്ന ആചാരങ്ങൾക്ക് ശാസ്ത്രീയ നിറം പകരാൻ കൊണ്ടു പിടിച്ച് ശ്രമിക്കുമ്പോൾ മാഷ് അതിന്റെ നിരർഥകതയും, ചൂഷണത്തിന് അതെങ്ങനെ ഉപയോഗപെടുത്തുന്നു എന്നും തുറന്നു കാണിക്കുന്നു. വടക്കേ ഇന്ത്യയിലെ പൗരോഹിത്യ ചൂഷണത്തിന്റെ പുതിയ പതിപ്പുകൾ ഇവിടെ പ്രചരിപ്പിക്കാനും, അതുവഴി വർഗീയത ഇളക്കിവിടാനുള്ള തന്ത്രങ്ങളും അദ്ദേഹം തുറന്നുകാട്ടും. അതു കൊണ്ട് തന്നെ മതത്തിന്റെ പേരുപറഞ്ഞ് ഭിന്നിപ്പുണ്ടാക്കാൻ ശ്രമിക്കുന്ന ചില നിക്ഷിപ്ത താൽപര്യക്കാർക്ക് മാഷോട് ദേഷ്യമുണ്ട്". സ്വാമി വിവേകാനന്ദന്റേയും, ശ്രീനാരായണ ഗുരുവിന്റേയും ഒക്കെ വചനങ്ങൾ ശരിയായ

രീതിയിൽ ഉൾക്കൊണ്ടാൽ മതത്തിന്റെ പേരിലുള്ള തർക്കങ്ങൾക്ക് അടിസ്ഥാനമില്ലെന്ന് അദ്ദേഹം സ്ഥാപിക്കും

"വിശക്കുന്നവന്റെ മുന്നിൽ ദൈവം അപ്പത്തിന്റെ രൂപത്തിൽ പ്രത്യക്ഷപ്പെടും" എന്ന വിവേകാനന്ദ വചനം ഉദ്ധരിച്ചു കൊണ്ട്, ദാരിദ്ര്യരേഖക്ക് താഴെ കിടക്കുന്ന ഇന്ത്യയിലെ കോടിക്കണക്കിന് ജനങ്ങളെ പൊള്ളയായ ആചാരങ്ങളും, അനുഷ്ഠാനങ്ങളും പഠിപ്പിക്കയല്ല വേണ്ടതെന്നും അവർക്ക് മതിയായ ഭക്ഷണവും പാർപ്പിട സൗകര്യവും, വിദ്യാഭ്യാസ സൗകര്യവും ഒരുക്കാനുള്ള പ്രവർത്തനങ്ങളിലാണ് യഥാർഥ ദൈവ വിശ്വാസി എർപ്പെടേണ്ടത് എന്നുമാണ് അദ്ദേഹം അഭിപ്രായപ്പെടുന്നത്. ഈയൊരു നിലപാട് ഉള്ളതു കൊണ്ടു തന്നെയാണ് ഒരു രാഷ്ട്രീയക്കാരൻ അല്ലാതിരുന്നിട്ടും പാവപ്പെട്ട തൊഴിലാളികളെ രക്ഷിക്കാൻ വേണ്ടി സജീവമായി അദ്ദേഹം രംഗത്തിറങ്ങിയിരിക്കുന്നത്. മാഷെ നിങ്ങൾ അമ്പലത്തിൽ പോകുന്നില്ല, പള്ളിയിൽ പോകുന്നില്ല പ്രാർഥിക്കുന്നില്ല, പൂജകൾ ചെയ്യുന്നില്ല. എന്നിട്ടും ഈശ്വരൻ അനുഗ്രഹവുമായി നിങ്ങളുടെ അടുത്തു തന്നെ എപ്പോഴുമുണ്ട്. എങ്ങനെയെന്ന് മനസ്സിലായോ. ഗോപിച്ചേട്ടൻ പറഞ്ഞു വരുന്നത് എന്താണെന്ന് മനസ്സിലാവുന്നില്ല. മാഷ് സംശയിച്ചു നിൽക്കുന്നതു കണ്ടപ്പോൾ അദ്ദേഹം തുടർന്നു, ഈ പ്രദേശത്തെ പാവപ്പെട്ടവരുടെ കുട്ടികളെ പഠിപ്പിക്കാൻ നിങ്ങൾ കാട്ടുന്ന ആ ആത്മാർഥതയുണ്ടല്ലോ അത് ആയിരം ക്ഷേത്രങ്ങളിൽ തൊഴുന്നതിനേക്കാളും, പൂജകൾ ചെയ്യുന്നതിനേക്കാളും നിങ്ങളെ ഈശ്വരന് പ്രിയപ്പെട്ടവനാക്കുന്നു. വിവേകാനന്ദനും, ശ്രീനാരായണ ഗുരുവുമൊക്കെ പറഞ്ഞതിന്റെ പൊരുളുമിതാണ്. രാമൻ മാഷിന്റെ ആധ്യാത്മിക പ്രഭാഷണം കേൾക്കുന്ന ആളുകളുടെ മനസ്സിലേക്ക് ഈ സന്ദേശമാണ് അലയടിച്ചെത്തുന്നത്. തങ്ങളുടെ കർമ മണ്ഡലത്തെ ഊർജസ്വലമാക്കാൻ അത് അവരെ പ്രാപ്തരാക്കുന്നു.

31

മാഷെ ഞാനിത് പ്രതീക്ഷിച്ചതേ അല്ല. അവനെ പിൻതിരിപ്പിക്കാൻ പല പ്രാവശ്യം ശ്രമിച്ചതാണ്. ഒരു പ്രയോജനവുമുണ്ടായിട്ടില്ല. സ്ഥിതി കൂടുതൽ കൂടുതൽ വഷളാവുകയാണ് ചെയ്തത്. കുട്ടിയോട് സ്നേഹം കാണിക്കാറുണ്ട്. അത് ആ സമയത്തേക്ക് മാത്രം. ഏതായാലും മാഷ് അതിൽ പിടിച്ച് ഇത്രവരെ എത്തിച്ചില്ലേ. അതൊരു വലിയ കാര്യം തന്നെ. ലീനയുടെ അച്ഛന്റെ മാറ്റം അറിഞ്ഞപ്പോൾ സലിം മാഷിന്റെ പ്രതികരണം. മാഷെ എനിക്കിതിന് വഴികാട്ടിയായത് മറ്റൊരു കുട്ടിതന്നെയാണ്. നമ്മുടെ സജീവൻ. മാഷെ കുട്ടികൾ ദൈവങ്ങളെ പോലെയാണെന്ന് പറയാറില്ലെ അതു തന്നെ. മാഷ് മാമ്പഴം കൈകാര്യം ചെയ്തത് ഞാൻ ശ്രദ്ധിച്ചിരുന്നു. കവിതയെ മാഷ് ശരിക്കും അങ്ങ് പ്രയോഗവൽക്കരിച്ചോ? അതെന്താ മാഷെ അങ്ങനെ. അല്ല കുട്ടികൾ ദൈവങ്ങളെ പോലെയാണെന്ന പ്രയോഗം കേട്ടപ്പോൾ തോന്നിയതാണ്. കവിതയല്ല മാഷേ ശരിക്കും അനുഭവപ്പെട്ട സത്യം. കൂട്ടുകാരിയുടെ സങ്കടം തന്റെ സങ്കടം കൂടിയാണെന്ന് തിരിച്ചറിഞ്ഞ ഒരു കുഞ്ഞ് മനസ്സ്. അതിൽ നിന്നും അവളെ രക്ഷിക്കാൻ അവൻ കണ്ടെത്തിയ ഉപായങ്ങൾ. നമുക്കൊന്നും സങ്കൽപിക്കാൻ പോലും കഴിയില്ല. മാഷും, സാബുവും ഒക്കെ പറഞ്ഞില്ലെ, പലവട്ടം ശ്രമിച്ചു. ഇനി ഓൻ നന്നാവില്ല. ചത്തെങ്കിൽ കുടുംബം രക്ഷപ്പെട്ടേനെ എന്നാണ് സാബു അയാളെ കൊണ്ട് പറഞ്ഞത്. അങ്ങനെയുള്ള അയാളെയാണ് ഒര് കുഞ്ഞ് ഇത്തരത്തിലേക്ക് മാറ്റിയെടുത്തത്. മാഷെ എനിക്കും ശരിക്കങ്ങോട്ട് വിശ്വസിക്കാൻ പറ്റുന്നില്ല. ശരിക്കും സംഭവിച്ചത് എന്താണ്. അന്ന് ക്ലാസിൽ പ്രശ്നമുണ്ടായത് മാഷിന് ഓർമയില്ലേ. വീട്ടിൽ നിന്ന് പഠിക്കാതെ വന്നതിന് ലീനയെ വഴക്ക് പറയാൻ ഞാൻ ചെന്നതാണ്. അവളുടെ മുഖം താഴ്ത്തിയുള്ള കരച്ചിൽ കള്ളക്കരച്ചിലാണെന്നാണ്

ആദ്യംകരുതിയത്. ഉള്ളിൽ നല്ല ദേഷ്യവും വന്നതാണ്. നന്നായി വഴക്ക് പറയാൻ ഒരുങ്ങിയതാണ്. അപ്പോഴാണ് സജീവന്റെ പതുക്കെയുള്ള വിളി. അവൻ അവൾ കേൾക്കാതിരിക്കാൻ പതുക്കെയാണ് കാര്യങ്ങൾ വിശദീകരിച്ചത്. ആ പറച്ചിലിൽ തന്നെ മാഷവളോട് ദേഷ്യപ്പെടരുത് എന്ന മൗനമായ ഒരപേക്ഷയും എനിക്ക് വായിച്ചെടുക്കാനായി. മാഷ് പറഞ്ഞപ്പോഴാണ് കാര്യങ്ങളുടെ ഗൗരവം മനസ്സിലായത്. പിന്നീട് അവളെ സ്നേഹപൂർവം പഠനപ്രവർത്തനങ്ങളിൽ പങ്കാളിയാക്കി വീട്ടിലെ കാര്യങ്ങൾ ചിന്തിക്കാൻ ഇട കൊടുക്കാതിരിക്കാനാണ് ശ്രദ്ധിച്ചത്. അത് വിജയിച്ചു. സങ്കടങ്ങളൊക്കെ മറന്ന് അവൾ പഠന പ്രവർത്തനങ്ങളിൽ സജീവമായി. അത് ഞാനും ശ്രദ്ധിച്ചിരുന്നു മാഷേ. എപ്പോഴും മുഖം തൂക്കിയിട്ടിരിക്കുന്ന അവളുടെ മാറ്റം എന്നെയും സന്തോഷിപ്പിച്ചതാണ്. ഇതെങ്ങനെ ആ വിജയനെ മാറ്റി.? തന്റെ കൂട്ടുകാരി ക്ലാസിൽ സന്തോഷത്തോടെ പ്രവർത്തനങ്ങളിൽ പങ്കെടുക്കുന്നത് കണ്ടപ്പോൾ സജീവന്റെ കുഞ്ഞുമനസ്സിൽ വിരിഞ്ഞ ഒരുപദേശം. ഇന്റച്ഛൻ വയക്ക്ണ്ടാക്ക്മ്പം ഇഞ്ഞി അത് കേക്കാണ്ട് മാഷ് ക്ലാസ്ന്ന് ചെയ്യിച്ച പോല വീട്ട്ന്ന് ചെയ്യ്ത് നോക്കിക്കോ. അതനുസരിച്ച് എല്ലാം ചെയ്ത് പഠിച്ച് സന്തോഷത്തോടെയാണ് പിറ്റേന്ന് അവൾ ക്ലാസിലെത്തിയത്. എത്തിയ ഉടനെ പഠിച്ച കാര്യങ്ങൾ ആത്മ വിശ്വാസത്തോടെ എന്റടുത്ത് വന്ന് കേൾപ്പിക്കുകയായിരുന്നു. സജിയുടെ ഉപദേശത്തെ പറ്റിയും അപ്പോഴാണ് പറഞ്ഞത്. ഞാൻ അവളോട് പറയണമെന്ന് കരുതിയ കാര്യങ്ങൾ പിന്നീട് സജിയെ ഏൽപിക്കുകയായിരുന്നു.

മാഷന്ന് പറഞ്ഞതുപോലെ സ്നേഹം പ്രകടിപ്പിക്കുന്ന സമയത്ത് പഠനകാര്യങ്ങൾ അച്ഛനുമായി പങ്കുവയ്ക്കാൻ ലീനയോട് പറയണമെന്ന് സജീവനെ ചട്ടം കെട്ടി. അവൻ പറയുക മാത്രമല്ല, നല്ലപോലെ ഇടപെടുകയും ചെയ്തു. അച്ഛന്റെ മുന്നിൽ വച്ച് രണ്ടു പേരും കണക്കിൽ മത്സരം നടത്തി. സജിയുമായുള്ള മത്സരത്തിൽ തന്റെ മകൾ വിജയിക്കുന്നത് അച്ഛനെ വളരെ സന്തോഷിപ്പിച്ചു. ആ അവസരം നോക്കി അവനൊരു കാച്ചങ്ങ് കാച്ചി. ഇങ്ങള മോള് ക്ലാസില് മിടുക്കിയ, ങ്ങള് ഒച്ചപ്പാടൊന്നും ഉണ്ടാക്കാണ്ടിരുന്ന ഓള് ഇനിയും മിടുക്കി ആവൂന്നാ പറഞ്ഞു കൊടുത്തത്. അതു മുതൽക്കാ അയാളിൽ കുറ്റംബോധം ഉണ്ടായി തുടങ്ങിയത്. അന്ന് രാത്രി ബഹളം ഉണ്ടായില്ലത്രെ. ആടി ആടി വന്ന് താഴോട്ട് നോക്കി കരച്ചിലായിരുന്നു പോലും. അന്നു മുതൽ വഴക്ക് നിർത്തി. പിന്നൊരു ദിവസം കഥ വായിച്ചു കൊടുക്കുമ്പോൾ അവൾക്ക് തെറ്റി. സജി അത് ശരിയായി വായിച്ചു കൊടുത്ത്. അച്ഛനത് വിഷമമായി. ഇങ്ങള് കള്ള് കുടിക്കാണ്ട് വന്ന് രാത്രീല് സഹായിച്ചു കൊടുത്താ ഓക്ക് നല്ലൊണം

വായിക്കാം പറ്റുന്നാ ഇത്തവണ കാച്ചിയത്. അതോടെ കുടിയുടെ അളവ് കുറച്ച് കൊണ്ട് വന്നു. ഇപ്പോ കാശും കൊടുത്തു തുടങ്ങി. മാഷ് പറഞ്ഞത് ശരി തന്നെ, ഇതാ കുഞ്ഞ് ദൈവത്തിന്റെ കളി തന്നെ. പെട്ടെന്ന് കുടി നിർത്താൻ പ്രയാസം ഉണ്ടാവും. കുറച്ച് കുറച്ച് കൊണ്ട് വന്ന് നിർത്താനായിരിക്കും പരിപാടി. ഓൻ ചെലവിന് കൊടുത്തു തുടങ്ങിയത് തന്നെ വലിയ അത്ഭുതമാണ്. ഞങ്ങള ഫണ്ട് ഏതാണ്ട് കാലിയായ അവസ്ഥയിലാണ്. ഇനി അവന്റെ കാര്യം ശ്രദ്ധിക്കണ്ടാലോ. അത്രയും രക്ഷ. ഏതായാലും മാഷ് കുട്ടികളിലൂടെ നടപ്പാക്കിയ തന്ത്രം. സമ്മതിക്കണ്ടത് തന്നെ. നമ്മുടെ മുന്നിലിരുന്നു പഠിക്കുന്നവർ ചില്ലറക്കാരല്ല. കുട്ടികളുടെ വ്യക്തിത്വങ്ങൾ നമ്മൾ ശരിയായി പരിഗണിക്കാറുണ്ടോ? ഇങ്ങനെ എത്രയെത്ര കുഞ്ഞു കഴിവുകൾ നമ്മൾ കാണാതെ പോയിട്ടുണ്ടാവും. തേച്ച് മിനുക്കിയെടുത്താൽ സജീവനെ കൊണ്ട് പറഞ്ഞതുപോലെ അത്ഭുതങ്ങൾ സൃഷ്ടിക്കാൻ കഴിയുന്നവർ. ശരിക്കും കുഞ്ഞ് ദൈവങ്ങൾ തന്നെ. കൺമുന്നിലെ ദൈവങ്ങൾ. ആ കുട്ടിയെ ശരിക്കൊന്നഭിനന്ദിക്കണം. വിജയൻ അവന്റെ കുടി പൂർണമായി നിർത്തട്ടെ. എന്നിട്ട് നമുക്ക് ഇതൊന്ന് ശരിക്ക് ആഘോഷിക്കണം.

മാഷ് ക്ലാസിലേക്ക് തിരിഞ്ഞു. സലീം മാഷ് സജീവന്റെ പ്രകടനത്തിൽ വലിയ മതിപ്പാണ് പ്രകടിപ്പിച്ചിരിക്കുന്നത്. തങ്ങൾ സംസാരിച്ചു കൊണ്ടിരിക്കുന്നതിനിടയിൽ ക്ലാസിൽ ഗംഭീരമായ പ്രകടനം നടന്നു കൊണ്ടിരുന്നത് മാഷിന്റെ ശ്രദ്ധയിൽ പെട്ടിരുന്നില്ല. മച്ചിങ്ങാമാലയും, പദക്കാർഡുകളും ഉപയോഗിച്ചുള്ള പ്രവർത്തനങ്ങൾ ഉഷാറായി നടക്കുകയാണ്. മിക്ക കുട്ടികളും സാധനങ്ങൾ ഉണ്ടാക്കിയാണ് വന്നിരിക്കുന്നത്. പലരേയും ചേട്ടൻമാരും ചേച്ചിമാരും സഹായിച്ചിരിക്കുന്നു. ലീനക്ക് പ്രത്യേക സന്തോഷമുണ്ട്. അവളുടെ അച്ഛനാണ് അവൾക്കും, സജീവനും ഉണ്ടാക്കി കൊടുത്തിരിക്കുന്നത്. അതിന്റെ കൂടെ പുതിയൊരു സംഭവവും ഉണ്ടായിരിക്കുന്നു. മച്ചിങ്ങാമാലയും, അക്ഷര കാർഡുകളും ഒരുക്കുന്ന തിരക്കിൽ വിജയാട്ടനോട് ഇന്നലെ കള്ള് കുടിക്കാൻ പോകുന്ന കാര്യം വിട്ടു പോയി. അതിലും സജിയുടെ കളിയുണ്ടെന്നാണ് ലീന പറയുന്നത്. എല്ലാം ഉണ്ടാക്കി കുപ്പായവും ഇട്ട് അച്ഛൻ പുറപ്പെട്ടതാണ്. അപ്പോൾ സജി മത്സരം വച്ച്. അത് നോക്കി നിന്ന അച്ഛൻ കുപ്പായം കയിച്ച് വച്ച് ഞാളേട്ത്ത് തന്നെ വന്ന് ഇര്ന്നിറ്റ് കളി നോക്കി. അന്നേരം അച്ഛനോട് കള്ള് കുടിക്ക്യേം മറന്നു പോയി. അയാൾ ബോധപൂർവം കുടി നിർത്താൻ ശ്രമിക്കയാണ്. സംശയമില്ല. സജീവന്റെ തൊപ്പിയിൽ പുതിയ തൂവൽ. ഇന്ന ഞാനെന്താടാ വേണ്ടെ. മാഷ് സന്തോഷപൂർവംസജീവനെ ചേർത്ത് പിടിച്ചു. അവന്റെ

നിഷ്കളങ്കമായ ചിരിയിൽ അങ്ങനെ ലയിച്ചു. കുട്ടികൾ നിർമിച്ചിരിക്കുന്ന മച്ചിങ്ങാമാലയിൽ ചിലത് നല്ല രീതിയിൽ തന്നെ ഉള്ളവയുണ്ട്. ചിലത് ഈർക്കിൽ ഒടിഞ്ഞ് വികൃതമായിട്ടുണ്ട്. ചിലത് വല്യപ്പം ക്രമം ശരിയായി പാലിക്കാതെ ഉള്ളവയാണ്. എന്നിരുന്നാലും ഏതാണ്ടെല്ലാവരും ഉണ്ടാക്കാൻ പരിശ്രമിച്ചിട്ടുണ്ട്. അക്ഷരക്കാർഡുകളുടെ സ്ഥിതിയും അങ്ങനെ തന്നെ. ഏതായാലും മച്ചിങ്ങാമാല ഉപയോഗിച്ചുള്ള പ്രവർത്തനത്തിലൂടെ തന്നെ തുടങ്ങാം. രണ്ട് പേരെ ക്ലാസിന് അഭിമുഖമായി നിർത്തി. രണ്ട് പേരും മാല എടുത്ത് റഡിയായി. ഇരുപത്തേഴിന്റെ കൂടെ എത്ര കൂട്ടിയാൽ മുപ്പത്തി ആറാവും. അത്രയും എണ്ണം മാലയിൽ കാണിക്കുക. നിശ്ചിത സമയത്തിനകം ശരിയായി വച്ചാൽ രണ്ട് പേർക്കും പോയന്റ്. ഒരാൾ ഒമ്പതും മറ്റേയാൾ എട്ടും വച്ചിരിക്കുന്നു. ഏതാണ് ശരി. എട്ടാണെന്ന് പറയുന്നവർ നിൽക്കുക. മൂന്നു പേർ നിന്നിട്ടുണ്ട്. ഒമ്പതാണെന്നു പറയുന്നവർ. ബാക്കി എല്ലാവരും നിന്നിട്ടുണ്ട്. സുമേഷ്ന് എങ്ങനെ എട്ടായിപ്പോയി. സൂത്രം പറഞ്ഞാട്ടെ? ഏഴും ഒമ്പതും പതിനാറ്. ഇരുപത്തേഴും ഒമ്പതും മുപ്പത്തി ആറ്. അപ്പോ സൂത്രം ഉപയോഗിച്ചപ്പോ ശരിയുത്തരം കിട്ടി അല്ലേ? സംശയമുള്ളവർ അങ്ങനെ തന്നെ ചെയ്യണം. വലിയ മച്ചിങ്ങ പത്തിന്റെ കൂട്ടത്തെ കാണിക്കാനും, ചെറിയ മച്ചിങ്ങ ഒന്നിന്റെ കൂട്ടത്തെ കാണിക്കാനും ഉപയോഗിച്ച് അടുത്ത ചോദ്യത്തിന്റെ ഉത്തരം കണ്ടെത്തണം. എഴുപത്തി ഏഴിൽ നിന്ന് എട്ട് കുറച്ചാൽ എത്ര? രണ്ട് പേരും ആറ് വലിയതും, ഒമ്പത് ചെറുതും ഉള്ള മാല വച്ചിട്ടുണ്ട്. ശരിയാണൊ എന്നുള്ള ചോദ്യത്തിന് എല്ലാവരും നിന്നിട്ടുണ്ട്. സ്ഥാനക്രമവും വ്യവകലനവും ഒരേ പ്രവർത്തനത്തിലൂടെ ശരിയായി കണ്ടെത്താൻ മച്ചിങ്ങാമാല സഹായകരമായിരിക്കുന്നു. തുടർന്ന് കുട്ടികൾ തന്നെ ഗ്രൂപ്പായി ചോദ്യങ്ങൾ ചോദിക്കലും ഉത്തരം കണ്ടെത്തലും നടത്തി. ഒരു കളി എന്ന പോലെ താല്പര്യത്തോടെ ഗണിത പഠനം നടത്താൻ വേലുച്ചേട്ടന്റെ കണ്ടുപിടുത്തം സഹായകരമായിരിക്കുന്നു.

32

കതിരണിഞ്ഞു നിൽക്കുന്ന വിശാലമായ പാടം. മുകളിൽ നീലാകാശം. അവിടവിടെയായി വെൺപ്രാവുകളെപ്പോൽ മേഘശകലങ്ങൾ. കതിര് വിളയാത്തതിൽ അക്ഷമരായ തത്തക്കൂട്ടങ്ങൾ കലപില പാടിക്കൊണ്ട് പറന്നു നടക്കുന്നു. ഉയരങ്ങളിൽ പരുന്തുകൾ വട്ടമിട്ടു പറക്കുന്നു. ഇടയ്ക്ക് താണു വന്ന് മീനുകളെ റാഞ്ചിക്കൊണ്ട് പറന്നുയരുന്നു. ഓണത്തിന്റെ വരവറിയിച്ചു കൊണ്ട് പാടത്ത് അവിടവിടെയായി കാക്കപ്പൂവുകളുടെ എത്തിനോട്ടം. നെല്ലോലകളെ തഴുകി കൊണ്ട് ഇളം കാറ്റ് ചുറ്റിയടിക്കുന്നു. വയൽക്കരയിലെ പടർന്നു പന്തലിച്ചു നിൽക്കുന്ന കശുമാവിൻ തണലിൽ കുട്ടികളെ നാലു ഗ്രൂപ്പുകളായി നിർത്തിയിരിക്കയാണ്.

താഴെ അല്പം വീതിയിൽ ആഴം കുറഞ്ഞ ഒരു കുളമുണ്ട്. പല തരം മീനുകളും മറ്റ് ജീവികളും ഉണ്ട്. ജലജീവികളെ നിരീക്ഷിച്ചു മനസ്സിലാക്കാൻ വന്നിരിക്കയാണ്. കൂടെ രേവതി ടീച്ചറുമുണ്ട്. യു. പി ക്ലാസിൽ ശാസ്ത്രം കൈകാര്യം ചെയ്യുന്നത് ടീച്ചറാണ്. കുട്ടികളെ നിരീക്ഷണത്തിലേക്ക് ഫലപ്രദമായി നയിക്കാൻ അനുഭവ സമ്പന്നയായ ടീച്ചറുടെ സഹായം തേടിയതാണ്. നിരീക്ഷണ കേന്ദ്രങ്ങൾ ടീച്ചർക്ക് നല്ല നിശ്ചയമുണ്ട്. അങ്ങനെ ടീച്ചറുടെ നിർദ്ദേശാനുസരണമാണ് കുളക്കരയിൽ എത്തിയിരിക്കുന്നത്. കുട്ടികൾ എണ്ണത്തിൽ കൂടുതലുള്ളത് കൊണ്ട് നിരീക്ഷണ സൗകര്യത്തിനായി ഗ്രൂപ്പുകളാക്കിയിരിക്കയാണ്. ആദ്യം നിരീക്ഷിച്ച് ജീവികളുടെ പേര് പറയലാണ്. തുടർന്ന് അവയിൽ വെള്ളത്തിൽ മാത്രം ജീവിക്കുന്നവ ഏത്? വെള്ളത്തിലും കരയിലും ജീവിക്കാൻ കഴിയുന്നവ ഏത് എന്ന് തരംതിരിക്കലാണ്. ജലജീവികൾക്ക് ജലത്തിൽ കൂടി സഞ്ചരിക്കാൻ അവയുടെ ശരീരഘടന എങ്ങനെ അനുയോജ്യമായിരിക്കുന്നു എന്ന് കണ്ടെത്തലാണ് അടുത്തപടി.

നിർദേശങ്ങളെല്ലാം കുട്ടികൾക്ക് നൽകിക്കഴിഞ്ഞിട്ടുണ്ട്. നിർദേശിച്ച കാര്യങ്ങളെല്ലാം നന്നായി നിരീക്ഷിക്കാൻ കുട്ടികൾക്ക് അവസരമൊരുക്കുന്ന സ്ഥലത്തേക്ക് തന്നെയാണ് ടീച്ചർ കൊണ്ടുവന്നിരിക്കുന്നത്.

മാനത്ത് കണ്ണി, കുളവൻ, പ്രാച്ചി, കടുങ്ങോലി, വരാൽ, മുഷി, ഏട്ടച്ചുള്ളി തെണ്ടൻ തുടങ്ങി നാട്ടിൽ കണ്ടുവരുന്ന എല്ലാത്തരം മത്സ്യങ്ങളും ഇവിടെയുണ്ട്. തവള, ഞണ്ട്, നീർക്കോലി തുടങ്ങിയവയും ഉണ്ട്. കുട്ടികളെ ഏറ്റവുമധികം ആകർഷിച്ചത് വരാലും കുട്ടികളുമാണ്. അമ്മ വരാലും, അച്ഛൻ വരാലും കുഞ്ഞുങ്ങളെ ശ്രദ്ധയോടെ കൊണ്ടു നടക്കുന്നത് കൗതുകകരമായ കാഴ്ച തന്നെ. മറ്റു മത്സ്യങ്ങളിൽ നിന്നും അകന്ന് നെൽച്ചെടികളുടെ ഇടയിലാണ് കുഞ്ഞുങ്ങള ജാഗ്രതയോടെ നിരീക്ഷിച്ചു കൊണ്ട് അവർ നിന്നിരുന്നത്. ചിറകുകൾ മന്ദമായി ഇളക്കിക്കൊണ്ടുള്ള അവയുടെ ചലനവും, കുഞ്ഞുങ്ങളുടെ ഒത്തുചേർന്നുള്ള നീക്കവും ഏറെ രസകരമായി. വെള്ളത്തിൽ ഉയരാനും താഴാനും, വശങ്ങളിലേക്ക് തിരിയാനും ചിറകുകളാണ് മത്സ്യങ്ങളെ സഹായിക്കുന്നതെന്ന് നിരീക്ഷണത്തിലൂടെ കണ്ടെത്തി. അവയുടെ വലുപ്പത്തിലും ആകൃതിയിലും ഉള്ള വൈവിധ്യവും അവർ തിരിച്ചറിഞ്ഞു. മാനത്ത് കണ്ണിയുടെ നെറ്റിയിലെ പൊട്ടും, തെണ്ടൻ മത്സ്യത്തിന്റെ തലയുടെ കൂർപ്പും പ്രത്യേകം ശ്രദ്ധിക്കപ്പെട്ടു. ഏറ്റവും ഭംഗിയുള്ളത് പ്രാച്ചിയാണെന്നാണ് ഭൂരിപക്ഷത്തിന്റേയും അഭിപ്രായം. വരാലിനെ പിന്തുണക്കുന്നവരും ഉണ്ട്. മുഷിവും, ഏട്ടച്ചുള്ളിയും കാഴ്ചയിൽ അല്പം പേടി തോന്നിപ്പിക്കുന്നുണ്ടെന്ന് ചിലർ അഭിപ്രായപ്പെട്ടു.

മാഷെ നമ്മള ഭീമനും വെള്ളത്തിലും കരേലും ജീവിക്കാൻ പറ്റുന്ന ജീവിയല്ലെ? വെള്ളത്തിലും, കരയിലും ജീവിക്കാൻ കഴിയുന്നവയുടെ കാര്യം വന്നപ്പോൾ മുമ്പ് കഥയിൽ കേട്ട ഭീമനും ചർച്ചയായി. ഭീമനും വെള്ളത്തിലും, കരയിലും ജീവിക്കാൻ കഴിവുണ്ടായിരുന്നില്ലേ മാഷെ എന്നാണ് സഖരിയ്യയുടെ ചോദ്യം. അല്ലെങ്കിൽ ഭീമൻ വെള്ളത്തിൽ താണപ്പോൾ ചത്തുപോകേണ്ടതായിരുന്നില്ലേ!. മാഷെ നമ്മക്കും വെള്ളത്തിനടിയിൽ താമസിച്ചൂടെ. ശ്വാസം മുട്ടുമ്പോൾ മേലെ വന്ന് ശ്വാസം എടുക്കണം. വീണ്ടുതാഴെ പോവണം. അങ്ങനെ പറ്റൂല്ലെ. ജനാർദ്ദനനാണ്. നിരീക്ഷണത്തിന്റെ ഭാഗമായി കുട്ടികളിൽ ഉണർന്നിരിക്കുന്ന സംശയങ്ങളാണ്. മാഷെ എന്നാൽ നമ്മക്ക് ജനനെ പിടിച്ച് വെള്ളത്തിലിടാം. രേവതി ടീച്ചറുടെ അഭിപ്രായം കേട്ട് എല്ലാവരും ചിരിച്ചു.

ടീച്ചറേ തവളേന്റെ കാല്മ്മലത്തെ തോല് നമ്മക്ക്ണ്ടേ കടല് പേടിക്കാണ്ട് നീന്തേനും. വേണവാണ്. കടലിൽ നീന്താറുണ്ടെന്നു തോന്നുന്നു. തവളയുടെ കാൽവിരലുകളെ ചേർത്തുകൊണ്ടുള്ള നേരിയ ചർമം

അവയെ വെള്ളത്തിൽ സൗകര്യമായി നീന്താൻ സഹായിക്കുന്നുണ്ട് എന്ന നിരിക്ഷണത്തിന്റെ വെളിച്ചത്തിലാണ് വേണുവിന്റെ ആഗ്രഹം. ഞണ്ടിന്റെ പിന്നോട്ടുള്ള നടത്തവും, ഒരേ സമയം എല്ലാ ഭാഗത്തേക്കും നോക്കാൻ കഴിയുന്ന കണ്ണുകളും കുട്ടികൾക്ക് അത്ഭുതമായി. നീർക്കോലിക്ക് വിഷമില്ലെന്നറിഞ്ഞിട്ടും അധികംപേർക്കും പേടിയാണ്. ചൂണ്ടയിൽ നീർക്കോലി കുടുങ്ങിയപ്പോൾ ചേട്ടൻ ചൂണ്ടയുമിട്ട് ഓടിയ സംഭവം രാജൻ അഭിനയത്തോടെ വിവരിച്ചു. ചിലർക്ക് വരാലിനെ പിടിച്ച് കുപ്പീലാക്കണം. പാവം അപ്പൊ മക്കളെ ആരാ നോക്ക്വാ എന്ന് മറ്റു ചിലർ. ആമേന കാണാൻ പറ്റിയില്ലല്ലോ എന്ന് ചിലർക്ക് നിരാശ. ആമേന എപ്പോഴും അങ്ങനെ കാണാം പറ്റൂല്ല. കൊളത്തില് നീന്താം പോയേരം ഇന്നാള് ഞാം കണ്ട്. ജനുവാണ്. നിങ്ങളിൽ എത്ര പേർക്ക് നീന്താനറിയാം?

മാഷ ചോദ്യത്തിന് മൂന്ന് പേരൊഴികെ എല്ലാവരും കൈ പൊന്തിച്ചു. നീന്തൽ പഠിക്കാൻ സൗകര്യമുള്ള കുളം കുറേ അപ്പുറത്ത് ഉണ്ടെന്ന് ജനു അറിയിച്ചു. വയലിന്റെ സൗന്ദര്യവും, ജലജീവികളുടെ കാഴ്ചയും ഒക്കെ കൂടി തിരിച്ചു പോകാൻ ആർക്കും തോന്നുന്നില്ല. ഇനി നമുക്ക് മറ്റൊരു ദിവസം വരാം. വയലിൽ വെള്ളം വറ്റിക്കൊണ്ടിരിക്കുന്ന സമയത്ത്. അപ്പോൾ പലതരം കൊക്കുകളേയും, നീർക്കാക്കകളേയും ഒക്കെ കാണാം. രേവതി ടീച്ചർ അറിയിച്ചു. ക്ലാസിൽ ചെന്ന് നിരീക്ഷിച്ച കാര്യങ്ങൾ കുട്ടികളെ കൊണ്ട് എഴുതിക്കണം. അത്യാവശ്യം കുറിപ്പുകൾ അവർ എടുത്ത് വച്ചിട്ടുണ്ട്. വഴിയിൽ അല്പം മാറി ഒരു കുറ്റിച്ചെടി കൂട്ടം ചൂണ്ടിക്കാണിച്ച് ടീച്ചർ പറഞ്ഞു. അതിൽ സീസണായാൽ പൂമ്പാറ്റക്കൂട്ടം മുട്ടയിടാനെത്തും. മനോഹരമായ ഒരു കാഴ്ചയാണ്. ചിത്രശലഭത്തിന്റെ വളർച്ചാ ഘട്ടങ്ങൾ പഠിപ്പിക്കാൻ ഏറ്റവും നല്ല അവസരം. നിരീക്ഷണത്തിലൂടേയും പരീക്ഷണത്തിലൂടേയും ശാസ്ത്രപഠനം കുട്ടികളിലെത്തിക്കാനുള്ള എല്ലാ പ്രവർത്തന പദ്ധതികളും ടീച്ചർ ഒരുക്കിവച്ചിട്ടുണ്ട്. ഓരോ പ്രവർത്തനവും ഏതവസരത്തിലാണ് ഫലപ്രദമായി നടത്താൻ കഴിയുക എന്നും ടീച്ചർ പഠിച്ചു വച്ചിട്ടുണ്ട്. ശാസ്ത്രം പ്രവർത്തനമാണ് എന്ന തത്വം ടീച്ചറുടെ നേതൃത്വത്തിൽ അക്ഷരാർഥത്തിൽ നടപ്പിലാവുകയാണിവിടെ.

33

ആ വയലിന്റെ സൗന്ദര്യവും, മത്സ്യങ്ങളും ഒന്നും മനസ്സിൽ നിന്നും മായുന്നില്ല. കുട്ടികളേയും അത് നന്നായി ആകർഷിച്ചിട്ടുണ്ട്. ഇത്തരം കാര്യങ്ങൾ നേരിട്ട് കണ്ട് പഠിക്കുന്നതിന്റെ പ്രാധാന്യം എത്രത്തോളമാണെന്ന് ഇന്നത്തെ യാത്ര അടിവരയിടുന്നു. തന്റെ പരിസരത്തിന്റെ സൗന്ദര്യവും, ഘടനയും, ജൈവ വൈവിധ്യവും ഉൾക്കൊള്ളാൻ കുട്ടികൾക്ക് കഴിയണമെങ്കിൽ ശാസ്ത്രം ഈ രീതിയിൽ തന്നെ പഠിക്കണം. അല്ലാതെ ക്ലാസ് മുറിക്കുള്ളിലിരുത്തി വിവരിച്ചു കൊടുക്കുന്നതിനെ പഠനം എന്ന് പറയാൻ പറ്റില്ല. ഇക്കാര്യത്തിൽ ടീച്ചറുടെ സഹായം തേടിയത് എന്തുകൊണ്ടും ഉചിതമായി. നിരീക്ഷിച്ച കാര്യങ്ങളൊക്കെ കുട്ടികൾ ഒരുവിധം നന്നായി എഴുതിയിട്ടുണ്ട്. അക്ഷര പിശകുകൾ ഒക്കെ ഉണ്ടെങ്കിലും നിരീക്ഷിച്ച കാര്യങ്ങൾ വ്യക്തമാക്കുന്നതിൽ മിക്ക കുട്ടികളും വിജയിച്ചിട്ടുണ്ട്. ചായ ഉണ്ടാക്കുന്നതിനിടയിൽ മാഷിന്റെ ചിന്ത ഇന്നത്തെ ശാസ്ത്രപഠനത്തെ കുറിച്ചായിരുന്നു. മാഷെ ചായക്ക് ഒരാൾ കൂടിയുണ്ട്. സാബുവാണ്.

സാബു എന്തൊക്കെയുണ്ട് വിവരങ്ങൾ. മാഷെ മണ്ഡലം കമ്മിറ്റിക്കാർ നാളെ അബ്ദുവുമായി സംസാരിക്കുമെന്ന് വിവരം കിട്ടിയിട്ടുണ്ട്. വൈകുന്നേരത്തോടെ വിവരമറിയാം. അബ്ദു വഴങ്ങാനുള്ള ഒരു സാധ്യതയുമില്ല. അച്ചു ഭീഷണിയുമായി രംഗത്ത് തന്നെ ഉണ്ട്. കൊണ്ടാലേ പഠിക്കൂ എന്നാണ് തോന്നുന്നത്. കടപ്പുറത്ത് വച്ച് മറ്റ് തൊഴിലാളികളോടൊപ്പം സാബുവിനേയും ഇന്ന് ചീത്ത പറഞ്ഞിരിക്കുന്നു. ഹംസക്കയും സെറ്റും ക്ഷമിച്ച് മിണ്ടാതെ നിന്നതാണ്. നാളത്തെ തീരുമാനം പോലെയായിരിക്കും കാര്യങ്ങൾ. ചിലപ്പോൾ അപ്പുറക്കാർ വരണ്ടി വരില്ല. രാമൻ മാസ്റ്ററുടെ വീട്ട് പരിസരത്തുള്ളവരും ഒരുങ്ങിയിരിപ്പാണ്. കടക്കാരായതൊഴിലാളികളിൽ ഭൂരിഭാഗംപേരും പേടിച്ച്

അബ്ദുവിന്റെ കൂടെ തന്നെ നിൽക്കുകയാണ്. അത് വച്ച് തൊഴിലാളി കളെല്ലാം തന്റെ കൂടെയാണെന്ന് അബ്ദു മണ്ഡലം കമ്മിറ്റി ക്കാരോട് വാദിക്കും. തീരുമാനം അവനനുകൂലമാക്കുകയും ചെയ്യും. അവന്റെ ഭീഷണി അവസാനിപ്പിച്ചാലേ തൊഴിലാളികളെ മാറ്റിയെടുക്കാൻ പറ്റൂ.

ചുരുക്കത്തിൽ നല്ല മട്ടിൽ തന്നെ കൈകാര്യം ചെയ്യൽ നടക്കണം. അപ്പൊ സാബുവും ആ തീരുമാനത്തിലെത്തി അല്ലേ. മാഷെ ഇന്ന് ഹംസക്കയുമായി കുറേ സംസാരിച്ചു. സമാധാനപരമായി കാര്യം നടക്ക ണമെങ്കിൽ ഒന്നുകിൽ അവന്റെ ഭീഷണി വകവയ്ക്കാതെ തൊഴിലാളികൾ ഇപ്പുറത്ത് വരണം. അത് ഇന്നത്തെ സ്ഥിതിയിൽ നടക്കില്ല. കണ്ണൻ മാസ്റ്ററും സംഘവും ഇടപെട്ടിട്ടും അവന്റെ ഭീഷണിയിൽ അവർ പേടി ച്ചിരിക്കയാണ്. പിന്നെ സമാധാനം വേണമെങ്കിൽ അവന് വഴങ്ങണം. അതു മാഷ് പറഞ്ഞ പോലെ ചൂഷണത്തിന് കൂട്ട് നിൽക്കലാവും. അവർ വീട്ടിൽ കയറി സ്ത്രീകളെ അടക്കം തെറി പറയുകയും കത്തികാട്ടി ഭീഷ ണിപ്പെടുത്തുകയും ചെയ്തിരിക്കുന്നു. കടുത്ത തെറ്റാണ് ചെയ്തിരിക്കുന്നത്. അതിനെ ഉത്തരവാദപ്പെട്ടവർ ചോദ്യം ചെയ്യുന്നു. അപ്പോഴും കത്തിയും ഭീഷണിയുമാണ് മറുപടിയെങ്കിൽ അതിനനുസരിച്ച തിരിച്ചടിയും കൊടു ക്കുന്നു.

അങ്ങനെ കരുതിയാൽ മതി എന്നാണ് ഹംസക്കയുടെ വാദം. അതിൽ വലിയ കുഴപ്പമില്ലെന്ന് എനിക്കും തോന്നി. ഇന്ന് കടപ്പുറത്ത് വന്ന് പറഞ്ഞ തെറി കേട്ടപ്പോൾ അപ്പൊത്തന്നെ കൊടുത്താലെന്തെ ന്ന് എനിക്ക് വരെ തോന്നിപ്പോയി മാഷേ !. എത്ര കാലാ ഇതും സഹിച്ച് നിക്വാ. ഹംസക്ക ഇങ്ങള കയ്യൂരിന്റെ ചരിത്രോക്കെ പഠിച്ച ആളാ. അതാ മൂപ്പർക്കിത്ര ചൂട്. പിന്ന കമ്മ്യൂണിസ്റ്റ്കാരു മായിട്ടുള്ള കൂട്ടും ഉണ്ട്. ഇവിട രാമൻ മാഷിന്റെ പരിസരക്കാരും ചോപ്പമ്മാരാ. തൊഴിലാളികളെ അബ്ദു എങ്ങനെയാണ് കടക്കെണിയിൽ പെടുത്തിയിരിക്കുന്നത് എന്ന് മാഷിൽ നിന്ന് കൃത്യമായി അവരും അറിഞ്ഞിട്ടുണ്ട്. അതാ അവരും ചൂടാവാൻ കാരണം. തൊഴിലാളികളുടെ വീട്ട് പരിസരത്ത് അവരും ഇന്ന് ചുറ്റിക്കറങ്ങുന്നുണ്ട്. അച്ചുവിനേയും സംഘത്തേയും നിരീക്ഷിക്കാ നാണ്. ഭീഷണിയും കൊണ്ട് ചെല്ലുകയാണെങ്കിൽ തടയും. ചെറിയൊരു താക്കീത് അത്രയേ ഉള്ളൂ. മാഷെ ഹംസക്കയെ ഒന്ന് കാണണം. രാത്രി വരാം. സാബു പോയി. അവസാനം ഒരു തീരുമാനത്തിലെത്തിയിരിക്കു ന്നു. കേട്ടിടത്തോളം അബ്ദുവും സെറ്റും അതിനർഹരാണ്. അവർ തല്ല് ഇരന്ന് വാങ്ങുകയാണ്. മറ്റെ കടപ്പുറത്തു നിന്ന് കഷ്ടിച്ച് രക്ഷപ്പെട്ടതാണ്. ഇവിടെ രക്ഷപ്പെടാനുള്ള സാധ്യത കുറവാണ്.

“മാശേ” പുറത്തു നിന്നും ഒരു വിളി. പാത്തുത്തയാണ്. വലിയ സന്തോശായി മാശെ. ഇങ്ങക്ക് അള്ളാന്റ കൃപ ഇണ്ടാവും മാശെ. ഞമ്മള റസാഖ് ഇപ്പം നല്ല മോനായി പോയില്ലെ. ഓനോന്റെ ഉമ്മാര നോക്കാം തൊടങ്ങീല്ലെ. വീരാനിക്ക ഇള്ളേരത്ത് ഇതുപോലെ നോക്കി യിരുന്നതാ. ഇവന്റ ഉപ്പ ജമാലും നല്ലോണം തന്നെ നോക്കീന്. കിട്ടിയ കൂലിയെല്ലാം സൈനൂന ഏൽപ്പിക്കും. ഒരു ചായേന്റ പൈശ പോലും ഓന്റട്ടത്ത് വെക്കൂല. ആവിശ്യം എന്തെങ്കിണ്ടെ മാത്രം ചോദിച്ച വാങ്ങും. അനാവിശ്യം ഒന്നൂല്ലാ. കൊറച്ച് ബുദ്ധി കൊറഞ്ഞ പോലയേനും. എന്നാലും നല്ല അസ്സല് കുട്ട്യേനും. ബാപ്പ ചെറ്പ്പത്തിലേ പോയ എന്റെ സൈനൂന്റെ പാക്യാന്നാ മോനേ ഞാം വിജാരിച്ചേ. പിന്നെ എന്താ ഓന് പറ്റിക്കീന്ന് അറിയേല്ല. പോയ്ക്കളഞ്ഞേന്റെ തൊട്ട് മുമ്പിലത്ത ദിവസേല്ലം ഓനെന്തൊ പേടിച്ചിരുന്നതു പോലേനും. സൈനൂനോട്ടും എന്നോട്ടും മിണ്ടാട്ടേ ഇല്ല. ഓക്ക് ഏഴ് മാസോള്ളേരത്താ പോയ്ക്കളഞ്ഞെ.. പിന്നയാ നാട്ടില് വേറ കെട്ട്യോളും, കുട്ട്യേളും ഉണ്ടീന്നറിഞ്ഞെ. ആരല്ലോ പറഞ്ഞതാ. ഞങ്ങക്കതെത്ര വിശ്വാസം വന്നിറ്റ്ല്ല. ഉമ്മാ അവരുടെ നാട്ടും വീട്ടും എവിടെയാന്ന് പറഞ്ഞിരുന്നില്ലേ. ചെറുപ്പത്തിലേ ഉമ്മാനേം, ഉപ്പാനേം നശഷ്ടപ്പെട്ടതാ. ഏതോ അനാതമ്മാറ പാർപ്പിക്ക്ന്നേടത്താ കയിഞ്ഞെ. വല്താലയേരം ആരുടെ കൂടയോ ഇവിടെ പണിക്ക് വന്നതാ. ദൂരെ ഏടയോ ആണ് സ്ഥലം. ഇവിടെ വന്നതിന് ശേഷം എപ്പോഴെ ങ്കിലും അങ്ങോട്ടേക്ക് പോയിരുന്നോ? ഇല്ല പോയിട്ടില്ല. പൊറത്തോ ട്ടൊന്നും അങ്ങനെ പോന്ന സ്വഭാവം ഇല്ല. പണിക്ക് പോകും. അത് കഴിഞ്ഞാ പിന്നെ വീട്. അതേനും ഓന്റ ഒരു പതിറ്. ഇവിടെ ചങ്ങാ തിമാരായിട്ട് ആരും ഇല്ലായിരുന്നോ?. അങ്ങനെ ആരോട്ടും കൂട്ട് ചേർന്ന കൂട്ടത്തിലല്ല. കൂട്ടത്തിലെ പണിക്കാരോടെല്ലം നല്ല പിരിശാ. പോയതിന് ശേഷം ഒരു വിവരോം ഇല്ല അല്ലെ?. ഇല്ല മോനേ. എന്റെ മോള് ഇന്ന് വരും, നാള വരുന്ന് വിജാരിച്ച് കാത്ത് നിക്കും. പിന്നെ ഓൻ വന്നില്ല മോനേ. ഉമ്മ വീണ്ടും കരച്ചിലിന്റെ വക്കത്താണ്.

ഉമ്മാ നിങ്ങളിങ്ങിനെ ഓർത്ത് കരയാൻ പാടില്ല. അത് റസാഖിനെ വേദനിപ്പിക്കും. ഇനി അതുണ്ടാവാൻ പാടില്ല. ഇല്ല മോനെ. പയേതല്ലം ഓർത്തപ്പോ കരഞ്ഞ് പോയതാ. ഇനി എന്റെ കുട്ടീന സങ്കടപ്പെട്ടു ത്തുന്ന ഒന്നും ഉണ്ടാവൂല. ഉമ്മ ഒരു ചിരി വരുത്തി തിരിച്ച പോയി. ഉമ്മ പറഞ്ഞത് വച്ച് റസാഖിന്റെ ഉപ്പ ഗർഭിണിയായ തന്റെ ഭാര്യയെയും ഉപേക്ഷിച്ച് കടന്നു കളയുന്ന ഒരാളാണെന്ന് തോന്നുന്നേ ഇല്ല. നാട്ടിൽ ഭാര്യയും കുട്ടികളും ഉണ്ടെന്നതും വിശ്വാസയോഗ്യമല്ല. പോകുന്നതിന്റെ തൊട്ട് മുമ്പത്തെ ദിവസങ്ങളിൽ എന്തോ പേടിയുണ്ടായിരുന്നതായും

പറയുന്നു. ആ തിരോധാനവുമായി ബന്ധപ്പെട്ട് എന്തൊക്കെയോ ദുരൂഹതകൾ ഉള്ളതുപോലെ. സാബു വരട്ടെ ചോദിച്ചു നോക്കാം. പാത്തു ത്താത്തയുടെ പ്രേതകഥ കേട്ട് വല്ലതും കണ്ട് പേടിച്ചുപോയതായിരി ക്കുമോ? അല്പം ബുദ്ധിക്ക് കുറവും ഉണ്ടെന്നാണ് പറയുന്നത്. അങ്ങനേയും സംഭവിച്ചുകൂടായ്കയില്ല. പാത്തുത്ത തന്റെ കഥകൾ തീർച്ചയായും മരുമോനോടും പറഞ്ഞു കാണും. ആ കഥയും ഓർത്ത് പള്ളിയിലോ മറ്റോ പോകുമ്പോൾ, താൻ അന്ന് മുക്രിയെ കണ്ട് പേടിച്ചതു പോലെ, വല്ലതും കണ്ട് പേടിച്ചിട്ടുണ്ടാവും. ബുദ്ധിക്കുറവിന്റെ പ്രശ്നവും ഉള്ളതുകൊ ണ്ട് മെല്ലെ സ്ഥലം വിട്ടതാവാനും സാധ്യതയുണ്ട്. അയാളുടെ സ്ഥലം അറിയാവുന്നവരുണ്ടെങ്കിൽ ചിലപ്പോൾ അന്വേഷിച്ചാൽ കണ്ടെത്തിയേ ക്കും. കൂടെ ജോലി ചെയ്തവർക്ക് ചിലപ്പോൾ അറിയാൻ പറ്റും. നാട്ടിൽ ഭാര്യയും കുട്ടികളും ഉണ്ടെന്ന വിവരം എങ്ങനെ വന്നു. അനാഥനായി, ജോലിക്ക് വേണ്ടിയാണ് ഇവിടെ എത്തിയത്. കൂടാതെ ബുദ്ധിക്കുറവും. ആ നിലക്ക് നാട്ടിൽ ഭാര്യയും കുട്ടികളുമുണ്ടെന്നത് ആരോ കളവായി പ്രചരിപ്പിച്ചതാവാനാണ് സാധ്യത. അതെന്തിന് വേണ്ടിയായിരിക്കും. പ്രശ്നത്തിലെ ദുരൂഹത വർദ്ധിക്കുന്നതു പോലെ മാഷിന് തോന്നി.

സന്ധ്യ കഴിഞ്ഞു. പള്ളിക്കാട്ടിലെ മരങ്ങളിലൂടെ ഇരുൾ താഴേക്ക് പരക്കു കയാണ്. മരങ്ങൾ ഭീകരരൂപികളായി മാറാൻ തുടങ്ങിയിരി ക്കുന്നു. ചില്ലകൾക്കിടയിലൂടെ ഉള്ള കാറ്റിന്റെ മൂളക്കം ആ സത്വങ്ങ ളുണ്ടാക്കുന്ന വിചിത്ര ശബ്ദം പോലെ തോന്നിക്കുന്നു. ആദ്യമൊക്കെ പള്ളിക്കാട്ടിൽ ഇരുൾ നിറയുന്നതു കാണുമ്പോൾ ഒരസ്വസ്ഥത തോന്നാറുണ്ടായിരുന്നു. ഇപ്പോൾ അതുമായി പൊരുത്തപ്പെട്ടു കഴിഞ്ഞു. ജൈവ വൈവിധ്യത്തിന്റെ ഒരു കലവറ തന്നെയാണ് ആ പള്ളിക്കാട്. വിവിധ തരം മരങ്ങൾ, കുറ്റിച്ചെടികൾ, വള്ളികൾ, വള്ളികളിൽ വിവിധ തരം പൂക്കൾ, നിലത്തും മരങ്ങളിലുമായി വിവിധ തരം ജീവിവർഗങ്ങൾ. രേവതി ടീച്ചറുടെ ശാസ്ത്ര പഠനത്തിൽ ഈ കാടും ഉൾപ്പെട്ടുമോ? ശാസ്ത്രപ ഠനത്തോടൊപ്പം കുട്ടി കളിലുള്ള അന്ധവിശ്വാസങ്ങളെ മാറ്റിയെടുക്കാ നും പള്ളിക്കാട് ഉപകരിക്കുമെന്ന് മാഷ്ന് തോന്നി. ടീച്ചറുടെ ലിസ്റ്റിൽ ഇല്ലെങ്കിൽ ഉൾപ്പെടുത്താൻ പറയണം. അറിഞ്ഞാൽ മൊയ്തുക്കായും, പാത്തുത്തായും, ഒക്കെ തടസ്സം നിൽക്കും. അവരെ പോലെ ചിന്തിക്കുന്ന രക്ഷിതാക്കളും അനുകൂലിക്കില്ല. കുട്ടികളെ കൊണ്ട് വന്ന് എന്താണ് യാഥാർഥ്യം എന്നവർ നിരീക്ഷിച്ച് മനസ്സിലാക്കട്ടെ. അവരുടെ പേടി മാറിയാൽ രക്ഷിതാക്കളേയും മാറ്റിയെടുക്കാൻ പറ്റും.. മൂസ മൊയ്ല്യാ രുടേയും, മന്ത്രവാദി കണാരന്റേയും തട്ടിപ്പുകളും കുട്ടികളെ മനസ്സിലാ ക്കിക്കൊടുക്കണം.

34

തൊഴിലാളി സഹകരണ സംഘം രൂപീകരണത്തിൽ മണ്ഡലം കമ്മിറ്റി നാളെ ചർച്ചക്കെടുക്കുന്നു. തൊഴിലാളികളെല്ലാം തന്റെ പക്ഷത്താണെന്ന് അവരെ ബോധ്യപ്പെടുത്തണം. കുറച്ച പേർ തന്റെ കൂടെ ഉറച്ച നിൽക്കുന്നുണ്ട്. കണ്ണൻ മാസ്റ്ററും സംഘവും വന്ന് സംസാരിച്ചതുമുതൽ ഭൂരിപക്ഷത്തിന്റേയും മനസ്സ് മാറിയിട്ടുണ്ട്. അച്ചുവിന്റേയും സെറ്റിന്റേയും ഭീഷണി കൊണ്ടാണ് മിണ്ടാതിരിക്കുന്നത്. മറ്റേ കടപ്പുറത്ത് സംഭവിച്ചതു പോലെ ഒരു കാരണവശാലും നടക്കാൻ പാടില്ല. അച്ചുവിനേയും സംഘത്തേയും നേരിടാൻ ധൈര്യമുള്ളവർ ഇവിടെയില്ല. കൂട്ടത്തിൽ കൂടുതൽ ആളുകളേയും ചേർത്തിട്ടുള്ളത് കൊണ്ട് അക്കാര്യത്തിൽ സംശയിക്കേണ്ടതില്ല. എന്നാലും അവരുടെ ചിലവുകൾ കുറച്ചധികമാണ്. ഷാപ്പിൽ തന്നെ ഇപ്പോൾ വലിയൊരു തുകയായിട്ടുണ്ട്. ഇറച്ചിയും, പൊരിച്ചതുമൊക്കെയായി ഇവിടുത്തെ തീറ്റിക്ക് തന്നെ വലിയൊരു തുക അതും വേണം സാരമില്ല. സംഘം വന്നില്ലേൽ ഇഷ്ടം പോലെ കാശ് കൊയ്യാം. പിന്നെ ഒരുത്തനും ചോദിക്കാൻ വരില്ല.

രണ്ട് മൂന്നെണ്ണത്തിന്റെ വീടും കുടിയും ഏതാണ്ട് കൈയിലായിട്ടുണ്ട്. നല്ല കണ്ണായ സ്ഥലം ആണ്. ചില്ലറ കൊടുത്തത് പെരുപ്പിച്ചാണ് ഈ വിധത്തിലൊപ്പിച്ചിരിക്കുന്നത്. ഇനിയും അങ്ങനെ എത്ര വരാനുണ്ട്. ഈ അബ്ദു ആരാ മോൻ. സംഘം വന്നാൽ തന്റെ വരുമാനം മൊത്തം നിലയ്ക്കും. അതുകൊണ്ട് കുറച്ചൊക്കെ നഷ്ടം സഹിച്ചാലും സാരമില്ല. അച്ചുവും സംഘവും ഇപ്പോൾ വീട് കയറി ഭീഷണി തുടങ്ങിയിട്ടുണ്ടാവും. സംഘം ആറു മണിക്കേ ഷാപ്പിലേക്ക് പുറപ്പെട്ടതാണ്.

ഇന്നൊരു ഭീകരാന്തരീക്ഷം തന്നെ സൃഷ്ടിക്കപ്പെടും. നാളെ ഒരുത്തനും മണ്ഡലം കമ്മിറ്റിക്കാരോട് സംഘത്തിനനുകൂലമായി

പറയാൻ പാടില്ല. അതിന് പറ്റിയ ചുണക്കുട്ടികളാണ് പോയിരിക്കു ന്നത്. അബു തന്റെ സംവിധാനങ്ങളുടെ കെട്ടുറപ്പിനെ കുറിച്ച് വിലയി രുത്തിക്കൊണ്ട് മുറ്റത്തു കൂടി മന്ദമായി നടക്കുകയാണ്. പെട്ടെന്നാണ് ഒരുത്തൻ ഓടിക്കയറി വന്നത്. ഷർട്ടൊക്കെ കീറി കൈയൊക്കെ പൊട്ടി പരിഭ്രാന്തനായി വന്നവനെ കണ്ട് അബു ഞെട്ടി. അച്ചുവിന്റെ വലം കൈ ഭാസ്കരനാണ്. കിതപ്പ് കൊണ്ട് അവനൊന്നും പറയാൻ പറ്റുന്നില്ല. പിന്നാലെ മറ്റൊരുവനുമെത്തി. അവനാണ് കാര്യങ്ങൾ വിശദീകരിച്ചത്. ഇരുട്ടിക്കഴിഞ്ഞ തിന് ശേഷം സംഘം തെറിയുമായി വീടുകളിൽ കയറാൻ തുടങ്ങുകയായിരുന്നു. അപ്പോൾ ആരൊക്കെയോ ഇരുട്ടിൽ നിന്നും അങ്ങോട്ടേക്ക് കയറിപ്പോകരുതെന്ന് താക്കീത് തന്നു. അച്ചുവേട്ടൻ കത്തി നീർത്ത് അവരെ വെല്ലുവിളിച്ചു.

പെട്ടെന്ന് തുരുതുരെ അടി വിഴുകയായിരുന്നു. ഇരുട്ടിൽ ആരാണെ ന്നൊന്നും മനസ്സിലായിട്ടില്ല. അച്ചുവേട്ടന് നന്നായി കൊണ്ടിട്ടുണ്ട്. എവിടേക്കാ ഓടിയതെന്നറിയില്ല. എല്ലാരും തുരുതുരെ ഓട്ടമായി രുന്നു. മൊതലാളി ചെലപ്പോ അവരിങ്ങോട്ടും എത്തും. നമ്മൾ ഭീഷ ണിയുമായി വീടുകളിൽ കയറുമെന്ന് മനസ്സിലാക്കി ഒരുങ്ങി തന്നെ വന്നവരാണെന്നു തോന്നുന്നു. അബു ഭയം കൊണ്ട് വിയർത്തു കുളിച്ചു. തീരെ പ്രതീക്ഷിക്കാത്തതാണ് സംഭവിച്ചിരിക്കുന്നത്. ഒരാളെ താങ്ങി പിടിച്ചു കൊണ്ട് കുറച്ചു പേർ വരികയാണ്. അച്ചുവാണ്. ദേഹമാസകലം ചോരയൊലിക്കുന്നുണ്ട്. വേദന കൊണ്ട് ഞരങ്ങുകയാണ്. മറ്റുള്ളവർ ക്കും അത്യാവശ്യം കിട്ടിയിട്ടുണ്ട്. പെട്ടെന്ന് വഴിവക്കിൽ കുറച്ചുപേർ പ്രത്യക്ഷപെട്ടു. ഇരുട്ടിൽ വ്യക്തമായി കാണാൻ പറ്റുന്നില്ല. “ഞങ്ങള പെണ്ണുങ്ങള തെറി പറയാൻ ചെറ്റകളെ ഇനിയും അയച്ചാലുണ്ടല്ലോ അബു മൊയലാളീന്റെ ബീടറും, കുട്ട്യേളും, വിവരം അറിയും. ഇന്ന് ഞങ്ങള് പോന്ന്. ഇനിയും എന്തെങ്കിലും സംഭവിച്ചാലുണ്ടല്ലൊ അതൊര് വരവാ യിരിക്കും. ഓർത്തോ നായ്ക്കളെ. ”

കൂട്ടത്തിൽ ആരോ വിളിച്ചു പറയുകയാണ്. ഇവിടേള്ളവന്മാര് തന്നയാന്ന തോന്നുന്നെ. കത്തി വീശിയാൽ ഓടിക്കൊള്ളുമെന്നാണ് കരുതിയത്. പക്ഷേ വീശിയ കൈക്ക് തന്നേയാണ് ആദ്യം അടി വീണത്. കൊറേപ്പേര് വഴിയിലെല്ലം വീണ് കെടപ്പുണ്ട്. ഗുരിക്കളേട്ത്ത് കൊണ്ടോയി തടയിക്കണം. വല്യ ചെലവ് വരും മൊയലാളി. ഒരുത്തൻ ആവശ്യപ്പെട്ടു.” ഫെ നായ്ക്കളെ ഒരുപകാരത്തിനും കൊള്ളാത്ത ഹമുക്ക് ങ്ങള്. ഒടനെ സ്ഥലം വിട്ടോളണം. ഇത്രനാളും തിന്ന് കുടിച്ച് മദിച്ച് നടന്നില്ലേ. ഇനി ഒറ്റക്കാശ് കിട്ടില്ല. പോയ്ക്കോളണം.” അബു കസാരയിൽ തളർന്നുവീണു. ഒരാൾ അബുവിന്റെ അടുത്തുചെന്ന് പതുക്കെ പറഞ്ഞു.

അങ്ങനെ അങ്ങ് പോകാം പറയല്ലെ മൊയലാളീ. വീരാന്റ കാര്യോം ഓന്റ മോള പുയ്യാപ്ലന്റ കാര്യോം എല്ലം പൊറത്തറിയണോ? കൂട്ടത്തിൽ പ്രായം ചെന്ന ഒരുവനാണ്. അയാൾ പറഞ്ഞത് കേട്ട് അബ്ദു ഒന്ന് ഞെട്ടി. അബ്ദു പരിഭ്രാന്തിയോടെ വീടിനകത്തേക്ക് ഓടി. ഒരു കെട്ട് നോട്ടുമായി തിരിച്ചെത്തി. ആ പറഞ്ഞ ആളെ അടുത്തേക്ക് വിളിച്ചു. "പോക്കറെ ഇഞ്ഞി എന്താ വേണ്ടേന്നിച്ചാ ചെയ്യ്. ആ വിവരം ആരും അറിയാൻ പാടില്ല." ആരും അറിയാൻ പാടില്ല. നോട്ട് കെട്ട് പോക്കറെ ഏൽപിച്ച് അബ്ദു വീണ്ടും കസാരയിൽ പോയി വീണു.

35

മാഷ് അടുത്ത ദിവസത്തെ ക്ലാസിനുള്ള ഒരുക്കം നടത്തുകയാണ്. അപ്പോഴാണ് റോഡിലൂടെ ആരെല്ലാമോ ഓടി വരുന്ന ശബ്ദം കേട്ടത്. 'മാഷേ' സാബുവിന്റെ പരിഭ്രമത്തോടെയുള്ള വിളിയാണ്. കണം കൈ മുറുകെ പിടിച്ച് ഹംസക്കയുമുണ്ട്. കൂടെ മറ്റു ചിലരും

"മാഷെ കുറച്ച് വെള്ളം." കൈ മുറിഞ്ഞ് ചോരയൊലിക്കുന്നുണ്ട്. മുറിവു കഴുകി. വലുതായിട്ടൊന്നുമില്ല. എല്ലാർക്കും ആശ്വാസമായി. എന്നാലും രക്തം വരുന്നത് നിൽക്കുന്നില്ല. കാട്ടപ്പയുടെ ഇലയും ഉപ്പും ചേർത്ത് പിഴിഞ്ഞ് മുറിവിൽ ചേർത്തുവച്ചു. "മാഷെ എല്ലാം വെടിപ്പായി കഴിഞ്ഞു. അച്ചു കത്തി വീശിയപ്പോൾ തട്ടിയതാണ്. അവന്റെ മുട്ടും രണ്ടും അടിച്ചാട്ടിയിട്ടുണ്ട്, ഇനി ഒരു രണ്ട് മാസത്തേക്ക് എഴുന്നേറ്റ് നടക്കില്ല." ഹംസ അറിയിച്ചു. എന്താ ശരിക്കും സംഭവിച്ചത്. അച്ചുവും സെറ്റും അബ്ബുവിന്റെ വീട്ടിൽ നിന്നും ഷാപ്പിലേക്ക് പുറപ്പെട്ടിട്ടുണ്ട് എന്ന വിവരം കിട്ടിയപ്പോൾ നമ്മുടെആൾക്കാരെയൊക്കെ അറിയിച്ചു. ചെത്തിയ മട്ടലുമായി കുറച്ചു പേരായി വീടുകളുടെ പരിസരത്ത് മറഞ്ഞു നിന്നു.

അവർ വീടുകളിൽ കയറുന്നത് തടയലായിരുന്നു ഉദ്ദേശ്യം. ഇരുട്ടായതോടെ അച്ചുവിന്റെ പട എത്തി. ഇന്ന് പുറത്തു നിന്നും കുറച്ചു പേരേ കൂടി കൂട്ടിയിരുന്നു. എത്തിയപാടെ പുളിച്ച തെറിയുമായി വീടുകളിൽ കയറാനായിരുന്നു ശ്രമം. കയറി പോകരുതെന്ന് വിളിച്ചു പറഞ്ഞപ്പോൾ അച്ചു കത്തിയൂരി വെല്ലുവിളി തുടങ്ങി. പിന്നെ നോക്കി നിന്നില്ല. പൊതിരെ അടിയായിരുന്നു, ഇരുട്ടിൽ, ഓർക്കാപ്പുറത്ത് വന്ന അടിയായതുകൊണ്ട് കത്തി ഊരാനും കുത്താനുമൊന്നും അവൻമാർക്കായില്ല. തുടങ്ങിയപ്പോഴെ കുറേയെണ്ണം ഓടി രക്ഷപ്പെട്ടു. അച്ചു കത്തി തലങ്ങും വിലങ്ങും വീശി. ആ കൂട്ടത്തിൽ ഒന്ന് എന്റെ കൈക്കും കിട്ടി. മട്ടല് കൊണ്ട്

തുരുതുരെ കിട്ടിയപ്പോൾ കത്തിയുമിട്ട് ഓട്ടമായിരുന്നു. ഓടുന്ന ഓട്ടത്തിൽ കാലിന് നോക്കി ഒന്നു കൊടുത്തു. മറിഞ്ഞ് താഴെ വീണപ്പോൾ രണ്ട് മുട്ടിനും നോക്കി നല്ല പൂശലായിരുന്നു. കൂട്ടുകാര് താങ്ങിപ്പിടിച്ചാ അബ്ദുന്റെ വീട്ടിലെത്തിച്ചത്. ഹംസക്ക് മുറിവിൽ നിന്നും നല്ല നീറ്റലുണ്ട്. സംസാരിക്കുമ്പോൾ മുഖത്ത് അതറിയാനുണ്ട്. അബ്ദുവിന് നല്ല താക്കീത് കൊടുത്തിട്ടുണ്ട്. ഇനിയവൻ കളിക്കാൻ നിൽക്കില്ല. മണ്ഡലം കമ്മിറ്റിയും ചർച്ചയും ഒന്നും ഇനി ആവശ്യമില്ല. തൊഴിലാളികളെല്ലാം നാളെ തന്നെ സംഘത്തിൽ ചേരും. ഇതാരെല്ലാം ചേർന്നാ പണിയൊപ്പിച്ചേ. മാഷ് ചോദിച്ചു. എല്ലാരും ഇവിടുള്ളവർ തന്നെ. താക്കീത് ചെയ്യാൻ പോയി. കേട്ടില്ല. കത്തിയൂരി അഭ്യാസം തുടങ്ങി. പിന്നെ ഞങ്ങള തടി ഞങ്ങക്ക് നോക്കണ്ടെ. അത്രയേ സംഭവിച്ചുള്ളൂ. ഇത് പണ്ടേ ചെയ്യണ്ടതായിരുന്നു. നാളത്തെ നാട്ടിലെ സംസാരം എന്തായിരിക്കും എന്നു നോക്കാം. ഓന്റെ കൂടയും കൊറച്ചാളുകള് കാണും. അങ്ങനെയുള്ളവരെ പറഞ്ഞ് വായടപ്പിക്കണം. വാങ്ങിച്ച മുതലല്ലാതെ പലിശയിനത്തിൽ ഒറ്റ നയാ പൈസ കൊടുക്കരുതെന്നാണ് രാമൻ മാസ്റ്ററുടെ പരിസരത്തുള്ളവർ പറയുന്നത്. ഇക്കാര്യം കണ്ണൻ മാഷോട് തൊഴിലാളികളെ പറഞ്ഞ് ബോധ്യപ്പെടുത്താൻ പ്രത്യേകം പറയണമെന്നും അവർ സൂചിപ്പിച്ചിട്ടുണ്ട്. ഇന്നത്തെ പരിപാടിയുടെ സൂത്രധാരന്മാർ അവർ തന്നെയാണ്. ഉച്ച മുതലേ അച്ചുവിന്റേയും കൂട്ടരുടേയും നീക്കങ്ങൾ ശ്രദ്ധിക്കുകയായിരുന്നു. മട്ടലെല്ലാം അവരാണ് ഒരുക്കി വച്ചത്. കുറച്ചുപേർ ഇപ്പോഴും പരിസരത്ത് തന്നെ ഉണ്ട്. ഓടിപ്പോയവന്മാർ ആളുകളേയും കൂട്ടി തിരിച്ചു വരുമോ എന്ന ചെറിയ സംശയമുണ്ട്. അവരുടെ കൂട്ടത്തിലുള്ള പലരും അടി കൊണ്ട് വഴിയിൽ വീണ് കിടപ്പുണ്ട്. അവരെ തിരക്കി വരാതിരിക്കില്ല. കണ്ണൻ മാഷെയും, സലിം മാംഷയും വിവരമറിയിക്കണം.

സാബുവും കൂട്ടരും അങ്ങോട്ടേക്ക് പുറപ്പെട്ടു. മാഷിന്റെ മനസ്സിൽ അന്ന് സ്വപ്നത്തിൽ കണ്ട ഭീകരരൂപിയായിരുന്നു. പിന്നെ അവനെ നേരിട്ടു കണ്ട രംഗവും ഓർത്തു. സലിം മാഷോടുള്ള ആ പുച്ഛം കലർന്ന സംസാരവും, തന്റെ നേരേയുള്ള ആ തുറിച്ചനോട്ടവും, കടക്കാരൻ രവിയാട്ടനോടുള്ള ഭീഷണി കലർന്ന താക്കീതും. കുറച്ച് കയ്യൂക്കുള്ളത് കൊണ്ട് താൻ ആ ഗ്രാമത്തിന്റെ അധികാരിയാണെന്ന മട്ടിലുള്ള ആ അഹങ്കാരവും. ആ ഭീകരനാണ് ഇപ്പോൾ മുട്ട് തകർന്ന് കിടക്കുന്നതെന്നോർത്തപ്പോൾ മാഷക്ക് ഉള്ളിൽ വലിയ സംതൃപ്തി അനുഭവപ്പെട്ടു. അബ്ദുവിനെ നേരിട്ട് കണ്ടിട്ടില്ല. ശരിക്കും അവന്റെ അഹങ്കാരത്തിന്റെ പത്തിക്കാണ് കിട്ടിയിരിക്കുന്നത്. ഇനി അത് പൊങ്ങില്ല.

അങ്ങനെ ഈ നാട്ടിൻ പുറത്തെ ശുദ്ധാത്മാക്കളായ പൊതുപ്രവർത്തകരുടെ വലിയ ഒരു ധർമ്മസങ്കടം തീർന്നു കിട്ടിയിരിക്കുന്നു. കാലങ്ങളായി നടന്നു വന്ന കൊട്ടും ചൂഷണത്തിന് അറുതി വന്നിരിക്കുന്നു. അതോടൊപ്പം പാവപ്പെട്ട തൊഴിലാളി കുടുംബങ്ങൾക്ക് രക്ഷപ്പെടാനുള്ള വഴിയും തുറന്നിരിക്കുന്നു. ഹംസക്ക് അല്പം രക്തം ചൊരിയേണ്ടിവന്നു. അത്രമാത്രം.

രാവിലെ പതിവിലും നേരത്തെ സാബു എത്തി. മാഷെ വാർത്തകളൊക്കെ അറിഞ്ഞോ? പാവം അച്ചുവിനേയും കൂട്ടുകാരേയും ആരൊക്കെയോ ചേർന്ന് ഭീകരമായി മർദ്ദിച്ചിരിക്കുന്നു. അബ്ദുവിന് കൊടുക്കാനുള്ള കടം തിരിച്ചടക്കാൻ വീടുകളിൽ ചെന്നു പറയുന്നതിനിടെയാണ് മർദ്ദനം. കൂടാതെ ഗുണ്ടകൾ അബ്ദുവിന്റെ വീട്ടിൽ ചെന്ന് ഭാര്യയേയും മക്കളേയും ഭീഷണിപ്പെടുത്തിയിരിക്കുന്നു. പിന്നിൽ സംഘം സ്ഥാപിക്കാൻ ശ്രമിക്കുന്ന പാർട്ടിക്കാരാണെന്നാണ് സംശയം. തൊഴിലാളികളെ സഹായിക്കുന്ന അബ്ദുവിനെ ഒതുക്കിയാലെ സംഘം ഉണ്ടാക്കാൻ കഴിയൂ എന്ന് മനസ്സിലാക്കി ചെയ്യിച്ചതാണത്രെ. അബ്ദുവിന്റെ ശിങ്കിടികളായ ചിലരുടെ ഗംഭീര പ്രചരണമാണ്.

മൊയ്തുക്കായുടെ കടയിൽ ചായ കുടിക്കാൻ പോയവരാണ് വിവരവും കൊണ്ടുവന്നത്. രാമൻ മാഷെ ചീത്ത വിളിച്ചതിന് പകരം വീട്ടിയതാണെന്ന മറ്റൊരു പ്രചരണവുമുണ്ട്. ചെയ്ത ആളുകളെ ആർക്കും മനസ്സിലായിട്ടില്ല. അച്ചുവിനേയും കൂട്ടരേയും നന്നായറിയുന്ന നാട്ടുകാർക്ക് വലിയ സന്തോഷമാണ്. തെറ്റുകാർ ആരാണെന്ന് പരിസരവാസികൾക്കൊക്കെ നന്നായറിയാം. കണ്ണൻ മാഷും, സലിം മാഷും എത്തുപറഞ്ഞു. അവർ ഇത് പ്രതീക്ഷിച്ചതേ അല്ല. എന്തായാലും നന്നായി എന്ന് തന്നെയാണ് അഭിപ്രായം. ചോദിച്ച് വാങ്ങിയതാണല്ലോ. മണ്ഡലം കമ്മിറ്റിക്കാരോട് വരണ്ട എന്ന വിവരം ചൊല്ലി അയച്ചിട്ടുണ്ട്. അച്ചുവിനും, ഭാസ്കരനും നന്നായി കിട്ടിയിട്ടുണ്ട്. എല്ലാരേയും ഭരതൻ ഗുരുക്കളുടെ വീട്ടിൽ ആക്കിയിരിക്കയാണ്. ഉഴിച്ചിലും, പിഴിച്ചിലും ദിവസങ്ങളോളം വേണ്ടിവരുമെന്നാണ് കേട്ടത്. ഏതായാലും അബ്ദുവിന് നല്ല ചിലവ് തന്നെയായിരിക്കും. സാധുക്കളെ പിഴിഞ്ഞുണ്ടാക്കിയതല്ലേ. അനുഭവിക്കട്ടെ, സംഘത്തിന്റെ പ്രവർത്തനം രണ്ട് ദിവസം കഴിഞ്ഞ് തുടങ്ങാമെന്നാണ് അഭിപ്രായം. സാബു കാര്യങ്ങളുടെ പോക്ക് കണ്ടോ. എന്താണ് യഥാർഥത്തിൽ സംഭവിച്ചതെന്ന് ഈ നാട്ടുകാർക്കെല്ലാമറിയാം. പക്ഷേ അബ്ദുവിന്റെ ശിങ്കിടികൾ പ്രചരിപ്പിക്കുന്നത് വിശ്വസിക്കാനും പുറത്താളുകൾ ഉണ്ടാവും. അവസാനം ആടിനെ പട്ടിയാക്കുന്ന സ്ഥിതിയായിരിക്കും. ചെയ്തത് കമ്യൂണിസ്റ്റ് കാരാണെന്നറിഞ്ഞാൽ പറയുകയും വേണ്ട.

മാഷെ ഇതിനെ പറ്റി മാലു ഇന്നലെ തന്നെ പറഞ്ഞിരുന്നു. കണ്ണൻ മാഷെ വിവരമറിയിക്കാൻ ചെന്നപ്പോൾ മാലുവിന്റെ വക ഒരു ക്ലാസ് തന്നെയായിരുന്നു. ഓളന്ന് പറഞ്ഞ സ്വാതന്ത്ര്യത്തിന്റെ പ്രശ്നമില്ലേ. അതിൽ പിടിച്ചുതന്നെയായാരുന്നു വർത്താനം. സഹായിക്കാൻ പ്രയാഗും കൂടി. സംഭവം അറിഞ്ഞപ്പോൾ ഏറ്റവും വലിയ സന്തോഷം മാലുവിനായിരുന്നു. അങ്ങനെ പാവപ്പെട്ട തൊഴിലാളികൾക്ക് ചൂഷകനിൽ നിന്നും സ്വാതന്ത്ര്യം കിട്ടി. സ്വാതന്ത്ര്യത്തിന്റെ അർഥം എന്താണെന്ന് ഇനിയവർ നേരിട്ടറിയും. എന്നും പറഞ്ഞായിരുന്നു തുടക്കം. ഇതിന്റെ പിന്നിൽ പ്രവർത്തിച്ചത് ആരാണെന്നായിരുന്നു അവളുടെ ചോദ്യം. ഹംസക്കയുടെ കാര്യമൊന്നും പറഞ്ഞില്ല. ചെയ്തതാരാണെന്ന് ആർക്കും മനസ്സിലായിട്ടില്ലെന്നാണ് പറഞ്ഞത്. മറ്റേ കടപ്പുറക്കാരായിരിക്കുമെന്നാണ് അവരുടെ ഒക്കെ സംശയം. ആരായാലും നാളത്തെ പ്രചരണം ഇങ്ങനെയായിരിക്കുമെന്ന് മാലു.

സ്ഥലത്തെ കോൺഗ്രസ്കാരും തൊഴിലാളികളെ സഹായിച്ചുകൊണ്ടിരുന്നവരുമായ ഒരു പറ്റം സാമൂഹ്യ പ്രവർത്തകരെ ഇരുട്ടിന്റെ മറവിൽ അപ്പുറത്തുനിന്നും എത്തിയ കമ്മ്യൂണിസ്റ്റ് ഗുണ്ടകൾ മർദിച്ച് അവശരാക്കിയിരിക്കുന്നു. അവരുടെ നേതാവിന്റെ ഭാര്യയേയും മക്കളേയും വീട്ടിൽ കയറി ഭീഷണിപ്പെടുത്തിയിരിക്കുന്നു. മാലു പറഞ്ഞതിൽ അല്പസ്വൽപം വ്യത്യാസമുണ്ടെങ്കിലും രാവിലെ പ്രചരിപ്പിക്കുന്നത് അതു തന്നെയാണ്. മാഷ് പറഞ്ഞതുപോലെ ഇവിടുള്ളവർ വിശ്വസിക്കുകയില്ലെങ്കിലും പുറത്തുള്ളവർ, മണ്ഡലം കമ്മിറ്റിയടക്കം ഇതേറ്റെടുത്തേക്കും. അതാണ് സാബു പറഞ്ഞത്, ആടിനെ പട്ടിയാക്കുന്ന ചരിത്രം ആവർത്തിക്കുകയാണ്. ഇവിടെ അത് നമുക്കിപ്പോൾ നേരിട്ട് ബോധ്യമായില്ലേ.

തൊഴിലാളികളിൽ വരെ ചിലരെങ്കിലും ഇതൊക്കെ വിശ്വസിക്കുന്നവരായി ഉണ്ടാകും. അന്ന് മൊയ്തുക്കായുടെ കടയിൽ വച്ച് ഒന്ന് രണ്ട് പേർ അബൂവിനെ ന്യായീകരിച്ചു സംസാരിക്കുന്നത് ഞാൻ നേരിട്ട് കേട്ടതാണ്. കണ്ണൻ മാഷും, സലിം മാഷും, രാമൻ മാഷും ഒക്കെ, തൊഴിലാളികളെ സഹായിച്ചുകൊണ്ടിരിക്കുന്ന അവനെ സംഘത്തിന്റെ പേരും പറഞ്ഞു ബുദ്ധിമുട്ടിക്കുകയാണെന്നാണ് പറയുന്നത്. സ്വന്തം വർഗത്തിന് നേട്ടമുണ്ടാകുന്ന പ്രശ്നത്തിൽ വരെ ഇത്തരം എതിരഭിപ്രായങ്ങൾ പ്രകടിപ്പിക്കുന്നവരെ പറ്റി എന്താണ് പറയുക. ഇങ്ങനെയുള്ളവർ ഏതു കാലത്തുമുണ്ടായിട്ടുണ്ട് സാബു - ശരിക്കു പറഞ്ഞാൽ സമൂഹത്തിലെ പുഴുക്കുത്താണിവർ. കഷ്ടപ്പെടുന്നവരെ സഹായിക്കാൻ സമരമോ, ഭരണ നടപടികളോ ഒക്കെ ഉണ്ടാവുമ്പോൾ അതിനെ എതിർക്കുന്ന തത്പരകക്ഷികളുടെ കൂട്ടത്തിൽ വാലാട്ടി പട്ടികളായി ഇത്തരക്കാരേയും

കാണാം. കേരളത്തിലെ ആദ്യത്തെ ജനകീയ മന്ത്രിസഭ കൊണ്ടുവന്ന പുരോഗമന നിയമനിർമാണങ്ങൾക്കെതിരെ വരെ, ആ നിയമങ്ങൾ കൊണ്ട് പ്രയോജനം കിട്ടേണ്ടവരടക്കമാണ് കുപ്രചരണങ്ങളുമായി ഇറങ്ങിത്തിരിച്ചത്.

36

കുട്ടികൾ ഒരു രചനാ പ്രവർത്തനത്തിലാണ്. തെങ്ങിനെ കുറിച്ചാണ് എഴുതേണ്ടത്. വിശദമായ ഒരു ചർച്ച നടന്നുകഴിഞ്ഞു. ആ ചർച്ചയുടെ വെളിച്ചത്തിലാണ് രചന. കുട്ടികളെല്ലാം വളരെ ഗൗരവപൂർവം തന്നെ എഴുത്തിലേർപ്പെട്ടിരിക്കയാണ്. തറയിൽ ഇരുന്ന് ബഞ്ചിൽ പുസ്തകം വച്ചാണ് എഴുത്ത്. ചിലർ തറയിൽ തന്നെ വച്ചും എഴുതുന്നുണ്ട്. ഒരു സർക്കാർ വിദ്യാലയത്തിന്റെ ശോചനീയാവസ്ഥ. പാവപ്പെട്ട കുടുംബങ്ങളിലെ കുട്ടികളാണ് എല്ലാവരും. വലിയവർക്കൊക്കെ പട്ടണങ്ങളിൽ മികച്ച സൗകര്യങ്ങളുള്ള സ്കൂളുകൾ ഉണ്ട്. ഉള്ള സൗകര്യങ്ങൾ വച്ച് ഇവർ നന്നായിത്തന്നെ പഠിക്കുന്നുണ്ട്. പിന്നോക്ക വിഭാഗങ്ങളിൽ പെടുന്ന കുട്ടികളാണ് അധികവും. മുസ്ലിം വിഭാഗത്തിൽ പെട്ടവരും ഉണ്ട്. എല്ലാവരും നല്ല സൗഹൃദവും പരസ്പര സഹകരണവും വച്ച് പുലർത്തുന്നവരാണ്. ഗ്രാമത്തിലെ ജനങ്ങളെ പോലെ തന്നെ.

ഉച്ചഭക്ഷണം കഴിക്കുമ്പോൾ വീട്ടിൽ നിന്നും കൊണ്ടുവന്ന കറികൾ കുട്ടികൾ പരസ്പരം പങ്കിട്ടെടുക്കുന്നത് മനംകുളിർപ്പിക്കുന്ന ഒരു കാഴ്ച തന്നെയാണ്. മതമോ ജാതിയോ, കുടുംബമോ ഒന്നും ഒരു പ്രശ്നമല്ല. അവിടെ എല്ലാരും ഒന്നാണ്. ചില്ലറ അസൗകര്യങ്ങൾ ഒക്കെ ഉണ്ടെങ്കിലും ഇവർ വലിയ ഭാഗ്യവാൻമാർ തന്നെയാണ്. മാഷിന്റെ ചിന്ത ഒരു നിമിഷം പഞ്ചമി എന്ന കുട്ടിയിലേക്കും അയ്യങ്കാളി എന്ന സാമൂഹ്യ പരിഷ്കർത്താവിലേക്കും തിരിഞ്ഞു. കീഴാള വിഭാഗത്തിന് വിദ്യാഭാസം നിഷേധിച്ചിരുന്ന ആ പഴയ കാലഘട്ടം. അതിനെതിരെയുള്ള അയ്യങ്കാളിയുടെ പടയൊരുക്കം. പഞ്ചമി എന്ന പുലയ വിഭാഗത്തിലെ കുട്ടിയെ ഊരുട്ടമ്പലം സ്കൂളിൽ ചേർക്കാൻ നടത്തിയ സാഹസികത്വം. അതിൽ വിജയം കൈവരിച്ചെങ്കിലും, സ്കൂൾ തീയിട്ടു നശിപ്പിച്ച സവർണ മാടമ്പിത്തരം. അവിടെ നിന്നാണ് എല്ലാ വിഭാഗക്കാർക്കും ഒരുമിച്ചിരുന്ന

പഠിക്കാൻ പറ്റുന്ന ഇന്നത്തെ പൊതുവിദ്യാലയങ്ങളിലേക്കുള്ള വളർച്ച. സൗകര്യങ്ങൾ അല്പം കുറവാണെങ്കിലും എല്ലാവർക്കും ഒരുമിച്ചിരുന്ന് പഠിക്കാൻ കഴിയുന്നത് തന്നെ വലിയ നേട്ടം. ജാതി, മത, ലിംഗഭേദ മില്ലാതെ എല്ലാവർക്കും പഠിക്കാൻ കഴിയുന്ന പൊതു വിദ്യാലയങ്ങൾ കൊച്ചു കേരളത്തിന്റെ ഭാഗ്യം തന്നെ. ഒരു ഉത്തരേന്ത്യൻ വിദ്യാലയ കാഴ്ചയെ പറ്റി ഒരു മാഗസീനിൽ വായിക്കാനിടയായതും മാഷോർത്തു.

പത്രക്കാർ സന്ദർശിച്ച സ്കൂളിലെ ക്ലാസ് മുറിയിൽ ബഞ്ചുകളിൽ മുൻവശത്ത് പൂണൂലിട്ടതും, അല്ലാത്തതുമായ സവർണരുടെ കുട്ടികൾ. കുറച്ചകന്ന് നിലത്തിരിക്കുന്ന അവർണരുടെ കുട്ടികൾ. ഉച്ചഭക്ഷണ വിതരണത്തിലും ഉണ്ട് ഈ കടുത്ത വേർതിരിവ്. ഇതിനെ കുറിച്ച് ചോദി ച്ചപ്പോൾ പൂണൂൽധാരിയായ ഗ്രാമമുഖ്യന്റെ വിശദീകരണം അതിലും വിചിത്രം. അത് ശാസ്ത്ര വിധിപ്രകാരമത്രെ! ദൈവത്തിന്റെ തലയിൽ നിന്നും ഉടലിൽ നിന്നും ജനിച്ചവർക്ക് പ്രത്യേക പദവി. പാദത്തിൽ നിന്നും ജനിച്ചവർക്ക് അതിന് ചേർന്ന സൗകര്യങ്ങൾ. അതിൽ ഒരു ഉച്ചനീചത്വത്തിന്റേയും പ്രശ്നമില്ല. എല്ലാം ശാസ്ത്ര വിധി പ്രകാരമത്രെ. പിന്നോക്കക്കാരെ എന്നും പിന്നോക്കക്കാരായി നിർത്താനുള്ള സവർണ സൃഗാല തന്ത്രം. സ്വാതന്ത്ര്യം ലഭിച്ച് ഇത്രയും വർഷങ്ങൾ കഴിഞ്ഞിട്ടും, ജനാധിപത്യം നിലവിൽ വന്നിട്ടും, ഇത്തരക്കാർ ഏത് പ്രാകൃത യുഗത്തിലാണ് ജീവിക്കുന്നതെന്ന് തോന്നിപ്പോവുകയാണ്. ഭാരതത്തിലെ വിവിധ സംസ്ഥാനങ്ങളിലെ അവസ്ഥാവിശേഷം. ആ സ്ഥിതിവച്ച് നോക്കിയാൽ നമ്മുടെ മക്കൾ വലിയ ഭാഗ്യവാന്മാർ തന്നെ. രചനാ പ്രവർത്തനം പുരോഗമിക്കുകയാണ്. രാജുവിന് പെട്ടെന്നൊരു സംശയം. മാഷെ തെങ്ങിൽ നിന്നും കള്ളു കിട്ടുന്നില്ലെ?

നേരത്തെ ചർച്ചയിൽ വരാത്ത കാര്യമാണ്. “അത് ചീത്ത്യാ മാഷേ. ബേ, നാറ്റം.” ലീനയാണ്. അനുഭവമാണ് പറയുന്നത്. “ആരാ പറഞ്ഞെ ചീത്യാന്ന്. എനക്ക് അമ്മ ചെത്യപ്പാട്ള്ള കള്ള് തര്ത്ത്ണ്ടല്ലോ. മധു രക്കള്ള്. കുടിച്ചാ തടിക്ക് നല്ലതാ.” ബിബിനാണ്. “എന്റച്ഛന് പണിക യിഞ്ഞാ ഷീണം മാറ്റാൻ കൊറച്ച് കള്ള് കുടിക്കണം. എന്നിറ്റ് പാട്ടല്ലം പാടീറ്റാ വീട്ടില് വര്വാ.. കള്ള് കുടിച്ചാ പാട്ട് വര്വോ മാഷേ.” ബിന്ദുവിന്റെ സംശയമാണ്.

ഈ പൊട്ടത്തി എന്ത്ന്നാ പറേന്ന് അതിന് മാഷിണ്ടോ കള്ള് കുടിക്ക്ന്ന്. ബിന്ദുവിന് ഷിജയുടെ മറുപടി. എന്റെ വല്യമ്മ പറഞ്ഞിന് കള്ളോണ്ട് ചക്കര ഇണ്ടാക്കാന്ന്. സുധീറിന്റെ വകയാണ്. നിങ്ങളൊ ക്കെ പറഞ്ഞതുപോലെ തെങ്ങിൻ കള്ളിനെ നല്ലതായിട്ടും ഉപയോ ഗിക്കാം, ചീത്തയായിട്ടും ഉപയോഗിക്കാം. മധുരക്കള്ളും, ശർക്കരയും

ഒക്കെ ആരോഗ്യത്തിന് നല്ലതാണ്. ലഹരിക്ക് വേണ്ടി കഴിക്കുന്നത് മോശമാണ്. അത് ആളുകളെ നശിപ്പിക്കും. എന്റച്ഛനിപ്പം നന്നായി പ്പോയി മാഷെ. എപ്പേങ്കിലുയെല്ലെ കുടിക്കലുള്ളൂ. അതും കൊറച്ച്. ലീനയുടെ ഒരു ആശ്വാസം. കേൾക്കുമ്പോൾ വലിയ സന്തോഷം തോന്നുന്നു. അങ്ങനെ തെങ്ങിൻ കള്ളും രചനയിലിടം നേടിയിരിക്ക യാണ്. കള്ളിനെ ചർച്ചയിൽ നിന്നും ബോധപൂർവം ഒഴിവാക്കിയതാണ്. പക്ഷേ കുട്ടികൾ അവരുടെ പരിസരത്തിൽ കാണുന്നതിനെ വിഷയ മാക്കിയിരിക്കുന്നു. പരിചിതമായതിനെ ഒഴിവാക്കുന്നതും, മറച്ചുവയ്ക്കുന്ന തും ഒന്നും ശരിയായ കാര്യമല്ല. തുറന്ന ചർച്ചയിലൂടെ, അതിന്റെ നന്മ തിന്മകളെ തിരിച്ചറിയാൻ പ്രാപ്തരാക്കുകയാണ് വേണ്ടത്. ആ വലിയ പാഠമാണ് കുട്ടികളിപ്പോൾ തനിക്ക് പകർന്ന് നൽകിയിരിക്കുന്നതെന്ന് മാഷ് തിരിച്ചറിഞ്ഞു.

37

സ്കൂൾവിട്ടശേഷം മൊയ്തുക്കായുടെ കടയിലെത്തി. ഇന്ന് ബോധപൂർവം പോയതാണ്. ഇന്നലത്തെ സംഭവത്തിനെ കുറിച്ചുള്ള ജനങ്ങളുടെ പ്രതികരണം നേരിട്ട കേൾക്കാല്ലോ. കടയിലെത്തിയപ്പോൾ കാണാനാഗ്രഹിച്ചിരുന്ന ആൾ. വേലുചേട്ടൻ. കൂടെ കൂട്ടുകാരുമുണ്ട്. വേലുച്ചേട്ടന് വലിയ സന്തോഷം.

മാഷേ ഇപ്പം ഓൻ സ്വന്തം തന്നെ നന്നായി പഠിക്കുന്നുണ്ട്. എന്റെ സഹായൊന്നും ആവിശ്യോല്ല. എന്നാലും ഞാൻ ശ്റ്ദിക്കുന്നുണ്ട്. ഓനൊരു കത ബുക്ക് വേണംന്ന് പറഞ്ഞിറ്റ്ണ്ട്. ടൗണില് പോകുമ്മം കൊണ്ടക്കൊടുക്കണം. വേലുച്ചേട്ടന്റെ ആ മച്ചിങ്ങാമാല ഗംഭീരമായിട്ടുണ്ട്. കണക്ക് പഠിപ്പിക്കാൻ ഒന്നാം തരം സാധനാ. അത് മാഷേ ഞങ്ങള് മത്തീ, ഐല ഇതെല്ലം വിക്ക്മ്മം ഉറുപ്യക്ക് ഇത്ര, രണ്ടുറുപ്യക്ക് ഇത്ര എന്ന് കണക്കാക്കി പലകേമ്മല് സെറ്റാക്കി നിരത്തി വയ്ക്കും. ഉറുപ്യക്ക് മൂന്ന് ഐല ആണെങ്കിൽ ഏഴ് ഉറുപ്യക്ക് മൂന്നിന്റെ ഏഴ് സെറ്റ് കൊടുക്കും. ഏഴ് മൂന്ന് ഇരുപത്തൊന്ന്. ഈ സൂത്രം മെളിച്ചിലിന കൊണ്ട് കാണിച്ച്യ മാഷേ. മാഷ് അതോണ്ട് വേറ ചെലതും പഠിപ്പിച്ചിനീന്ന് ജനു പറഞ്ഞ്. ക്ലാസില മക്കളെയെല്ലം ഇണ്ടാക്കാൻ പഠിപ്പിച്ചിനീന്നും ഓൻ പറഞ്ഞ്. ശരിയാ, പല കാര്യങ്ങളും അത് കൊണ്ട് പഠിപ്പിക്കാൻ പറ്റും. വേലുചേട്ടൻ കുട്ടികളുടെ പഠനത്തിന് വലിയ കാര്യ ചെയ്തു തന്നെ. മാഷിന്റെ സംസാരം കടയിൽ കൂട്ടുകാരുടെ ഇടയിൽ വേലു ചേട്ടനെ ഒരു ഹീറോ ആക്കിയിരിക്കയാണ്. മറ്റുള്ളവരുടെ അഭിനന്ദന പൂർവമുള്ള നോട്ടത്തിൽ അത് തെളിയുന്നുണ്ട്. ആ മനുഷ്യൻ തികച്ചും അതിനർഹനാണ്. എന്നാലും ഒരു മനിശ്യന ഇങ്ങന ചെയ്യാം പാട്ണ്ടോ? ഓനെന്നി ആ കാലും വച്ച് നടക്കാൻ പറ്റ്വോന്ന് തന്നെ സംശ്യാ. ഓനെന്താ അയിന് മാത്രം ചെയ്തേ. കടം ബാങ്ങ്യ പൈശ തിരിയെ കൊടുക്കേണ്ടെൻ

പറഞ്ഞേനല്ലം ഇങ്ങെനെ ചെയ്യേം പാട്ണ്ടോ? കണ്ടിറ്റെന്റ ചങ്ക് പൊട്ടി
പ്പോയി.” കടയിലേക്ക് പുതുതായി കടന്നു വന്നവരിൽ ഒരുവനാണ്.
എല്ലാരും കേൾക്കണമെന്ന് കരുതി ഉറക്കെയാണ് സംസാരം.
അച്ചുവിനേയും കുട്ടരേയും തടവൽ കേന്ദ്രത്തിൽ പോയികണ്ട് മടങ്ങി
വരികയാണ്. ഇഞ്ഞി എന്ത്ന്നാ ചാത്തു ഇപ്പറേന്നെ. കടം വാങ്ങിയ
പൈശ തിരിച്ച് ചോദിക്യേം പോവ്വാ കള്ളും കുടിച്ച് പെണ്ണ്ങ്ങള തെറിം
വിളിച്ചിറ്റാ. അയിനെല്ലേ ഓൻ വാങ്ങി കുട്ടിയെ. വേല്വ,

“കണ്ണമാഷും സെറ്റും പോയിറ്റ് സംഘത്തിന്റെ പേരും പറഞ്ഞു
തൊയിലാളിയേള ഇളക്കിവിട്ടോണ്ടല്ലെ ഇങ്ങെനെയായെ. അല്ലെ
ങ്കില് ഓറ് മര്യാദിക്ക് കടം തിരിച്ച് കൊട്ക്ക്ന്നതല്ലേനോ.” ഈട
ആരിക്ക് വേണ്ടിറ്റാടോ സംഘം വര്ന്നെ. പാവപ്പെട്ട നമ്മളപ്പോലെ
ഉള്ള തൊയിലാളിയേക്ക് വേണ്ടീറ്റല്ലേ, ഇടത്തട്ട്ന്നും, കൊള്ളപ്പലിശേ
ന്നും രക്ഷപ്പെടുത്താനല്ലെ. അത് പറഞ്ഞ് തരാംവേണ്ടിറ്റല്ലെ, നമ്മള
കൊണത്തിന് വേണ്ടീറ്റല്ലെ മാഷമ്മാറ് വന്നിന്. എന്നിറ്റ് ഓാറ ഇഞ്ഞി
കുറ്റപ്പെട്ത്ത്ന്നാ. അതല്ലം പൊറമ പറയും വേല്വ. സംഘേല്ലം ഇണ്ടാ
ക്ക്ന്ന ഓാറ പാർടിക്ക് തട്ടിപ്പ് നടത്താനല്ലേ. ചാത്തു, ആ രാമൻ മാഷക്ക്
പാർട്ടിണ്ടോ, പള്ളിക്കമ്മിറ്റി പ്രസിഡന്റിന് പാർട്ടിണ്ടോ ഓറെല്ലം
തൊയി ലാളിയേക്ക് കൊണത്തിനായോണ്ടല്ലെ സംഘം വേണോന്ന്
പറേന്നെ. കണ്ണമ്മാഷ് മണ്ഡലം കമ്മിറ്റിയോട് എടപെട്ടിറ്റ് പ്രശ്നം തീർ
ക്വേന്ള്ള ശ്രമത്തിലാ. അല്ലാണ്ട് കൊയപ്പത്തിനൊന്നും മാഷ് നിക്കുല.
പിന്ന എങ്ങനയാ കൊയപ്പം ഇണ്ടായേ വേല്വ ഇവരൊന്നും അറിയാണ്ട്
തനിയേ അങ്ങ് ഇണ്ടായതാ. ഇങ്ങള് തർക്കിക്കണ്ട കൊയപ്പം ഉണ്ടായ
എങ്ങനയാന്ന് ഞാം പറഞ്ഞേര. മറ്റൊരാൾ ഇടപെടുകയാണ്. അച്ചും
സെറ്റും ഷാപ്പ്ന്ന് നല്ലണം മോന്തീറ്റ് രാത്രി ആയപ്പോ തെറീം വിളിച്ച്
വീട്ടി കയറാൻ പുറപ്പെട്ട്. അപ്പോ ഇരുട്ടിന്ന് ആരൊക്കെയോ അങ്ങോട്ട്
കയറിപ്പോവരുതെന്ന് വിളിച്ച പറഞ്ഞു. ഉടനെ അച്ചും സെറ്റും കത്തി
ഊരി പുളിച്ച തെറിയും വെല്ലുവിളിയും തുടങ്ങി. അന്നേര അടി വന്ന്
വീണെ. കത്തീം ഊരിപ്പിടിച്ച് നിക്ക്ന്നയിറ്റ്ങ്ങള മുമ്പില് പൊരിഞ്ഞ
അടിയല്ലാണ്ട് പിന്ന്യെന്താ രക്ഷ. പെണ്ണ്ങ്ങള കഴിഞ്ഞ ദിവസം വീട്ട്
കയറി തെറി പറഞ്ഞേന് ഓാറ ബന്ധുക്കള് ചെറുപ്പക്കാറ് കാവല്
നിന്നതാ. ഓാറ കൈയീന്നാ വാങ്ങി കെട്ടിയെ അല്ലാണ്ട് മാഷമ്മാർ
ക്കൊന്നും ഒരു പങ്കുല്ലാ. അച്ച എന്റെ പണ്ടേ ഇള്ള ചങ്ങായിയാ വേല്വ.
എടക്ക് കണ്ടാ കള്ളും വാങ്ങിച്ച് തര്ത്ത്ണ്ട്. ഓന്റ ദണ്ടം കണ്ടിറ്റ് പറഞ്ഞു
പോയതാ. എല്ലം ആ അബ്ദുന്റെ പണിയാ. എല്ല ചാത്തു ഓൻ പറഞ്ഞ
പോല ഇവനങ്ങ് തുള്ളണേനോ. ഇപ്പോ നല്ലണം പഠിച്ച വേല്വ. എല്ലം

ചെയ്യിപ്പിച്ചിറ്റ്, പരിക്കുംപറ്റി എല്ലാരും ഓന്റട്ടുത്ത് ചെന്ന്, തടയിക്കാം പോണം, കാശ് വേണോന്ന് പറഞ്ഞപ്പം, കാശൊന്നും തര്വല്ല, ഇറങ്ങി പോയീനെടാ നായ്ക്കളെ എന്നാ പോലും ഓൻ പറഞ്ഞെ. പിന്ന പോക്ക റേട്ത്ത് ഓന്റ എന്തോ രകസ്യോംണ്ട്. അത് പറഞ്ഞ് പേടിപ്പിച്ചാ കാശ് വാങ്ങിച്ചെ. വീരാന പറ്റീറ്റാന്ന തോന്ന്ന്നെ.

അത് കേട്ടപ്പോ ഓൻ ബേജാറായി അകത്ത് പോയി പൈശേം കൊണ്ട്ന്ന് കൊടുത്ത് പോലും. പോക്കറ് സൊകാര്യായിറ്റാ ഓനോട് പറഞ്ഞെ. അതോണ്ട് മറ്റാരും ശരിക്ക് കേട്ടിറ്റ്ല്ല. ഓാന ബേജാറക്ക്ന്ന കാര്യമായ എന്തോ സംഗതീണ്ട്. ചായയടിച്ചോണ്ടിരുന്ന മൊയ്തുക്കാ ചാത്തുന്റെ വർത്താനം കേട്ട് ഒന്ന് ഞെട്ടി തിരിഞ്ഞു നോക്കുന്നത് മാഷിന്റെ ശ്രദ്ധയിൽ പെട്ടു. രഹസ്യം വീരാന പറ്റീറ്റാന്ന പറഞ്ഞെ. ചെലപ്പോ പാത്തുത്താന്റെ വീരാനായിരിക്കുമോ? ഈ പോക്കർ ആരായിരിക്കും? മൊയ്തുക്കാ വിവരം കേട്ട് ഞെട്ടിയതെന്തിനായിരിക്കും.? മാഷിനും ഉള്ളിൽ പല വിധ സംശയങ്ങൾ മുളപൊട്ടി.

എതായാലും സാബുനോട് ചോദിക്കാം. അല്ലെങ്കിൽ ഇവിടെ തന്നെ ഇരിക്കാം. ഇവരെല്ലാം പോയ്ക്കഴിഞ്ഞാൽ മൊയ്തുക്കായിൽ നിന്നും ചിലപ്പോൾ എന്തെങ്കിലും വിവരം കിട്ടിയേക്കും. "വീരാൻ മരിച്ച ശേഷം, ഓന്റ കെട്ട്യോള അബ്ദുന്റെ പൊരേല് പണിക്ക് ചെല്ലാം ക്ഷണിച്ചിന്. ഓന്റ ഉള്ളിലിരിപ്പ് അറീന്നോണ്ട് ഓള് പോയില്ല. അതിന് ശേഷാ പൊറ ത്ത്ന്ന് ഈട പണിക്ക് വന്ന രണ്ട് ചെയ്ത്താംമാറ് ഓള ഇടങ്ങാറാക്കാൻ നോക്ക്യെ. അയിന്റെ പിന്നില് അബ്ദുന്റ കൈ ഇണ്ടീന്ന് അന്നേ ഒരു സംസാരം ഇണ്ടേനും. അതിനപറ്റി പോക്കർക്ക് അറിയാരിക്കും. അത് വച്ചിറ്റാ ഓന്റെ കളി. വേലുചേട്ടന്റെ കൂടെയുള്ള ഒരാളാണ് സംസാരി ക്കുന്നത്. സ്വന്തം വാപ്പേനേം, കൂടപെറപ്പ്ങ്ങളേം കണ്ണീര് കുടിപ്പിച്ചോ നെല്ലെ ഓൻ. എല്ലാത്തിനും ഓൻ അനുഭവിക്കും. മറ്റൊരാളാണ്. അബ്ദു അത്രയും പേടിക്കണമെങ്കിൽ അതിന്റെ പിന്നിൽ കാര്യമായ എന്തോ രഹസ്യമുണ്ട്. പാത്തുമ്മയ ഉപദ്രവിച്ചത് മാത്രായിരിക്കില്ല. അത് കഴിഞ്ഞ് എത്രയോ വർഷങ്ങളായില്ലേ. ഇപ്പോഴും പേടിക്കണമെങ്കിൽ അതിന് മാത്രം എന്തോ നടന്നിരിക്കണം. അബ്ദുവിനെ ചുറ്റിപ്പറ്റി എന്തൊ ക്കെയോ ദുരൂഹതകൾ ഉള്ളതായി മാഷക്ക് തോന്നി.

കടയിൽ വന്നവരെല്ലാം തിരിച്ചുപോയി. മാഷ് സാവധാനം ചൂടു ചായ മോന്തുകയാണ്. മൊയ്തുക്ക അടുത്തെത്തി. മാശെ കൊണ്ട കൊറേ കൂടിപ്പോയി. എന്നാലും ഈറ്റിങ്ങക്കെല്ലം കിട്ടണ്ട തന്ന്യാ. ഒര് പോക്കറ ക്കൊണ്ട് പറഞ്ഞ കേട്ട്ക്കോ. ഓനാ ഈ അബ്ദുന ഈ കോലത്തിലെ ത്തിച്ചെ. അച്ച രംഗത്ത് വരുന്നേന് എത്രയോ മുമ്പേ പോക്കറാ ഓന്റെ

എല്ലാ തോന്ന്യാസത്തിനും കൂട്ട്. ഈ കടക്ക് ബേണ്ടീറ്റ് ഞാൻ കൊറച്ച് വായ്പ എടുത്തിന് തിരിച്ചടക്കേൻ കൊറച്ച് വൈകിപ്പോയിന്. കാശിന് ചോയിക്ക്യേം പോക്കറാ അന്ന് വര്വാ. ഈട വരണ്ടേന് പകരം നേര വീട്ട് ചെല്ലും. എന്നിറ്റ് എന്റെ കെട്ട്യോളോടൊരു പുന്നാരം. ഓനബ്ദ്ദന് വേണ്ടീറ്റ് ഇങ്ങനത്തെ പണി പലതും എടുത്തിന്. ഞാനത് മനശിലാക്കി ബാക്കീള്ള പണം പെട്ടന്ന് തന്നെ കൊടുത്ത് തീർത്ത്. അബ്ദ്ദന് വേണ്ടിറ്റ് കുടുംബസ്സരായിരിക്കുന്ന പെണ്ണ്ങ്ങള ഓൻ പെഴപ്പിക്കാം നോക്കീറ്റ്ണ്ട്. അങ്ങനെ കാര്യമായ എന്തോരഹസ്യം ഓറ് തമ്മില്ണ്ട്. അത് വച്ചാ പോക്കറ കളി. ഇങ്ങനെ പോയാ ഇന്നാട്ടില് നടന്ന പല വേണ്ടാതീനങ്ങളും അടുത്തു തന്നെ പൊറത്ത് വരാം ശാധ്യത ഉണ്ട്. പോക്കറ പേരുകേട്ടപ്പോൾ മൊയ്തുക്കാ ഞെട്ടിയതിന്റെ കാര്യം മനസ്സിലായി. അപ്പൊ അബ്ദ്ദ ആള് ചില്ലറക്കാരനല്ല.

കടയിൽ വന്നവരിൽ നിന്നും, മൊയ്തുക്കയിൽ നിന്നും, കിട്ടിയ, അബ്ദ്ദുവിനെ കുറിച്ചുള്ള ദുരൂഹമായ വിവരങ്ങളും, അന്ന് പാത്തുത്ത പറഞ്ഞ, റസാഖിന്റെ ഉപ്പയെ പറ്റിയുള്ള കഥകളും തമ്മിൽ എന്തെങ്കിലും ബന്ധം കാണുമോ? റൂമിലെത്തിയത് മുതലുള്ള മാഷിന്റെ ചിന്ത അതിനെ പറ്റിയാണ്. സാബു എത്താൻ കാത്തിരിക്കയാണ്. മാഷെ തൊഴിലാളികളെല്ലാം പെരുത്ത് സന്തോഷത്തിലാണ്. അതു പോലെ തന്നെ കടലി ചാകരേന്റ കോളും. വല നെറയെ മീൻ കിട്ടി. സാബു നല്ല ആവേശത്തിലാണ്. ഇനി എടത്തട്ട്കാര തട്ടിപ്പില്ലാണ്ട് വിക്കാലോ. മാലു പറഞ്ഞ പോല ശരിക്കും സ്വാതന്ത്ര്യം കിട്ടി." അപ്പോ സാബൂനും കാര്യങ്ങള പോക്ക് പിടി കിട്ടി അല്ലേ? അനുഭവങ്ങള് വരുന്നേരല്ലേ മാഷേ ഓരോന്ന് പഠിക്യ. സാബൂ സാബു പറഞ്ഞു തന്ന ചരിത്രം കേട്ടപ്പോൾ ഈ നാട്ടിൻ പുറത്തെ പറ്റി എനിക്കും വലിയ ആവേശമായിരുന്നു. പക്ഷേ ഇന്ന് കേൾക്കാൻ പറ്റിയ ചില കാര്യങ്ങൾ ആ ആവേശത്തെ നശിപ്പിച്ചിരിക്കയാണ്. എന്താ മാഷെ കള്ള പ്രചരണക്കാറ വലയില് മാഷും കുടുങ്ങിയോ? ശരിക്കും കുടുങ്ങി സാബൂ.

കേട്ടതിന്റെ സത്യം അറിഞ്ഞാലേ ഇനി ആ വലേന്ന് പുറത്തു കടക്കാം പറ്റൂ. സാബൂന് നല്ല പണിയാ വരാംപോന്ന. ശരിക്കും ഒരു സി. എ. ഡി പണി. ജയൻ സി. എ. ഡി ആയ വല്ല സിനിമയും കണ്ടിനോ? മാഷ് തമാശ പറയാണ്ട് കാര്യം എന്താന്നിച്ചാ പറ. നല്ല സന്തോഷത്തില് വന്നതേനും, മാഷവർത്താനം കേട്ടപ്പം എല്ലും പോയി. ശരിക്കും സങ്കടം ഉണ്ടാക്കുന്ന കാര്യാ പറയേം പോന്നത്. സാബു ഞെട്ടരുത്. വീരാനിക്ക അപകടത്തിൽ മരണപ്പെട്ടതോ, അതോ കൊല്ലപ്പെട്ടതോ? റസാഖിന്റെ ഉപ്പ പോയ്ക്കളയാനുള്ള ശരിയായ കാരണം എന്താണ്?.

ഉയ്യന്റെ മാഷേ! മാഷെന്താ ഇപ്പറേന്നെ. എന്താ അങ്ങനെ ചോദിച്ചെ. സാബു അക്ഷരാർഥത്തിൽ തന്നെ ഞെട്ടിയിരിക്കുന്നു. മുഖം പരിഭ്രാന്ത മായിരിക്കുന്നു. മൊയ്തുക്കയുടെ കടയിൽ നിന്നും കിട്ടിയ വിവരങ്ങളും, പാത്തുത്ത അന്ന് പറഞ്ഞ കാര്യങ്ങളും സാബുവിനെ ധരിപ്പിച്ചു. എല്ലാം കേട്ട് സാബു ഒരു നിമിഷം തരിച്ചിരുന്നു പോയി. മാഷെ കേട്ടത് വച്ച് മാഷ് സംശയിക്കുന്നതിൽ തീർച്ചയായും കാര്യമുണ്ട്. ഇവിടെ എല്ലാവരും തിരയിൽ പെട്ടാണ് ബീരാനിക്ക മരിച്ചതെന്നാണ് വിശ്വസിച്ചിരിക്കു ന്നത്. അതുപോലെ റസാഖിന്റെ ഉപ്പക്ക് നാട്ടില് കെട്ട്യോളും, കുട്ട്യോളും ഉണ്ടെന്നാ വിശ്വസിച്ചെ. കിട്ടിയ വിവരം വച്ച് രണ്ടും തെറ്റാണ്. ആ പോക്കറെ പിടിച്ചാ യഥാർഥ സത്യം പൊറത്ത് വരും. മാഷെ ചെറുപ്പ ത്തില് ഓനൊരു ഭീകരനാന്നാ കേട്ടെ. അച്ഛ രംഗത്ത് വന്നേരാ അബൂ ഓന മെല്ലെ തഴയാൻ തൊടങ്ങ്യേ. ഇപ്പോ തീരെ തെറ്റ്യ സ്ഥിതിക്ക് സത്യം പൊറത്ത് പറയേം സാധ്യതയുണ്ട്. അതാണ് സാബൂന്റെ ഇനിയുള്ള പണി. രഹസ്യം ചോർത്തുന്ന ശരിയായ സി. എ. ഡി പണി. മാഷെ ഇത് തീർച്ചയായും കണ്ട് പിടിക്കണം. അബൂ അങ്ങന പേടിക്ക ണേങ്കി കാര്യമായ എന്തോ വിഷയോണ്ട്. പിന്ന വേറൊരു സംഭവോണ്ട്. ഇത് വരെ ചെയ്തതെല്ലം തെറ്റായിപ്പോയീന്ന് അച്ഛനും സെറ്റിനും ബോധ്യം വന്നിരിക്കുന്നു. വൈദ്യര വീട്ടില് കാണാൻ പോയവരോട് പറഞ്ഞതാ. ഗുരുതര പരിക്കൊന്നും ആർക്കുമില്ല. മട്ടല് കൊണ്ടുള്ള അടിയിൽ നല്ല ചതവ് പറ്റിയിട്ടുണ്ട്. നേരെയാവാൻ നല്ല തടവൽ വേണ്ടി വരും. കൂട്ടത്തിൽ അച്ഛനാ നന്നായി കിട്ടിയേ. പോക്കറ പറ്റി അന്വേഷിച്ച നോക്കട്ടെ. പ്രായോള്ള ആളുകളോട് ചോദിച്ച നോക്കണം. അതുപോല ജമാലിന്റെ ഒന്നിച്ച് ജോലി ചെയ്ത ആളുകളെ കുറിച്ചും അന്വേഷിക്കണം.

മാഷ് കണ്ണൻ മാഷിന്റെ വീട്ടിൽ വരുന്നോ. മാലൂന കൊറച്ച് ദിവസായി കണ്ടിറ്റ്. ഏതായാലും പോയ്ക്കളയാം. ചെല്ലുമ്പോൾ കണ്ണൻ മാഷും, സെലിം മാഷും ചർച്ചയിലാണ്. മണ്ഡലം കമ്മിറ്റിക്ക് നീര സമുണ്ടത്രേ. ഇങ്ങനെ സംഭവിക്കാൻ അനുവദിക്കരുതായിരുന്നു പോലും. അബൂവിനെ വെറുപ്പിച്ചത് തീരെ ശരിയായില്ലെന്ന്. സാബുവും അവരുടെ കൂടെ ചർച്ചയിലായി. മാലൂ ഇന്റ മാഷിതാ വന്നിറ്റ്. കണ്ണൻ മാഷിന്റെ വിളി കേട്ട് മാലു പുറത്തു വന്നു. മാഷേ ഈടത്ത നേതാക്ക ന്മാരിക്ക് ഇപ്പം സ്വാതന്ത്ര്യത്തിന്റെ അർഥം എന്താന്ന് മനസ്സിലായി. മാലു പറഞ്ഞതെന്താണെന്ന് സലീം മാഷിന് പിടി കിട്ടിയില്ല. മാഷ് സംശയത്തോടെ നോക്കുകയാണ്. ഓള ചരിത്ര പഠനത്തിന്റെ കാര്യം പറഞ്ഞതാ മാഷെ. കണ്ണൻ മാഷ് വിഷയം മാറ്റി. മാഷെ ചരിത്ര പഠനം മാഷ് പറഞ്ഞത് പോലെ വളരെ രസകരമായി മാറിയിരിക്കുന്നു.

വരാന്തയുടെ ഒരറ്റത്തിരുന്ന മാഷിന്റെ അടുത്ത് വന്ന് മാല്യ അറിയിച്ചു. കണ്ണുകളിൽ സൗഹൃദം തുളുമ്പുന്നു. പുതിയ പുതിയ പുസ്തകങ്ങളെടുത്ത് വായിക്കാനെ നേരമുള്ളൂ. നിരഞ്ജനയുടെ ചിരസ്മരണ ഒരനുഭവമായി. നാടിന്റെ യാഥാർത്ഥ്യങ്ങൾ തിരിച്ചറിയാൻ ഇത്തരം ചർച്ചകൾ കുട്ടികളെ വളരെയധികം സഹായിക്കുന്നുണ്ട്. ഇപ്പോൾ ഇന്ത്യൻ ജനതയെ വർഗീയപരമായി ഭിന്നിപ്പിക്കാൻ ബ്രിട്ടീഷ് കാർ നടത്തിയ ശ്രമങ്ങളെ കുറിച്ച് ചർച്ച നടക്കയാണ്. അതിന്റെ തുടർച്ച തന്നെയാണ് ഉത്തരേന്ത്യയിൽ ഉണ്ടാകുന്ന വർഗീയ കലാപങ്ങൾ.

ജനങ്ങൾ നേരിടുന്ന യഥാർഥ പ്രശ്നങ്ങൾ മൂടിവച്ച്, വർഗീയമായി ചേരി തിരിച്ച് തമ്മിലടിപ്പിക്കയാണ്. അതിന് ബ്രിട്ടീഷുകാർ ആയുധമാക്കിയത് ഹിന്ദുകാലഘട്ടം, മുസ്ലിം കാലഘട്ടം എന്ന രീതിയിലുള്ള ചരിത്രരചനയാണ്. ഹിന്ദു കാലഘട്ടത്തിൽ മുസ്ലിംങ്ങൾ പീഡിപ്പിക്കപ്പെട്ടു, മുസ്ലിം ഭരണത്തിൽ ഹിന്ദുക്കൾ പീഡിപ്പിക്കപ്പെട്ടു എന്ന തരത്തിൽ ചരിത്രത്തെ വ്യാഖ്യാനിച്ചാണ് ഭിന്നതക്കുള്ള ആക്കം കൂട്ടിയത്. പാവപ്പെട്ട ഹിന്ദുവും, മുസ്ലിംമും മിക്ക ഭരണത്തിൻ കീഴിലും കഷ്ടതയനുഭവിച്ചിരുന്നു എന്ന വസ്തുത മറച്ചു വച്ചാണ് ഇത്തരം പ്രചരണങ്ങൾ ബോധപൂർവം നടത്തിയത്. ഇന്നും നടത്തിക്കൊണ്ടിരിക്കുന്നതും ഇതാണ്.

ഇതൊക്കെ തിരിച്ചറിഞ്ഞിട്ടും ഉൾക്കൊള്ളാൻ കഴിയാത്ത ചിലരെ കാണുമ്പോൾ സങ്കടം തോന്നിപ്പോകുന്നു. ട്യൂഷനൊക്കെ കഴിഞ്ഞ് പ്രയാഗും എത്തിച്ചേർന്നു. അപ്പുറത്ത് സംഘം രൂപീകരണത്തെ കുറിച്ചുള്ള ചർച്ച പുരോഗമിക്കുകയാണ്. മുതലല്ലാതെ പലിശയിനത്തിൽ ഒറ്റ നയാ പൈസ കൊടുക്കരുതെന്നാണ് രാമൻ മാസ്റ്ററും പറഞ്ഞിരിക്കുന്നത്. കമ്മിറ്റി ചേർന്ന് തീരുമാനിക്കാമെന്നാണ് എല്ലാവരുടേയും അഭിപ്രായം. മാല്യ മാഷിന്റെ അടുത്തേക്ക് ചേർന്ന് രഹസ്യം പറയും പോലെ പറഞ്ഞു. ഇവർക്ക് ഞാനാ മാഷെ പണി കൊടുത്തത്. മറ്റേ കടപ്പുറത്തെ ഏട്ടനോട് സ്ത്രീകളെ അടക്കം തെറി വിളിക്കുന്ന, അച്ഛന്റെ സെറ്റിന്റേം തെമ്മാടിത്തം ഞാനാ പോയി പറഞ്ഞെ. അത്ര വരെ എത്തിയെങ്കിൽ ഇനിയൊന്നും നോക്കാനില്ലെന്ന് ഏട്ടനും പറഞ്ഞു. ഏട്ടൻ എന്നു പറഞ്ഞാൽ മാമന്റെ മകൻ. മണ്ഡലം കമ്മിറ്റി വരുന്നേന് മുമ്പേ കൈകാര്യം ചെയ്യോളാൻ രാമൻ മാഷിന്റെ പരിസരക്കാരെ ചട്ടം കെട്ടിയത് ഏട്ടനും, ഹംസക്കയും ചേർന്നാ. സാബു ഏട്ടനോട് ഇന്നലെ എനിക്ക് ഒന്നും അറിയില്ലെന്ന മട്ടിലാണ് സംസാരിച്ചത്. മാഷും ആരോടും ഇക്കാര്യം പറയണ്ട. മണ്ഡലം കമ്മിറ്റിക്കാർ വന്നാൽ ഒന്നും നടക്കൂലാന്ന് അച്ഛന് തന്നെ നന്നായറിയാം. ഇപ്പോ കാര്യേല്ലം ഭംഗിയായില്ലെ. അമ്പടി കേമീ. അഭിനന്ദന സൂചകമായി ആ കൈയിൽ

ചെറിയൊരു അടി കൊടുത്തു. പോക്കറിന്റെ കൈയിലുള്ള രഹസ്യം ചോർത്താൻ മാല്യ ഇടപെട്ടാൽ കഴിയുമോ? മാഷിൽ പുതിയൊരു ചിന്ത ഉണരുകയാണ്. വേണ്ട തത്കാലം സാബു മാത്രം അറിഞ്ഞാൽ മതി. അവൻ അന്വേഷിച്ച പുതിയ വിവരങ്ങൾ കണ്ടെത്തുമ്പോൾ ആലോചിക്കാം.

38

രാവിലെ തന്നെ ക്ലാസിൽ പുസ്തകവായന ആരംഭിച്ചിരിക്കയാണ്. കുറേ ദിവസങ്ങളായി പരിപാടികൾ ആരംഭിച്ചിട്ട്. രസകരമായി വായിക്കാൻ പറ്റിയ ബാലസാഹിത്യ കൃതികളാണ് നൽകുന്നത്. ഒരു കുട്ടി ഒരു പേജ് എന്ന നിലയിൽ മാറി മാറിയാണ് വായന. മിക്ക കുട്ടികളും നന്നായി തന്നെ വായിക്കുന്നുണ്ട്. വായനയോടുള്ള താത്പര്യം കൊണ്ട് തന്നെ എല്ലാവരും നേരത്തെ ക്ലാസിലെത്തിച്ചേരുന്നുമുണ്ട്. വിക്ടോർ യുഗോവിന്റെ പാവങ്ങൾ എന്ന നോവലിന്റെ സംഗ്രഹമായ ഇരുളും വെളിച്ചവുമാണ് ഇന്ന് വായനക്കായി നൽകിയിരിക്കുന്നത്. ദിവസങ്ങളായി തോരാതെ പെയ്യുന്ന മഴ. മരം വെട്ടുകാരനായ ഴാങ് വാൽഴാങിന് ജോലിയില്ല. ഭർത്താവ് മരണപ്പെട്ട സഹോദരിയേയും, അവരുടെ ഏഴ് മക്കളേയും സംരക്ഷിക്കുന്നത് അയാളാണ്. ജോലിയില്ല, കൂലിയില്ല. വീട്ടിൽ കൊടും പട്ടിണി. കുഞ്ഞുങ്ങൾ വിശന്ന് തളർന്ന് കരയുകയാണ്.

പട്ടിണി കൊണ്ട് തളർന്ന ആ കുഞ്ഞുങ്ങളെ കണ്ടു നിൽക്കാനാവാതെ അയാൾ അടുത്തുള്ള കടയിൽ പോയി അപ്പം മോഷ്ടിക്കുന്നു. കടക്കാരൻ കയ്യോടെ പിടികൂടി പോലീസിൽ ഏൽപിക്കുന്നു. കുട്ടികളെല്ലാം സങ്കട ഭാവത്തോടെ കഥയിൽ ലയിച്ചിരിക്കയാണ്. അവരുടെ മനസ്സിലും ആഞ്ഞുവീശുന്ന കാറ്റും നിലയ്ക്കാത്ത മഴയും, ക്ഷോഭിച്ച് കലിതുള്ളുന്ന കടലുമായിരിക്കണം. മഴക്കാലത്ത് കടൽ ഉറഞ്ഞ് തുള്ളുമ്പോൾ പണിയും കൂലിയുമില്ലാതാവുന്ന തങ്ങളുടെ അച്ഛനമ്മമാർ. വീടുകളിൽ കൊടും പട്ടിണി. കേട്ടുകൊണ്ടിരിക്കുന്ന കഥ, കുട്ടികൾക്ക്, കഥയേക്കാളുപരി തങ്ങളുടെ സ്വന്തം അനുഭവമായി മാറുന്നതു പോലെ മാഷിന് തോന്നി. മാഷിന്റെ മനസ്സിൽ മറ്റൊരു ചിത്രവും കടന്നു വരികയാണ്.

തന്റെ ഓമന മകൾ പട്ടിണി കൊണ്ട് കരയുന്നത് സഹിക്കാനാകാതെ വലയുമെടുത്ത് ക്ഷോഭിച്ച കടൽക്കരയിലേക്ക് നടന്നടുക്കുന്ന ഒരു മനുഷ്യൻ. പിറ്റേന്ന് അയാളുടെ ശവശരീരമാണ് നാട്ടുകാർക്ക് കാണാനായത് - പാത്തുത്താത്തയുടെ കെട്ടിയോൻ ബീരാൻ. ആ മരണത്തിന്റെ രഹസ്യം അറിയുവാൻ സാബു കഠിന ശ്രമത്തിലാണ്. പോക്കർ അത് തുറന്നു പറയാൻ തയാറല്ല. കഥ തുടരുകയാണ്. പട്ടിണി കിടക്കുന്ന കുഞ്ഞുങ്ങൾക്ക് നൽകാൻ ഒരപ്പം കട്ടെടുത്തതിന് ഴാങ്ങിന് പത്തൊൻപത് വർഷത്തെ കഠിനശിക്ഷയനുഭവിക്കേണ്ടി വന്നു. ഇടയ്ക്ക് മൂന്നു പ്രാവശ്യം തടവ് ചാടി രക്ഷപ്പെടാൻ ശ്രമിച്ചതിന് വീണ്ടും വീണ്ടും ശിക്ഷിക്കപ്പെട്ടാണ് പത്തൊമ്പത് വർഷമായത്. ഒരപ്പം കട്ടേന് പത്തൊമ്പത് കൊല്ലം ജയിലിലോ ! സുധീറിനത് വിശ്വസിക്കാനായില്ല. ആളെയെല്ലം കൊന്നാലല്ലെ മാഷെ ഇങ്ങന ശിക്ഷ കിട്ടുക. മഴക്കാലത്ത് നമ്മള അച്ഛനൊന്നും പണി ഇണ്ടാവൂല. അന്നേരം വീട്ടില് കഞ്ഞി വെക്കാൻ അരിയൊന്നും ഉണ്ടാവൂല. ഞാള് പട്ടിണി കിടക്കുന്ന കണ്ടിറ്റ് അപ്പറത്ത വീട്ടിന്നെല്ലം തിന്നാൻ കൊണ്ടത്തരും. അതുപോലെ ഓർക്ക് കൊടുക്കേൻ ആരും ഇല്ലേനോ പാവം. മോഹനനാണ്. കുട്ടികൾക്കുണ്ടായ അനുഭവമാണ്. ആ അനുഭവം ഴാങ്ങിന്റെ വീട്ടുകാർക്ക് ലഭിച്ചില്ലല്ലോ എന്നാണ് മോഹനന്റെ സങ്കടം. ഗ്രാമീണരുടെ സഹജീവി സ്നേഹമാണ് വെളിവാകുന്നത്. അത് കുഞ്ഞുങ്ങളുടെ മനസ്സിലും ആഴത്തിൽ പതിഞ്ഞിരിക്കുന്നു. സന്ദർഭം വന്നപ്പോൾ വാക്കുകളിലൂടെ അവരറിയാതെ പുറത്തുചാടുന്നു. ഞമ്മള അച്ഛൻ പറഞ്ഞിന് എനി മഴക്കാലത്ത് പേടിക്കണ്ട. സംഘം വന്നോണ്ട് സഹായേല്ലം കിട്ടുന്ന്. രജനി നല്ല ആശ്വാസത്തോടെയാണ് പറയുന്നത്.

മത്സ്യത്തൊഴിലാളി സഹകരണസംഘം പ്രവർത്തനം തുടങ്ങിയതോടെ അതിന്റെ ഗുണം ഫലം തൊഴിലാളികൾക്ക് അനുഭവപ്പെട്ടു തുടങ്ങിയിരിക്കുന്നു. ഓണക്കാലത്തായിരുന്നു ഉദ്ഘാടനം. ഇപ്പോൾ രണ്ട് മാസം പിന്നിടാറായി. സുഭിക്ഷമായി മത്സ്യം കിട്ടിയ നാളുകളാണ്. ഇടത്തട്ടില്ലാതെ വില്പന നടന്നതു കൊണ്ട് തൊഴിലാളികൾക്ക് വരുമാനത്തിൽ നല്ല വർദ്ധനവുണ്ട്. ലോണായി വാങ്ങിയ കാശ് മിക്കവരും തിരിച്ചടച്ചു കഴിഞ്ഞു. സാബുവും, ഹംസക്കയുമാണ് സംഘത്തിന്റെ പ്രധാന നടത്തിപ്പുകാർ. അച്ചു അടക്കം അബ്ദുവിന്റെ ഗുണ്ടകളായിരുന്നവരെല്ലാം ഇന്ന് മത്സ്യത്തൊഴിലാളികളാണ്. സംഘത്തിലെ അംഗങ്ങളുമാണ്. വലിയ മാനസാന്തരമാണ് പ്രശ്നങ്ങൾ കഴിഞ്ഞതിനു ശേഷം എല്ലാവർക്കും ഉണ്ടായിരിക്കുന്നത്.

മൊത്തത്തിൽ വളരെ സമാധാനപരവും, ഐശ്വര്യം നിറഞ്ഞതുമായ ഒരന്തരീക്ഷം നാട്ടിൻ പുറത്ത് കളിയാടുന്നു. വർഷ കാലത്ത് കടം വാങ്ങാതെ പട്ടിണി കിടക്കാതെ തൊഴിലാളി കുടുംബങ്ങൾക്ക് കഴിഞ്ഞുകൂടാം. അതാണ് വീട്ടിൽ നിന്നും കിട്ടിയ വിവരത്തിന്റെ അടിസ്ഥാനത്തിൽ രജനി പങ്കുവച്ചത്. കഥാനായകന്റെ വീട്ടിൽ സംഭവിച്ചതുപോലെ പട്ടിണി ഇനി തങ്ങളുടെ വീട്ടിൽ സംഭവിക്കില്ലെന്ന ആശ്വാസമാണ് ആ വാക്കുകളിൽ. വായനയ്ക്കിടയിൽ പ്രയാസമുള്ള അക്ഷരങ്ങളും ചിഹ്നങ്ങളുമെല്ലാം പ്രത്യേകം ശ്രദ്ധിക്കുന്നുണ്ട്. അവ വിവിധ പ്രവർത്തനങ്ങളിലൂടെ ഉറപ്പിക്കുന്നുമുണ്ട്. പദ നിർമാണ കളി കുട്ടികൾ തന്നെ ഇടവേളകളിലും, വീട്ടിൽ നിന്നും ഒക്കെ ചെയ്ത് നോക്കുന്നുണ്ട്. അതിന്റെ മാറ്റം ലേഖനത്തിൽ കാണാനുമുണ്ട്. മൊത്തത്തിൽ ഭാഷയിൽ വലിയ പ്രയാസമില്ലാതെ പോകുന്നുണ്ട്.

ഗണിതത്തിൽ ഉയർന്ന നിലവാരത്തിലുള്ള പ്രായോഗിക പ്രശ്നങ്ങൾ മിക്കവർക്കും കീറാമുട്ടിയായി തന്നെ കിടക്കുകയാണ്. ഭിന്നസംഖ്യയും, ദശാംശവും ഒക്കെ വലിയ വിഷമമില്ലാതെ ചെയ്യാൻ പറ്റുന്നുണ്ട്. നിത്യജീവിതത്തിൽ നേരിടേണ്ടി വരുന്ന ഗണിത പ്രശ്നങ്ങളൊക്കെ കൈകാര്യം ചെയ്യാൻ അവർ പൊതുവെ പ്രാപ്തരായിട്ടുണ്ട്. ശാസ്ത്രം പ്രവർത്തനത്തിലൂടെ തന്നെ ഉൾക്കൊള്ളുകയാണ്. ലഘു പരീക്ഷണങ്ങളിലൂടേയും, പ്രകൃതി നിരീക്ഷണങ്ങിലൂടേയും വളരെ രസകരമായി പ്രവർത്തനങ്ങൾ മുന്നേറുകയാണ്. സസ്യങ്ങൾ വേരിലൂടെ ആഹാരം സ്വീകരിക്കുന്നതും, മുച്ചട്ടിയരിപ്പിലൂടെ ജലം ശുദ്ധികരിക്കുന്നതും, ജലചക്രവും ഒക്കെ മിക്ക കുട്ടികളും സ്വന്തമായി തന്നെ നിർമിച്ച് പരീക്ഷിച്ചു നോക്കിയിരിക്കയാണ്. സ്കൂൾ മുറ്റത്തെ പൂഴിയിൽ കാദർ മാഷ് ഇന്ത്യയുടെ രണ്ട് വലിയ ഭൂപടം വരഞ്ഞ് വരച്ചിരിക്കുന്നു. ഭൂപടം കൃത്യമായും വേഗത്തിലും വരയുന്നതിൽ കാദർ മാഷ് അഗ്രഗണ്യനാണ്. കുട്ടികൾ രണ്ട് ഗ്രൂപ്പായി തിരിഞ്ഞിരിക്കയാണ്. പ്രധാന തുറമുഖങ്ങൾ, വിമാനത്താവളങ്ങൾ എന്നിവ മാപ്പിൽ കാണിക്കണം. രണ്ട് പേരായി മത്സരമാണ്.

നിർദേശിച്ച തുറമുഖത്തിന്റെ, വിമാനത്താവളത്തിന്റെ ഏകദേശ സ്ഥാനം കുട്ടികൾ കമ്പ് കൊണ്ട് മാപ്പിൽ അടയാളപ്പെടുത്തണം. മുമ്പേ ചാർട്ടിൽ നിരീക്ഷിച്ച് പഠിച്ച കാര്യങ്ങൾ പ്രയോഗിച്ച് നോക്കുകയാണ്. കുട്ടികൾ രേഖപ്പെടുത്തി കഴിഞ്ഞാൽ മറ്റു കുട്ടികൾ നിരീക്ഷിച്ച് അഭിപ്രായം പറയണം. തെറ്റാണെങ്കിൽ അടുത്ത സെറ്റിന് കൈമാറും. ഇങ്ങനെ ശരിയായ സ്ഥാനം കണ്ടെത്തുന്നത് വരെ കളി തുടരും. കൊച്ചി രേഖപ്പെടുത്തുന്നതിൽ ആദ്യത്തെ രണ്ടു പേരും വിജയിച്ചു. വിശാഖപട്ടണത്തിന്റെ കാര്യത്തിൽ രണ്ടാമത്തെ ബാച്ചിൽ ഒരാൾ വിജയിച്ചു. മദ്രാസും,

ബോംബെയും ആദ്യ ബാച്ചിലെ ഓരോരുത്തർ വീതം ശരിയായി രേഖപ്പെടുത്തി. മത്സരം വെല്ലുവിളിയായതോടെ ആവേശവും വർദ്ധിച്ചു. മുറ്റത്തെ പഞ്ചാര മണൽ ഇത്തരം പ്രവർത്തനങ്ങൾക്ക് വളരെ അനുയോജ്യമാണ്. കുട്ടികൾക്ക് സ്വന്തം നിലയിൽ വരഞ്ഞ് പഠിക്കാനും സൗകര്യപ്രദമാണ്. അതിന്റെ സാധ്യതകളെ പരമാവധി പ്രയോജനപ്പെടുത്തുകയാണ് അധ്യാപകർ. വീടുകളിലും ഇതേ ചുറ്റുപാടായതു കൊണ്ട് കുട്ടികൾക്കും ചെയ്തു പഠിക്കാൻ സാധിക്കുന്നു.

മുറിയിലെത്തിയതിന് ശേഷവും മാഷ് ഴാങ്ങ്നെ കുറിച്ചുള്ള ചിന്തയിലാണ്. പാവങ്ങൾ എന്ന നോവലിന്റെ രണ്ട് വാള്യങ്ങളും വായിച്ചിട്ടുണ്ട്. അതിലെ പ്രധാന കഥ മാത്രം പേജുകൾ തിരഞ്ഞു പിടിച്ചു വായിച്ചതാണ്. തത്വചിന്തകളും, ഭൂമിശാസ്ത്രവും, സൂക്ഷ്മ ചരിത്രവിവരണങ്ങളും ഒക്കെ ഇടകലർന്നതാണ് ബൃഹത്തായ ആ മഹാഗ്രന്ഥം. പല ഭാഗങ്ങളും വായിച്ച് മനസ്സിലാവണമെങ്കിൽ സമയമെടുക്കും. അതിനാലാണ് പ്രധാന കഥ മാത്രം തിരഞ്ഞുപിടിച്ച് വായിച്ചത്. അതു തന്നെ മനസ്സിനെ വല്ലാതെ സ്പർശിക്കുന്ന അനുഭവമാണ്. പാവപ്പെട്ടന്റെ ദുരിതങ്ങളും, സാഹചര്യങ്ങൾ എങ്ങനെയാണ് മനുഷ്യനെ കുറ്റവാളികളാക്കി മാറ്റുന്നതെന്നും, ഗ്രന്ഥം ചൂണ്ടിക്കാണിക്കുന്നു.

ഒരിക്കൽ കുറ്റവാളിയായിപ്പോയതിനാൽ ഒരു മനുഷ്യനെ സമൂഹം തിരസ്കരിക്കുന്നതിന്റെ ഭീകര ചിത്രവും, അവൻ നന്മയുള്ള മനുഷ്യരിലൂടെ മാനസാന്തരപ്പെടുന്നതിന്റെ ശോഭനാ പൂർണമായ ചിത്രവും വരച്ചുകാട്ടിയിരിക്കുന്നു. സ്ത്രീകൾ വഞ്ചിക്കപ്പെടുന്നതും, തെരുവിൽ ആക്രമിക്കപ്പെടുന്നതും നമ്മെ വല്ലാതെ നൊമ്പരപ്പെടുത്തും. രചിച്ച് വർഷങ്ങൾ ഏറെ കഴിഞ്ഞിട്ടും ഗ്രന്ഥത്തിന്റെ പ്രസക്തി ഇന്നും കൂടി കൂടി വരികതന്നെയാണ്. ഈ ഗ്രാമത്തിൽ നടന്ന പല സംഭവങ്ങൾക്കും അതിൽ പറഞ്ഞ കാര്യങ്ങളുമായി ഏറെ സാമ്യമുള്ളതായി മാഷിന് തോന്നി. അതിന്റെ ഏറ്റവും വലിയ അനുഭവമാണ് കഥ വായിച്ചു കേട്ടപ്പോൾ കുട്ടികളിലൂടെ പുറത്തുവന്നത്.

കുഞ്ഞുങ്ങളുടെ പട്ടിണി മറ്റാൻ ഒരപ്പം കട്ടതിന് സമൂഹം കൊടും കുറ്റവാളിയായി കണ്ട ഴാങ്ങ്, ഒരു മെത്രാന്റെ ഉപദേശത്താൽ നല്ലവനായി തീരുന്നു. അത്യധ്വാനത്തിലൂടെ വലിയൊരു വ്യവസായിയും, പട്ടണത്തിന്റെ മേയറുമായിത്തീരുന്നു. തനിക്ക് ലഭിക്കുന്ന സമ്പത്ത് മുഴുവൻ പാവങ്ങളുടെ ഉന്നമനത്തിനായി ചെലവഴിക്കുന്നു. ഇവിടെ പട്ടിണിയുടെ ദുരിതക്കടൽ നീന്തിക്കടന്ന ഒരു കൂട്ടം മനുഷ്യർ. ചിലർ ദുരന്തത്തിൽ അകപ്പെട്ടു പോയി. എന്നിട്ടും തങ്ങളുടെ ജീവിതാനുഭവത്തിന്റെ കയ്പിനെ മധുരമാക്കിക്കൊണ്ട് സമൂഹത്തെ രക്ഷിക്കാൻ ഉറച്ച

മനസ്സോടെ പരിശ്രമിക്കുന്നു. അങ്ങനെ ഒരു സഹകരണ സംഘം പടുത്തുയർത്തിയിരിക്കുന്നു. അത് ദുരിതകാലത്തെ മറികടക്കാൻ അവർക്ക് അത്താണിയായി മാറിയിരിക്കുന്നു. അതിന് വേണ്ടി പലരും അനുഭവിച്ച ശാരീരിക ക്ലേശവും, മാനസിക സമ്മർദ്ദവും ഴാങ്ങിന്റെ അനുഭവങ്ങളുമായി നേരിയ തോതിലെങ്കിലും പൊരുത്തപ്പെടുന്നതായി മാഷിന് തോന്നി. സാബുവും, സലിം മാഷും, കണ്ണൻ മാഷും, രവിയും ഒക്കെ അനുഭവിച്ചത് തനിക്ക് നേരിട്ട് മനസ്സിലായതാണ്. സംഘം രൂപീകരണത്തിന് ശേഷം സാബുവിന് വലിയ തിരക്കാണ്. ജോലി കഴിഞ്ഞ് വന്നതിന് ശേഷം സംഘത്തിന്റെ കണക്കുകളൊക്കെ പരിശോധിക്കണം. രാമൻ മാഷിന്റെ വീട്ടുപരിസരത്തെ കടയുടെ മുകളിലാണ് സംഘം ഓഫീസ്. കണക്കുകൾ കൃത്യമായിരിക്കാൻ പ്രത്യേക ശ്രദ്ധയാണ്. പരാതികൾക്കിടവരാതെ കൊണ്ട് പോകാനാണ് ശ്രമിക്കുന്നത്.

അബ്ബുവിൽ നിന്ന് തൊഴിലാളികൾ യഥാർഥത്തിൽ വാങ്ങിയതും, അതിന്റെ കൂടെ ലാഭമെന്ന നിലക്ക് ചെറിയ ഒരു തുകയും ചേർത്താണ് തിരിച്ചു കൊടുത്തത്. അതിന്റെ വിഹിതമൊക്കെ മിക്കവാറും തൊഴിലാളികൾ തിരിച്ചടച്ചു കഴിഞ്ഞു. കണ്ണൻ മാഷും, സലീം മാഷും ബാങ്കിൽ നിന്നും എടുത്ത വായ്പയും മുക്കാൽ പങ്കും തിരിച്ചടച്ചു കഴിഞ്ഞു. സംഘം ജോലികൾ കഴിഞ്ഞ് സാബു തിരിച്ചെത്തി. മാഷെ തൊഴിലാളികൾക്ക് ഇന്നത്തോടെ ശരിക്കും സ്വാതന്ത്ര്യമായി. കടമെല്ലാം അടച്ചു തീർന്നു. വർഷങ്ങളായി കടക്കെണിയിൽപ്പെട്ട് ദുരിതമനുഭവിച്ചവർ അതിൽ നിന്നും മോചിതരായിരിക്കുന്നു. ഭീഷണിയും, തെറി വിളിയും, മാനസിക പിരിമുറുക്കങ്ങളും, നയസമീപനപരമായ രാഷ്ട്രീയ പ്രശ്നങ്ങളും ഒക്കെ മറികടന്ന് സംഘം തൊഴിലാളികളുടെ രക്ഷാകേന്ദ്രമായി മാറിയിരിക്കുന്നു.

കരയിൽ സംഘം രൂപീകരിച്ചപ്പോൾ കടലും നന്നായി കനിഞ്ഞു. മത്സ്യം വാരിക്കോരി നൽകി. ഇടത്തട്ടില്ലാത്തവില്പനയും കൂടിയായപ്പോൾ കടം പെട്ടെന്ന് തന്നെ വീടി തീർന്നു. കണക്കുകൾ പരിശോധിക്കാൻ ഇന്ന് സലിം മാഷിന്റെ സഹായവും ഉണ്ടായിരുന്നു. അതാണ് നേരത്തെ തിരിച്ചെത്തിയത്. പോക്കറുടെ മനസ്സിലുള്ള രഹസ്യം ചോർത്തിയെടുക്കാനുള്ള കഠിന ശ്രമത്തിലാണ് സാബു ഇപ്പോൾ. അത് പാത്തുത്താത്തയുടെ ബീരാനെ കുറിച്ചു തന്നെയാണെന്ന് ഉറപ്പായിട്ടുണ്ട്. കൂടുതൽ വിവരങ്ങളൊന്നും അവനിൽ നിന്നും പുറത്തു വരുന്നില്ല. ഭീഷണിപ്പെടുത്തിയാലൊന്നും എളുപ്പത്തിൽ വഴങ്ങുന്ന കൂട്ടത്തിലല്ല. അബ്ബുവുമായി തെറ്റിക്കണം. ഇപ്പോൾ ഉള്ളു കൊണ്ട് അകന്നിട്ടാണ്.

കാശിന്റെ പുറത്തുള്ള ബന്ധം മാത്രമാണ് നിലവിലുള്ളത്. അത് കിട്ടിക്കൊണ്ടിരിക്കുന്ന കാലത്തോളം അവനെ തെറ്റിക്കാൻ പറ്റില്ല.

പിന്നെയുള്ളത് ജമാലിനെ കണ്ടെത്തലാണ്. അന്വേഷണത്തിൽ അവന്റെ കൂടെ അന്ന് ജോലി ചെയ്തവരെല്ലാം പുറത്തു നിന്ന് വന്നവരാണ്. അവരിലാരെയെങ്കിലും കണ്ടെത്തണം. അതിനുള്ള ശ്രമത്തിലാണ് ഇപ്പോൾ സാബു. മാഷെ ടൗണിൽ പോയപ്പോൾ ഇന്നാൾ അതിലൊരാളെ കണ്ടതായി ഒരു തൊഴിലാളിയിൽ നിന്നും വിവരം കിട്ടിയിട്ടുണ്ട്. ഇനിയും കാണുകയാണെങ്കിൽ തീർച്ചയായും മേൽ വിലാസം വാങ്ങിക്കും. അതു വരെ കാത്തിരിക്കേണ്ടി വരും. കുറച്ച് കാത്തിരുന്നാലും വേണ്ടില്ല സാബു സത്യം പുറത്തു വരണം. അത് കണ്ട് പിടിച്ചിട്ട് തന്നെ ബാക്കി കാര്യം. ജമാൽ ജീവിച്ചിരിപ്പുണ്ടെങ്കിൽ, കണ്ടെത്താൻ കഴിഞ്ഞെങ്കിൽ റസാഖിന്റേയും കുടുംബത്തിന്റേയും വലിയ ഭാഗ്യമായിരിക്കുമത്. തന്റെ ഉപ്പയുടെ പേരും പറഞ്ഞ് അധിക്ഷേപിച്ചവരുടെ മുന്നിൽ അവന് തലയുയർത്തി നടക്കാൻ പറ്റും. ഇന്നു വരും നാളെ വരും എന്നു കരുതി കാത്തിരുന്ന ഉമ്മയ്ക്കും, വല്യുമ്മയ്ക്കും വലിയൊരു സന്തോഷവും, നിർവൃതിയുമായിരിക്കും. മാഷെ റസാഖ് ആളാകെ മാറിയിരിക്കയാണ്.

ഞങ്ങളുടെ സേവന പ്രവർത്തനത്തിൽ അവനും സജീവമാണ്. അവൻ അവന്റെ മുതലാളി ആബൂട്ടിക്കാനോട് പറഞ്ഞ് ബുദ്ധിമുട്ടുള്ള രണ്ട് കുടുംബത്തിൽ അരിയും ചില്വാനങ്ങളും എത്തിച്ചു കൊണ്ടിരിക്കയാണ്. തെങ്ങിൽ നിന്ന് വീണ് പരിക്കേറ്റ രാഘവാട്ടന്റെ കുടുംബത്തിനും, തളർവാതം പിടിപെട്ടു കിടക്കുന്ന ജബ്ബാറിന്റെ കുടുംബത്തിനും. ആബൂട്ടിക്ക ഇത്തരം പ്രവർത്തനങ്ങളിൽ മനസ്സറിഞ്ഞ് സഹായിക്കുന്ന നല്ലൊരു വ്യക്തിയാണ്. അതറിഞ്ഞു കൊണ്ടാണ് റസാഖ് സഹായമഭ്യർഥിച്ചത്. ഞങ്ങൾക്കത് വലിയ ഉപകാരമായിരിക്കയാണ്. ഞായറാഴ്ച അവനിപ്പം മിക്കവാറും ഞങ്ങളുടെ കൂടെത്തന്നെയാണ്. മാഷ ഉപദേശം ഓൻ ശരിക്കും നടപ്പാക്കിക്കൊണ്ടിരിക്കുകയാ. എനിക്കും അരിയും സാധനങ്ങളും ഫ്രീയായി കൊണ്ടത്തരാൻ ശ്രമിച്ചിരുന്നു. അങ്ങനെ കിട്ടുന്നത് ബുദ്ധിമുട്ടുള്ളവർക്കാണ് നൽകേണ്ടതെന്ന് പറഞ്ഞ് ഞാൻ തിരിച്ചേൽപ്പിക്കുകയാണ് ചെയ്തത്. രാത്രി നേരത്തെ എത്തുന്ന ദിവസങ്ങളിൽ ഇങ്ങോട്ട് വരാറുണ്ട്. ഴാങ്ങിന്റെ ഒരു കൊച്ചു പതിപ്പായി റസാഖും മാറുന്നതായി മാഷിന് തോന്നി. സാബു പണ്ടേ അതാണ്.

39

ഗോപിച്ചേട്ടന്റെ കൂടെ ഒരു സിനിമയ്ക്ക് പോകയാണ്. ജി. അരവിന്ദന്റെ കുമ്മാട്ടി. കുട്ടികൾക്ക് വേണ്ടിയുള്ള സിനിമയാണ് മാഷെ. കണ്ടാൽ നിങ്ങൾക്ക് പ്രയോജനപ്പെടും. സിനിമയ്ക്ക് ക്ഷണിച്ച് കൊണ്ട് ഗോപിച്ചേട്ടൻ പറഞ്ഞു. ഒരു സിനിമ കണ്ടിട്ട് എത്രയോ നാളായി. സാബു ജയന്റെ സിനിമ കാണാൻ ക്ഷണിക്കാറുണ്ട്. ഇതു വരെ പോകാൻ പറ്റിയിട്ടില്ല. ഇതേതായാലും കുട്ടികളുടെ സിനിമയാണല്ലോ. ഗോപിച്ചേട്ടൻ പറഞ്ഞതുപോലെ അധ്യാപകനെന്ന നിലയിൽ എന്തെങ്കിലും പ്രയോജനം കിട്ടും. അങ്ങനെയാണ് പുറപ്പെട്ടത്. ടൗണിലെ ടാക്കീസിലാണ്. വലിയ തിരക്കൊന്നുമില്ല.

സിനിമ ആരംഭിച്ചു. ഒരു മലയോര ഗ്രാമപ്രദേശം. അവിടെ ചിണ്ടനെന്നൊരു കുട്ടിയും, അവന്റെ സഹോദരിയും കൂട്ടുകാരും. കൂട്ടു കൂടിയുള്ള സ്കൂളിൽ പോക്കും കളികളും. വഴിയിൽ ഒരു ചെറു ക്ഷേത്രം. ക്ഷേത്രം സൂക്ഷിപ്പുകാരിയായി ഒരു മുത്തശ്ശി. കുട്ടികളുടെ മുത്തശ്ശിയോടുള്ള കുസൃതികൾ. അപ്പോൾകുമ്മാട്ടിയുടെ പേര് പറഞ്ഞ് മുത്തശ്ശി കുട്ടികളെ പേടിപ്പിക്കും. പലവട്ടം കേട്ട് കുട്ടികൾക്കതൊരു തമാശയായി. കുസൃതി അതിരു കടന്നപ്പോൾ ഒരു ദിവസം മുത്തശ്ശി ചിണ്ടനെ ശപിക്കുന്നു. നിന്നെ കുമ്മാട്ടി പിടിച്ച പോട്ടെ. നീ ഒരിക്കലും നന്നാവില്ല. അങ്ങനെയിരിക്കെ നാടൻ പാട്ടും പാടി, നൃത്തച്ചുവടുമായി, വശ്യമനോഹരിയായ പ്രകൃതിയുടെ നിഗൂഢതയിൽ നിന്നും വസന്തത്തിന്റെ തുയിലുണർത്തിക്കൊണ്ട് മുത്തശ്ശിക്കഥയിലെ കുമ്മാട്ടി ഇറങ്ങി വരുന്നു.

ഒരു തോളിൽ തൂക്കിയിട്ടിരിക്കുന്ന ഭാണ്ഡം, ചുമലിൽ ' കാവ്. കാവിന്റെ ഇരുവശത്തും തൂങ്ങിക്കിടക്കുന്ന വ്യത്യസ്ത മൃഗങ്ങളുടെ മുഖംമൂടികൾ. വസന്തം ആടയാഭരണങ്ങൾ അണിയിച്ച ഗ്രാമ വീഥിയിലൂടെ

ക്ഷേത്ര മുറ്റത്തെ അരയാൽത്തറയിൽ ആ പാട്ടും നൃത്തവും അവസാനിപ്പിച്ച് കുമ്മാട്ടി കുടിയിരിക്കുന്നു. അല്പം ഉൾഭയത്തോടെ തന്നെ സമീപിച്ച ഗ്രാമത്തിലെ കുട്ടികളെ നിറഞ്ഞ പുഞ്ചിരിയോടെ കുമ്മാട്ടി സ്വീകരിക്കുന്നു. പെട്ടെന്നു തന്നെ കുട്ടികളുടെ കളിക്കൂട്ടുകാരനായി മാറുന്നു. തുടർന്നുള്ള സായം കാലങ്ങളിൽ കുമ്മാട്ടിയോടൊത്തു പാടാനും ആടാനും കുട്ടികളും ചേരുന്നു. വസന്തം മനസ്സുകളിൽ സൃഷ്ടിച്ച ഉന്മാദലഹരിയിൽ ആ കളിയും പാട്ടും ദിവസങ്ങളോളം നീളുകയാണ്. അങ്ങനെയിരിക്കെ പൂക്കളും, ഇലകളും കൊഴിഞ്ഞൊട്ടുങ്ങാൻ തുടങ്ങിയ ഒരു വൈകുന്നേരം അരയാൽത്തറയിൽ നിന്നും കുമ്മാട്ടി തന്റെ കെട്ടുമുറുക്കി യാത്രയാവുന്നു. കൂടെ കൂട്ടുകാരായ കുട്ടികളും. ആട്ടവും പാട്ടുമായി അവരങ്ങനെ ഗ്രാമാതിർത്തിയിൽ എത്തിച്ചേരുന്നു. തുടർന്നങ്ങോട്ട് കാടാണ്. നൃത്തം മുറുകുന്നു. കാവിൽ തൂക്കിയിരുന്ന മുഖംമൂടി ഒന്നൊന്നായി അഴിച്ച് കുമ്മാട്ടി കുട്ടികൾക്ക് നൽകുന്നു. കുട്ടികൾ തങ്ങൾക്ക് ലഭിച്ച മുഖംമൂടി ധരിച്ച് നൃത്തം തുടരുന്നു. പെട്ടന്ന് മന്ത്രിക വിദ്യയാലെന്നതു പോലെ ധരിച്ച മുഖം മൂടിക്കനുസരിച്ച് കുട്ടികൾ അതത് മൃഗങ്ങളായി പരിണമിക്കുന്നു..

ഒരു നായയും, ബാക്കിയുള്ളവരെല്ലാം വന്യമൃഗങ്ങും. വന്യ മൃഗങ്ങളുടെ ഇടയിൽപ്പെട്ട നായ പേടിച്ചോടുന്നു. നിമിഷങ്ങൾക്കകം മൃഗങ്ങളെല്ലാം വീണ്ടും കുട്ടികളായി പരിണമിക്കുന്നു. കുമ്മാട്ടി യാത്ര ചോദിച്ച് പ്രകൃതിയുടെ അപാരതയിലേക്ക് അപ്രത്യക്ഷനാകുന്നു. കുട്ടികൾ ഗ്രാമത്തിലേക്ക് യാത്ര തിരിക്കുന്നു. കൂട്ടത്തിൽ ഒരാളെ കാണാനില്ല. ചിണ്ടനാണ്. കൂട്ടത്തിലുള്ള പെൺകുട്ടിയുടെ ചേട്ടനാണ്. അവനായിരുന്നു നായയായി മാറി കൂട്ടത്തിൽ നിന്നും പേടിച്ചോടിപ്പോയത്. തന്റെ വീട്ടിൽ ഒരു തത്തയെ അവൻ കൂട്ടിലടച്ച് വളർത്തിയിരുന്നു. തത്തയെ നിരന്തരം ഉപദ്രവിക്കുന്നത് ശീലമാക്കിയ കുട്ടിയായിരുന്നു അവൻ. വയൽക്കരയിലെ വീട്ടുവരാന്തയിൽ തൂക്കിയിട്ടിരിക്കുന്ന കൂട്ടി നകത്തുനിന്ന്, വസന്തകാലത്തെ നീലാകാശത്ത് വട്ടമിട്ടു പറക്കുന്ന തന്റെ കൂട്ടരെ നോക്കി സങ്കടപ്പെട്ടുകൊണ്ടിരിക്കുന്ന ആ പാവത്തെ ആ കുട്ടി കമ്പ് കൊണ്ട് കുത്തിനോവിക്കും.

ചേട്ടൻ നായയായി ഓടി പോയ വിവരം മകൾ അച്ഛനമ്മമാരെ അറിയിക്കുന്നു. ദുഃഖാർത്തരായ രക്ഷിതാക്കളും നാട്ടുകാരും നായയേയും അന്വേഷിച്ച നടക്കുന്നു. ഭയം കൊണ്ട് ഓടിയ നായ വിശന്ന് തളർന്ന് ഒരു വലിയ ബംഗ്ലാവിന്റെ മുറ്റത്തെത്തുന്നു. ബംഗ്ലാവിലെ കൊച്ചു പെൺ കുട്ടിക്ക് നായയെ കണ്ട് സഹതാപം തോന്നി ഭക്ഷണം കൊടുത്ത് സംരക്ഷിക്കുന്നു അവിടെയുള്ള മറ്റു കൂടുകളിലുള്ള അൽസേഷ്യൻ വർഗക്കാർ പുതിയ നാടനെ കണ്ട് മുറുമുറുക്കുന്നു. തന്റെ പുതിയ നായ

അവശനായതു കണ്ട് കുട്ടി അച്ഛനോട് സങ്കടപ്പെടുന്നു. അച്ഛൻ ഉടനെ മൃഗ ഡോക്ടർക്ക് ഫോൺ ചെയ്യുന്നു. നിമിഷങ്ങൾക്കുള്ളിൽ ഡോക്ടർ കുതിച്ചെത്തുന്നു. നിങ്ങൾ കൊടുത്ത ഭക്ഷണം ഈ നാടൻ നായക്ക് പറ്റില്ലെന്നും, നിങ്ങളെ പോലുള്ളവർ ഇത്തരം നായ്ക്കളെ വളർത്തുന്നത് സ്റ്റാറ്റസിന് ചേർന്നതല്ലെന്നും, ഉടനെ അഴിച്ച് വിട്ടേക്കുന്നതാണ് നല്ല തെന്നും ഡോക്ടർ ഉപദേശിക്കുന്നു. അങ്ങനെ അവർ നായയെ പുറ ത്തേക്ക് വിടുന്നു. എവിടെയൊക്കെയോ ചുറ്റിത്തിരിഞ്ഞ് പിറ്റെ ദിവസം സ്വന്തം വീട്ടിൽ എത്തിച്ചേരുന്നു. അനുജത്തി ചേട്ടനെ തിരിച്ചറിയുന്നു. അച്ഛനമ്മമാർ മകനെ തിരിയെ കിട്ടാൻ നേർച്ചകൾ നേരുന്നു. കാവിൽ കെട്ടിയാടിയ ഭഗവതിക്കു മുന്നിൽ അനുഗ്രഹത്തിനായി നിർത്തുന്നു.

ഒന്നും ഫലിക്കുന്നില്ല. കോലായിൽ പായയിൽ കിടന്ന നായയെ നോക്കി കൂട്ടിൽ നിന്നും തത്ത കലപില കൂട്ടുന്നു. നായ നിസ്സഹായനായി സങ്കട പൂർവം തത്തയെ നോക്കുന്നു. അങ്ങനെയിരിക്കെ ചുറ്റിലും വസന്തത്തിന്റെ തുടികൊട്ട് മുഴങ്ങി. അങ്ങ് ദൂരെ കുമ്മാട്ടിയുടെ നാടൻ പാട്ടിന്റെ ഈണം. നായ ചെവി കൂർപ്പിച്ചു. പാട്ടിന്റെ അലയൊലി കേട്ട ഭാഗത്തേക്ക് നായ ഒടിച്ചെല്ലുന്നു. നായ ഓടി കുമ്മാട്ടിയുടെ മാറിലേക്ക് ചാടുന്നു. കുമ്മാട്ടി നായയുടെ പുറത്ത് മൂന്ന് പ്രാവശ്യം സ്നേഹത്തോടെ തലോടുന്നു - അദ്ഭുതം നായയുടെ സ്ഥാനത്ത് കാണുന്നത് കുട്ടിയെ. കുട്ടി ഓടി വരാന്തയിലെത്തുന്നു. കൂടു തുറന്ന് തത്തയെ മുറുകെ പിടിക്കുന്നു. വയലിലേക്ക് ഓടുന്നു. നീലാകാശത്തിന്റെ അനന്തതയിലേക്ക് അതിനെ പറത്തി വിടുന്നു. ആകാശത്ത് ചുറ്റിപ്പറക്കുന്ന പറവക്കൂട്ടത്തിൽ ഒന്നായി അത് ലയിക്കുന്നു. കുമ്മാട്ടി അവിടെ അവസാനിക്കുകയാണ്.

നല്ലൊരു സിനിമ കണ്ട സംതൃപ്തിയോടെ രണ്ടു പേരും പുറത്തിറങ്ങി. ഇനി ബസ്സുണ്ടാവില്ല. മെല്ലെ നടക്കാം. ചുറ്റും പരന്നൊഴുകുന്ന നിലാവ്. റോഡിലൂടെ ഇരുപത് മിനിറ്റ് നടക്കണം. റോഡരികിലുള്ള മരങ്ങളുടെ ശാഖകൾ നിലാവിൽ എതോ മനോഹര ശില്പങ്ങൾ പോലെ തോന്നി ക്കുന്നു. സിനിമ പകർന്ന ദൃശ്യഭംഗികൾക്ക് അനുബന്ധമെന്നത് പോലെ പുറത്തെ പ്രകൃതിയും. റോഡിൽ നിന്നും കശുമാവിൻ തോട്ടത്തിൽ കൂടിയുള്ള ഒറ്റയടിപ്പാതയിലേക്ക് കടക്കുകയാണ്. പൂഴിമണലിൽ നിലാവ് പകർത്തിയിരിക്കുന്ന വൃക്ഷങ്ങളുടെ നിഴൽ ചിത്രങ്ങൾ. ഇളം കാറ്റിൽ അതൊരു ചലനചിത്രമായി മാറുന്നതു പോലെ. മുന്നോട്ട് നടക്കുന്തോറും ദൃശ്യങ്ങൾ മാറിമറിയുന്നു. അവസാനം വയൽപരപ്പിലേക്ക് എത്തിച്ചേ രുന്നു. പരന്ന് കിടക്കുന്ന വയലിൽ നിലാവ് ഒഴുകിയൊലിക്കുന്നത് പോലെ. മാറാട്ടിത്തവളകളുടേയും, ചീവിടിന്റേയും സംഗീതം ഉയർന്നു കൊണ്ടേയിരിക്കുന്നു. കാറ്റിന് ശക്തി കൂടിയതുപോലെ. വയൽവരമ്പിൽ

കൂടി നടക്കുമ്പോൾ മറ്റേതോ ലോകത്തെത്തിയ പ്രതീതി. സിനിമ കണ്ടിരിക്കുമ്പോഴും പുറത്തിറങ്ങി ഇത്രയും ദൂരം നടന്നിട്ടും തങ്ങൾ പരസ്പരം അധികമൊന്നും സംസാരിച്ചിട്ടില്ലെന്ന് രണ്ട് പേരുമറിഞ്ഞി ല്ല. സിനിമയുടെ ദൃശ്യഭംഗിയേയും, പുറത്തെ പ്രകൃതിയേയും കണ്ണിലും മനസ്സിലും കോരി നിറയ്ക്കുന്നതിനിടയിൽ സംസാരം മറന്നതാണെന്നും അവരറിഞ്ഞില്ല.

ക്ലാസിൽ കുട്ടികളെല്ലാം കാതു കൂർപ്പിച്ചിരിക്കയാണ്. ഇന്നലെ കണ്ട ദൃശ്യവിരുന്ന് അതേപടി കുട്ടികളിലെത്തിക്കാൻ പരിശ്രമിക്കുകയാണ് മാഷ്. കുമ്മാട്ടിയുടെ പാട്ടും, നൃത്തവും, ചുറ്റുമുള്ള പ്രകൃതിയും ഒക്കെ അവരുടെ മനസ്സിൽ നിറയുകയാണ്. കുമ്മാട്ടിയും കുട്ടികളുമൊത്തുള്ള സൗഹൃദവും, കളിയും അവരിൽ ആവേശം നിറച്ചു. കുമ്മാട്ടിയുടെ തിരിച്ചു പോക്ക് സങ്കട മുണർത്തുന്നതായി. മുഖം മൂടിയണിഞ്ഞ കുട്ടികൾ മൃഗ ങ്ങളായി മാറിയപ്പോൾ അവരുടെ മുഖത്ത് അത്ഭുതം വിടർന്നു. നായ ഒറ്റപ്പെട്ടു പോയതറിഞ്ഞപ്പോൾ കുട്ടികളുടെ അതുവരെയുണ്ടായിരുന്ന ഭാവം പെട്ടെന്നു മാറി. ദുഃഖവും, പരിഭ്രമവും അവരുടെ മുഖത്ത് നിഴലി ക്കാൻ തുടങ്ങി. നായയായി മാറിയ കുട്ടി തത്തയോട് കാണിച്ച ദ്രോഹ ത്തെക്കുറിച്ച് കേട്ടപ്പോൾ അവന് അങ്ങനെ തന്നെ കിട്ടണമെന്നായി. പായയിൽ കിടന്ന നായയെ നോക്കി തത്ത കലപില കൂട്ടിയതിലും നായ സങ്കടത്തോടെ തത്തയെ നോക്കിയതിലും അവർ സന്തോഷി ച്ചു. കുമ്മാട്ടി തിരിയെ വന്ന് നായയെ വീണ്ടും കുട്ടിയാക്കി മാറ്റിയതിൽ ആർക്കും അത്ര തൃപ്തിയില്ല. കുട്ടി ഓടി വന്ന് കൂടു തുറന്ന് തത്തയെ മുറുകെ പിടിച്ചത് അതിനെ കൊല്ലാനാണെന്ന് മിക്ക കുട്ടികളും ഭയപ്പെട്ടു. വയലി ലേക്ക് ഓടിച്ചെന്ന് അതിനെ നീലാകാശത്തിലേക്ക് പറത്തി വിട്ടപ്പോൾ എല്ലാവർക്കും ആശ്വാസമായി.

എന്തു കൊണ്ടായിരിക്കും കുട്ടി അങ്ങനെ ചെയ്തത്? കുട്ടി നായാ യേരേത്ത് പായില് കെടന്നേരം കൂട്ടിലിട്ട തത്തേന്റെ സങ്കടം മനസ്സി ലായി. അതോണ്ട് ഓൻ പിന്നേം കുട്ടിയായേരം തത്തേന തൊറന്ന് വിട്ട്. കുട്ടികൾ കാര്യങ്ങൾ ശരിയായി മനസ്സിലാക്കിയിരിക്കുന്നു. കുറേ കുട്ടികളുടെ കൂട്ടത്തിൽ കുമ്മാട്ടി അവനെ തന്നെ നായാക്കി മാറ്റിയത് എന്തുകൊണ്ടായിരിക്കും? കുട്ടികൾ ആലോചനയിലാണ്. ഓൻ കാട്ട് മൃഗങ്ങളെ കണ്ട് പേടിച്ചോടണ്ടീറ്റല്ലെ മാഷേ. കൂട്ടിലിട്ട തത്തേന്റെ സങ്കടം ഓനും തിരിയണ്ടീറ്റല്ലെ മാഷെ. വിവിധ അഭിപ്രായപ്രകടനങ്ങളാണ്. എല്ലാത്തിലും ശരിയുണ്ട്. നിങ്ങള ഒര് മുറിയിൽ പൂട്ടിയിട്ടാൽ നിങ്ങൾക്ക തിഷ്ടപ്പെടുമോ? ഇല്ല മാഷേ. അതുപോലെ മറ്റ് ജീവികൾക്കും ഇഷ്ടപ്പെ ടുമോ? ഇഷ്ടപ്പെടുല്ല മാഷേ. മനുഷ്യരടക്കമുള്ള എല്ലാ ജീവജാലങ്ങളും

പ്രകൃതിയുടെ മക്കളല്ലേ. അതിൽ ഏതിനെയെങ്കിലും വേദനിപ്പിക്കുന്നത് പ്രകൃതി മാതാവിന് ഇഷ്ടപ്പെടുമോ? ഇല്ല. ഇഷ്ടപ്പെടൂല്ല. അപ്പൊ തത്തേനെ കൂട്ടിലടച്ച് വേദനിപ്പിച്ച കുട്ടിയോടും പ്രകൃതിക്ക് എന്തു തോന്നിക്കാണും.? ദേഷ്യം തോന്നിക്കാണും. അവന്റെ തെറ്റ് മനസ്സിലാക്കിക്കാൻ വേണ്ടി പ്രകൃതി എന്താ ചെയ്തേ? പ്രകൃതി കുമ്മാട്ടീനെ അയച്ചിറ്റ് കുട്ടീനെ നായയാക്കി മാറ്റി അല്ലെ മാഷേ. അപ്പോ ഈ കുമ്മാട്ടീന്ന് പറഞ്ഞാ ശരിക്കും ആരായാരിക്കും?പ്രകൃതി തന്നെ അല്ലെ മാഷേ. എല്ലാരും ഒന്നിച്ചാണ്. കഥയിലെ ആശയത്തിലേക്ക് കുട്ടികൾ അടുക്കുകയാണ്. ഈ കുമ്മാട്ടി ഏത് കാലത്താ നാട്ടിലേക്ക് വരുന്നത്? വസന്ത കാലത്ത്. വസന്ത കാലത്തിന്റെ പ്രത്യേകതയെന്താ? ചെടീമ്മലെല്ലം പൂക്കള് വിടരും. എല്ലാടേ നല്ല രസോണ്ടാവും. അതെ മഴയൊക്കെ മാറി, ആകാശോക്കെ തെളിഞ്ഞ്, ചെടികളിലും, മരങ്ങളിലും നിറയെ പൂക്കൾ വിടർന്ന് പ്രകൃതിയിലെ എല്ലാ ജീവജാലങ്ങളും സന്തോഷിക്കുന്ന കാലം. അങ്ങെനെ തന്റെ കൂട്ടുകാരെല്ലാം സന്തോഷത്തോടെ പറന്നു നടക്കുന്ന സമയത്ത് നമ്മുടെ തത്തയെ കുട്ടി എന്താണ് ചെയ്തത്? കൂട്ടിലടച്ചു. ഇതു കണ്ടപ്പോ ജീവികളെയെല്ലാം സന്തോഷിപ്പിക്കാനെത്തിയ വസന്തത്തിന് സഹിക്കാൻ പറ്റിയോ? ഇല്ല മാഷേ. അപ്പോൾ വസന്തം എന്തു ചെയ്തു? കുമ്മാട്ടീന്റെ രൂപത്തിൽ വന്നത് ആരായിരിക്കും? വസന്തം കുമ്മാട്ടിയായി വന്നു. കുട്ടീനെ നായാക്കി മാറ്റി അല്ലെ മാഷേ. പിന്നെ എപ്പോഴാ അവനെ വീണ്ടും കുട്ടിയാക്കി മാറ്റിയെ? ഓന് നായായി പായേ കെടന്നേരം തത്തേനെ കൂട്ടിലിട്ടത് തെറ്റാന്ന് മനസ്സിലായി.

പിന്നേം വസന്തകാലം വന്നപ്പോ കുമ്മാട്ടി വന്നിറ്റ് ഓനെ കുട്ടിയാക്കി. ഈ കഥ നമ്മെ എന്തെങ്കിലും പഠിപ്പിക്കുന്നുണ്ടോ? മറ്റ് ജീവകളെ ഒന്നും ചെയ്യാൻ പാടില്ലാന്നല്ലെ മാഷേ. സിനിമ പങ്കുവച്ച ആശയം കുട്ടികൾ അതേ അർഥത്തിൽ ഉൾക്കൊണ്ടിരിക്കുന്നു. മാഷിന് വലിയ സന്തോഷം തോന്നി. ഗോപിച്ചേട്ടൻ സിനിമയ്ക്ക് ക്ഷണിച്ചു കൊണ്ട് പറഞ്ഞ കാര്യം വളരെ പ്രയോജനകരമായി തീർന്നിരിക്കുന്നു. മാഷെ മീനിനെ പിടിച്ച് കുപ്പീലിടുന്നതും അപ്പൊ ശരിയല്ലാലോ? സുധീർ അന്ന് വരാലിനെ കുപ്പിയിലാക്കാൻ പറഞ്ഞ കാര്യം ഓർത്താണ് ചോദിക്കുന്നത്. അതും പ്രകൃതിക്ക് ഇഷ്ടപ്പെടൂല്ലാലോ മാഷേ. മറുപടി കുട്ടികളിൽ നിന്നു തന്നെയാണ്. മാഷെ എന്നിറ്റ് വെള്ളം വറ്റുന്നേരത്ത് നമ്മള് പോയേരം മീനിനെയെല്ലം കൊച്ച പിടിച്ചിറ്റ് തിന്ന്ന്നെല്ലേനൊ. അത് പ്രകൃതിക്ക് ഇഷ്ടാരിക്ക്യോ? ലീനയുടെ ചോദ്യമാണ്. അവളെ അനുകൂലിച്ച മറ്റുള്ളവരുമുണ്ട്. വളരെ പ്രസക്തമായ ചോദ്യമാണ് കുട്ടികൾ ഉയർത്തിയിരിക്കുന്നത്. ശാസ്ത്ര പഠനത്തിന്റെ ഭാഗമായി രണ്ടാമത് വയൽ സന്ദർശിച്ചപ്പോൾ അവർ നേരിട്ട് നിരീക്ഷിച്ച കാര്യമാണ്.

വറ്റിക്കൊണ്ടിരിക്കുന്ന കുളത്തിൽ നിന്നും ദേശാടന കൊക്കുകളട ക്കം മത്സ്യങ്ങളെ മത്സരിച്ച് കൊത്തിത്തിന്നുകയായിരുന്നു. അങ്ങനെ മറ്റൊരു ജീവിയെ തിന്നുന്നത് പ്രകൃതിക്ക് ഇഷ്ടപ്പെട്ടുമോ എന്ന ചോദ്യമാണ് ഉയർന്നിരിക്കുന്നത്. തീർത്തും ന്യായയുക്തമായ ചോദ്യം. അത്ര നേരവും പ്രകൃതിയുടെ മാഹാത്മ്യം ഉൾക്കൊണ്ട കുട്ടികളുടെ മുന്നിൽ ഇതിനെങ്ങനെ വിശദീകരണം നൽകണം. മാഷ് ശരിക്കും ഒന്നു കുഴങ്ങി. നമ്മളും മീനിനെ അടക്കം പല ജീവികളേയും തിന്നുന്നില്ലേ. അത് എന്തിന് വേണ്ടിയാ? അത് നമ്മളെ ഭക്ഷണം അല്ലേ മാഷെ. അതു തന്നെ. അപ്പൊ കൊക്കിന്റെ ഭക്ഷണം എന്താണ്? മീന്. അപ്പൊ കൊക്ക് അതിന്റെ ഭക്ഷണമായ മീനിനെ പിടിക്കുന്നതിൽ പ്രകൃതിക്ക് സങ്കടം ഉണ്ടാകുമോ? കുട്ടികൾക്ക് പെട്ടന്നങ്ങോട്ട് ഉൾക്കൊള്ളാനാവു ന്നില്ല. പ്രകൃതി ഓരോ ജീവികൾക്കും അതാതിന്റേതായ ഭക്ഷണ രീതി നിശ്ചയിച്ചിട്ടുണ്ട്. ചിലത് സസ്യാഹാരം മാത്രം കഴിക്കുന്നു. ചിലത് സസ്യവും മാംസവും കഴിക്കുന്നു, ചിലവ മാംസം മാത്രം കഴിക്കുന്നു. അങ്ങനെ ഓരോ ജീവിയും അവയ്ക്ക് നിശ്ചയിച്ച ആഹാരം കഴിക്കുന്ന തിനെ പ്രകൃതിക്ക് വിലക്കാൻ പറ്റുമോ? ആഹാരത്തിനല്ലാതെ വെറുതെ കൊല്ലുന്നത് പ്രകൃതി സഹിക്കില്ല.

കുട്ടികൾക്ക് ഒരു വിധം കാര്യങ്ങൾ ബോധ്യപ്പെട്ടെന്നു തോന്നുന്നു. അന്നേരം മാഷെ വെള്ളം വറ്റീറ്റ് മീനെല്ലം ചത്തുപോന്നേരം അതിന കുപ്പിലാക്ക്യാലെന്താ? സുധീറിന് മീനിനെ കുപ്പിയിലാക്കാൻ കഴിയാ ത്തതിൽ വലിയ വിഷമം ഉണ്ടെന്നു തോന്നുന്നു. കുപ്പീലാക്ക്യാ അതിന കുട്ടിലിടുന്നത് പോല്യല്ലെ മാഷേ. രാജുവാണ്. ചത്തുപോന്നോണ്ടല്ലേ നമ്മള് കുപ്പീലാക്ക്ന്നെ. അതിനെ ശരിക്കും രക്ഷിക്ക്ന്നല്ലേ. ശക്തമായ ന്യായവാദവുമായി സുധീർ രാജുവിനെ നേരിട്ടിരിക്കുന്നു. ഒരു കഥ കുട്ടി കളിൽ വ്യത്യസ്ത ചിന്തകൾ ഉണർത്തി വിട്ടിരിക്കയാണ്. അതങ്ങിനെ തുടരട്ടെ. അതിന്റെ യുക്തിസഹമായ ഉത്തരവും അവർ തന്നെ കണ്ടെ ത്തിക്കോളും. നിങ്ങള് നല്ല മിടുക്കരായ കുട്ടികളാ, അതിന്റെ ഉത്തരോ ക്കെ കുടുതൽ ആലോചിച്ചാൽ നിങ്ങൾക്കു തന്നെ മനസ്സിലാകും. മാഷ് സംതൃപ്തിയോടെ കസാരയിൽ ചെന്നിരുന്നു.

40

മാഷെ സിനിമ രസകരമായി കണ്ടിരുന്നു എന്നല്ലാതെ അതിൽ ഇങ്ങനെയുള്ള സന്ദേശങ്ങളുള്ളതായി ഞാൻ ശ്രദ്ധിച്ചിരുന്നില്ല. ക്ലാസിൽ നടന്ന ചർച്ചയെ കുറിച്ച് കേട്ടപ്പോൾ ഗോപിച്ചേട്ടന്റെ പ്രതികരണം. അപ്പോൾ ഞാൻ പറഞ്ഞതുപോലെ സിനിമ മാഷക്കും, കുട്ടികൾക്കും ഉപകാരപ്പെട്ടല്ലോ. അതേ ഗോപിച്ചേട്ട കുട്ടികളിൽ പ്രകൃതി സ്നേഹം വളർത്തുന്നതിൽ സിനിമ നല്ല നിലയിൽ പ്രയോജനപ്പെടുന്നുണ്ട്. മാഷെ അന്ധവിശ്വാസങ്ങൾക്കെതിരേയും സൂചനകൾ ഉണ്ടായില്ലേ. മന്ത്രവാദം ചെയ്തിട്ടും, നേർച്ചകൾ നേർന്നിട്ടും, കാവിലെ തെയ്യത്തിന്റെ അനുഗ്രഹം കൊണ്ടും കുട്ടിയെ തിരികെ കിട്ടിയില്ല. അവസാനം പ്രകൃതി തന്നെ വേണ്ടി വന്നു കുട്ടിയെ തിരിയെ കിട്ടാൻ എന്നത് നല്ലൊരു സന്ദേശമല്ലേ. അതും നല്ലൊരു സൂചനതന്നെയാണ്. കുട്ടികളോട് പറയുമ്പോൾ അക്കാര്യം ശ്രദ്ധിച്ചിരുന്നില്ലാ എന്നത് പോരായ്മയായി മാഷിന് തോന്നി.

മാഷെ സിനിമ കണ്ടിരുന്നപ്പോൾ എന്റെ മനസ്സിൽ ഞാൻ പണ്ട് താമസിച്ചിരുന്ന ഒരു ഗ്രാമമായിരുന്നു. ഒരു മലയോര ഗ്രാമം. പുലരിയിൽ മലമുകളിൽ നിന്നും സൂര്യനുദിച്ചുയരുന്ന ആ ദൃശ്യം മനസ്സിലിപ്പോഴും ഉണ്ട്. അതോടൊപ്പം വലിയൊരു സങ്കടവും. എന്റെ അനുജൻ ജോലി ചെയ്തിരുന്ന ഗ്രാമം. അവിടുത്തെ സ്റ്റേഷനിലെ സബ്ബ് ഇൻസ്പെക്ടർ ആയിരുന്നു. ലീവിനു വന്നപ്പോൾ രണ്ട് ദിവസം അവന്റടുത്ത് താമസിക്കാൻ പോയതായിരുന്നു. എന്റെ അച്ഛന് മൂത്ത രണ്ട് ആൺമക്കളേയും രാജ്യരക്ഷയ്ക്ക് അയക്കണമെന്നായിരുന്നു ആഗ്രഹം. ഞാൻ പട്ടാളക്കാരനായി. അവന് കേരളാ പോലീസിലാണ് അവസരം ലഭിച്ചത്. സമർഥനായ ഒരു ഓഫീസറായിരുന്നു. തെളിയിക്കാൻ പറ്റാതിരുന്ന പല കേസുകളും അവന്റെ നേതൃത്വത്തിൽ തെളിയിച്ചിട്ടുണ്ട്. ആളുകൾക്കൊക്കെ

പ്രിയപ്പെട്ടവനായിരുന്നു. ഞാൻ രണ്ട് ദിവസം അവിടെ താമസിച്ച് മടങ്ങി. ലീവ് കഴിഞ്ഞ് തിരിച്ചുപോയി. രണ്ടാഴ്ച കഴിഞ്ഞാണ് വിവരം വരുന്നത്. നക്സലൈറ്റുകൾ സ്റ്റേഷനാക്രമിച്ചു. ബോംബേറിൽ അവന്റെ ഒരു കാലിന് പരിക്കേറ്റു. നക്സലൈറ്റുകളുടെ ഉന്മൂലത്തിന്റെ ഇര. പാവപ്പെട്ടവരെ രക്ഷിക്കാനെന്നും പറഞ്ഞ് ഭീകരാക്രമണം. തെറ്റായ ആശയങ്ങളാൽ മോഹിതരായി വഴി തെറ്റിപ്പോയവർ. അനേകം നിരപരാധികളുടേയും, അതോടൊപ്പം തങ്ങളുടെ തന്നേയും ജീവിതം നശിപ്പിച്ചവർ. അക്കൂട്ടത്തിൽ എന്റെ അനുജന്റെ സ്വപ്നവും തകർക്കപ്പെട്ടു. പരിക്കേറ്റ കാൽ മുറിച്ചുനീക്കേണ്ടി വന്നു.

പക്ഷേ അവൻ തളർന്നില്ല. സുഖം പ്രാപിച്ചപ്പോൾ അധ്യാപക പരിശീലനത്തിന് പോയി. ഇപ്പോൾ ഹൈസ്കൂൾ അധ്യാപകനായി ജോലി ചെയ്യുകയാണ്. അന്ന് അവന്റെ കൂടെ ആ ഗ്രാമത്തിന്റെ പ്രകൃതി ഭംഗി നുകർന്നു കൊണ്ട് ചുറ്റിക്കറങ്ങിയ നിമിഷങ്ങളായിരുന്നു സിനിമ കണ്ടിരുന്നപ്പോൾ എന്റെ മനസ്സിൽ മുഴുവൻ. നക്സലൈറ്റുകളുടെ പ്രവർത്തനത്തെ പറ്റി അന്നും സൂചിപ്പിച്ചിരുന്നു. സംഘടിത പ്രക്ഷോഭങ്ങൾക്ക് പകരം ചൂഷകരായ വ്യക്തികളെ കൊലപ്പെടുത്തിയാൽ പാവങ്ങൾക്ക് മോചനമുണ്ടാകുമെന്ന് ദിവാസ്വപ്നം കണ്ടവർ. അവരെ കണ്ടെത്തി പിൻതിരിപ്പിക്കണമെന്ന് അവൻ വളരെ ആഗ്രഹിച്ചിരുന്നു. പക്ഷേ നടന്നില്ല. അവനേയും കൂട്ടുകാരേയും അവർ ചൂഷകരുടെ പട്ടികയിൽ പെടുത്തി ആക്രമിച്ചു. കേരളത്തിലിപ്പോൾ ഇല്ലെങ്കിലും ഇന്ത്യയുടെ പല ഭാഗങ്ങളിലും പാവപ്പെട്ട ഗ്രാമീണർക്കും, സുരക്ഷാ ഭടൻമാർക്കും ഒരുപോലെ ഭീഷണി സൃഷ്ടിച്ചു കൊണ്ട് അവർ ഭീകര പ്രവർത്തനം തുടരുകയാണ്. ചൂഷകരുടെ ഒരു രോമംപോലും തൊടാൻ അവരെ കൊണ്ട് പറ്റുന്നുമില്ല. പാവങ്ങൾക്ക് എന്തെങ്കിലും ആശ്വാസം എത്തിച്ചുകൊടുക്കുന്നതായി കാണുന്നുമില്ല. അക്കണക്കിന് ഇവിടുത്തെ ചെറുപ്പക്കാരാണ് മാഷെ ശരിയായ വിപ്ലവകാരികൾ.

ഇവിടുത്തെ എത്ര പാവപ്പെട്ട കുടുംബങ്ങൾക്കാ അവരെകൊണ്ട് ആശ്വാസം കിട്ടിയിരിക്കുന്നത്. ഒറ്റ രാത്രിയിലെ ചെറിയ ഒരു ഓപ്പറേഷൻ. അത്രമാത്രം. ഇപ്പോ ചൂഷകരും കാര്യങ്ങൾ തിരിച്ചറിഞ്ഞ്, തെറ്റ് തിരുത്തി നാടിന്റെ നന്മക്കായി ഒത്തുചേർന്നിരിക്കുന്നു. പണ്ട് കയ്യൂരും, കരിവെള്ളൂരുമൊക്കെ കൃഷിക്കാർ സംഘടിതരായി അവകാശങ്ങൾ നേടിയെടുത്തപ്പോൾ അതിനെയൊക്കെ ചിലർ ഭീകരാക്രമണമായി പ്രചരിപ്പിച്ചിരുന്നു. മനുഷ്യരെ പോലെ ജീവിക്കണമെങ്കിൽ അത്തരം സംഘടിത സമരങ്ങളാണ് വേണ്ടതെന്ന് ഇപ്പോൾ ഇവിടുത്ത്കാർക്ക് അനുഭവത്തിലൂടെ ബോധ്യമായിരിക്കയാണ്. മാഷെ കണ്ണാട്ടുനൊന്നും

വിഷമമുണ്ടാവരുതെന്ന് കരുതി പുറത്ത് പറയാതിരുന്നതാണ്. നല്ല ഒരു ആസൂത്രണമായിരുന്നു നടത്തിയിരുന്നത്. അച്ചും സെറ്റും വീടുകളിൽ കയറി സ്ത്രീകളെ തെറി പറഞ്ഞതറിഞ്ഞപ്പോൾ തന്നെ ചെറുപ്പക്കാർ നേരിടാൻ തീരുമാനിച്ചതാണ്. തെറിയുമായി രാമൻ മാസ്റ്ററുടെ നേരെ വന്നപ്പോൾ ഉറപ്പിച്ചു. നേരിടുമ്പോൾ തീർച്ചയായും അവർ കത്തി പ്ര യോഗിക്കുമെന്നറിയാമായിരുന്നു. അതിനെ നേരിടാനാണ് മട്ടൽ പ്രയോഗം പരിശീലിപ്പിച്ചത്. നീളമുള്ള മട്ടലാവുമ്പോൾ കത്തിയുമായി അടുത്തെത്തുന്നതിനു മുമ്പേ തിരിച്ചടി കൊടുക്കാം. അതിനുള്ള കൃത്യമായ പരിശീലനമാണ് നൽകിയത്. അടിയേറ്റവന് ഉള്ളിൽ വലിയ പരിക്കും ഉണ്ടാവില്ല. ആ ചെറുപ്പക്കാർ വളരെ ഉഷാറാണ്.

അവർ അത് കൃത്യമായി നടപ്പാക്കി. അപ്പുറത്തെ കടപ്പുറത്ത് നിന്നും നിർദ്ദേശം വന്നപ്പോൾ അവർ പുറപ്പെടുകയായിരുന്നു. ഗോപി ച്ചേട്ടന്റെ വിവരണം കേട്ട് മാഷ് ശരിക്കും അത്ഭുതപ്പെട്ടു പോയി. അന്ന് കണ്ണൻ മാഷിന്റെ വീടിന് കാവൽ നിന്ന കാര്യമൊക്കെ പറഞ്ഞിരുന്നു. ഇത്തരം ഒരു ആസൂത്രണത്തിന്റേയും പരിശീലനത്തിന്റേയും പിന്നിൽ പ്രവർത്തിച്ച കാര്യം ഇപ്പോഴാണ് പുറത്തു വിടുന്നത്. ശരിക്കും പട്ടാള സ്റ്റൈലിൽ തന്നെ. ഗോപിച്ചേട്ടന് ഒര് സല്യൂട്ട് നൽകണമെന്ന് മാഷിന് തോന്നിപ്പോയി. പെട്ടെന്നൊരു ചിന്ത മാഷിൽ കടന്നു വന്നു. പോക്കറുടെ രഹസ്യത്തിന്റെ കാര്യം ഗോപിച്ചേട്ടനോട് പറയാം. അതറിയാൻ തീർ ച്ചയായും എന്തെങ്കിലും വഴി പട്ടാള രീതിയിൽ തന്നെ കണ്ടെത്തും.

ഗോപിച്ചേട്ടനറിഞ്ഞിരുന്നോ, പാത്തുത്താന്റെ വീരാനിക്കയും അബ്ദുവുമായി ബന്ധപ്പെട്ട കാര്യമായ എന്തോ ഒരു രഹസ്യം പോക്കർ ക്കറിയാം. അന്ന് അടികൊണ്ട് ചെന്നവരോടെല്ലാം ഇറങ്ങി പൊയ്ക്കൊ ള്ളാൻ പറഞ്ഞപ്പോൾ ആ രഹസ്യം പറഞ്ഞ് പേടിപ്പിച്ചാണ് പോക്കർ അബ്ദുവിൽ നിന്നും ചികിത്സക്കുള്ള ചെലവ് വാങ്ങിച്ചെടുത്തത്. അപ്പോ കാര്യമായ എന്തോ രഹസ്യമായിരിക്കണം. സാബു ശ്രമിച്ചു നോക്കി യിട്ടൊന്നും പോക്കർ പറയാൻ കൂട്ടാക്കുന്നില്ല. അത് വച്ച് അബ്ദുവിൽ നിന്നും കാശ് പിടുങ്ങാനുള്ള പരിപാടിയാണ്. ഗോപിച്ചേട്ടൻ വിചാരി ച്ചാൽ അവനിൽ നിന്നും ആ രഹസ്യം ചോർത്താൻ പറ്റുമോ? ഞാനിത് വരെ അറിഞ്ഞില്ലല്ലോ? മാഷക്കിതെവിടുന്ന് കിട്ടി. മൊയ്തുക്കായുടെ കടയിൽ നിന്നും തൊഴിലാളികൾ തമ്മിലുള്ള സംസാരത്തിൽ നിന്ന് മനസ്സിലായതാണ്. അത് പോലെ റസാഖിന്റെ ഉപ്പ പോയ്ക്കളഞ്ഞതിന് പിന്നിലും എന്തൊക്കെയോ പ്രശ്നങ്ങളുണ്ടെന്ന് പാത്തുത്താത്തയുടെ സംസാരത്തിൽ നിന്നും മനസ്സിലായിട്ടുണ്ട്. രണ്ടും ചേർത്തുവയ്ക്കുമ്പോൾ എന്തൊക്കെയോ ദുരൂഹതകൾ ഉള്ളതു പോലെ. അങ്ങനെ അബ്ദു

പേടിക്കുന്ന രഹസ്യമാണെങ്കിൽ കാര്യമായി എന്തോ ഉണ്ട്. ആ പോക്കർ ഒരു മൊരടനാണ്. സൂത്രം ഉപയോഗിച്ചാലേ കാര്യം നടക്കു. പ്രത്യേകിച്ചും കാശ് അടിച്ചുമാറ്റുന്ന പ്രശ്നമായത് കൊണ്ട് ഭീഷണിയൊന്നും വിലപ്പോവില്ല. നല്ല തന്ത്രം പ്രയോഗിക്കണം. അയാളുമായിട്ട് എനിക്കത്ര അടുപ്പമില്ല. അവന്റെ സ്വഭാവമറിയുന്ന ആരും അടുക്കാൻ നിൽക്കില്ല. പക്ഷേ ഇക്കാര്യത്തിൽ എങ്ങനെയെങ്കിലും അടുത്തു കൂടിയേ പറ്റൂ. ഏതായാലും ഞാനൊന്നാലോചിക്കട്ടെ. ഇതങ്ങനെ വെറുതെ വിട്ടാൽ പറ്റില്ല. വീരാനിക്ക തിരയിൽപ്പെട്ട് മരിച്ചു എന്നാ ഇവിടുത്തുകാരുടെയെല്ലാം വിശ്വാസം. ഈ വിവരം കേട്ടപ്പോൾ മാഷ് പറഞ്ഞതുപോലെ എന്തോ ദുരൂഹത മണക്കുന്നുണ്ട്. തീർച്ചയായും ഇനി ഇതറിഞ്ഞിട്ട് ബാക്കി കാര്യം. സാബു ചോദിച്ചപ്പോ അവനെന്താ പറഞ്ഞെ.

വീരാനുമായി ബന്ധപ്പെട്ട രഹസ്യമാണെന്ന് ഉറപ്പായിട്ടുണ്ട്. പക്ഷേ എന്താണെന്ന് പറയുന്നില്ല. അപ്പൊ എന്തോ കാര്യമായിട്ടുണ്ട്. ഉറപ്പാണ്. ഞാനൊന്ന് ദിവാകരനുമായി സംസാരിച്ചു നോക്കട്ടെ. അവന്റടുത്ത് തീർച്ചയായും എന്തെങ്കിലും പോലീസ് മുറയുണ്ടാവും. ദിവാകരൻ അനുജനാണ്. കുറച്ച് ദൂരെ, ജോലി ചെയ്യുന്ന സ്കൂളിനടുത്താണ് കുടുംബസമേതം താമസം. സൗകര്യം നോക്കി ഒരു ദിവസം പോകാം. അവന്റടുത്ത് തീർച്ചയായും എന്തെങ്കിലും അടവുകൾ കാണും. ഗോപിച്ചേട്ടൻ ആത്മവിശ്വാസത്തോടെ പറഞ്ഞു. ആ അബു ചെയ്ത് കൂട്ടിയതിനെല്ലാം അവന് കിട്ടിത്തുടങ്ങിയിട്ടുണ്ട്. ഇത് കൂടി പുറത്തു വന്നാൽ എല്ലാം തീരും.

41

സസ്യ വൈവിധ്യങ്ങൾ - വൻ മരങ്ങൾ കുറ്റിച്ചെടികൾ, വള്ളികൾ, പുല്ല് വർഗങ്ങൾ. ഇത് നിരീക്ഷിച്ച് പഠിക്കണം. ദൂരെയെങ്ങും പോകണ്ട. വിശദമായ പഠനത്തിന് പറ്റിയ സ്ഥലം അടുത്ത് തന്നെ യുണ്ട്. പള്ളിക്കാട്. രേവതി ടീച്ചറോട് പറയാം. മാഷേ എനിക്കൊരു പ്രശ്നവുമില്ല. ആ ഭാഗത്തോട് പേടിയുള്ള കുട്ടികളും രക്ഷിതാക്കളുമുണ്ട്. അങ്ങോട്ട് കൊണ്ടുപോയി ഏതെങ്കിലും ഒരു കുട്ടിക്ക് വല്ല പേടിയോ മറ്റോ വന്നാൽ അതൊരു പ്രശ്നമാക്കിയെടുക്കാൻ തല്പരകക്ഷികളുണ്ടാവും. അതിനിട കൊടുക്കണോ? വിവരം പറഞ്ഞപ്പോൾ ടീച്ചറുടെ പ്രതികരണം. പറഞ്ഞത് ശരിയാണ്. പ്രേതകഥയുടെ പൊള്ളത്തരമൊക്കെ കുട്ടികൾ മനസ്സിലാക്കിയിട്ടുണ്ടെങ്കിലും ഉള്ളിന്റെയുള്ളിൽ ചെറുപ്പത്തിലേ അടിഞ്ഞുകൂടിയ വിശ്വാസത്തിന്റേതായ അംശങ്ങൾ കാണും.

രക്ഷിതാക്കളിൽ പലരും നല്ല വിശ്വാസികളുമാണ്. ആ നിലയ്ക്ക് കൊണ്ടുപോകുമ്പോൾ സൂക്ഷിക്കണം. തല്ക്കാലം ഒരു റിസ്കിന് നിൽക്കണ്ട. റൂമിലെത്തി അതിനെ കുറിച്ച് തന്നെ ആലോചിച്ചു കൊണ്ടിരിക്കുമ്പോഴാണ് ഗോപിച്ചേട്ടന്റെ വരവ്. പതിവില്ലാത്ത ഒരു ഗൗരവം മുഖത്തുണ്ട്. 'മാഷേ' എന്ന വിളിയിലും ആ മാറ്റം ഉണ്ട്. നിങ്ങള് പള്ളിക്കാട്ടിൽ കുട്ടികളെ കൊണ്ടു പോകുന്ന കാര്യം ടീച്ചറുമായി സംസാരിച്ചിരുന്നു അല്ലേ. നല്ല ഗൗരവത്തിൽ തന്നെയാണ് ചോദ്യവും. ടീച്ചറോട് ചോദിച്ചത് ചേട്ടനിഷ്ടപ്പെട്ടില്ലെന്നു തോന്നുന്നു. വേണ്ടാന്ന് വച്ചിരിക്കയാ അല്ലേ?' അത് പിന്നെ ഗോപിച്ചേട്ടാ... മാഷിങ്ങോട്ടൊന്നും പറയണ്ട. കുട്ടികളിൽ പഠനത്തിലൂടെ വ്യത്യസ്ഥ ചിന്തകളൊക്കെ സൃഷ്ടിക്കണമെന്ന് പറയുന്ന നിങ്ങളൊക്കെ വെറും അന്ധവിശ്വാസത്തിന്റെ മറപിടിച്ച് കുട്ടികൾക്കുള്ള നല്ലൊരു പഠനാവസരം നിഷേധിക്കുകയാണ് അല്ലേ? സംസാരം പട്ടാള സ്റ്റൈലിൽ തന്നെയാണ്. മാഷക്ക് കാര്യം പിടികിട്ടി. മാഷെ

നിങ്ങളൊന്നുകൊണ്ടും പേടിക്കണ്ട. എന്തു പ്രശ്നം വന്നാലും ഞങ്ങളുണ്ട്. പ്രശ്നമുണ്ടാക്കുന്നവരെ ഞങ്ങൾ കൈകാര്യം ചെയ്തു കൊള്ളും. ഞങ്ങൾ എന്ന് പറഞ്ഞത് ആരെ കൊണ്ടാണെന്ന് മനസ്സിലാവുന്നില്ല. ഇത്തരം വിശ്വാസങ്ങളുടെ പേരിൽ മനുഷ്യരെ കൊല്ലാൻ പോലും മടിക്കാത്ത രണ്ടെണ്ണം ഈ പ്രദേശത്തിന് ശാപമായുണ്ട്. ആളുകളെ കാര്യങ്ങൾ പറഞ്ഞു മനസ്സിലാക്കാൻ രാമൻ മാസ്റ്ററുടെ നേതൃത്വത്തിൽ ശ്രമിച്ചുകൊണ്ടിരിക്കയാണ്. ഈ ശ്മശാനവുമായി ബന്ധപ്പെട്ട് തത്പര കക്ഷികൾ പ്രചരിപ്പിക്കുന്ന കഥകൾ കണാരനും, മൂസയും നന്നായി മുതലാക്കുന്നുണ്ട്. അതിനെ തടയാൻ മാഷ് നിർദേശിച്ചതു പോലെ കുട്ടികൾക്ക് നിരീക്ഷിച്ച് പഠിക്കാൻ അവസരം കൊടുക്കണം.

കഥകൾ പറഞ്ഞു കൊടുത്തതു കൊണ്ട് മാത്രം കാര്യമായില്ല. അത്കൊണ്ട് തീർച്ചയായും കുട്ടികളെ കൊണ്ട് വരിക തന്നെ ചെയ്യണം. രോഗി ഇച്ഛിച്ചതും പാല് വൈദ്യൻ കല്പിച്ചതും പാല് എന്ന് പറഞ്ഞതു പോലെ മാഷക്ക് തോന്നി. ഇനി മടിച്ചു നിൽക്കേണ്ട കാര്യമില്ല. ഞങ്ങൾ എന്നു പറഞ്ഞത് രാമൻ മാഷേയും സംഘത്തേയും കുറിച്ചാണെന്ന് മനസ്സിലായി. അപ്പോൾ ഗോപിച്ചേട്ടനും അതിലൊരു സജീവാംഗം ആണെന്നു തോന്നുന്നു. അന്ന് മാമ്പഴം കവിതയെക്കുറിച്ച് ചർച്ച ചെയ്യുമ്പോൾ കുട്ടികളിൽ പുതിയ ചിന്തകൾ രൂപപ്പെടുത്തേണ്ടത് വിദ്യാഭ്യാസത്തിന്റെ ധർമ്മമാണെന്ന് തിരിച്ചറിഞ്ഞ ആളിന്റെ ശക്തമായ ഒരു പ്രതികരണമായി ഇതിനെ പറ്റിയും മാഷിന് തോന്നി.

പള്ളിക്കാട് സന്ദർശനത്തിനായി കുട്ടികൾ പുറപ്പെടുകയാണ്. രേവതി ടീച്ചർക്ക് പുറമെ ഇന്ന് രാമൻ മാഷും കൂടെയുണ്ട്. വഴിക്ക് വച്ച് ഗോപിച്ചേട്ടനും കൂട്ടും. യാത്ര പുറപ്പെടുന്നതിന്റെ മുന്നോടിയായി രാമൻ മാസ്റ്റർ കുട്ടികളുമായി സംസാരിക്കയാണ്. നിങ്ങൾക്ക് പള്ളിക്കാടിനടുത്തേക്ക് പോകാൻ പേടിയുണ്ടോ? പേടിയുള്ളവർ കൈ പൊക്കുക. കുറച്ചു പേർ കൈ പൊക്കിയിട്ടുണ്ട്. എന്തിനെയാണ് നിങ്ങൾ പേടിക്കുന്നത്? നിങ്ങളെ മാഷ് രാത്രി ഒറ്റയ്ക്ക് അവിടെയാണ് താമസിക്കുന്നത്. എന്നിട്ട് മാഷക്ക് എന്തെങ്കിലും പ്രശ്നമുണ്ടോ? അത് മരിച്ച ആള കുഴിച്ചിടുന്ന സ്ഥലല്ലേ മാഷേ. കുട്ടികളുടെ ചോദ്യമാണ്. മരിച്ച ആളിനെ എന്തിനാണ് പേടിക്കുന്നത്. അവർ നമ്മളെ ഉപദ്രവിക്കുമോ?മരിച്ചാലല്ലെ പ്രേതായിറ്റല്ലം വര്വാ. നിങ്ങള് കാക്കയും, പൂച്ചയും ഒക്കെ ചത്തു കിടക്കുന്നത് കണ്ടിട്ടുണ്ടോ? ഉണ്ട് മാഷെ. നമ്മളതിനെ കുഴിച്ചുമൂടിയില്ലെങ്കിൽ എന്താണ് സംഭവിക്കുക? ചീഞ്ഞിറ്റ് നാറും. കുറച്ചു ദിവസങ്ങൾ കഴിഞ്ഞാലോ? പുഴ എല്ലം വന്നിറ്റ് മണ്ണായി പോവും. പിന്നെ അത് പൂച്ചയും, കാക്കയും ഒക്കെയായി മാറുമോ? ഇല്ല. മരിച്ച്

കഴിഞ്ഞ മനുഷ്യനും മണ്ണിനടിയിലെത്തിയാൽ എന്താണ് സംഭവിക്കുക? പൂച്ചയേയും, കാക്കയേയും പോലെ ദ്രവിച്ച് മണ്ണിനോട് ചേരില്ലെ. ചേരും ചേരും. പിന്നെ ആ മണ്ണാണോ പ്രേതമായി വരുന്നത്. ചിലര് മരിച്ച കഴിഞ്ഞാൽ കത്തിച്ചു കളയും. പിന്നെ ആ വെണ്ണീരിൽ നിന്നാണോ പ്രേതം വരിക. ഇനി നിങ്ങൾ തന്നെ പറ പ്രേതം എന്നത് ഉള്ളതാണോ അതോ കള്ളക്കഥയോ. അപ്പോ കള്ളക്കഥയാ അല്ലെ മാഷെ. കുട്ടികൾക്ക് ബോധ്യമായിരിക്കുന്നു. ഇനി പ്രേതങ്ങളെ കൊണ്ട് ഉപകാരമുള്ള ചിലരുണ്ട്. അതാരാണെന്നറിയാമോ? ആരാ മാഷേ? ബാധകൂടി ഒയിപ്പിക്കണം എന്നൊക്കെ പറഞ്ഞ് ചിലരുടെ അടുത്തൊക്കെ പോകുന്നത് കേട്ടിട്ടില്ലേ.? മന്ത്രവാദിം, മൊയ്ലാറും അല്ലെ മാഷേ. എന്നിറ്റ് ഓറ് മേല് കൂടിയ പ്രേതത്തിനേ മന്ത്രം കൊണ്ടല്ലം ഒയിപ്പിക്ക്ന്ന്ണ്ടല്ലോ മാഷെ അതെങ്ങനെയാ? അതില്ലെ മാഷെ നമ്മള് പ്രേതം ഉണ്ടെന്ന് വിചാരിച്ചിറ്റ് രാത്രി ഒറ്റെക്ക് നടക്ക്മ്മം നിഴലിന കണ്ട് പേടിക്കും. മേല് പ്രേതം കൂടീന്ന് വിചാരിക്കും, എന്നിറ്റ് മന്ത്രവാദി ഊശ്ശുന്ന് പറേമ്മം പ്രേതം പോയീന്നും വിചാരിക്കും. മറുപടി സുധീറിന്റെ വകയാണ്. മാഷ് പ്രേതത്തിന കണ്ട കഥ ഇന്നാള് ഞങ്ങക്ക് പറഞ്ഞ് തന്നിന്. അപ്പോ മാഷ് ചർച്ച മുന്നേ തുടങ്ങിക്കഴിഞ്ഞിട്ടുണ്ട് അല്ലേ നന്നായി. കുറച്ച് പേരെങ്കിലും കാര്യങ്ങൾ മനസ്സിലാക്കിയല്ലോ. മാഷേ ഇത് തുടരുക തന്നെ വേണം. രാമൻ മാഷ് ഒരു പ്രോത്സാഹനമെന്നത് പോലെ പ്രതികരിച്ചു. അപ്പോ ജീവികൾ മനുഷ്യനടക്കം ചത്തുകഴിഞ്ഞാൽ മണ്ണിനോട് ചേരും. പ്രേതവും, ഭൂതവും ഒക്കെ മന്ത്രവാദികൾക്കും, തങ്ങൻമാർക്കും കാശുണ്ടാക്കാനുള്ള കെട്ടുകഥകൾ മാത്രം.

ഇനി പള്ളിക്കാടിനടുത്ത് പോകാൻ പേടിയുള്ളവരുണ്ടോ? ആരുമില്ല. പിന്നെ അവിടെ ചെന്നാ എല്ലാരും ഒച്ചയും അനക്കവുമില്ലാതെ നിൽക്കണം. അതെന്താ മാഷേ. നിങ്ങള ഒച്ച കേൾക്കുമ്പഴാ പ്രേതങ്ങൾ വരിക. പ്രേതോ അതിന് പ്രേതം ഇല്ലാത്തതല്ലേ മാഷേ എല്ലാരും ഒന്നിച്ചാണ്. ഉറപ്പല്ലേ?ഉറപ്പ്. അതും ഒരുമിച്ചാണ്. എന്നാല് നിങ്ങള് ശബ്ദമുണ്ടാക്കിയാല് നമ്മൾക്ക് നിരീക്ഷിക്കേണ്ട പക്ഷികളും ജീവികളും ഒക്കെ മാറിക്കളയും. അതാണ് ശബ്ദമുണ്ടാക്കരുതെന്ന് പറഞ്ഞത്. ഇപ്പൊ പിടി കിട്ടി. പറഞ്ഞത് പോലെ തന്നെ കുട്ടികൾ നിശ്ശബ്ദരായി ശ്മശാന പരിസരത്ത് എത്തി. വിവിധതരം പക്ഷികളുടെ കളകൂജനങ്ങൾ. അവ ആവേശപൂർവം മരങ്ങളിൽ നിന്നും മരങ്ങളിലേക്ക് പാറി നടക്കുകയാണ്. അണ്ണാൻമാരുടെ കൂട്ടം ചിലച്ചും കൊണ്ട് ചാടി നടക്കുന്നുണ്ട്. മരപ്പൊത്തിൽ നിന്നും മൂങ്ങകൾ എത്തിനോക്കുന്നു.

കരിയിലക്കിളികൾ നിലത്തും കുറ്റിച്ചെടികളിലുമായി ചിക്കിപ്പെറുക്കി നടക്കുന്നു. അവയ്ക്കിടയിലൂടെ ഓലേഞ്ഞാലികൾ അധികാര സ്വരത്തിൽ എന്തൊക്കെയോ ആക്രോശിച്ച പറക്കയാണ്. ഒരു മരത്തിൽ നിറയെ വവ്വാലുകളാണ്. അവ തലകീഴായി തൂങ്ങി നിൽക്കുന്നത് കുട്ടികളെ നന്നായി രസിപ്പിക്കുന്നുണ്ട്. ബുൾബുൾ പക്ഷികളുടെ കൊഞ്ചിപ്പറയലും ആസ്വാദ്യകരമാണ്. പത്തു മിനിട്ടോളം നിശ്ശബ്ദമായി നിരീക്ഷിച്ച ശേഷം രാമൻ മാസ്റ്റർ ചർച്ച ആരംഭിച്ചു. നിങ്ങൾക്കാർക്കെങ്കിലും ഇപ്പോൾ പേടി തോന്നുന്നുണ്ടോ? ഉണ്ടെങ്കിൽ മടിക്കാതെ പറയണം. അപ്പൊ ആർക്കും പേടിയില്ല, ഉറപ്പല്ലേ. പക്ഷികളുടെ പാട്ടും, അണ്ണാന്റെ ചാട്ടവും, വവ്വാലിന്റെ തൂങ്ങിയുള്ള നിൽപ്പും, കാടും എല്ലാ ചേർന്ന് നല്ലൊരു സന്തോഷം തോന്നുന്നുണ്ട് അല്ലേ. എന്നാൽ ഈ കാടിനകത്ത് നിറയെ മരിച്ചവരെ അടക്കം ചെയ്തിട്ടുണ്ട്. അതോർക്കുമ്പോൾ പേടി വരുന്നില്ലേ ?എന്തിനാ മാഷേ പേടിക്ക്ന്നേ ശവേല്ലം മണ്ണില് ചേർന്നിറ്റ്ണ്ടാവൂലേ. അപ്പോ നിങ്ങക്ക് കാര്യങ്ങളെല്ലാം അറിയാം. അതോണ്ട് പേടിയും ഇല്ല. തന്നെ മാഷേ. ഇപ്പോ നമ്മളെല്ലാവരും ഉണ്ട്. എന്നാല് രാത്രി ഒറ്റയ്ക്ക് ഇതിലെ പേടീല്ലാതെ നടക്കാൻ പറ്റുന്നവര് കൈപൊക്ക്. അപ്പോ എല്ലാർക്കും പേടിയാ അല്ലെ? രാത്രീല് ഇരുട്ടല്ലേ മാഷേ അന്നേരം പേടിയാവും.

ഇരുട്ടിനെ എന്തിനാ പേടിക്കുന്നേ വെളിച്ചം കൈയിലുണ്ടെങ്കിൽ ഇരുട്ട് ഒരു പ്രശ്നമാണോ? കള്ളന്മാരും, പാമ്പും എല്ലം ഉണ്ടാവൂലെ. കള്ളൻമാരേം, പാമ്പിനെ ഒക്കെ അങ്ങ് മാറ്റിവെയ്ക്കുക. അതൊന്നും ഇല്ലെങ്കിൽ രാത്രി നിങ്ങൾക്കിവിടെ വരാൻ പേടി ഉണ്ടാവില്ല അല്ലേ? പേടീണ്ടാവും മാഷേ. എല്ലാരും ഒറ്റക്കെട്ടായാണ്. നിങ്ങൾ പറഞ്ഞത് വളരേ ശരിയാണ്. നിങ്ങളിപ്പോ കൊച്ചുമക്കളാണ്. അപ്പോ രാത്രി പുറത്തിറങ്ങാൻ തീർച്ചയായും പേടി കാണും. പക്ഷേ വലുതായിട്ടും പകൽ സമയത്തു പോലും ഇതിലെ പോകാൻ പേടിയുള്ളവരുണ്ട്. അതെന്തു കൊണ്ടായിരിക്കും. പ്രേതം പിടിക്കുന്ന് വിചാരിച്ചിട്ടല്ലെ മാഷേ. ഇവിടെ അങ്ങനെ വല്ലതും ഉണ്ടെന്ന് നിങ്ങൾക്ക് ഇതുവരെ തോന്നിയോ? ഇല്ല മാഷേ. പിന്നെ ചിലർക്ക് എന്തുകൊണ്ടായിരിക്കും അങ്ങനെ തോന്നുന്നത്? അത് മാഷേ മനസ്സില് പ്രേതം ഉണ്ടെന്ന വിശ്വാസത്തിൽ ഇതിലെ നടക്ക്മ്മം നിഴലോ മറ്റോ കണ്ടിറ്റ് പേടിക്കും. അത് കേട്ട് വിശ്വസിച്ചിറ്റ് മറ്റ്ള്ളോരും പേടിക്കും. അപ്പോ മനസ്സിലെ തെറ്റായ വിശ്വാസല്ലെ നമ്മള അപകടത്തിപെടുത്തുന്നത്. അതേ അത് തന്ന്യാ മാഷേ. അങ്ങനെ തെറ്റായ വിശ്വാസം ഉള്ളവരോട് സത്യം അറിയുന്ന നമ്മള് എന്തു പറഞ്ഞു കൊടുക്കണം? മരിച്ച കഴിഞ്ഞാ കുഴിച്ചിട്ടാ മണ്ണായി പോവും, കത്തിച്ചാ വെണ്ണീരായി പോവും അല്ലാണ്ട് പ്രേതോന്നും ആവൂലാന്ന്.

അപ്പോ നിങ്ങള് കാര്യേല്ലം മനസ്സിലാക്കി മിടുക്കന്മാരായിട്ടുണ്ട്. ഇനി നിങ്ങള് വീട്ടിൽ പോയി വീട്ടിലാർക്കെങ്കിലും ഇങ്ങനെ പേടിയുള്ളവരുണ്ടെങ്കിൽ അവരുടെ പേടി മാറ്റണം. എന്തായാലും മാറ്റണം മാഷേ. കുട്ടികളെല്ലാം ഒറ്റക്കെട്ടായിട്ടാണ്.

"നിങ്ങൾക്കെന്നെ അറിഞ്ഞുകൂടെ ഞാനൊരു പട്ടാളക്കാരനായിരുന്നു." ഗോപിച്ചേട്ടൻ സംസാരിക്കയാണ്. ഇന്ത്യയുടെ പല ഭാഗത്തും കാട്ടിലും, മലയിലും, ഇത് പോലുള്ള ശ്മശാനത്തിനടുത്തും ഒക്കെ ജോലി ചെയ്തിട്ടുണ്ട്. പലപ്പോഴും രാത്രി ഒറ്റയ്ക്ക് കാവൽ നിൽക്കേണ്ടിവന്നിട്ടുണ്ട്. ഇതിലേയും പാതിരാത്രിക്കൊക്കെ ഒറ്റയ്ക്ക് നടന്നിട്ടുണ്ട്. അപ്പൊ ഞാനെത്ര പ്രേതത്തിനെ കണ്ടിട്ടുണ്ടാവും? ഇല്ലാത്ത പ്രേതത്തിനെ എങ്ങനെയാ കാണ്ന്നേ? കുട്ടികൾ തിരിച്ചൊരു ചോദ്യമാണ്. എന്നാ ഞാൻ കണ്ടിട്ടുണ്ട്. അപ്പോ ഇങ്ങളും മനസ്സില് പ്രേതം ഉണ്ടെന്ന് വിചാരിച്ചിറ്റ് നടക്ക്ന്ന ആളാ? കുട്ടികൾ മനസ്സിലാക്കിയ കാര്യങ്ങൾ വച്ച് തിരിച്ചടിക്കയാണ്.

അതേ. കാണാൻ പറ്റണേ എന്ന് വിചാരിച്ച് പലപ്പോഴും നോക്കി. പക്ഷേ കണ്ടില്ല. അങ്ങനെയിരിക്കെ ഒരു ദിവസം കണ്ടു മക്കളേ. കുട്ടികൾ കഥ കേൾക്കാൻ ഉത്സുകരായി. ഞാൻ ഞങ്ങള ഓഫീസിന് രാത്രി കാവലിരിക്കുന്നു. രാത്രി ഒരു മണിയായിക്കാണും. ഒരു പ്രേതം അങ്ങനെ നടന്നു നീങ്ങുകയാ. ആകെ കറുത്തിരുണ്ട്, കൂർത്ത പല്ലൊക്കെ പുറത്തുചാടി, ഉരുണ്ട കണ്ണുമൊക്കെയായി മെല്ലെ നടക്കുകയാണ്. ഞാനും പിന്നാലെ കൂടി എങ്ങോട്ടാ പോകുന്നതെന്ന് നോക്കണമല്ലോ. പ്രേതത്തെ കണ്ടാല് പേടിച്ചിറ്റ് ബോധംകെട്ട് വീഴൂലെ. അപ്പൊ ഇങ്ങള മനസ്സില് പ്രേതം ഉണ്ടെന്ന് പറഞ്ഞത് കള്ളത്തരല്ലേ? നിങ്ങളത് കണ്ടു പിടിച്ചു കളഞ്ഞു അല്ലേ. മിടുക്കന്മാര്! കുട്ടികളായ അങ്ങനെ തന്നെ വേണം. എന്നിറ്റെന്താ ഉണ്ടായെ ഗോപിയേട്ടാ? കുട്ടികൾക്ക് ബാക്കി കേൾക്കാൻ തിടുക്കമായി.

ആ രൂപം മലഞ്ചെരിവിലെ ഒരു വീടിന് നേരയാണ് നടക്കുന്നത്. വീടിന് അടുത്ത് എത്താറായപ്പോൾ പ്രേതം കീശയിൽ കൈയിട്ട് എന്തോ എടുത്തു. ഒരു കഠാരയാണ്. കാര്യം മനസ്സിലായി ഞാൻ പിന്നാലെ ചെന്ന് പിന്നിൽ നിന്നും ഒരു പിടുത്തം. കഠാര കൈയിൽ നിന്നും തെറിപ്പിച്ചു. മുഖം മൂടി വലിച്ചൂരി. വീട്ടുകാരെ ഉറക്കെ വിളിച്ചു. ആളുകളോടി വന്നു. അവിടങ്ങളിലൊക്കെ രാത്രി മോഷണം പതിവായിരുന്നു. ഭൂതമാണെന്ന് പേടിപ്പിച്ചാണ് മോഷണം. അങ്ങനെ ഭൂതം പിടിയിലായി. ഒരു മെല്ലിച്ച ചെറുപ്പക്കാരൻ. തൊഴിലൊന്നും ഇല്ല വീട്ടിൽ പട്ടിണി. അങ്ങനെ ഭൂതമായി വന്ന് മോഷണം നടത്തുകയായിരുന്നു. അവനെ താക്കീത് ചെയ്ത് വിട്ടയച്ചു.

പ്രേതകഥകളുടെ പിന്നിൽ ഇങ്ങനെയുള്ള കള്ളന്മാരും കാണും. ഗോപിച്ചേട്ടൻ അവസാനിപ്പിച്ചു. കുട്ടികൾക്ക് നല്ലൊരു പ്രേതകഥ കേട്ട സന്തോഷം.

അപ്പോ നമ്മളിവിട വന്നതെന്തിനാ?

മരങ്ങളും, ചെടികളും പറ്റി പഠിക്കാൻ. ക്ലാസ് രാമൻ മാസ്റ്റർ തന്നെ ഏറ്റെടുത്തിരിക്കയാണ്.

ഏതൊക്കെ തരത്തിലുള്ള സസ്യങ്ങളാണ് ഉള്ളത്? വലിയ മരങ്ങൾ, ചെറിയ കുറ്റിച്ചെടികൾ, പടർന്ന് വളരുന്ന വള്ളികൾ, പുല്ലുകൾ. ഏറ്റവും മുകളിലുള്ളത്? മരങ്ങൾ, അതിന് താഴെ? കുറ്റിച്ചെടികൾ, ഏറ്റവും താഴെ? പുല്ല്. അപ്പോൾ വള്ളികളോ? മരങ്ങളിൽ ചുറ്റിക്കയറി വളരുന്നു. ചെടികളുടെ ഈ രീതിയിലുള്ള വളർച്ചകൊണ്ട് നമുക്കെന്തെങ്കിലും പ്രയോജനമുണ്ടോ? നല്ല തണല് കിട്ടും മാഷെ. അതെ നമ്മളിവിടെ നിൽക്കുമ്പോൾ ചൂടറിയുന്നുണ്ടോ? എന്തുകൊണ്ടാ? മരങ്ങളുള്ളതുകൊണ്ട്. തണല് നമുക്ക് മാത്രം മതിയോ? എല്ലാ ജീവികൾക്കും വേണം. ജീവികൾക്ക് മാത്രം മതിയോ? ഈ സസ്യങ്ങളൊക്കെ എന്തിലാണ് വളരുന്നത്? മണ്ണിൽ. ചൂടുപിടിച്ച മണ്ണിൽ സസ്യങ്ങൾ വളരുമോ? ഇല്ല മാഷെ. അപ്പോൾ സസ്യങ്ങൾ നന്നായി വളരണമെങ്കിൽ മണ്ണിനും എന്തു വേണം? തണുപ്പ്, ഇനി നിങ്ങൾ നോക്കുക. മണ്ണിലേക്ക് വരുന്ന സൂര്യപ്രകാശത്തെ ആരാണ് ആദ്യം തടയുന്നത്? വലിയ മരങ്ങൾ. അവയ്ക്കിടയിലൂടെ താഴേക്ക് വരുന്ന പ്രകാശത്തെ ആരു തടയും? കുറ്റിച്ചെടികൾ. ഇനി കുറ്റിച്ചെടികൾക്കിടയിലൂടെ താഴെത്തെത്തുന്നതിനെ മണ്ണിലെത്താതെ നോക്കുന്നത് ആരാണ്? പുല്ലല്ലെ മാഷേ. പിന്നെ നിലത്ത് വീണ ഇലകളും.

ഇനി ഈ സസ്യങ്ങളൊന്നും ഇല്ലെന്ന് വിചാരിക്കുക. എന്താണ് സംഭവിക്കുക? സൂര്യന്റെ ചൂട് നേരെ മണ്ണിലെത്തും അല്ലെ മാഷേ. അങ്ങനെ നേരിട്ടെത്തിയാൽ എന്താണ് കുഴപ്പം? മണ്ണ് ചൂടായിറ്റ് ചെടിയെല്ലാം ഒണങ്ങിപ്പോവും. വെള്ളല്ലാം വേഗം വറ്റിപ്പോവും. ഇങ്ങനെ വന്നാൽ നമ്മുടെ നാടെന്താവും.? ചെടിയൊന്നും വളരാത്ത സ്ഥമായിപ്പോവും. അങ്ങനെയുള്ള സ്ഥലത്തിന് പറയുന്ന പേരന്താ? സസ്യങ്ങളൊന്നും ഇല്ലാതെ വെറും പൂഴിയായി കിടക്കുന്ന സ്ഥലം? മരുഭൂമിയല്ലെ മാഷേ. മിടുക്കൻമാർ, അതു തന്നെ. അവിടെ നമുക്ക് ജീവിക്കാൻ പറ്റുമോ? ഇല്ല മാഷേ. അപ്പോ നമുക്ക് സുഖകരമായി ജീവിക്കാൻ കഴിയണമെങ്കിൽ സസ്യങ്ങൾ ഏതു രീതിയിൽ വളരണം? മേല മരം, അതിന്റെ താഴ കുറ്റിച്ചെടി, അടിയിൽ പുല്ല്. എന്ന് വെച്ചാൽ ഈ കാട്ടുപോലെ. അപ്പോ നമ്മള മണ്ണിനെ സംരക്ഷിക്കാൻ പ്രകൃതിയൊരുക്കിയ സംവിധാനമാണ് കാട്.

സംശയമുണ്ടോ? ഇല്ല മാഷേ. ഇനി മഴക്കാലത്ത് എന്താണ് സംഭവിക്കുക എന്ന് നോക്കണം.

മഴത്തുള്ളികൾ ആദ്യം എവിടെയാണ് വീഴുന്നത്? മരങ്ങളുടെ ഇലകളിൽ. ഇലകളിൽ തട്ടി ശക്തി കുറഞ്ഞ് എവിടെ എത്തും? കുറ്റിച്ചെടികളുടെ മേലെ. അവിടെ നിന്നോ? പുല്ലിൽ. പുല്ലിൽ നിന്ന് എങ്ങോട്ട് പോകും? മണ്ണിലേക്ക്. മണ്ണ് എങ്ങനെയുള്ളതാ? ഇലകളും കമ്പുകളും ഒക്കെ വീണ് അടിഞ്ഞ മണ്ണ്. മണ്ണിലേക്ക് എത്തുമ്പോഴേക്കും മഴയുടെ ശക്തി കുറഞ്ഞ് വെള്ളം മണ്ണിലേക്ക് കിനിഞ്ഞിറങ്ങും അല്ലേ. അതേ മാഷേ. മരങ്ങളൊന്നും ഇല്ലെങ്കിലോ? മഴവെള്ളം ശക്തീല് വീണ് മണ്ണെല്ലാം ഒലിച്ച് പോവൂലെ മാഷെ. വളരേ ശരി. ഈ വെള്ളത്തിന് സൂര്യന്റെ ചൂട് തട്ടുമ്പോൾ എന്തു സംഭവിക്കും? ആവിയായിറ്റ് പോവും. എന്നാൽ ഈ കാട്ടിനുള്ളിൽ പെയ്ത വെള്ളമോ? മണ്ണിൽ തന്നെ നിക്കും. അപ്പോ മഴക്കാലത്ത് മണ്ണ് ഒലിച്ചുപോകാതേയും, വേനലിൽ വെള്ളം വറ്റാതേയും ആരാ സൂക്ഷിക്കുന്നത്? കാടല്ലേ മാഷേ. അപ്പൊ നിങ്ങളെല്ലാരും വീട്ടിലും മരോം ചെടികളും ഒക്കെ വളർത്തുമല്ലോ? വളർത്തണം മാഷേ. ഞാൻ കഴിഞ്ഞ കൊല്ലം നട്ട മാവ് ഇപ്പോ കൊറച്ച് വല്യതായി. പക്ഷേ എലയെല്ലം പുഴു തിന്നു. രാജുവാണ്. ഇടക്ക് പോയി നോക്കി പുഴുവിനെയെല്ലം നശിപ്പിക്കണം. എന്നാലേ ചെടി നന്നായി വളരു.

ഇനി ഞാൻ പറയാൻ പോകുന്നത് കേട്ട് നിങ്ങൾ പേടിക്കരുത്. പ്രേതങ്ങളെപ്പറ്റിയുള്ള പേടി മാറ്റിയിട്ടുണ്ട്. പിന്നെന്തിനെ പറ്റിയായിരിക്കാം മാഷ് പറയാൻ പോകുന്നത്? രമേശൻ മാഷിനും ആകാംക്ഷയായി. ഇവിടെ മരങ്ങളൊക്കെ തഴച്ചുവളരാൻ സഹായിക്കുന്നത് ആരാന്നറിയാമോ? പക്ഷികളല്ലെ. മാഷേ. അവയും സഹായിക്കുന്നുണ്ട്. പക്ഷേ കാര്യമായി സഹായിക്കുന്നത് ആരാന്നറിയോ? ആരാ മാഷേ? മരിച്ച മനുഷ്യർ. അതെങ്ങനയാ മാഷേ മരിച്ചാ സഹായിക്കേൻ പറ്റ്വാ. നമ്മള് നേരത്തെ ചത്ത പൂച്ചേന്റ, കാക്കേന്റെ കാര്യം പറഞ്ഞിറ്റില്ലേ. അതു പോലെ മനുഷ്യ ശരീരവും മണ്ണിൽ ചേരുമ്പോൾ എന്തായി മാറും.? ചെടികളുടെ ഭാഗങ്ങളൊക്കെ മണ്ണിലടിഞ്ഞ് ചേർന്നാൽ എന്തായി മാറും? നല്ല വളം ആവും. അതുപോലെ ശവശരീരവും മണ്ണിൽ അടിഞ്ഞു ചേരുമ്പോൾ നല്ല വളമായി മാറും. ആ വളം ഉള്ളതുകൊണ്ട് കൂടിയാണ് ഇവിടെ ചെടികൾ നന്നായി വളരുന്നത്. അയ്യേ അപ്പോ ഇതെല്ലം ശവം തിന്ന മരങ്ങളാ അല്ലെ മാഷേ? അതെ മരിച്ച് മണ്ണിടിഞ്ഞാൽ മണ്ണിലെ സൂക്ഷ്മജീവികൾ ശവത്തെ വിഘടിപ്പിച്ച് സസ്യങ്ങൾക്കാവശ്യമായ വളമാക്കി മാറ്റുന്നു. അങ്ങനെ അത് വലിച്ചെടുത്ത് സസ്യങ്ങൾ വളരുന്നു.

അപ്പോ മരിച്ച കഴിഞ്ഞാൽ മനുഷ്യർ പ്രേതമായാട്ടാണോ സസ്യ ങ്ങളായിട്ടാണോ മാറുന്നത്? ഇതാണ് കുട്ടികളെ നമ്മുടെ പ്രകൃതിയുടെ ഘടന. ഒന്ന് നശിക്കുമ്പോൾ അത് മറ്റൊന്നിന് വളമായി തീരുന്നു. അല്ലാതെ മരിച്ച കഴിഞ്ഞാൽ എഴുന്നേറ്റു, നടക്കും മറ്റു മനുഷ്യരെ ഉപദ്രവി ക്കും, ബാധകൂടും എന്നൊക്കെ പറയുന്നത് വെറും അന്ധവിശ്വാസമാണ്. തട്ടിപ്പുകാർ പറഞ്ഞു പരത്തുന്നതാണ്. രാമൻ മാഷ് പറഞ്ഞു നിർത്തി.

ചെറിയ ചെറിയ ഉദാഹരണങ്ങളിലൂടെ പ്രകൃതി തത്വം കുട്ടികളിലെ ത്തിച്ചിരിക്കുന്നു. അതിലൂടെ അന്ധവിശ്വാസങ്ങളുടെ പൊള്ളത്തരവും തുറന്നു കാട്ടിയിരിക്കുന്നു. ഒരു വെടിക്ക് രണ്ടു പക്ഷി.

തിരിച്ച പോകുമ്പോൾ പാത്തുത്ത കോലായിലിരുന്ന് പേടിയോടേയും അമ്പരപ്പോടെ നോക്കുന്നത് കണ്ട് മാഷിന് ചിരി പൊട്ടി. സ്കൂളിലെത്തിയ ശേഷം രാമൻ മാഷ് ഇത്തരം പ്രവർത്തനങ്ങളുടെ പ്രാധാന്യത്തെ പറ്റി നല്ലൊരു ക്ലാസ് തരികയായിരുന്നു. ഇവിടെ മന്ത്രവാദി കണാരന്റേയും, മൂസ മൊയ്ലാരുടെയും കൈയിൽപ്പെട്ട് രണ്ട് പേർ അപകടത്തിൽ പെട്ടതറിഞ്ഞ ശേഷം ഞാനും ഗോപിയും, കുറച്ച് ചെറുപ്പക്കാരും ചേർന്ന് ഇത്തരം അന്ധവിശ്വാസങ്ങൾക്കെതിരെ പ്രചരണം നടത്തുകയാണ്. നമ്മൾ നമ്മുടെ ബന്ധുക്കളെ വളരേയധികം സ്നേഹിക്കുക. അവർ മരണപ്പെട്ടു കഴിഞ്ഞാലും നമ്മുടെ അടുത്തു തന്നെയുണ്ടെന്നു കരുതുക. ചില സമയങ്ങളിൽ കണ്ടതായി അബോധമനസ്സിൽ തോന്നലുണ്ടാവുക. പ്രേതവിശ്വാസങ്ങളുടെ അടിസ്ഥാനം ഇതാണെന്ന് തോന്നുന്നു. അതു പോലെ തന്നെ ജീവിച്ചിരിക്കുമ്പോൾ മറ്റുള്ളവരെ കഷ്ടപ്പെടുത്തുന്നവർ, മരണശേഷം അവർ തങ്ങളെ ഉപദ്രവിക്കാൻ വരുമോ എന്ന് പേടി ക്കുന്നു. അതും പ്രേതബാധയുടെ ഒരടിസ്ഥാനമാണ്. ഇതൊക്കെ കാലാ കാലങ്ങളായി നമ്മുടെ മനസ്സിൽ അടിഞ്ഞു കൂടിയ വിശ്വാസങ്ങളാണ്. ഇത് മാറ്റിയെടുക്കണമെങ്കിൽ സത്യം എന്താണെന്ന് അത്തരക്കാരെ ബോധ്യപ്പെടുത്തുകയേ മാർഗമുള്ളൂ. ഇന്നത്തെ പ്രവർത്തനം കുട്ടികളിൽ ഒരു പരിധിവരെ കാര്യങ്ങൾ എത്തിക്കാൻ സഹായിച്ചിട്ടുണ്ട്. ഇത് തുടരുക തന്നെ വേണം.

മരണ ശേഷം നടക്കുന്ന ചടങ്ങുകളെല്ലാം പ്രേതങ്ങളുമായി ബന്ധപ്പെ ട്ടുള്ളതു തന്നെയാണ്. ഇത്തരം അസംബന്ധ കാര്യങ്ങൾ മാറണമെങ്കിൽ വരും തലമുറയെങ്കിലും ശാസ്ത്രീയമായി കാര്യങ്ങൾ മനസ്സിലാക്കിയി രിക്കണം. നമ്മുടെ പ്രകൃതിയുടെ ചാക്രിക പ്രക്രിയകളെ കുറിച്ച് അവരെ ആഴത്തിൽ ബോധമുള്ളവരാക്കി തീർക്കണം. മരണമെന്താണെന്നും സൃഷ്ടി എന്താണെന്നുമുള്ള ശാസ്ത്രീയചിന്ത ജനങ്ങളിലെത്തണം.

പാരമ്പര്യം മുറുകെ പിടിക്കുന്നവർ ഇതൊന്നും മനസ്സിലായാലും അറിയില്ലെന്നു നടിക്കും.

അതുപോലെ ചടങ്ങുകൾ നടത്തുന്ന പുരോഹിതർക്കും ഇതിന്റെയൊക്കെ പൊള്ളത്തരം അറിയാമെങ്കിലും അവരുടെ വരുമാന മാർഗമായതുകൊണ്ട് പ്രോത്സാഹിപ്പിക്കും. നമ്മുടെ പ്രിയപ്പെട്ടവരുടെ ഓർമയ്ക്കായി അന്ധവിശ്വാസത്തിലധിഷ്ഠിതമായ ചടങ്ങുകളല്ല വേണ്ടതെന്നും മനുഷ്യനന്മയ്ക്കാവശ്യമായ പ്രവർത്തനമാണ് നല്ലതെന്നും സമൂഹത്തെ ബോധ്യപ്പെടുത്താൻ നമുക്ക് കഴിയണം. ഈ ബോധം കുട്ടികളിലെത്തിക്കാൻ കഴിഞ്ഞാൽ അടുത്ത തലമുറയെങ്കിലും രക്ഷപ്പെടും. മാഷ് പറഞ്ഞു നിർത്തി.

42

യാദൃച്ഛികമായി പങ്കെടുക്കാൻ കഴിഞ്ഞ രണ്ട് സമ്മേളനങ്ങൾ. രണ്ടും വ്യത്യസ്ഥമായ അനുഭവങ്ങൾ പകർന്നു തന്നിരിക്കുന്നു. ഒന്നാമത്തേത് ഒരു പുരോഗമന കലാ സംഘടനയുടെ സമ്മേളനമാണ്. നാട്ടിൽ പോകാതിരുന്ന ഒരു ശനിയാഴ്ച ടൗണിൽ സാധനങ്ങൾ വാങ്ങിക്കാൻ പോയതായിരുന്നു. ഒരു പോസ്റ്റർ കണ്ട് വെറുതെ ഒരു കൗതുകത്തിന് സമ്മേളന ഹാളിനടുത്ത് ചെന്നതാണ്. കവി സമ്മേളനവും, കവിതാ അവതരണവുമുണ്ട്. ക്ലാസിൽ പ്രയോജനപ്പെടുത്താവുന്ന എന്തെങ്കിലും ലഭിക്കാൻ സാധ്യതയുണ്ട്. പ്രവേശനം ലഭിക്കാൻ എന്താണ് വഴി? അപ്പോഴാണ് കവിയും നാട്ടുകാരനുമായ ഒരധ്യാപകനെ കണ്ടുമുട്ടിയത്. പ്രതിനിധിയായി എത്തിയതാണ്. അദ്ദേഹത്തിന്റെ പരിചയത്തിന്റെ പുറത്ത് സമ്മേളനത്തിൽ പങ്കെടുക്കുകയായിരുന്നു. കല കലയ്ക്കു വേണ്ടിയൊ സമൂഹത്തിനു വേണ്ടിയോ എന്നതായിരുന്നു പ്രധാന ചർച്ചാവിഷയം. മനുഷ്യൻ ഒരു സാമൂഹ്യ ജീവി എന്ന നിലയിൽ അവനുമായി ബന്ധപ്പെട്ട ഏതു പ്രവർത്തനത്തിനും സമൂഹവുമായി ബന്ധമുണ്ട്.

കലയും അതിൽ നിന്നും ഭിന്നമല്ല. മനുഷ്യപുരോഗതിയിൽ കലയ്ക്കും അതിന്റേതായ പങ്കുണ്ട്. ആ നിലയ്ക്ക് കല കേവലം കലയ്ക്ക് വേണ്ടി മാത്രമായാൽ പോര അത് സമൂഹത്തിനുപകരിക്കുന്നത് കൂടിയാവണമെന്നായിരുന്നു ചർച്ചയുടെ കാതൽ. മനുഷ്യന്റെ സാംസ്കാരിക വളർച്ചയുടെ ഓരോ ഘട്ടത്തിലും കലയും സാഹിത്യവും എങ്ങനെ സ്വാധീനം ചെലുത്തി എന്നത് സോദാഹരണം വിലയിരുത്തപ്പെട്ടു. അധ്വാനത്തിന്റെ താളത്തിൽ നിന്നും നാടൻ പാട്ടുകളും, തുടർന്ന് സംഗീതവും ഒക്കെ രൂപപ്പെട്ടതിന്റെ രീതി ശാസത്രവും അവതരിപ്പിക്കപ്പെട്ടു. പാട്ടുകൾ

ക്രമേണ കവിതകളായി രൂപം പ്രാപിച്ചതും അതത് കാലഘട്ടത്തിലെ സാമൂഹ്യാവസ്ഥകൾ അവയിൽ പ്രതിഫലിക്കപ്പെട്ടതും ചർച്ച ചെയ്യപ്പെട്ടു. തുടർന്ന് സമ്മേളന പ്രതിനിധികളായ കവികൾ അവരുടെ സ്വന്തം രചനകൾ അവതരിപ്പിച്ചു. സാമൂഹ്യ തിന്മകൾക്കെതിരായും, ചൂഷണങ്ങൾക്കെതിരായും ആലപിക്കപ്പെട്ട കവിതകൾ അവതരണ രീതി കൊണ്ടും ഭാവപ്രകടനങ്ങളുടെ ഗാംഭീര്യം കൊണ്ടും ഒന്നിനൊന്ന് മെച്ചമായി അനുഭവപ്പെട്ടു. കൊച്ചു കുട്ടികൾക്ക് പകർന്നു നൽകാൻ പറ്റിയവയൊന്നും ലഭിക്കാത്തതിൽ മാഷിന് അൽപം നിരാശ തോന്നി. സമ്മേളനത്തോടനുബന്ധിച്ച് വൈകുന്നേരം നടന്ന ഘോഷയാത്ര മാഷെ സംബന്ധിച്ചിടത്തോളം രണ്ട് തരത്തിൽ അവിസ്മരണീയമായി. അതു വരെ കണ്ടിട്ടില്ലാത്ത വിവിധ നാടൻ കലാരൂപങ്ങളും, നാടൻ നൃത്തങ്ങളും ആസ്വദിക്കാൻ പറ്റി എന്നതായിരുന്നു ഒന്ന്. കൂട്ടത്തിൽ അവിടങ്ങളിൽ കെട്ടിയാടുന്ന ഒരു ഭഗവതി തെയ്യവും, പേട്ടതുള്ളലും വളരെ മനോഹരമായിരുന്നു. റോഡിന്നിരുവശവും കാഴ്ചക്കാർ തിങ്ങിക്കൂടിയിരുന്നു. പിറ്റെ ദിവസം രാവിലെ മൊയ്തുക്കായുടെ കടയിൽ ചായകുടിക്കാൻ പോയപ്പോഴായിരുന്നു രണ്ടാമത്തെ അവിസ്മരണീയ സംഭവം അരങ്ങേറിയത്.

പരിചിതനും പത്രവിതരണക്കാരനുമായ സുഹൃത്ത് വളരെ രോഷാകുലനായി ഘോഷയാത്രയെ അതിരൂക്ഷമായ ഭാഷയിൽ വിമർശിച്ച് കൊണ്ട് കടയിലേക്ക് കയറി വന്നു. ഈ മാഷടക്കമാണ് നടുറോഡിൽ അയ്യപ്പനേയും, കാവിലെ ഭഗവതിയേയും അപമാനിച്ചത്. എന്ത് വിചാരിച്ചാ മാഷെ നിങ്ങളിതിനൊക്കെ കൂട്ടുനിന്നത്. നാട്ടിലെ വിശ്വാസത്തെ തൊട്ടാ ഇങ്ങള കളി. ചങ്ങാതിയുടെ ദേഷ്യവും സംസാരത്തിലെ രൂക്ഷതയും കണ്ട് മാഷ് പെട്ടെന്ന് ഒന്നമ്പരന്നു പോയി. പരിചിതനാണെന്ന ഒരു മയവുമില്ലാതെയാണ് സംസാരം. പരസ്യമായി ഇങ്ങനെ ഒരു വഴക്കിനെ നേരിടുന്നത് ആദ്യമായാണ്. എന്തപമാനിച്ചു എന്നാണ് നിങ്ങൾ പറയുന്നത്.?

ശബരിമലയിൽ അവതരിപ്പിക്കേണ്ട പേട്ടതുള്ളൽ തോന്നിയ സ്ഥലത്താ അവതരിപ്പിക്കല്, കാവില് അനുഷ്ഠാനങ്ങളോടെ അവതരിപ്പിക്കണ്ട ദേവീന നടുറോഡിലാ കെട്ടിയാടല്. ഇതാണോ പ്രശ്നം. ഇത് പ്രശ്നേല്ലാണ്ട് വേറെന്താ? നിങ്ങക്കീ നാടിന ശരിക്ക് മനസ്സിലായാറ്റില്ല. ചങ്ങാതി അയ്യപ്പന്റേം, കാവിലമ്മേന്റെ ശക്തി എല്ലായിടത്തും ഉണ്ട് എന്ന് നിങ്ങൾ വിശ്വസിക്കുന്നുണ്ടോ?അതിനെന്താ ഇത്ര സംശയം. എങ്കിൽ റോഡിൽ അവതരിപ്പിച്ചതിൽ എന്താണ് തെറ്റ്. അവതരിപ്പിച്ച രീതിയിൽ എന്തെങ്കിലും ഒരു പോരായ്മ നിങ്ങൾക്ക് പറയാൻ പറ്റുമോ.

ഭക്തരിൽ ഭക്തിയുണ്ടാക്കുന്ന തരത്തിൽ തന്നെയല്ലേ അവതരിപ്പിച്ചത്. അപമാനിക്കുന്ന തരത്തിൽ എന്തെങ്കിലും ഉണ്ടായോ? ശബരിമലയിൽ പോകാത്തവർക്കും പേട്ടതുള്ളലിന്റെ മനോഹാരിത മനസ്സിലായി. ഇവിടുത്തെ ഭഗവതി തിറ കാണാൻ പറ്റാതിരുന്ന എന്നെപ്പോലുള്ള വർക്ക് തിറ കാണാനും പറ്റി. മാഷെ ഞങ്ങൾക്ക് ഇങ്ങനെ അവതരി പ്പിക്കുന്നതിൽ കടുത്ത എതിർപ്പുണ്ട്. അതാണ് അല്പം ചൂടായത്. മാഷ് വേറൊന്നും കരുതണ്ട. ആളൽപം തണുത്തു. പഴയ സൗഹൃദ നില വീണ്ടെടുത്തു. ഇപ്പോഴത് ഓർക്കുമ്പോൾ ചിരിയാണ് വരുന്നത്.

രണ്ടാമത്തെ സമ്മേളനം മറ്റേ കടപ്പുറത്തെ വായനശാല വാർഷി കമാണ്. ആദ്യത്തെ സമ്മേളനത്തിൽ തനിച്ചായിരുന്നു പങ്കെടുത്തി രുന്നതെങ്കിൽ ഇതിൽ രക്ഷിതാക്കളും, കുട്ടികളും, കൂട്ടുകാരും ഒക്കെ ചേർന്ന് വലിയൊരു കൂട്ടമായിട്ടാണ് പോകുന്നത്. ഗോപിച്ചേട്ടനാണ് ഇങ്ങനെയൊരു സമ്മേളനം നടക്കുന്ന കാര്യം പറഞ്ഞത്. സന്ധ്യക്ക് സാംസ്കാരിക സമ്മേളനവും, അതിന് ശേഷം നാടകവുമാണ്. നാടകം കാണലാണ് പ്രധാന പരിപാടി. സന്ധ്യ കഴിഞ്ഞപ്പോൾ ഗോപിച്ചേട്ട ന്റെയും, സാബുവുവിന്റേയും ഒന്നിച്ചു പുറപ്പെട്ടു. തൊട്ടു പുറകെ കണ്ണൻ മാസ്റ്റർ കുടുംബ സമേതം എത്തിച്ചേർന്നു.

വഴിക്ക് പലയിടത്തും വച്ച് രക്ഷിതാക്കളും കുട്ടികളും സംഘത്തോ ടൊപ്പം ചേർന്നു. ചിലർ കൈയിൽ പുൽപ്പായകരുതിയിരിക്കുന്നു. പൂഴിയിൽ വിരിച്ച് ഇരിക്കാനാണ്. ഒരു നാട്ടുകൂട്ടം ഒന്നായി കൂടിച്ചേർന്ന പ്രതീതി. രക്ഷിതാക്കളുമായി കുശലം പറഞ്ഞു കൊണ്ടുള്ള രസകരമായ നടത്തം. ഒരധ്യാപകനെന്ന നിലയിൽ നാട്ടുമായി കൂടുതൽ ഇഴുകി ചേർന്ന തുപോലെ. ഇളം നിലാവ്. കടൽ കാറ്റ്. ദൂരെ പരിപാടി സ്ഥലത്തു നിന്നും അരിച്ചെത്തുന്ന സിനിമാ ഗാനം. മാലു വലിയ ആവേശത്തിലാണ്. അവളുടെ കോളേജിലെ മലയാളം പ്രൊഫസറാണ് സാംസ്കാരിക സമ്മേളനത്തിലെ മുഖ്യപ്രഭാഷകൻ. പ്രഭാഷണ കലയിലെ അദ്ദേ ഹത്തിന്റെ കഴിവിനെ പറ്റി അവൾക്ക് വലിയ മതിപ്പാണ്. അവളെ സംബന്ധിച്ചിടത്തോളം നാടകത്തേക്കാൾ പ്രധാനം സാറിന്റെ പ്രഭാഷണമാണ്. അദ്ദേഹത്തിന്റെ പ്രഭാഷണം തുടങ്ങുന്നതിനു മുമ്പേ എത്തണം. അവൾക്കല്പംധൃതിയുള്ളതുപോലെ. വിഷയം വായനയു മായി ബന്ധപ്പെട്ടതാണ്. അറിഞ്ഞപ്പോൾമാഷിനുംതാൽപര്യമായി. ഗ്രാമഫോൺ ഗാനം നിലച്ചിട്ടില്ല. പരിപാടി തുടങ്ങിയിട്ടില്ല എന്നർഥം. ധൃതികൂട്ടേണ്ടതില്ല. അവളെസമാധാനിപ്പിച്ചു. എതാണ്ട് രണ്ട് കിലോമീ റ്ററോളം നടന്ന് പരിപാടി നടക്കുന്ന സ്ഥലത്തെത്തി. ജനങ്ങൾ എത്തി ച്ചേർന്നു കൊണ്ടിരിക്കുന്നേ ഉള്ളൂ. കസാരയിൽ സീറ്റു പടിച്ചു. സമ്മേളനം

തുടങ്ങി. സ്വാഗത പ്രാസംഗികനും, അധ്യക്ഷനും തങ്ങളുടെ സംസാരം പെട്ടെന്നവസാനിപ്പിച്ചു. പ്രഫസർ. വിജയരാഘവൻ തന്റെ പ്രഭാഷണം ആരംഭിച്ചു. സുഹൃത്തുക്കളെ വായനയുടെ മഹത്വത്തെക്കുറിച്ചാണ് ഇവിടെ സംസാരിക്കേണ്ടത്. വായിച്ച മഹത്തായ കൃതികളെ അടിസ്ഥാനമാക്കി ഞാൻ സംസാരിക്കുമെന്നാണ് നിങ്ങൾ പ്രതീക്ഷിച്ചിരിക്കുക. തീർച്ചയായും അതിലേക്ക് ഞാൻ അവസാനം വരും. ആദ്യമായി എന്റെ വായനാനുഭവവും, അത് എന്റെ ജീവിതത്തെ എങ്ങനെ മാറ്റിമറിച്ചു എന്നുമാണ് എനിക്ക് പ്രധാനമായും പറയുവാനുള്ളത്. അതാകട്ടെ വീടിനൽപം അകലെയുള്ള ഇതുപോലൊരു ഗ്രന്ഥാലയവുമായി ബന്ധപ്പെട്ടിരിക്കുന്നു. അഞ്ചാം ക്ലാസിലൊക്കെ പഠിക്കുന്ന സമയത്ത് ഞങ്ങൾ കടയിൽ സാധനങ്ങൾ വാങ്ങിക്കാൻ പോകും. കടയുടെ മുകളിലത്തെ നിലയിലാണ് വായനശാല. കടയിൽ തിരക്കാണെങ്കിൽ വായനശാലയിൽ കയറിയിരിക്കും. മാതൃഭൂമി, മലയാള മനോരമ തുടങ്ങിയ ആഴ്ചപ്പതിപ്പുകളാണ് അന്നവിടെയുള്ളത്. മനോരമയിലെ ബോബനും മോളിയും, ഫലിതബിന്ദുക്കൾ, മാതൃഭൂമിയിലെ ബാലലോകം തുടങ്ങിയവയായിരുന്നു ആദ്യമാദ്യം വായിച്ചിരുന്നത്. പിന്നീടത് കഥകളിലേക്കും നീണ്ട കഥകളിലേക്കും എത്തി. അപ്പോഴാണ് വായനശാലയിലെ പുസ്തക വിതരണത്തെക്കുറിച്ച് മനസ്സിലാക്കുന്നത്. അങ്ങനെ അവിടുത്തെ അംഗമായി ചേർന്ന് ബാലസാഹിത്യ കൃതികളെടുത്ത് വായിക്കാൻ തുടങ്ങി. പി. നരേന്ദ്രനാഥിന്റെ കുഞ്ഞിക്കൂനനും, ഇത്തിരിക്കുഞ്ഞനും, കുഞ്ഞിക്കാളിയും, നന്ദനാരുടെ ഉണ്ണിക്കുട്ടന്റെ ലോകവും, ലളിതാംബിക അന്തർജനത്തിന്റേയും, തകഴിയുടേയും ഒക്കെ ചെറുകഥകളും ഇന്നും ഓർമയിൽ നിൽക്കുന്നവയാണ്.

തുടർന്ന് കുറ്റാന്വേഷണ നോവലുകളിലേക്കും, മുട്ടത്തു വർക്കിയെ പോലുള്ളവരുടെ പൈങ്കിളി സാഹിത്യത്തിലേക്കും വായന വികസിച്ചു. പിന്നീടാണ് ഗൗരവതരമായ വായനയിലേക്ക് കടന്നത്. ഭാഷയിലെ മികച്ച നോവലുകളും, യാത്രാവിവരണങ്ങളും ആത്മകഥകളും, ജീവചരിത്രങ്ങളും ഒക്കെ വായിച്ചു തുടങ്ങി. ഗൗരവതരമായ ഈ വായനയാണ് ജീവിതത്തിന് ഒരു ദിശാബോധം നൽകിയത്. താൻ സമൂഹത്തിൽ എന്തായി തീരണം, സമൂഹത്തോടും കുടുംബത്തോടും ഉള്ള തന്റെ ഉത്തരവാദിത്വം എന്താണ് തുടങ്ങിയ കാര്യങ്ങൾ ബോധപൂർവം ചിന്തിക്കാൻ പ്രേരണ ലഭിച്ചത് ഇത്തരം ഗ്രന്ഥങ്ങളിലൂടെ കടന്നുപോയപ്പോഴാണ്. ആത്മകഥകളും, ജീവചരിത്രങ്ങളും വായിക്കുമ്പോൾ, മഹാത്മാരായിട്ടുള്ള വ്യക്തികളുടെ ജീവിത കഥകൾ അറിയുമ്പോൾ, കുടുംബത്തിനും സമൂഹത്തിനും നന്മ ചെയ്യാൻ പറ്റുന്ന ഒരുവനായി മാറണമെന്ന ബോധം

നമ്മുടെ മനസ്സിലും അറിയാതെ വന്നു ചേരും. നോവലുകളിലെ കഥാപാത്രങ്ങളിലൂടെ സഞ്ചരിക്കുമ്പോൾ താൻ ഇന്ന കഥാപാത്രമായിക്കൂടെ എന്നും ഇന്ന കഥാപാത്രത്തെപോലെ ആയിരിക്കണമെന്നുമുള്ള ഒരു വിവേചന ചിന്ത തീർച്ചയായും നമ്മിലുടലെടുക്കും. നന്മയുടെ പക്ഷത്ത് ചേരാനുള്ള അഭിവാഞ്ച നമ്മിലറിയാതുണരും. ഇനി വായന എന്റെ ജീവിതം എങ്ങനെ മാറ്റിമറിച്ചു എന്നാണ് ഞാൻ പറയാൻ പോകുന്നത്. അച്ഛനമമ്മയും കൃഷിപ്പണിക്കാരായിരുന്നു. മക്കളുടെ പഠന കാര്യങ്ങളിൽ ശ്രദ്ധിക്കാനുള്ള വിദ്യാഭ്യാസമോ കഴിവോ അവർക്കുണ്ടായിരുന്നില്ല. സാധാരണ നിലയിൽ എന്നെപ്പോലൊരു കുട്ടി തട്ടിമുട്ടി പത്താക്ലാസ് കഴിഞ്ഞ് പിന്നീട് എന്തെങ്കിലും കൂലിപ്പണിയിലേക്ക് തിരിയും. ഗ്രാമത്തിലെ പൊതു സ്ഥിതി അതായിരുന്നു. പക്ഷേ കഴിയുന്നിടത്തോളം നന്നായി പഠിക്കണമെന്നും, കൂടുതൽ അറിവ് സമ്പാദിക്കണമെന്നുമുള്ള ഒരു ബോധം വായന എന്നിൽ സൃഷ്ടിച്ചു. അതോടെ പഠനത്തെ ഗൗരവമായെടുത്തു.

പത്താം ക്ലാസ് നല്ല നിലയിൽ പാസാകാൻ കഴിഞ്ഞു. അതുവരെയുള്ള എന്റെ പൊതു നിലവാരം വച്ച് അധ്യാപകരേയും, കൂട്ടുകാരേയും, എന്റെ വീട്ടുകാരേയും അത്ഭുതപ്പെടുത്തിയ വിജയമായിരുന്നു അത്. അതിന് അടിത്തറയായി വർത്തിച്ചത് എന്താണെന്ന് പറയേണ്ടതില്ലല്ലോ. തുടർന്ന് കോളേജ് പഠനത്തിനാവശ്യ ചെലവ് വലിയൊരു പ്രശ്നമായി. അച്ഛനമമ്മയും ജോലിക്ക് പോകുന്നതു കൊണ്ട് കുടുംബം പട്ടിണിയില്ലാതെ കഴിഞ്ഞു പോകുന്നു എന്നേയുള്ളൂ. അതിന്റെ കൂടെ പഠനച്ചെലവ് ഒരു ഭാരമാവുകയായിരുന്നു. പക്ഷേ ഞാൻ പകച്ചു നിന്നില്ല. അവധി ദിനങ്ങളിൽ കൂലിപ്പണി ചെയ്തും, വീട്ടിൽ ഉള്ള സ്ഥലത്തൊക്കെ കൃഷി ചെയ്തും പഠനച്ചിലവ് കണ്ടെത്തി. ഇതിനുള്ള പ്രേരണയും ചില മഹദ് വ്യക്തികളുടെ ജീവിതാനുഭവം വായിച്ചതാണെന്ന് ഞാൻ ഉറപ്പിച്ചു പറയട്ടെ. അങ്ങനെ നേരിട്ട വെല്ലുവിളികളെയെല്ലാം സമർത്ഥമായി അതിജീവിച്ചു കൊണ്ട് ഉന്നത വിദ്യാഭ്യാസം നേടിയെടുക്കാൻ എനിക്കായി. അതിനുള്ള ശക്തി നൽകിയത് വായനയാണെന്ന കാര്യത്തിൽ ഒരു സംശയവുമില്ല.

ഒരു ഭാഷാധ്യാപകനെന്ന നിലയിൽ പാരലൽ കോളേജിൽ ജോലി ചെയ്തു കൊണ്ടാണ് ഞാൻ ആരംഭിച്ചത്. അന്നു മുതൽ ഇന്നുവരെ പഠിപ്പിക്കാനുള്ള വിഷയങ്ങളേക്കാൾ ആദ്യം പഠിപ്പിക്കുന്നത് വായനയുടെ മഹത്വത്തെ കുറിച്ചാണ്. ഞാൻ അഭിമാനപൂർവം പറയട്ടെ ഞാൻ ജീവിതത്തിൽ എന്തെങ്കിലുമായി തീർന്നിട്ടുണ്ടെങ്കിൽ അതിന് കാരണം നിങ്ങളുടെ ഈ ഗ്രന്ഥാലയം പോലൊരു ഗ്രന്ഥാലയമാണ്. ഞാൻ ഇന്നൊരു ഗ്രന്ഥശാല പ്രവർത്തകൻ കൂടിയാണ്. ഈ ഗ്രന്ഥശാലയെ

പരമാവധി നിങ്ങളോരുത്തരും പ്രയോജനപ്പെടുത്തണമെന്നും, ഇതിന്റെ ഉന്നതിക്ക് വേണ്ടി പ്രവർത്തിക്കണമെന്നും അഭ്യർഥിക്കുകയാണ്. ഇനി ഞാൻ വായിച്ച ഒരു ഇംഗ്ലീഷ് നോവലിനെ നിങ്ങൾക്ക് പരിചയപ്പെടുത്തുകയാണ്. ഇംഗ്ലിഷെന്നു കേട്ടാൽ ഇന്ന് എല്ലാവർക്കും ഒരു വേവലാതിയാണ്. ഇംഗ്ലീഷ് പഠിക്കണമെങ്കിൽ വലിയ ഫീസു കൊടുത്ത് ഇംഗ്ലീഷ് മീഡിയം സ്കൂളിൽ തന്നെ പഠിക്കണമെന്നാണ് വലിയൊരു വിഭാഗത്തിന്റെ ധാരണ. അങ്ങനെ പഠിച്ചാലെ തങ്ങളുടെ മക്കൾ രക്ഷപ്പെടുകയുള്ളൂ എന്നാണ് അത്തരക്കാരുടെ ചിന്ത. എന്നാൽ യാഥാർഥ്യം എന്താണ്? പൊതു വിദ്യാലയങ്ങളിൽ ഒരു ഭാഷ എന്ന നിലയിൽ നാം പഠിക്കുന്ന ഇംഗ്ലിഷ്. കുറേയധികം വാക്കുകളും, അവയുടെ അർഥവും, വായനയും നാം പഠിക്കുന്നു. ആ അറിവ് വച്ച് ലളിതമായ ഇംഗ്ലീഷ് കഥകൾ വായിച്ചു തുടങ്ങുക. അറിയാത്ത വാക്കുകൾ നോട്ടു ചെയ്യുക. അർഥം അറിയാവുന്നവരിൽ നിന്നോ ഡിക്ഷണറി ഉപയോഗിച്ചോ കണ്ടെത്തുക. വായന തുടർന്നു കൊണ്ടേയിരിക്കുക. ഇഗ്ലീഷ് പത്രങ്ങളും ഉപയോഗിക്കുക. ഇംഗ്ലീഷ് താനേ പഠിക്കാൻ പറ്റും. നിരന്തരം വായിച്ച് ആശയഗ്രഹണം സാധ്യമായാൽ എഴുതി പ്രകടിപ്പക്കാനും ബുദ്ധിമുട്ടുണ്ടാവില്ല. അങ്ങനെ ഇംഗ്ലിഷ് വായനയുടെ ഒരു ഘട്ടത്തിൽ വായിക്കാനിടയായ ഒരു പുസ്തകത്തപ്പറ്റിയാണ് ഞാൻ പറയാൻ പോകുന്നത്. പ്രസിദ്ധ അമേരിക്കൻ നോവലിസ്റ്റ് ഹോവാർഡ് ഫാസ്റ്റിന്റെ ഫ്രീഡം റോഡ് എന്ന നോവൽ. അതിന്റെ മലയാള വിവർത്തനവും വന്നിട്ടുണ്ട്.

അമേരിക്കയിലെ വെളുത്ത വർഗക്കാർ കറുത്ത വർഗക്കാരെ അടിമകളാക്കി വച്ചിരുന്ന കാലം. മഹാനായ അബ്രഹാം ലിങ്കൺ അമേരിക്കയുടെ പ്രസിഡന്റാവുന്നു. അദ്ദേഹത്തിന്റെ ജീവിതകഥ തന്നെ വലിയൊരു ഇതിഹാസമാണ്. കഷ്ടപ്പാടിനെ വെല്ലുവിളച്ചു കൊണ്ട് എങ്ങനെ ഉയരത്തിലെത്താം എന്ന് അത് നമ്മെ പഠിപ്പിക്കുന്നു. അദ്ദേഹം അടിമത്ത സമ്പ്രദായം നിയമം വഴി നിരോധിക്കുന്നു. അങ്ങനെ അടിമത്തത്തിൽ നിന്ന് മോചിതരായ ഒരു പ്രദേശത്തെ കറുത്ത വർഗക്കാരുടെ ജീവിതവും, വർണവെറിയൻമാരോടുള്ള ചെറുത്ത് നിൽപ്പും, ആ സമൂഹത്തിന്റെ ഒന്നാകെയുള്ള രക്തസാക്ഷിത്വവുമാണ് നോവലിലെ പ്രമേയം. അതു വരെ അടിമകളായി കഴിഞ്ഞവർ സ്വാതന്ത്ര്യത്തിന്റെ ശുദ്ധവായു ശ്വസിച്ചപ്പോൾ എന്തു ചെയ്യണമെന്നറിയാതെ ഒരമ്പരപ്പിലായി.

പാർലമെന്റിലേക്ക് ഒരു പ്രതിനിധിയെ തെരഞ്ഞെടുത്തയക്കണം. അവർ തങ്ങളുടെ കൂട്ടത്തിന്റെ നായകനായ ഗിഡിയോൺ ജാക്സണെ പ്രതിനിധിയായി തെരഞ്ഞെടുത്തു. അക്ഷരാഭ്യാസമില്ലാത്തവൻ,

അറിവില്ലാത്തവൻ പ്രാകൃതൻ, ഇവനൊക്കെ പാർലമെന്റിൽ പോയിട്ട് എന്തു ചെയ്യാൻ. കിട്ടിയ സ്വാതന്ത്ര്യം കൊണ്ട് ഇവരെന്തു ചെയ്യാൻ. അധികം താമസിയാതെ ഇവർ അടിമകളായി തങ്ങളുടെ അടുത്തു തന്നെ തിരിച്ചെത്തും. വർണവെറിയന്മാരായ വെള്ളക്കാർ കണക്കു കൂട്ടി. എന്നാൽ മാനവിക ബോധമുള്ള ചിലർ അവരെ സഹായിക്കാനെത്തി. പാർലിമെന്റിലെ വർണവെറിയരായ അംഗങ്ങളെ അമ്പരപ്പിച്ചു കൊണ്ട് ഗിഡിയോൺ ജാക്സൺ എന്ന കറുത്തവരുടെ പ്രതിനിധി, തങ്ങളുടെ കുട്ടികൾക്ക് പഠിക്കാൻ വിദ്യാലയങ്ങളും, കൃഷി ചെയ്യാൻ ഭൂമിയും, തൊഴിലും മറ്റു സൗകര്യങ്ങളും ഏർപ്പെടുത്തണമെന്ന് ആവശ്യപ്പെടുകയും അത് നേടിയെടുക്കുകയും ചെയ്തു. ജാക്സന്റെ നേതൃത്വത്തിൽ വിദ്യാഭ്യാസത്തിലൂടേയും, കൃഷിയിലൂടേയും, തൊഴിലിലൂടേയും ആ സമൂഹം പുരോഗതിയിലേക്ക് കുതിച്ചു. വർഗീയ വാദികൾക്ക് അത് സഹിക്കാവുന്നതിലും അപ്പുറമായി. അവർ ക്ലൂ ക്ലക്സ് ക്ലാൻ എന്ന വെള്ളക്കാരുടെ വർഗീയ സംഘടനയെ ഉപയോഗിച്ച് ജാക്സനും, കൂട്ടാളികൾക്കുമെതിരെ ശാരീരികാക്രമണത്തിനും, തങ്ങളുടെ വരുതിയിലുള്ള പോലീസ് കാരെ ഉപയോഗിച്ച് കള്ളക്കേസ് കെട്ടിച്ചമച്ച് അറസ്റ്റു ചെയ്യാനും മുതിരുന്നു. ജാക്സനും കൂട്ടരും അതിശക്തമായി തിരിച്ചടിക്കുന്നു. ഭരണമാറ്റം ഉണ്ടായതോടെ പട്ടാളത്തിന്റെ സഹായത്തോടെ വർഗീയ വാദികൾ ജാക്സന്റേയും സംഘത്തിന്റേയും പ്രതിരോധ കോട്ടവളയുന്നു. കടുത്ത ചെറുത്തു നിൽപിനൊടുവിൽ അവർ രക്തസാക്ഷിത്വം വരിക്കുന്നു. ലോകത്തെമ്പാടും, രാജ്യത്തിനകത്തും വർഗീയതയുടെ വിഷ ബീജം വളർന്നു വരുന്ന ഈ കാലഘട്ടത്തിൽ ഈ നോവലിനുള്ള പ്രസക്തി എത്രമാത്രമാണെന്ന് ഞാൻ പറയേണ്ടതില്ലല്ലോ. അദ്ദേഹം തന്റെ പ്രഭാഷണം അവസാനിപ്പിച്ചു. നിറഞ്ഞ കൈയടികളോടെ അദ്ദേഹത്തിന്റെ ആശയങ്ങൾ സദസ് ഏറ്റെടുത്തു.

അദ്ദേഹത്തിന്റെ വായനാനുഭവങ്ങൾ തീർച്ചയായും കുട്ടികളിലെത്തിക്കണം. മാഷ് ഉറപ്പിച്ചു. അൽപസമയത്തിനകം നാടകം ആരംഭിച്ചു. മനോഹരമായി അലങ്കരിച്ച മണിയറ. ഒരുവൻ പതുങ്ങി പതുങ്ങി അതിനകത്തെത്തുന്നു. അലമാര തുറക്കാൻ ശ്രമിക്കുന്നു. വിവിധ താക്കോലുകൾ ഉപയോഗിച്ചു നോക്കുന്നു. പറ്റുന്നില്ല. പശ്ചാത്തലത്തിൽ ഒപ്പനപ്പാട്ട് ഉയരുന്നു. വരനും വധുവും മണിയറയിലേക്ക് കടന്നു വരുന്നു. മുറിയിലുള്ളവൻ അലമാരയ്ക്ക് പിന്നിൽ മറയുന്നു.

വധു തന്റെ ആഭരണങ്ങൾ അഴിച്ച് അലമാരയിൽ വയ്ക്കാൻ പുറപ്പെടുന്നു. ഒരു നിഴൽകണ്ട് ഞെട്ടുന്നു. ഭർത്താവിനോട് പറയുന്നു. ഭർത്താവ് മോഷ്ടാവിനെ കൈയോടെ പിടികൂടുന്നു. രണ്ടു പേരും അത്ഭുതസ്തബ്ധരായി

മാറുന്നു. കോളേജിലെ തന്റെ സഹപാഠിയെ കള്ളന്റെ രൂപത്തിൽ കണ്ട് വരന് വിശ്വസിക്കാൻ പറ്റുന്നില്ല. കള്ളൻ തല താഴ്ത്തി നിൽക്കുകയാണ്. തന്റെ ക്ലാസിൽ പഠനത്തിൽ ഏറ്റവും മികച്ചു നിന്ന, ഫസ്റ്റ് ക്ലാസോടെ ഡിഗ്രി പാസായ ശശികുമാറാണ് മുന്നിൽ നിൽക്കുന്നതെന്ന് മുസ്തഫയ്ക്ക് ഉൾക്കൊള്ളാനേ പറ്റുന്നില്ല. നാടകം ഫ്ലാഷ് ബാക്കിലേക്ക് പോവുകയാണ്. ശശികുമാറിന്റെ വളരെ ദരിദ്രമായ ചുറ്റുപാടും, അതിനെയൊക്കെ അതിജീവിച്ചു കൊണ്ട് പഠനം പൂർത്തിയാക്കുന്നതും, അച്ഛന്റെ പെട്ടെന്നുള്ള മരണവും, കുടുംബത്തെ രക്ഷപ്പെടുത്താൻ ജോലി അന്വേഷിച്ചുള്ള നടപ്പും, മുട്ടിയ വാതിലുകളൊന്നും തുറക്കപ്പെടാതെ അവസാനം മോഷ്ടാവായി മാറുന്നതുമായ രംഗങ്ങൾ വികാര തീവ്രമായി അവതരിപ്പിച്ചിരിക്കയാണ്. തന്റെ പഴയ സഹപാഠിയുടെ ദുരിതം മനസ്സിലാക്കിയ മുസ്തഫ അവനെ തന്റെ കൂടെ ഗൾഫിലേക്ക് കൊണ്ടുപോകാമെന്ന വാഗ്ദാനത്തോടെ നാടകം അവസാനിക്കുന്നു. നാട്ടിലെ തൊഴിലില്ലായ്മയുടെ രൂക്ഷതയും, ദാരിദ്ര്യം മനുഷ്യനെ എങ്ങനെയാണ് അധ:പതിപ്പിക്കുന്നതെന്നും വരച്ചുകാട്ടുന്നതിൽ നാടകം വിജയിച്ചിരിക്കുന്നു,. സമയം ഒരു മണിയോടടുത്തിരിക്കുന്നു. നിലാവിന് വെൺമ കൂടിയിരിക്കുന്നു. നേരിയ തണുപ്പുള്ള കടൽക്കാറ്റ് മന്ദമായി വീശിക്കൊണ്ടിരിക്കുന്നു. വെൺമണൽ പാതയിൽ കൂടി തിരിച്ചു നടക്കുകയാണ്. നാടകത്തെക്കുറിച്ചുള്ള ചർച്ച തുടങ്ങിക്കഴിഞ്ഞു. സഖരിയ്യയുടെ ഉപ്പ മുഹമ്മദാണ് നേതൃത്വം ഏറ്റെടുത്തിരിക്കുന്നത്. നാട്ടിൽ പലതരം തൊഴിലിനും ആളെ കിട്ടാനില്ല. സർക്കാർ ജോലി കിട്ടിയില്ലെങ്കിൽ അങ്ങനെയുള്ള ജോലിക്കൊന്നും പോകാൻ ശ്രമിക്കാതെ നായകൻ മോഷണത്തിന് പോയത് ശരിയായില്ല എന്നാണ് അദ്ദേഹത്തിന്റെ വാദം. കൂലിപ്പണി ചെയ്ത് കൊണ്ട് തന്റെ കോളേജ് പഠനത്തിനുള്ള മാർഗം കണ്ടെത്തിയ പ്രഭാഷകന്റെ അനുഭവം ഉയർത്തിപിടിച്ചാണ് മൂപ്പരുടെ വാദം. മുഹമ്മദ്ക്ക ഉപരിപഠനവും അത് കഴിഞ്ഞാൽ അർഹതയുള്ള ജോലിക്കുള്ള അവസരം സൃഷ്ടിക്കലുമൊക്കെ ഒരു പരിഷ്കൃത ഗവൺമെന്റിന്റെ ചുമതലയാണ്. അത് ചെയ്യാത്ത സർക്കാരിന് നേരെയാണ് നാടകം വിരൽ ചൂണ്ടുന്നത്. മാലുവിന്റെ ശക്തമായ എതിർവാദമാണ്. ഗോപിച്ചേട്ടനും, ചില രക്ഷിതാക്കളും അതേറ്റെടുത്തിരിക്കയാണ്. ഒരു കള്ളനായി മാറുന്നതിനേക്കാൾ നല്ലത് വേറെ വല്ല ജോലിയും നോക്കിക്കൂടെ എന്നാണ് ഞാനുദ്ദേശിച്ചത്. മുഹമ്മദിന്റെ മറുപടി. ഇതൊരു കലാ സൃഷ്ടിയല്ലേ മുഹമ്മദ്ക്കാ. ആളുകളെ ആകർഷിക്കാൻ അങ്ങനെ ചില പൊടിക്കൈകളൊക്കെ വേണ്ടി വരും. മാലുവിന്റെ ആ അഭിപ്രായത്തോട് മുഹമ്മദും യോജിച്ചു. മാഷ് മറ്റൊരു ചിന്തയിലായിരുന്നു.

പ്രഭാഷകൻ സൂചിപ്പിച്ച ആ നോവലിലെ സംഭവവും, നാടകത്തിന്റെ പ്രമേയവും, രണ്ടും കല സമൂഹത്തിന് വേണ്ടിയാണ് എന്ന വാദത്തെ ശരിവയ്ക്കുന്നില്ലേ എന്നതായിരുന്നു ആലോചന. ഇത് തന്നെയല്ലെ അന്ന് സമ്മേളനവും ചർച്ച ചെയ്തതെന്ന് മാഷ് ഒരു നിമിഷം ചിന്തിച്ചു. മടക്ക യാത്ര വളരെ സാവധാനത്തിലാണ്. മാഷെ സംബന്ധിച്ചിടത്തോളം മനസ്സിനെ ത്രസിപ്പിക്കുന്ന ഒരു യാത്ര. ദൂരേ നിന്ന് അപരിചിതമായ ഈ സ്ഥലത്ത് എത്തിച്ചേർന്നവൻ. അധ്യാപകനെന്ന നിലയിൽ സമൂഹവുമായി ബന്ധപ്പെടുന്നതിൽ ആശങ്കപ്പെട്ടിരുന്നവൻ. ഇപ്പോൾ സമൂഹത്തിന്റെ സൗഹൃദം ആവോളം ആസ്വദിച്ചു കൊണ്ട്, തികച്ചും അവരിലൊരുനായി മാറിക്കൊണ്ട്, പ്രകൃതിയുടെ ഉന്മാദകരമായ സൗന്ദര്യത്തിൽ മുഴുകി കൊണ്ട് അങ്ങനെ നടക്കുകയാണ്. ഇത് തന്റെ ജീവിതത്തിലെ ഒരു അവിസ്മരണീയ സംഭവമായി മാറിയിരിക്കുന്നു.. മുമ്പ് ഒരവസരത്തിൽ സാബു പറഞ്ഞതുപോലെ 'ഞാനീട ഒറ്റക്കല്ല' എന്ന് ഉറക്കെ വിളിച്ചു പറയണമെന്ന് മാഷക്ക് തോന്നിപ്പോയി.

43

കുട്ടികളെല്ലാം വളരെ സന്തോഷത്തിലാണ്. പള്ളിയിലെ ഉറൂസ് ആഘോഷം അടുക്കുകയാണ്. കുട്ടികളെ സംബന്ധിച്ചിടത്തോളം പലവിധ സന്തോഷങ്ങളാണ്. ഒപ്പന, ദഫ്മുട്ട്, മാപ്പിളപ്പാട്ട്, കോൽക്കളി തുടങ്ങിയ കലാപരിപാടികൾ പലരും പരിശീലിച്ചുകൊണ്ടിരിക്കയാണ്. മതമോ ജാതിയോ നോക്കാതെ എല്ലാവരും ഒത്തു ചേർന്നാണ് അവതരിപ്പിക്കുന്നത്. ചെറിയ കുട്ടികൾ മുതൽ മുതിർന്നവർ വരെ പരിശീലിക്കുന്നുണ്ട്. ചെറിയ കുട്ടികൾക്ക് വേണ്ടി മത്സരയിനങ്ങളും ഉണ്ട്. ക്ലാസിലെ മിക്ക കുട്ടികളും എന്തെങ്കിലും ഒരു മത്സരത്തിൽ ഉൾപ്പെട്ടിട്ടുണ്ട്. പരിശീലനം ഏതാണ്ട് പൂർത്തിയായി കഴിഞ്ഞു. അതിന്റെ ഭാഗമായി സ്കൂളിൽ നിന്നും സമയം കിട്ടുമ്പോൾ അവർ ചെയ്തു നോക്കുന്നുണ്ട്. മറ്റൊരാകർഷണം ചന്തയാണ്. കളിപ്പാട്ടങ്ങളും, വളകളും, ആഭരണങ്ങളും, പലവിധ മധുര പലഹാരങ്ങളും ഒക്കെ ചന്തയെ ആകർഷണീയമാക്കുന്നു. തെരുവ് സർക്കസുകാരും, മാജിക്ക്കാരും, ഒക്കെ മറ്റൊരു വശത്ത് അരങ്ങ് തകർക്കും. തൊട്ടിൽക്കാരും മറ്റൊരാകർഷണമാണ്. ചുരുക്കത്തിൽ പ്രദേശത്തിന്റെ മുഴുവൻ ആഘോഷമാണ്. ഉറൂസ് നടക്കുന്ന രണ്ടു ദിവസവും ഉച്ചയ്ക്ക് ബിരിയാണിസദ്യയുമുണ്ട്. ഒരു ദിവസത്തെ സദ്യ അമ്പലക്കമ്മിറ്റിയുടെ വകയാണ്. അമ്പലത്തിലെ ഉത്സവത്തിന് തിരിച്ചങ്ങോട്ടുമുണ്ട്. കുട്ടികൾ ഉറൂസിന്റെ വിശേഷങ്ങൾ പറയാൻ മത്സരിക്കുകയാണ്. കഴിഞ്ഞ തവണ മത്സരങ്ങളിൽ സമ്മാനം നേടിയവർ അക്കാര്യങ്ങൾ ആവേശത്തോടെയാണ് അറിയിക്കുന്നത്.

നബീസക്കും', ഷീജക്കും, സഖരിയ്യക്കും, രാജുവിനുമെല്ലാം കഴിഞ്ഞ വർഷം സമ്മാനം കിട്ടിയിട്ടുണ്ട്. ഈ വർഷവും നേടണമെന്ന വാശിയിലാണ്. ചിലർ ഈ വർഷം വാങ്ങേണ്ട കളിപ്പാട്ടങ്ങളുടെ ലിസ്റ്റ് നേരത്തെ തയ്യാറാക്കുകയാണ്. പഞ്ഞി മിഠായിയുടേയും,

ഐസ്ക്രീമിന്റേയും മധുരതരമായ ഓർമയിലാണ് ചിലർ. കാണാൻ പോകുന്ന സർക്കസിന്റേയും, മാജിക്കിന്റേയും വർണനയും ചിലർ നടത്തുന്നുണ്ട്. പെൺകുട്ടികൾ അവരുടെ കൈകളിലണിഞ്ഞ വളകളെ പറ്റിയുള്ള സംസാരത്തിലാണ്. കുപ്പിവളകൾ വാങ്ങിയിട്ട് കാര്യമില്ല. പെട്ടന്ന് തന്നെ പൊട്ടി പോകുന്നു. മറ്റു വളകൾ ഇപ്പോഴും ബാക്കിയായിട്ടുണ്ട്. അതിന് കുപ്പിവള എപ്പോ ഇടാണ്ട് വിശേഷേല്ലം ഇള്ളേരം ഇട്ടാപ്പോരെ എന്നാണ് ചിലരുടെ പരിഹാര നിർദ്ദേശം.

ഏതായാലും ഉറൂസ് കഴിഞ്ഞാൽ നല്ലൊരു രചനാ പ്രവർത്തനത്തിന് സാധ്യതയുണ്ടെന്ന് മാഷക്ക് തോന്നി. തങ്ങളവതരിപ്പിക്കുന്ന കലാപരിപാടികൾ കാണാൻ മാഷെന്തായാലും വരണമെന്ന് കുട്ടികളൊന്നിച്ചാവശ്യപ്പെട്ടിരിക്കയാണ്. വൈകുന്നേരം ആറ് മണി മുതൽ സാംസ്കാരിക സമ്മേളനവും, മതസമ്മേളനവും ഒക്കെ ആരംഭിക്കും. അതിനു ശേഷമാണ് കലാ പരിപാടികൾ. സാംസ്കാരിക സമ്മേളനത്തിൽ വിവിധ മത പണ്ഡിതരുടെ പ്രഭാഷണങ്ങൾ ഉണ്ട്. കൂട്ടത്തിൽ രാമൻ മാസ്റ്ററുടെ പ്രഭാഷണവുമുണ്ട്.

ഒന്നാം ദിവസത്തെ അധ്യക്ഷൻ കണ്ണൻ മാസ്റ്ററാണ്. രണ്ടാമത്തെ ദിവസം സലിം മാഷാണ്. ചന്തകൾ ഒരുക്കുന്നതിന്റേയും, സ്റ്റേജിന്റേയും, ഭക്ഷണപന്തലിന്റേയും ഒക്കെ പണി ആരംഭിച്ചിരിക്കുന്നു. തൊട്ടിലുകാരും, സർക്കസുകാരും, മായാജാലക്കാരും തങ്ങളുടെ ഒരുക്കങ്ങൾ ആരംഭിച്ചിരിക്കുന്നു. സ്കൂൾ വിട്ടിട്ടും വീട്ടിൽ പോകാതെ ചില കുട്ടികൾ കാഴ്ചകൾ കണ്ടുകൊണ്ട് നിൽക്കുകയാണ്. അങ്ങനെ ആ സുദിനം വന്നണഞ്ഞിരിക്കുന്നു. ഉച്ചയ്ക്ക് ശേഷം മൂന്നു മണിക്ക് സ്കൂൾ വിടും. കുട്ടികൾക്ക് മെയ്ക്കപ്പിനും പരിശീലനത്തിനും വേണ്ടിയാണ് നേരത്തെ വിടുന്നത്. ഉച്ചയ്ക്ക് എല്ലാവരും സ്വാദിഷ്ടമായ ബിരിയാണി കഴിച്ച് വന്നിരിക്കയാണ്. ഇന്ന് കലാപരിപാടികളിൽ പങ്കെടുക്കുന്നവർ അത് കാണാൻ പ്രത്യേകം ഓർമിപ്പിക്കുന്നുണ്ട്. രാമൻ മാഷും പ്രഭാഷണത്തിന്റെ കാര്യം പ്രത്യേകം ഓർമിപ്പിച്ചു. സന്ധ്യയായപ്പോൾ പള്ളിയും പരിസരവും ദീപാലങ്കാരങ്ങളാൽ പ്രശോഭിതമായി- ശ്മശാനത്തിനപ്പുറത്തെ വെളിമ്പറമ്പിലാണ് പരിപാടികൾ നടക്കുന്നത്.

ആളുകൾ കൂട്ടം കൂട്ടമായി എത്തിത്തുടങ്ങി. കൂട്ടത്തിൽ ക്ലാസിലെ കുട്ടികളും രക്ഷിതാക്കളുമുണ്ട്. സാബുവും കൂട്ടുകാരും വളണ്ടിയർ പ്രവർത്തനത്തിലാണ്. ഉച്ചയ്ക്ക് ഭക്ഷണം വിളമ്പാനും സജീവമായിരുന്നു. റസാഖും ഇന്ന് കടയിൽ നിന്നും നേരത്തെ എത്തിച്ചേർന്നിട്ടുണ്ട്. അവനും വളണ്ടിയർമാരുടെ കൂട്ടത്തിലാണ്. നല്ലൊരു ജനക്കൂട്ടം വന്നു ചേർന്നിട്ടുണ്ട്. കുട്ടികൾ തൊട്ടിലാടാനും, സർക്കസ് കാണാനും ഒക്കെ

തിക്കിത്തിരക്കുകയാണ്. അപ്പോഴാണ് മാഷിന്റെ അടുത്തൊരാൾ എത്തിച്ചേർന്നത്. ലീനയാണ്. തൊട്ടപ്പുറത്ത് അച്ഛനും അമ്മയും നിൽക്കുന്നുണ്ട്. മാഷ് അവരുടെ അടുത്തേക്ക് ചെന്നു. അച്ഛന് അൽപ്പമൊരു പരുങ്ങലുണ്ട്. അമ്മ നല്ല സന്തോഷത്തിലാണ്. ചിലപ്പോൾ ആദ്യമായിട്ടായിരിക്കും ഭർത്താവിന്റെ കൂടെ സമാധാനത്തോട് കൂടി ഇത്തരം ഒരു ആഘോഷത്തിൽ പങ്കെടുക്കാൻ വരുന്നത്. വിവരങ്ങളൊക്കെ മോളും സജിയും പറഞ്ഞു കൃത്യ സമയത്ത് തന്നെ അറിയാറുണ്ട്. വളരെ സന്തോഷമുണ്ട്. വിഷമിക്കുകയൊന്നും വേണ്ട. അയാളുടെ കൈപിടിച്ചുകൊണ്ട് മാഷ് പറഞ്ഞു. മക്കളോട് സ്നേഹമുള്ളവർക്ക് ഇങ്ങനയേ ആകാൻ പറ്റൂ. മാഷേ മാഷ് പറഞ്ഞ കാര്യങ്ങളൊക്കെ പിന്നീട് സജീന്നറിഞ്ഞു. കാണാൻ വരണമെന്നുണ്ടായിരുന്നു. പക്ഷേ എന്തോ ഒരു മനഃപ്രയാസം അതുകൊണ്ടാ വരാതിരുന്നെ. ഇടറുന്ന ശബ്ദത്തോടെയാണ് സംസാരം. കുറ്റബോധം ഇപ്പോഴും മനസ്സിനെ അലട്ടുന്നുണ്ടെന്നു തോന്നുന്നു. തെറ്റ് നിങ്ങൾക്ക് തന്നെ മനസ്സിലായി തിരുത്തി, ഇനി ഒന്നുകൊണ്ടും വിഷമിക്കേണ്ട. ഇങ്ങനെ തന്നെ മുന്നോട്ട് പോയിക്കോ. കണ്ടതിൽ വലിയ സന്തോഷം.

മോളെ എന്താ പരിപാടിക്കൊന്നും നിർത്താഞ്ഞത്. അവളിപ്പോ ക്ലാസില് നല്ല ഉഷാറാണല്ലോ? അമ്മയോടാണ്. മാഷേ മാഷ്ങ്ങനെ ശ്രദ്ധിച്ചോണ്ട് എന്റെ മോളും രക്ഷപ്പെട്ടു, പിന്ന ഇവരും. സ്നേഹപൂർവ്വം അയാളുടെ കൈയിൽ പിടിച്ച് തല അല്പം താഴ്ത്തിക്കൊണ്ടാണ് സംസാരം. അവരനുഭവിച്ചതിന്റെ മുഴുവൻ സങ്കടവും, ഇപ്പോഴുള്ള സന്തോഷവും ആ വാക്കുകളിലുള്ളതായി മാഷിന് തോന്നി. മോള അടുത്ത വർഷം പരിപാടിക്കു നിർത്തണം. ആത്മവിശ്വാസത്തോടെ അവർ പറഞ്ഞു. നിങ്ങളെന്നാലിവളെ സർക്കസ് ഒക്കെ കാണിച്ചു കൊടുക്ക്. നന്ദിപൂർവം മാഷെ നോക്കിക്കൊണ്ട് അവർ നടന്നു.

കുടുംബ ജീവിതത്തിൽ ഇതുവരെ അനുഭവിക്കാത്ത ഒരു സന്തോഷമായിരിക്കും ഇന്നവർക്ക്. ആവോളം സന്തോഷിക്കട്ടെ. കുടി പൂർണമായി നിർത്തി നല്ലൊരു കുടുംബസ്ഥനായി അയാൾ മാറിക്കഴിഞ്ഞു. മകളുടെ പഠന കാര്യത്തിലൊക്കെ പറ്റുന്നതു പോലെ സഹായിക്കുന്നുണ്ട്. അരോഗ്യമൊക്കെ നന്നായിട്ടുണ്ട്. സാബുവിന്റെ ഭാഷയിൽ പറഞ്ഞാൽ എല്ലാംകൊണ്ടും ഓനിപ്പൊരു മനിശന്റെ കോലത്തിലായി. സാംസ്കാരിക സമ്മേളനം ആരംഭിക്കയാണ്. പള്ളി കമ്മിറ്റി പ്രസിഡന്റ് സ്വാഗതം പറഞ്ഞു. തുടർന്ന് കണ്ണൻ മാസ്റ്റർ അധ്യക്ഷ പ്രസംഗം ആരംഭിച്ചു. ഉറൂസിന്റെ സവിശേഷതകളും, മതസൗഹാർദ്ദത്തിന്റെ മഹത്വവും ഒക്കെ സൂചിപ്പിച്ച ശേഷം മത്സ്യത്തൊഴിലാളി സഹകരണ സംഘത്തിന്റെ

പ്രാധാന്യത്തെ കുറിച്ചായി സംസാരം. നാട്ടിൽ കളിയാടുന്ന സമാധാന അന്തരീക്ഷത്തെക്കുറിച്ചും ഓർമപ്പെടുത്തി ഹ്രസ്വമായ പ്രസംഗം അവസാനിപ്പിച്ചു. അടുത്ത സീറ്റിൽ ഗോപിച്ചേട്ടനും എത്തിച്ചേർന്നു. ഉച്ചയ്ക്ക് ഭക്ഷണ വിതരണത്തിലൊക്കെ പങ്കെടുത്ത് തിരിച്ചു പോയതാണ്. അടുത്തത് ഒരു മൗലവിയുടെ പ്രഭാഷണമാണ്. മത സൗഹാർദ്ദത്തിൽ ഊന്നിയാണ് അദ്ദേഹത്തിന്റേയും സംസാരം. ഇസ്ലാം മതത്തിന് അതിലുള്ള പ്രതിബദ്ധതയും മതതത്വങ്ങൾ ഉദ്ധരിച്ചു കൊണ്ട് അദ്ദേഹം സമർഥിച്ചു. പല ഭാഗത്തു നിന്നും അതിനെതിരായി വരുന്ന ഭീഷണികളെ കുറിച്ചും അദ്ദേഹം ഓർമപ്പെടുത്തി. തുടർന്ന് രാമൻ മാഷിന്റെ പ്രഭാഷണമാണ്. ആളുകളൊക്കെ ഒന്നുഷാറായി. ക്ലാസിൽ നിന്നും കുട്ടികളോട് എങ്ങനെയാണൊ സംസാരിക്കുന്നത് ആ ഭാവത്തിൽ തന്നെയാണ് തുടക്കം. വലിയൊരു പ്രഭാഷകനാണെന്നുള്ള നാട്യമേയില്ല. ഇവിടെ ബഹുമാന്യരായ കണ്ണൻ മാഷും, മൗലവിയും ഒക്കെ പറഞ്ഞതു പോലെ മത സൗഹാർദത്തെക്കുറിച്ചും, ദൈവ സമീപ്യത്തെ കുറിച്ചും ഒക്കെയാണ് സംസാരിക്കേണ്ടത്. പക്ഷേ ഞാനിന്ന് വ്യത്യസ്ഥമായ മറ്റൊരു വിഷയമാണ് നിങ്ങളോട് സംസാരിക്കാൻ പോകുന്നത്. ഈ ഉറൂസിന്റെ സവിശേഷതയായി എനിക്ക് തോന്നുന്നത് ഈ നാട് മുഴുവൻ ഇവിടെ ഒത്തുചേരുന്നതതിനും ഇതുപോലുള്ള വിഷയങ്ങൾ ചർച്ച ചെയ്യുന്നതിനും ഉള്ള അവസരമൊരുക്കുന്നു എന്നതാണ്.

ഞങ്ങൾ കഴിഞ്ഞ ദിവസം കുട്ടികളേയും കൊണ്ട് പള്ളിക്കാട് കാണാൻ വന്നു. സസ്യ വൈവിധ്യങ്ങളെ കുറിച്ച് പഠിക്കുകയായിരുന്നു ഉദ്ദേശ്യം. ചില കുട്ടികൾക്ക് വരാൻ ഭയമായിരുന്നു. മരിച്ച മനുഷ്യരെ അടക്കുന്ന സ്ഥലമാണ് ബാധകൂടും എന്നൊക്കെയായിരുന്നു അവരുടെ ഭയം, ഒരു പക്ഷേ നിങ്ങളിൽ ഭൂരിപക്ഷവും അങ്ങനെ വിശ്വസിക്കുന്നവരായിരിക്കാം. മരണ ശേഷം പ്രേതം, ബാധ, ആത്മാവ്, പരമാത്മാവ്, പുനർജന്മം എന്നിങ്ങനെ നമ്മൾ ഇതുവരെ കണ്ടിട്ടാല്ലാത്ത, ശാസ്ത്രീയമായ ഒരടിത്തറയുമില്ലാത്ത കാര്യങ്ങൾ പറഞ്ഞ് എന്തൊക്കെ അനാവശ്യ ചടങ്ങുകളാണ് മനുഷ്യരെ കൊണ്ട് ചെയ്യിക്കുന്നത്. അതിന്റെ പേരിൽ പ്രേതത്തെ ആവാഹിക്കലും മരിച്ച മനുഷ്യന് പരിചയം പോലുമില്ലാത്ത സ്ഥലങ്ങിലേക്ക് നിമജ്ജനം ചെയ്യലും, ഓരോ മതക്കാരും തരാതരം പോലെ നടത്തുകയാണ്.

മത വിശ്വാസങ്ങളുടെ മറപറ്റി പുരോഹിതന്മാർ കാശ് കൊയ്യുകയാണ്. പണ്ട് വൈദ്യുതിയില്ലാതിരുന്ന കാലത്ത് ഇരുട്ടിൽ എന്തൊക്കെയോ കണ്ട് പേടിച്ചു പ്രേതമാണ് ബാധയാണ് എന്നൊക്കെ പറഞ്ഞ് പരത്തുമായിരുന്നു. ആളുകളെ വിശ്വസിപ്പിക്കുമായിരുന്നു. ഈ

ആധുനിക കാലത്തും, വിദ്യാസമ്പന്നരായ ആളുകൾ പോലും ഇത്തരം അസംബന്ധ വിശ്വാസങ്ങളുമായി, മരണപ്പെട്ടവരെ പ്രേതമാക്കി ദൂരേക്ക് കടത്തി, അങ്ങനെ താനും കുടുംബവും ബാധയിൽ നിന്നും രക്ഷപ്പെട്ടു എന്ന് വിശ്വസിക്കുകയാണ്. ഇക്കാര്യമാണ് നമ്മളിന്നിവിടെ പരിശോധിക്കേണ്ടത് എന്നു തോന്നുകയാണ്. മതസൗഹാർദ്ദം പോലെ തന്നെ, ആരോഗ്യകരമായ ഒരു സമൂഹം ഉണ്ടാവാൻ കാലത്തിന് ചേരാത്ത ഇത്തരം മൂഢവിശ്വാസങ്ങളും മാറേണ്ടതുണ്ട്. പ്രകൃതിയിൽ എല്ലാത്തിനും നാശമുണ്ട്. അതിന്റെ ഭാഗമായ മനുഷ്യനും നാശമുണ്ട്. ഒരു യന്ത്ര ഭാഗത്തിന് കുഴപ്പമുണ്ടാകുമ്പോൾ ആ യന്ത്രത്തിന്റെ പ്രവർത്തനം നിലക്കും. അതുപോലെ അസുഖങ്ങൾ വഴിയോ, പ്രായാധിക്യം മൂലമോ നമ്മുടെ ശാരീരിക പ്രവർത്തനങ്ങൾ നിലയ്ക്കുമ്പോൾ മരണം സംഭവിക്കുന്നു. പിന്നെ ആ ശരീരം മണ്ണിൽ ലയിക്കുന്നു. സസ്യങ്ങൾക്കും, സൂക്ഷ്മജീവികൾക്കും ഭക്ഷണമായിത്തീരുന്നു. ഇതൊരു പ്രകൃതി രീതിയാണ്. അതിനിടയിലാണ് നമ്മൾ ആത്മാവിനേയും, പ്രേതത്തേയും, ബാധയേയും ഒക്കെ തിരുകിക്കേറ്റി അന്ധവിശ്വാസങ്ങൾക്കടിപ്പെട്ടുന്നത്. ചിലർ ഇത് ബോധപൂർവം പ്രചരിപ്പിക്കുന്നു. കാരണം അവർക്കത് കാശ് പിടുങ്ങാനുള്ള മാർഗമാണ്. നമ്മൾ പാവങ്ങൾ സത്യമെന്തെന്ന് ചിന്തിക്കാതെ അവരുടെ പ്രചരണത്തിൽ കുടുങ്ങി പോകുന്നു. ഇന്ന് തെറ്റായ ഭക്ഷണ രീതിയുടേയും, അന്തരീക്ഷ മലിനീകരണത്തിന്റേയും, മാനസിക സമ്മർദ്ദങ്ങളുടേയും ഒക്കെ ഫലമായി മാരകമായ പല രോഗങ്ങളും പിടിപെടുന്നു. സാമ്പത്തിക കാര്യങ്ങളുമായി ബന്ധപ്പെട്ടും പലവിധപ്രശ്നങ്ങൾ നമ്മെ അലട്ടുന്നു. ഇതൊക്കെ കുടുംബ ദൈവങ്ങൾ കോപിക്കുന്നതു കൊണ്ടാണെന്നാണ് ചിലരുടെ പ്രചരണം.

ദൈവങ്ങളെ പ്രീതിപ്പെടുത്തിയാൽ എല്ലാം ശരിയാകുമെന്നാണ്. അങ്ങനെ പ്രീതിപ്പെടുത്താൻ ഒരുങ്ങി കുറച്ച് പേർ നിൽപുണ്ട്. അവർക്ക് നല്ല കാശ് കിട്ടുന്ന ഏർപ്പാടാണ്. പ്രശ്നങ്ങളുടെ യഥാർഥ കാരണം കണ്ടെത്തി പരിഹരിക്കുന്നതിന് പകരം, കൈയിലുള്ള കാശും കൂടി നഷ്ടപ്പെടുത്തുകയാണ് പലരും ചെയ്യുന്നത്. ഒരു ശരിയായ ദൈവ വിശ്വാസിക്ക് ഒരിക്കലും ദൈവമാണ് നമുക്ക് ബുദ്ധിമുട്ട് വരുത്തി വയ്ക്കുന്നതെന്ന് ചിന്തിക്കാനാവില്ല. പ്രശ്നങ്ങളുടെ യഥാർഥ കാരണം ഏകാഗ്രമായി ചിന്തിച്ച് കണ്ടെത്തുകയാണ് വേണ്ടത്. ഒരു യഥാർഥ വിശ്വാസി അതാണ് ചെയ്യേണ്ടത്. അല്ലാതെ തന്റെ കഷ്ടപ്പാടിന്റെ പരിഹാരം പുരോഹിതന്മാരുടെ കൈകളിൽ ഏൽപ്പിക്കുകയല്ല വേണ്ടത്.

ഇനി നമുക്ക് നമ്മുടെ സ്വന്തം അനുഭവം ഒന്നു പരിശോധിച്ചു നോക്കാം. കണ്ണൻ മാസ്റ്റർ സൂചിപ്പിച്ചിട്ടുണ്ട്. ഇവിടുത്തെ മത്സ്യത്തൊഴിലാളികളുടെ

ഇതുവരേയുള്ള അനുഭവം എന്തായിരുന്നു. വർഷകാലമായാൽ പട്ടിണി. പട്ടിണി മാറ്റാൻ കടക്കെണിയിൽ പെടുന്ന അവസ്ഥ. ഒക്കെ കടലമ്മയുടെ കോപമാണ്, ദൈവങ്ങളുടെ കളിയാണെന്ന് കരുതി അമ്പലങ്ങളിലും, പള്ളികളിലും നേർച്ചകൾ കഴിപ്പിച്ചവരുണ്ട്. ഇപ്പൊ കടത്തിൽ നിന്നും രക്ഷപ്പെട്ടു, മഴക്കാലത്ത് പട്ടിണി കിടക്കേണ്ടി വരില്ല എന്ന അവസ്ഥയിലെത്തി. എങ്ങനെയാണെന്ന് അനുഭവസ്ഥരായ നിങ്ങളോട് ഞാൻ വിവരിക്കേണ്ടതില്ല. ഇടത്തട്ടും, കൊള്ളപ്പലിശ യുമാണ് കഷ്ടപ്പാടിന്റെ യഥാർഥ കാരണം എന്ന് കണ്ടെത്തി. കുറച്ചു പേർക്ക് ബുദ്ധിമുട്ടുകൾ അനുഭവിക്കേണ്ടിവന്നെങ്കിലും ഒരു സഹകരണ സംഘം രൂപീകരിക്കാൻ പറ്റി. അവരുടെ ആ ത്യാഗപൂർണമായ പ്രവർത്തനത്തെയാണ്, സഹജീവികളെ കഷ്ടപ്പാടിൽ നിന്ന് രക്ഷി ക്കാൻ നടത്തിയ പ്രവർത്തനത്തെയാണ് നാം ഈശ്വരോചിതം എന്നു പറയേണ്ടത്. അല്ലാതെ മൂഢവിശ്വാസങ്ങൾക്ക് അടിപ്പെട്ട് ചെയ്യുന്ന പ്രവൃത്തികളെയല്ല. ഇന്ത്യയിലെ ഓരോ ഗ്രാമങ്ങളിലും ഇത്തരം പ്ര വർത്തനങ്ങളാണ് നടക്കേണ്ടത്. ഉത്തരേന്ത്യയിലൊക്കെ സഞ്ചരിക്കു മ്പോൾ കാണാൻ കഴിയുന്നത് ആചാരങ്ങളിലും അനുഷ്ഠാനങ്ങളിലും തളച്ചിടപ്പെട്ട്, തങ്ങളുടെ കഷ്ടപ്പാടുകളുടെ യഥാർഥ കാരണങ്ങളെന്തെ ന്ന് തിരിച്ചറിയാൻ കഴിയാത്ത പാവങ്ങളെയാണ്. അവിടങ്ങളിലുള്ള അത്തരം ആചാരങ്ങൾ ഇവിടേയും പ്രചരിപ്പിക്കാൻ ശ്രമം നടക്കുക യാണ്.

ഇവിടെ ഇത്തരം വിശ്വാസത്തിൽപ്പെട്ട് രണ്ട് പേർ മരണത്തിന്റെ വക്കിലെത്തി. കണാരന്റേയും, മൊയ്‌ലാരുടേയും പിടിയിൽ നിന്ന് രക്ഷപ്പെടുത്തി ആശുപത്രിയിലെത്തിച്ചതുകൊണ്ട് രണ്ട് പേരുടേയും ജീവൻ തിരിച്ചുകിട്ടി. നല്ല ഡോക്ടർമാരും, ആശുപത്രിയുമൊക്കെ ഉള്ള പ്പോൾ ഇത്തരക്കാരെ ആശ്രയിക്കുന്നത് ഇനിയെങ്കിലും നിർത്തുക. നല്ല ബ്ലഡ് പ്രഷർ രോഗിയായ ഒരു സ്ത്രീ ഉച്ചവെയിലിൽ നടക്കുമ്പോൾ ഈ ശ്മശാനത്തിനടുത്ത് തല കറങ്ങി വീണതാണ് കണാരൻ മന്ത്രവാദി, ബാധയാക്കി മാറ്റിയത്. അവസാനം രക്ഷപ്പെടുത്താൻ ആശുപത്രിയിൽ തന്നെ എത്തിക്കേണ്ടി വന്നു. വയറിളക്കം തന്റെ വെള്ളം കൊണ്ട് മാറുമെന്ന് വിശ്വസിപ്പിച്ച് മൂസ മൊയ്‌ലിയാറും ഒരു കുട്ടിയെ അപകട ത്തിന്റെ വക്കിലെത്തിച്ചു. ആശുപത്രി തന്നെയാണ് ആ കുട്ടിക്കും രക്ഷ യായത്. ഇത്തരം കാര്യങ്ങൾ നിങ്ങൾ പരസ്പരം ചർച്ച ചെയ്യണമെന്നും, സത്യം കണ്ടെത്തണമെന്നുമാണ് എനിക്ക് പറയുവാനുള്ളത്.

കുട്ടികളുടെ കലാപരിപാടി പ്രതീക്ഷിച്ചു നിൽക്കുന്ന നിങ്ങളുടെ മുന്നിൽ ഞാൻ കൂടുതൽ നീട്ടുന്നില്ല. നന്ദി, നമസ്കാരം. അദ്ദേഹം

പ്രസംഗം നിർത്തി. അത് ജനങ്ങൾ ഏറ്റെടുത്തതുപോലെ കനത്ത കൈയടി ഉയർന്നു. കുറഞ്ഞ സമയത്തിനുള്ളിൽ തനിക്ക് പറയാനുള്ള കാര്യങ്ങൾ കൃത്യമായി കേൾവിക്കാരിലെത്തിച്ചിരിക്കുന്നു. തന്റെ പ്രസംഗവും പ്രവൃത്തിയും ഒന്നാണെന്ന് അദ്ദേഹം തെളിയിച്ചു കൊണ്ടിരിക്കയാണ്. അന്ന് കുട്ടികളെ കൊണ്ട് വരാൻ കാണിച്ച ആവേശവും അതിന്റെ ഭാഗമാണെന്ന് രമേശൻ മാഷിന് മനസ്സിലായി. പ്രസംഗം കേട്ട് ഗോപിച്ചേട്ടനും നല്ല ആവേശത്തിലാണ്. അടുത്തത് കുട്ടികൾക്ക് വേണ്ടി നടത്തിയ മാപ്പിളപ്പാട്ട്, കവിതാലാപനം, കഥ പറയൽ, ലളിതഗാനം തുടങ്ങിയ മത്സരങ്ങളുടെ സമ്മാനദാനമാണ്. തന്റെ ക്ലാസിലെ സുധീറും, രാജുവും, സഖരിയ്യയും, ഷീജയും, നബീസയും, ജനാർദ്ദനനും ഒക്കെ സമ്മാനങ്ങൾ വാങ്ങുന്നുണ്ട്. തുടർന്ന് ഒപ്പനയും, കോൽക്കളിയും, സംഘഗാനവും ഒക്കെ അരങ്ങേറി. മെയ്ക്കപ്പിൽ കുട്ടികളെ തിരിച്ചറിയാൻ കഴിയുന്നില്ല. പരിപാടികൾക്ക് ശേഷവും വളരെ നേരം കഴിഞ്ഞേ ആളുകൾ പിരിയുകയുള്ളൂ.

ഉറൂസ് രണ്ട് ദിവസമാണെങ്കിലും അതോടനുബന്ധിച്ചുള്ള ചന്തയും, സർക്കസ്, തൊട്ടിൽ, മാജിക് തുടങ്ങിയ പരിപാടികളും രണ്ടു ദിവസം കൂടി നീണ്ടു. ആളുകളുടെ പങ്കാളിത്തവും മോശമല്ലാതെയുണ്ടായി. കുറേ രക്ഷിതാക്കളെ പരിചയപ്പെടാനും കുട്ടികളുടെ കാര്യങ്ങൾ ചർച്ച ചെയ്യാനും കഴിഞ്ഞ നാല് ദിവസങ്ങളും അവസരം നൽകിയത് മാഷെ സംബന്ധിച്ചിടത്തോളം സംതൃപ്തികരമായി. കൂട്ടത്തിൽ മക്കളുടെ സഹായത്തോടെ പഠനം തുടരുന്ന രണ്ട് മാതാക്കളേയും കാണാൻ കഴിഞ്ഞു. മടിച്ചു നിന്ന അവരെ മക്കൾ നിർബന്ധപൂർവം കൂട്ടി വരികയായിരുന്നു. രണ്ട് ചെറുപ്പക്കാരികൾ. പഠനത്തിൽ കൂടുതൽ താല്പര്യമുണ്ടാക്കുന്ന തരത്തിൽ കുറച്ച് കാര്യങ്ങൾ അവർക്ക് പറഞ്ഞുകൊടുത്തു.

രണ്ടുപേരും നല്ല നിശ്ചയദാർഢ്യമുള്ളവരാണെന്ന് അവരുടെ സംസാരം കേട്ടപ്പോൾ മനസ്സിലായി. പ്രദേശചരിത്രത്തിലെ ഒരു സവിശേഷത തന്നെയാണ് ഉറൂസ്. പള്ളിയുടെ ഭാഗമായ പരിപാടിയാണെങ്കിലും അങ്ങനെയൊരു തോന്നലേ കാണുന്ന ആർക്കുമുണ്ടാവില്ല. അത്രയും സൗഹാർദ്ദപരമായ ഒരാഘോഷം. സങ്കടമായാലും സന്തോഷമായാലും ഒരുമയോടെ പങ്കിടുന്ന ജനജീവിതത്തിന്റെ ഒരു പ്രതിഫലനം തന്നെ. കാവിലെ ഉത്സവവും അങ്ങിനെ തന്നെ. ഈ ഒത്തൊരുമയെ ആർക്കുംതകർക്കാനാവില്ല എന്നതിന് അതിൽ പങ്കെടുക്കുന്ന ജനക്കൂട്ടം തന്നെ സാക്ഷിയാണ്. നാലു ദിവസത്തെ ആഘോഷങ്ങൾ കഴിഞ്ഞപ്പോൾ മാഷിനും ഒരു നഷ്ടബോധം പോലെ.

44

മാഷ് കടലിൽ നിന്നുള്ള മീൻപിടുത്തം കണ്ടിട്ടുണ്ടോ? കാണണമെങ്കിൽ രാത്രി ഒമ്പത് മണിയോടെ കടപ്പുറത്തേക്ക് വന്നോ. കരയിൽ നിന്ന് തന്നെ വലയെറിഞ്ഞു മീനിനെ പിടിക്കുന്നത് കാണാം. സാബു ക്ഷണിക്കയാണ്. കടലിൽ നിന്നും മത്സ്യങ്ങളെ കോരിയെടുക്കുന്നത് ഇതുവരെ കാണാത്ത കാഴ്ചയാണ്. തീർച്ചയായും കാണണം. ഞാൻ കൃത്യ സമയത്ത് എത്തിക്കൊള്ളാം. മാഷ് ക്ഷണം സ്വീകരിച്ചു. സാബുവിന്റെ കൂടെ ഒരുദിവസം വള്ളത്തിൽ കടലിൽ പോകണമെന്നുണ്ടായിരുന്നു. കൊണ്ടുപോകാൻ അവനും താല്പര്യമായിരുന്നു. പക്ഷേ കടൽച്ചൊരുക്കും, ഛർദ്ദിയും പേടിച്ച് പോയില്ല. ഇന്നേതായാലും പോയി കണ്ടു കളയാം. കൃത്യസമയത്തു തന്നെ പുറപ്പെട്ടു. നല്ല നിലാവുണ്ട്. കടപ്പുറത്തെത്തി. ആരേയും കാണാനില്ല. ശക്തിയുള്ള കാറ്റിൽ പൂഴിയിൽ കാലുറക്കാത്തതുപോലെ. നിലാവെളിച്ചം തട്ടി പ്രതിഫലിക്കുന്ന തിരമാലകൾ തീരത്തേക്ക് ഉരുണ്ട് വരുന്ന കാഴ്ച ഒരു ഭീകരാന്തരീക്ഷം സൃഷ്ടിക്കുന്നതു പോലെ മാഷിന് തോന്നി. തിരമാലകളും, കാറ്റും, നിലാവിൽ തിളങ്ങുന്ന പൂഴിപ്പരപ്പും, ഒക്കെ സൃഷ്ടിക്കുന്ന ഒരു മായിക ലോകം. കണ്ണെത്തുന്ന ദൂരത്തോളം ആരേയും കാണുന്നില്ല. തികച്ചും വിജനമായ കടപ്പുറത്ത് രാത്രി തനിച്ച്. മനസ്സിൽ പരിഭ്രാന്തി പടർത്തുന്ന അന്തരീക്ഷം.

ബഷീറിന്റെ ഭാർഗവീ നിലയം ഓർമയിൽ വരികയാണ്. സാഹിത്യകാരനും യക്ഷിയും തമ്മിലുള്ള കൂടിക്കാഴ്ച. നിലാവിൽ രാത്രിയിലെ കടപ്പുറ കാഴ്ചയുടെ, ബഷീറിന്റെ അപൂർവ വർണന. അതേ ദൃശ്യമാണ് താനും കാണുന്നതെന്ന് മാഷിന് തോന്നി. പാത്തുത്താത്തയുടെ വീരാനിക്ക അപകടത്തിൽ പെട്ടത് ഇവിടെ എവിടെയെങ്കിലും വച്ചായിരിക്കാം. അവരുടെ പ്രേതകഥയിലെ വീരാൻ ബഷീറിന്റെ യക്ഷിയെ പോലെ തന്റെ നേരെ വരുന്നത് മാഷൊന്ന് സങ്കൽപിച്ചു നോക്കി. പെട്ടെന്ന്

തിരപ്പുറത്തൊരു ആളനക്കം. കുറേ ദൂരെയാണ്. വ്യക്തമായി കാണാൻ പറ്റുന്നില്ല. മാഷൊന്നു ചുഴിഞ്ഞു നോക്കി. നിലാവിൽ തിളങ്ങുന്ന തിരയുടെ ഒളി വെട്ടലിലും, കാറ്റിന്റെ ഹുംകൃതിയിലും കാഴ്ച ശരിക്കങ്ങോട്ട് പിടികുന്നില്ല. പെട്ടെന്ന് ഉറക്കെയുള്ളൊരു കൂക്കി മാഷിന്റെ ചെവിയിൽ പതിച്ചു. തിരപ്പുറത്ത് മനുഷ്യനെ കണ്ട ഭാഗത്തുനിന്നാണെന്നു തോന്നുന്നു. പെട്ടന്ന് ആ മനുഷ്യരൂപം തിരപ്പുറത്തു നിന്നും അപ്രത്യക്ഷനായി. ഒരു കൂട്ട ആരവം ഉയർന്നു. പെട്ടെന്നു തന്നെ ശബ്ദം നിലച്ചു. തിരപ്പുറത്തെ രൂപം വീണ്ടും പ്രത്യക്ഷപ്പെട്ടു. അത് താൻ നിൽക്കുന്ന ഭാഗത്തോട് അടുത്തു വരുന്നതായി മാഷിന് തോന്നി. ഭാർഗവീ നിലയത്തിലെ രംഗം പുനഃസൃഷ്ടിക്കപ്പെടുകയാണോ?. യക്ഷിയെ കണ്ടിട്ടും ഭയപ്പാടില്ലാതെ സംഭാഷണം നടത്തുന്ന സാഹിത്യകാരനായ കഥാപാത്രം. ഇവിടെ തനിക്കും പേടിയില്ല. വീരാനിക്ക അടുത്തെത്തുകയാണ്. എന്തു പറയണം?പാത്തുത്തത്തയെ കുറിച്ചും മക്കളെ കുറിച്ചും പറയാം. പോക്കറുടെ രഹസ്യത്തെക്കുറിച്ച് ചോദിക്കണോ. ചോദിച്ചു നോക്കാം. രഹസ്യം മനസ്സിലാക്കാനുള്ള സന്ദർഭമാണല്ലോ ഒത്തു കിട്ടിയിരിക്കുന്നത്. അന്വേഷണത്തിൽ മുഴുകിയിരിക്കുന്ന ഗോപിച്ചേട്ടനെ ഇനിയും ബുദ്ധിമുട്ടിക്കേണ്ടല്ലോ. അദ്ദേഹം പോക്കറിൽ നിന്നും വിവരം ചോർത്താൻ പല വഴിക്കും ശ്രമിച്ചുകൊണ്ടിരിക്കയാണ്. പല തന്ത്രങ്ങളും പ്രയോഗിച്ചു നോക്കി. ഒന്നും ആ കുതന്ത്രക്കാരനോട് ഏശുന്നില്ല. ഒടുവിൽ അനുജൻ ദിവാകരന്റെ സഹായം തേടാൻ തന്നെ തീരുമാനിച്ചിരിക്കയാണ്. ഇനി അതിന്റെ ആവശ്യമൊന്നുമില്ല.

ബീരാനിക്ക ഇതാ തന്റെ അടുത്ത് എത്തിക്കൊണ്ടിരിക്കയാണ്. മാഷേ... ഒരു നീട്ടിയുള്ള വിളി മാഷിന്റെ ചെവിയിൽ പതിച്ചു. വൈക്കം സുൽത്താനെ അനുകരിച്ച് ഒരു കഥ രൂപപ്പെടുത്തിക്കൊണ്ടിരുന്ന മനസ്സിനെ ആ വിളിയൊന്നുലച്ചു. മാഷ് നിന്നിടത്തു നിന്നും കുറച്ചു മുന്നോട്ട് നടന്നു. ഇപ്പോഴാണ് കാഴ്ച വ്യക്തമാവുന്നത്. നേരത്തെ നിന്നിടത്തു നിന്ന് തിരയുടെ മുകൾ ഭാഗമേ കാണാൻ പറ്റുമായിരുന്നുള്ളൂ. ഇപ്പോഴാണ് തീരത്തിന്റെ കീഴ്ഭാഗം ശരിക്കു കാണാൻ പറ്റുന്നത്. സാബുവും കൂട്ടരും മീൻ കോരിയെടുത്തു കൊണ്ട് താൻ നിന്ന ഭാഗത്തേക്ക് എത്തുകയാണ്. ഒരാൾ തിരക്ക് മുകളിൽ കൂടി മറിഞ്ഞ് വലവിരിക്കുകയാണ്. അതാണ് ദൂരെ നിന്ന് നോക്കിയപ്പോൾ തിരയുടെ മേലെ ആൾ നിൽക്കുന്നതു പോലെ തോന്നിച്ചത്, മറ്റ് രണ്ട് പേർ വല വലിക്കുകയാണ്. സഞ്ചിയിൽ കിടന്ന് മത്സ്യങ്ങൾ പിടയ്ക്കുകയാണ്. വെളുത്ത വാവിൽ വേലിയേറ്റ സമയത്ത് മത്സ്യങ്ങൾ കൂട്ടത്തോടെ തീരത്തണയും. അതാണ് തീരത്ത് നിന്നു തന്നെ വലയെറിയുന്നത്. ഓരോ ഗ്രൂപ്പും

അവരവർക്ക് നിശ്ചയിച്ച ഭാഗങ്ങിൽ നിന്നാണ് മീൻപിടിക്കുന്നത്. വേലിയേറ്റത്തിലെ കൂറ്റൻ തിരമാലകളുടെ മിതേ കൂടി വലവിരിക്കുന്ന കാഴ്ച പേടിപ്പിക്കുന്നതാണ്. പക്ഷേ കടൽ ജോലിക്കാരെ സംബന്ധിച്ചിടത്തോളം അതൊക്കെ വെറും നിസ്സാരം. ഇന്ന് നല്ല കൊയ്ത്താണ്. നാളെ കടലിൽ പോകാതെ കഴിക്കാം. മാഷെ നാളെ കറി വെക്കണ്ട. നല്ല മത്സ്യക്കറി ഞാനങ്ങെത്തിക്കും സാബു സന്തോഷത്തോടെ അറിയിച്ചു. കുറച്ചു നേരം ആ കാഴ്ച കണ്ട ശേഷം മാഷ് മടങ്ങി. മനസ്സിൽ നേരത്തെ രൂപം കൊണ്ട കഥയുടെ പൂർത്തികരണം എങ്ങനെയാവണം. വേണ്ട ഇങ്ങനെയുള്ള അസംബന്ധ കഥകളൊന്നും ഇക്കാലത്ത് ചെലവാകില്ല. ശരിയായ കഥ കണ്ടെത്താൻ ഗോപിച്ചേട്ടൻ ഒരുങ്ങുകയാണ്. അധികം താമസിയാതെ ദുരൂഹതകൾ നീങ്ങി രഹസ്യം പുറത്തു വരും.

45

സാബു രാവിലെ മത്സ്യക്കറിയുമായി എത്തിയിരിക്കയാണ്. കുറച്ചധികമുണ്ട്. മൂന്നു നേരവും കഴിക്കാനുള്ളതുണ്ട്. അതു കൊണ്ട് രാവിലെയും ചോറാണ് കഴിക്കുന്നത്. സാബു ഇന്ന് കടലിൽ പോകുന്നില്ല. ഇന്നലെ രാത്രി തന്നെ ആവശ്യത്തിലധികം മീൻ കിട്ടിയി രിക്കുന്നു. ഗോപിച്ചേട്ടന്റെ കൂടെ ദിവാകരനെ കാണാൻ പോകയാണ്. ഇനിയും നീട്ടാൻ പറ്റില്ല. പോക്കറിന്റെ രഹസ്യം എങ്ങനെയും കണ്ടു പിടിക്കണം. സാബു പുറപ്പെട്ടു. പ്രൊഫസറുടെ പ്രഭാഷണം കുട്ടികളിലെ ത്തിക്കണം. അതായി മാഷിന്റെ ചിന്ത. ഇനി ഇവിടെ കുറച്ചു നാളുകളും കൂടിയേ ഉള്ളൂ. എത്ര വേഗമാണ് ദിവസങ്ങളും, ആഴ്ചകളും, മാസങ്ങളും കടന്നു പോയതെന്ന് ഇപ്പോഴാണറിയുന്നത്. പാഠഭാഗങ്ങളൊക്കെ ഏതാണ്ട് പഠിപ്പിച്ചു തീർന്നിരിക്കുന്നു.

റിവിഷൻ തുടങ്ങണം. അത് കഴിയുമ്പോഴേക്കും വാർഷിക പരീക്ഷ യായി. വായിക്കാനും ആശയങ്ങൾ ഉൾക്കൊള്ളാനുമൊക്കെ കുട്ടികൾ സാമാന്യം കഴിവ് നേടിക്കഴിഞ്ഞിട്ടുണ്ട്. ചിലർ വളരേ മുന്നേറിയിട്ടുണ്ട്. അത് നിലനിൽക്കണമെങ്കിൽ അവധിക്കാലത്തും വായന തുടരണം. അതിനു വേണ്ട പ്രേരണ ഇപ്പോഴേ നൽകിത്തുടങ്ങണം. അതിനു വേണ്ട പദ്ധതി ഒരുക്കിയിട്ടുണ്ട്. നിത്യജീവിതത്തിലനുഭവപ്പെടുന്ന ലളിത ങ്ങളായ ഗണിത പ്രശ്നങ്ങൾ സ്വയം പരിഹരിക്കാനും അവർ പ്രാപ്തി നേടിക്കഴിഞ്ഞിട്ടുണ്ട്. പ്രയാസം വരുമ്പോൾ വസ്തുക്കൾ ഉപയോഗിച്ച് കണ്ടെത്താനുള്ള വിദ്യയും അവർക്കറിയാം. കൂടുതൽ ദുർഗ്രഹമായവ കണ്ടെത്താൻ കഴിയാത്തതിൽ ഇപ്പോൾ അത്ര വിഷമിക്കേണ്ടതില്ല. അതെല്ലാം ക്രമേണ ശരിയായിക്കൊള്ളും. ഇംഗ്ലീഷ് വായനയെ കുറിച്ച് പ്രഭാഷകൻ സൂചിപ്പിച്ചത് വളരേ പ്രസക്തമായി മാഷിന് തോന്നി. അത് സലിം മാഷുമായി ചർച്ച ചെയ്യണം. നാലാം ക്ലാസിലെ കുട്ടികളെ

സംബന്ധിച്ചിടത്തോളം തുടക്കക്കാരായതുകൊണ്ട് വലിയ പ്രസക്തിയില്ല. എന്നാലും പഠിച്ചതൊക്കെ മറക്കാതിരിക്കാനുള്ള പ്രവർത്തനങ്ങൾ വേണ്ടതാണ്. മത്സ്യക്കറിയും കൂട്ടി ഊണ് തുടങ്ങി. രുചികരമായ വിവിധ തരം മത്സ്യങ്ങളാണ്. കൂട്ടത്തിൽ ഇതുവരെ കഴിക്കാത്തവയും ഉണ്ടെന്നു തോന്നുന്നു. രാവിലെ പതിവിലധികം കഴിച്ചു പോയി. ഉറൂസിനെ കുറിച്ചുള്ള രചനാ പ്രവർത്തനമാണ് ഇന്ന് ക്ലാസിൽ നടത്തേണ്ടത്. അത് കഴിഞ്ഞാൽ ഗണിതവുമായി ബന്ധപ്പെട്ട പ്രായോഗിക പ്രശ്നങ്ങൾ ഉറൂസ് ചന്തയിലെ നേരനുഭവങ്ങളുമായി ബന്ധപ്പെട്ട് കുട്ടികൾ തയ്യാറാക്കുകയും പരിഹാരം കണ്ടെത്തുകയും വേണം. രണ്ട് പ്രധാന കാര്യങ്ങളാണ് ഇന്ന് പരീക്ഷിക്കപ്പെടാൻ പോകുന്നത്.

ഇതു വരെ നേടിയെടുത്ത അറിവുകൾ കുട്ടികൾക്ക് പ്രയോഗിക്കാൻ കഴിയുന്നുണ്ടോ എന്നുള്ളതിന്റെ ഒരു പരിശോധന. ചുരുക്കിപ്പറഞ്ഞാൽ തന്റെ ഇതുവരെയുള്ള പ്രവർത്തനങ്ങൾ എത്രമാത്രം വിജയിച്ചിട്ടുണ്ട് എന്നുള്ളതിന്റെ ഒരു വിലയിരുത്തൽ. എന്തായാലും മോശമാകില്ല എന്നുറപ്പുണ്ട്. മാഷ് ധൃതിയിൽ പുറപ്പെട്ടു. ഉറൂസിനെ കുറിച്ച് എഴുതണമെന്ന് കേട്ടപ്പോൾ കുട്ടികൾക്കും വലിയ സന്തോഷം. അവരുടെ സ്വന്തം അനുഭവമാണല്ലോ എഴുതാൻ പോകുന്നത്.

രചന പുരോഗമിക്കുകയാണ്. അക്ഷരത്തെറ്റൊക്കെ വരുത്തുന്നുണ്ടെങ്കിലും ആശയ പ്രകടനത്തിന്റെ കാര്യത്തിൽ പൊതുവെ നല്ല നിലവാരം പുലർത്തുന്നുണ്ട്. സർക്കസ് കണ്ടതും, മാജിക് വിശേഷങ്ങളും, കളിത്തോക്ക് വാങ്ങിയതും, പലഹാരങ്ങൾ തിന്നതും, ബിരിയാണി വിശേഷവും, കലാപരിപാടികളെ കുറിച്ചും ഒക്കെ മിക്കവരും എഴുതിയിട്ടുണ്ട്. തങ്ങൾ അവതരിപ്പിച്ച കലാപരിപാടികളെ കുറിച്ചും മത്സരത്തിന് സമ്മാനം കിട്ടിയതും ഒക്കെ അതിൽ പങ്കാളികളായവർ പ്രത്യേകം എഴുതിയിട്ടുണ്ട്. കണ്ണൻ മാഷും, രാമൻ മാഷും പ്രസങ്കിച്ചു. നല്ല രസം ഉണ്ടേനും. എന്നാണ് നബീസ എഴുതിയിരിക്കുന്നത്. കൂട്ടത്തിൽ ഉറൂസിന് സർക്കസ് കണ്ടു, ഉറൂസിന് ഭിരിയാണി തിന്നു, ഉറൂസിന് ഒപ്പന കണ്ടു എന്നിങ്ങനെ എഴുതിയൊപ്പിച്ചവരും ഉണ്ട്. ചോദ്യങ്ങളിലൂടെ അവർക്ക് കൂടുതൽ വ്യക്തതയോടെ എഴുതാനുള്ള അവസരം നൽകി. ശ്രദ്ധയോടെ വായിച്ച് അക്ഷരത്തെറ്റുണ്ടെങ്കിൽ തിരുത്താൻ ആവശ്യപ്പെട്ടു. കുട്ടികൾ ജാഗ്രതയോടെ വായന തുടങ്ങി. ഇടയ്ക്ക് തിരുത്തുന്നുമുണ്ട്.

സർക്കസിലെ കോമാളി ചിലർക്ക് തിരുത്തിയിട്ടും കേമാളി ആണ്, മാജിക് മാചിക് ആണ്, ബിരിയാണി ഭിരിയാണിയും, പ്രസംഗം പ്രസങ്കവുമാണ്. തോക്കിനെ തേക്ക് ആക്കിയവരും ഉണ്ട്. വാക്ക് ശരിയായി പറഞ്ഞു നോക്കിയതിനു ശേഷം എഴുതാൻ പറഞ്ഞപ്പോൾ കുറേ പേർ

ശരിയിലെത്തി. എന്നിട്ടും തെറ്റ വരുത്തിയവർക്ക് അറിയാവുന്നവർ ബോർഡിൽ എഴുതി കാണിച്ചു കൊടുത്തു. മൊത്തത്തിൽ ഭാഷയിൽ നല്ലൊരു നിലവാരത്തിൽ തന്നെ കുട്ടികൾ എത്തിച്ചേർന്നിട്ടുണ്ട്. തുട ക്കത്തിലുള്ള ഇവരുടെ സ്ഥിതിവച്ചു നോക്കുമ്പോൾ ഇതൊരു നല്ല മാറ്റം തന്നെയാണ്. എണ്ണത്തിൽ കൂടുതലുണ്ടെങ്കിലും താൻ കരുതിയത് പോലെ ഗ്രൂപ്പ് പ്രവർത്തനത്തിലൂടെ അതിനെ മറികടക്കാൻ കഴിഞ്ഞ തിൽ മാഷിന് വലിയ സന്തോഷം തോന്നി. വായന ഇന്നുള്ളത് പോലെ തുടർന്നാൽ അൽപം പിന്നോക്കം നിൽക്കുന്നവർക്കും തീർച്ചയായും മുന്നോട്ട് വരാൻ കഴിയും. കുട്ടികളെഴുതിയത് ക്ലാസിനെ വായിച്ചു കേൾ പ്പിക്കലാണ് അടുത്ത പടി. സ്വന്തം രചനകൾ വായിക്കാൻ കുട്ടികൾക്ക് വലിയ ആവേശമുണ്ട്. വായനയിൽ അവരുടെ വാക്യഘടനയിലെ പോരായ്മകൾ തിരിച്ചറിയുന്നതിനും തിരുത്തുന്നതിനുമുള്ള അവസരം നൽകി.

അടുത്തത് ചന്തയിലെ വിശേഷങ്ങളുമായി ബന്ധപ്പെട്ട് ഗണിത പ്രവർത്തനമാണ്. ഓരോരുത്തരും എന്തൊക്കെ സാധനങ്ങൾ വാങ്ങി, ഓരോന്നിന്റേയും വിലയെത്ര? ആകെ എത്ര വില നൽകി. ഇത് കണ്ടെത്തലാണ്. സാധനങ്ങൾ വാങ്ങാത്തവരായി ആരുമില്ല. അത് വച്ച് കുട്ടികൾ തന്നെ ചോദ്യങ്ങൾ ഉണ്ടാക്കണം. ചോദ്യങ്ങൾക്ക് എല്ലാവരും ഉത്തരം കണ്ടെത്തണം. രഘുവാങ്ങിച്ചത് മുപ്പത്തിരണ്ട് രൂപ വിലയുള്ള രണ്ട് തോക്ക്. ഒന്ന് അനുജനാണ്. പത്തൊൻപത് രൂപ വിലയുള്ള രണ്ട് കാറ്. ഇരുപത്തഞ്ച് രൂപക്ക് ജിലേബി. ആകെ വില കണ്ടെത്തണം. കുട്ടികൾക്ക് വേഗത്തിൽ തന്നെ ഉത്തരം കണ്ടെത്താൻ കഴിയുന്നുണ്ട്. നിത്യജീവിതത്തിലനുഭവപ്പെടുന്ന ചെറിയ പ്രശ്നങ്ങളൊ ക്കെ കൈകാര്യം ചെയ്യാൻ കുട്ടികൾക്കാവുന്നുണ്ട്. നടത്തിയ പ്രവർ ത്തനങ്ങളൊക്കെ ഫലപ്രദമായിട്ടുണ്ട്. ഗണിതത്തിന്റെ കാര്യത്തിൽ ആശങ്കപ്പെട്ടതു പോലെയൊന്നും സംഭവിച്ചിട്ടില്ല. മാഷിന് വലിയ സംതൃപ്തി തോന്നി. മാഷ് ക്ലാസിലും ഉറൂസ് ആഘോഷിച്ചു അല്ലേ? സ്റ്റാഫ് റൂമിലെത്തിയപ്പോൾ സലിം മാഷാണ്.

മാഷെ ഇതു വരെ ചെയ്തതിന്റെ ഫലം എങ്ങനെയുണ്ട് എന്ന് ടെസ്റ്റ് ചെയ്ത് നോക്കിയതാണ്. മോശമായിട്ടില്ല. അല്ല ഇവന്റെ ചരിത്രം പഠി പ്പിക്കലെല്ലം എവിടെയെത്തി. ഇപ്പോന്നും കേൾക്കുന്നില്ലല്ലോ. ആ ചെറിയോള് ഇവന ഒരു വഴിക്കാക്കിയോ. കാദറ് മാഷാണ്. മാഷെ ചരിത്രോക്കെ ഓള് ഉഷാറായിട്ട് മുന്നോട്ട് കൊണ്ട് പോന്നുണ്ട്. ഇങ്ങ ളന്ന് പറഞ്ഞ പോലെ ഓള കൈയിൽ കിട്ടിയതു വച്ച് കോളേജില് ചരിത്ര ചർച്ച ഒരു സംഭവാക്കീട്ട്ണ്ട്. ഇപ്പോ ഇനിക്ക് മനസ്സിലായോ

അതാരാണ് മോള്ന്ന്. അല്ല ഇനിക്ക് താല്പര്യം ഇണ്ടെ നമുക്ക് കണ്ണൻ മാഷോടൊന്ന് ആലോചിക്കാം. എന്താ? പോ പഹയാ ഇഞ്ഞി ആ പാവം മാഷ ഇടങ്ങാറാക്കണ്ടെ. സലിം മാഷ് കാദറ് മാഷിനെ തടഞ്ഞു കൊണ്ട് പറഞ്ഞു. ഓ നോടൊരു തമാശ പറഞ്ഞതല്ലെടാ, ഇഞ്ഞി അത് കാര്യത്തിലെടുത്തോ? ഇനി ഞാനൊന്നും പറയുന്നില്ലേ. കാദറ് മാഷ് നിർത്തി. പെട്ടൊന്നൊരാൾ കടന്ന് വന്ന് സലിം മാഷിനെ പുറത്തേക്ക് വിളിച്ച് എന്തോ സ്വകാര്യം പറഞ്ഞു. ഹെഡ് മാഷോട് ചോദിച്ച് സലിം മാഷ് കണ്ണൻമാഷേയും കൂട്ടിപെട്ടെന്ന തന്നെ പുറത്തേക്ക് പോയി.

സ്കൂൾ വിട്ട് പുറത്തിറങ്ങി. റോഡിലൊക്കെ പതിവില്ലാതെ ആൾക്കൂട്ടം. പതിഞ്ഞ സ്വരത്തിൽ എന്തൊക്കെയോ പറയുന്നുണ്ട്. മൊയ്തുക്കായുടെ കടയിൽ കയറി. അവിടെയും പതിവിൽക്കവിഞ്ഞ് ആൾക്കാർ. മൊയ്തുക്കാ ജോലി നിർത്തി താടിക്ക് കൈയും കൊടുത്ത് ഇരിപ്പാണ്. കാര്യമായ എന്തോ സംഭവം ഉണ്ടായത് പോലെ. മാഷെ അറിഞ്ഞിനോ. പാത്തുന്റ വീരാന ചതീപ്പെട്ടുത്തിയതാ. ആ പോക്കറ് എല്ലാം തൊറന്ന് പറഞ്ഞ്. മൊയ്തുക്കാ വിക്കി വിക്കി പറഞ്ഞൊപ്പിച്ചു. ഓന്റ മോള കെട്യോന പേടിപ്പിച്ച് ഓടിച്ചതാ. വാർത്ത കേട്ട് ആളുക ളെല്ലാം സ്തംഭിച്ചിരിക്കയാണ്. പ്രദേശമാകെ ഒരു മരണ വീടുപോലെ നിശ്ശബ്ദമായിരിക്കുന്നു. സംശയിച്ചിരുന്ന കാര്യം തന്നെ. ഗോപിച്ചേട്ടനും സാബുവും ഇത്ര പെട്ടെന്ന് പണിയൊപ്പിച്ചോ. അവരെവിടെയായിരി ക്കും. കൂടുതൽ വിവരങ്ങളൊന്നും ആർക്കും അറിയില്ല.

കണ്ണൻ മാഷിന്റെ വീട്ടിൽ പാർട്ടിക്കാരുടെ യോഗം നടക്കുകയാ. ഇനിയെന്താണ് ചെയ്യേണ്ടത് എന്നതിനെ കുറിച്ച് ആലോചിക്കാൻ. കടയിലേക്ക് കയറി വന്ന ഒരാൾ അറിയിച്ചു. അപ്പോൾ സലിം മാഷും കണ്ണൻ മാഷും പെട്ടന്നു പോയതിന്റെ കാര്യം അതാണ്. യോഗം കഴിഞ്ഞാൽ വിശദമായ വിവരം അറിയാം. കുറച്ചു കഴിഞ്ഞപ്പോൾ എല്ലാവരും യോഗം കഴിഞ്ഞ് റോഡിലേക്ക് വന്നു. കൂട്ടത്തിൽ സാബുവും, ഗോപിച്ചേട്ടനുമുണ്ട്. രണ്ടു പേരും മാഷിന്റെ അടുത്തേക്ക് വന്നു. മാഷെ വിവരങ്ങൾ അറിഞ്ഞില്ലെ. അബ്ദുവിനെതിരെ കൊലപാതക പ്രേരണ ക്ക് പൊതു പരാതി നൽകാനാണ് തീരുമാനം. പരാതിയുമായി ആളുകൾ സ്റ്റേഷനിലേക്ക് പോയിട്ടുണ്ട്. പെട്ടെന്ന് തന്നെ പോലീസെത്തി അറസ്റ്റിന് സാധ്യതയുണ്ട്.

ദിവാകരൻ അവന്റെ കൂട്ടുകാരനായ സ്ഥലം സബ്ബ് ഇൻസ്പെക്ടറുമായി വിഷയത്തെക്കുറിച്ചു സംസാരിച്ചു. അദ്ദേഹം ഒരു കോൺസ്റ്റബിളിനെ അയച്ച് പോക്കറെ പിടികൂടി തന്ത്രത്തിൽ സംസാരിക്കുകയായിരുന്നു. രഹസ്യങ്ങളെല്ലാം മനസ്സിലായെന്നും, എല്ലാം തുറന്നു പറഞ്ഞാൽ

മാപ്പുസാക്ഷിയാക്കാമെന്നും പറഞ്ഞ് വിരട്ടിയപ്പോൾ, അവൻ നടന്ന സംഭവങ്ങൾ മണിമണിയായി പറഞ്ഞു. അബ്ബുവിന്റെ നിർദ്ദേശപ്രകാരം പുറത്തു നിന്നും അവിടെ പണിക്കു വന്ന രണ്ടുപേരാണ് വീരാനെ അപകടത്തിൽ പെടുത്തിയത്. അവരിൽ ഒരുവൻ അടുത്തയിടെ മരണപ്പെട്ടു. മറ്റവൻ രോഗം പിടിപെട്ട് കിടപ്പിലാണ്. സുന്ദരിയായ പാത്തുവിൽ അബ്ബുവിന് നേരത്തേ കണ്ണുണ്ടായിരുന്നു. വീരാൻ വാങ്ങിയ കടത്തിന്റെ പേരും പറഞ്ഞ് അവനില്ലാത്ത സമയത്ത് കുടിലിൽ ചെന്ന് പാത്തുവിനെ വശത്താക്കാൻ പോക്കറിന്റെ സഹായത്തോടെ ശ്രമം തുടങ്ങി. പാത്തു വഴങ്ങിയില്ല. വിവരമറിഞ്ഞ വീരാൻ അബ്ബുവിനോട് ചോദിക്കാൻ ചെന്നു. പരസ്പരം വെല്ലുവിളിയായി. വീരാനില്ലാതായാലേ തന്റെ ഉദ്ദേശ്യം നടക്കുകയുള്ളൂവെന്ന് അബ്ബുവിന് ബോധ്യമായി. അങ്ങനെയാണ് പുറത്തു നിന്ന് വന്ന രണ്ടു പേരെ ഉപയോഗിച്ച് വീരാനെ ചതിച്ചുകൊന്നത്. അന്ന് വലയെറിയുമ്പോൾ തങ്ങളും സഹായിക്കാമെന്ന് പറഞ്ഞ് രണ്ടു പേരും അടുത്തുകൂടി. വലയിൽ കുരുക്കി മുക്കിക്കൊന്ന് കോള് കൊണ്ട കടലിലേക്ക് ഒഴുക്കിവിടുകയായിരുന്നു. ആർക്കും ഒരു സംശയവും തോന്നാത്ത തരത്തിലാണ് കൃത്യം നിർവഹിച്ചത്. വീരാനെ കടല് കൊണ്ടുപോയി എന്നായിരുന്നു പ്രചരണം. പാത്തു ഒരു തരത്തിലും വഴങ്ങുന്നില്ലെന്നു കണ്ടപ്പോൾ വീരാനെ കൊന്നവരെ തന്നെയാണ് അബ്ബു അവളെ ഉപദ്രവിക്കാനും പറഞ്ഞയച്ചത്. പക്ഷേ നാട്ടുകാർ പിടികൂടി പൊതിരെ തല്ലിയതിനാൽ പാത്തു അപകടത്തിൽ നിന്നും രക്ഷപ്പെട്ടു.

അന്നു കിട്ടിയ തല്ലാണ് രണ്ടെണ്ണത്തിനേയും പിന്നീട് രോഗികളാക്കിയതും അതിലൊരുത്തൻ മരിക്കാനിടയായതും. ഇക്കാര്യങ്ങളൊന്നും അറിയാത്ത ജമാൽ കുറച്ചു ദിവസം അവരുടെ വള്ളത്തിലാണ് പണിക്ക് പോയ്ക്കൊണ്ടിരുന്നത്. ബുദ്ധി കുറഞ്ഞവനാണ്, കിട്ടിയത് വാങ്ങിക്കൊള്ളുമെന്നു കരുതി കൂലി കുറച്ചുകൊടുത്തു. അക്കാര്യത്തിൽ കണിശക്കാരനായ ജമാൽ കൂലി കൃത്യമായി കിട്ടണമെന്ന വാശിയിലായി. നിന്റെ കെട്ട്യോളെ ഉപ്പക്ക് സംഭവിച്ചതു പോലെ നിനക്കും കിട്ടണമോ എന്നായിരുന്നു അതിലൊരുത്തന്റെ ചോദ്യം. ജമാലിന് പെട്ടെന്ന് കാര്യം പിടികിട്ടി. കാര്യം എല്ലാരോടും പറയുമെന്നായി. സംഗതിയുടെ ഗൗരവം തിരിച്ചറിഞ്ഞ്, പുറത്തു പറഞ്ഞാൽ നിന്നെ മാത്രമല്ല കുടുംബത്തെ മുഴുവൻ നശിപ്പിക്കുമെന്നായി അവരുടെ ഭീഷണി. പിന്നെ നിരന്തരം ഭീഷണി തന്നെയായിരുന്നു.

പൊതുവെ ഒരു ബേജാറുകാരൻ. ഭീഷണിയും കൂടിയായപ്പോൾ അവിടെ നിന്നാൽ തന്നെ മാത്രമല്ല കുടുംബത്തേയും

അപകടപ്പെട്ടുത്തുമെന്ന് കരുതി സ്ഥലം വിട്ടതാണ്. നാട്ടിൽ വേറെ ഭാര്യയും കുട്ടികളുമുണ്ടെന്ന് ആർക്കും സംശയം തോന്നാതിരിക്കാൻ അബൂവും കൂട്ടരും കള്ള പ്രചരണം നടത്തിയതാണ്. ജമാലിന്റെ സ്ഥലം എവിടെയാണെന്നും പോക്കറിൽ നിന്നും മനസ്സിലായിട്ടുണ്ട്. അവിടെ പോയി അന്വേഷിച്ച് ആളുണ്ടെങ്കിൽ കൂട്ടി വരിക തന്നെ ചെയ്യും. ഗോപി ചേട്ടൻ വാശിയോടെ പറഞ്ഞു. പാത്തുത്താത്തയെ വിവരമറി യിച്ചിട്ടില്ല. അവർ പെട്ടന്നറിയാതിരിക്കാൻ മുൻകരുതലെടുത്തിട്ടുണ്ട്. മറ്റൊരു ഞെട്ടിപ്പിക്കുന്ന വിവരവുമുണ്ട്. ഉച്ചമ്മലെ ബീപാത്തുവിന്റെ ആത്മഹത്യക്ക് കാരണക്കാരനും അബൂവാണ്. അബൂവുമായുള്ള രഹസ്യ ബന്ധം അവളുടെ കെട്ടിയോൻ കണ്ടു പിടിച്ചതാണ് ആത്മഹത്യക്ക് കാരണം. എന്നിട്ട് അവൻ കൊന്നതാണെന്ന പ്രചരണവും അഴിച്ചുവിട്ടു. പ്രേതകഥകളൊക്കെ രാത്രിയിലെ ഒളിസേവ പുറത്തറിയാതിരിക്കാൻ വേണ്ടി അബൂവും സംഘവും പടച്ചുവിട്ടതാണ്. പള്ളിക്കാട്ടിൽ മറഞ്ഞി രുന്ന് ആളുകളെ പേടിപ്പിച്ചതും ഇവന്മാർ തന്നെയാണ്. എല്ലാറ്റിലും പോക്കറിനും പങ്കുണ്ട്. വിവരമറിഞ്ഞ് ആളുകൾ കൂടി വരികയാണ്. പെട്ടെന്ന് ഒരു പോലീസ് ജീപ്പ് സ്ഥലത്തെത്തി. ഇൻസ്പെക്ടറും, രണ്ട് പോലീസുകാരും പുറത്തിറങ്ങി. കണ്ണൻ മാഷോടും, കൂട്ടരോടുമായി സംസാരിച്ചു. അറസ്റ്റിനുള്ള പുറപ്പാടാണ്.

അബൂവിന്റെ വീടറിയുന്ന ഒരാളേയും കൂട്ടി അങ്ങോട്ടേക്കു പുറപ്പെട്ടു. ചുറ്റും കൂടിയവർ ആകാംക്ഷാഭരിതരായി. ഈ പ്രദേശത്ത് ഇങ്ങനെ യൊരു സംഭവം ആദ്യമായാണ്. അതും ഒരു പഴയ കൊലപാതക കേസ്. കുറച്ചുസമയം കഴിഞ്ഞു. കൈകളിൽ വിലങ്ങുമായി, തലയും താഴ്ത്തി പോലീസുകാരുടെ അകമ്പടിയോടെ അബൂ എത്തി. ആളെ കണ്ട് മാഷ് ഞെട്ടി. വെള്ള ജുബ്ബയും മുണ്ടും ധരിച്ച് ഒരു വിശുദ്ധനെ പോലെ ഇടയ്ക്ക് പള്ളിയിലേക്ക് പോകുന്നത്കാണാറുണ്ട് അയാളാണോ ഇതെന്ന് വിശ്വസിക്കാൻ പറ്റുന്നില്ല. കാഴ്ചയിൽ അങ്ങേയറ്റം മാന്യൻ. അറുപതിന് മേലെ പ്രായം കാണും. ദൂരെയുള്ള ബന്ധുവീട്ടിലേക്ക് രക്ഷപ്പെടാനുള്ള ശ്രമത്തിലായിരുന്നു. പറ്റില്ലെന്ന് കണ്ട് പോലീസിന് കീഴടങ്ങി. ആളുകൾ ദേഷ്യം സഹിക്കാൻ കഴിയാതെചീത്ത വിളിക്കു ന്നുണ്ട്.

രംഗം വഷളാവുന്നതിന് മുന്നേ അയാളെ ജീപ്പിൽ കയറ്റി സ്റ്റേഷ നിലേക്ക് കൊണ്ട് പോയി. പോക്കർ സ്റ്റേഷനിലുണ്ട്. ചോദ്യം ചെയ്ത് ആവശ്യമെന്നു തോന്നിയാൽ കസ്റ്റഡിയിലെടുക്കും. ആളുകൾ പിരിഞ്ഞു തുടങ്ങി. പാത്തുത്തയെ വിവരമറിയിക്കണം. ആദ്യം കടയിൽ പോയി റസാഖിനെ കൂട്ടി വരണം. അവന്റെ മുമ്പാകെ അറിയിക്കാം. മാഷും കൂടി

വരണം. സാബു ആവശ്യപ്പെട്ടു. ഗോപിച്ചേട്ടൻ പാത്തുത്താത്തയുടെ വീട്ടു പരിസരത്ത് കാവൽ നിൽക്കാൻ തീരുമാനിച്ചു. റസാഖ് തിരക്കുപിടിച്ച് ജോലിയിലാണ്. കടയിൽ സാമാന്യം തിരക്കുണ്ട്. ആബൂട്ടി ഹാജിയോട് വിവരം പറഞ്ഞു.

അദ്ദേഹം റസാഖിനെ പുറത്തേക്ക് വിളിച്ചു കാര്യങ്ങൾ അറിയിച്ചു. കരയരുതെന്ന് ധൈര്യപ്പെടുത്തി. റിക്ഷ വിളിച്ച് മൂന്നു പേരേയും കയറ്റി വിട്ടു. റസാഖ് വല്ലാത്ത അവസ്ഥയിലാണ്. വല്യുപ്പ കൊല്ലപ്പെട്ടതാണ് എന്നറിഞ്ഞതിലുള്ള സങ്കടം, ഉപ്പയെ ഭയപ്പെടുത്തി ഓടിച്ചതാണെന്ന വിവരം. നടെവിടെയാണെന്നറിഞ്ഞതോടെ കാണാൻ പറ്റുമോ എന്നുള്ള പ്രതീക്ഷ. കാര്യങ്ങളെല്ലാം ശരിയായി പറഞ്ഞു മനസ്സിലാക്കി അവനെ ആശ്വസിപ്പിച്ചു. ഉമ്മയേയും വല്യുമ്മയേയും ആശ്വസിപ്പിക്കേണ്ടവൻ നിയാണ്. നീ സങ്കടപ്പെട്ടാൽ അവർക്കും പിടിച്ചു നിൽക്കാൻ കഴിയില്ല. നീ ഒന്നുകൊണ്ടും ഭയക്കണ്ട. എല്ലാ സഹായത്തിനും ഞങ്ങളുണ്ട്. വല്യുപ്പയെ കൊന്നവൻ പോലീസ് പിടിയിലായിട്ടുണ്ട്. ഉപ്പ എവിടെയായാലും ജീവിച്ചിരിപ്പുണ്ടെങ്കിൽ ഞങ്ങൾ കൊണ്ടുവരും. രണ്ടു പേരും റസാഖിനെ ധൈര്യപ്പെടുത്തി. ഗോപിച്ചേട്ടൻ പരിസരത്ത് ജാഗ്രതയോടെ കാവൽ നിൽക്കുന്നുണ്ട്. വണ്ടിയിൽ നിന്നിറങ്ങിയപ്പോൾ, രേവതി ടീച്ചറേയും വിളിച്ചു കൊണ്ടുവന്നു.

എല്ലാരും ഒന്നിച്ചു വീട്ടിലേക്ക് ചെല്ലുന്നത് കണ്ട് ഉമ്മയും മകളും തെല്ലൊന്നമ്പരന്നു. പ്രത്യേകിച്ചും റസാഖിനെ പതിവിലും നേരത്തെ കണ്ടപ്പോൾ. ഗോപിച്ചേട്ടൻ വിവരങ്ങൾ സാവധാനം പറഞ്ഞു ധരിപ്പിച്ചു. ഉമ്മയും മകളും പരസ്പരം കെട്ടിപ്പിടിച്ച് കരച്ചിലായി. ടീച്ചർ അവരെ അകത്തു കൊണ്ടുപോയി കിടത്തി. അവർ കരഞ്ഞുകൊള്ളട്ടെ. കുറച്ചു കഴിഞ്ഞാൽ റസാഖ് ചെന്ന് ആശ്വസിപ്പിക്കണം. ജമാലിനെ പറ്റിയുള്ള വിവരം പറയണം. അതറിഞ്ഞാൽ അല്പം ആശ്വാസമാകും. പറഞ്ഞതുപോലെ അൽപം കഴിഞ്ഞ് റസാഖ് അവരെ കൂട്ടി പുറത്തുവന്നു. ഗോപിച്ചേട്ടനോട് തന്നെ ഉപ്പയുടെ വിവരവും അറിയിക്കാൻ വേണ്ടി പറഞ്ഞു. അറിഞ്ഞപ്പോൾ വീണ്ടും കരച്ചിലായി. എല്ലാരും കൂടി സമാധാനിപ്പിച്ചു. ഇതൊരു സന്തോഷകരമായ കാര്യമായി വിചാരിക്കിൻ. സ്ഥലം മനസ്സിലായല്ലൊ. അവിടെ തന്നെ ഉണ്ടെങ്കിൽ ഞങ്ങൾ നാളെ വൈകീട്ട് ആളെ ഇവിടെ എത്തിച്ചിരിക്കും. ഗോപിച്ചേട്ടൻ ഉറപ്പിച്ചു പറഞ്ഞു. ഉമ്മയുടേയും മകളുടേയും മുഖത്ത് ഒരു പ്രതീക്ഷ പരക്കുന്നതു പോലെ തോന്നി. കുറച്ചു സമയം കൂടി അവിടെയിരുന്ന് അവരെ ആശ്വസിപ്പിച്ചതിന് ശേഷമാണ് എല്ലാവരും പിരിഞ്ഞത്.

46

സാബുവും ഗോപിച്ചേട്ടനും രാവിലെ എത്തിച്ചേർന്നു. ഏഴു മണിക്കുള്ള വണ്ടിക്കു പോകണം. കുറ്റിപ്പുറത്തിന് അടുത്തുള്ളൊരു സ്ഥലമാണ്. മാഷ് സ്കൂളിൽ പോകുന്നതിന്ന് മുമ്പ് റസാഖിനെ കണ്ട് ആശ്വസിപ്പിക്കണം. സാബു ഓർമിപ്പിച്ചു. അവർക്ക് സ്റ്റേഷനിലേക്ക് പോകാനുള്ള റിക്ഷ എത്തി. സ്കൂളിലേക്ക് പോകാനുള്ള ഒരുക്കങ്ങളെല്ലാം വേഗം നടത്തി ഭക്ഷണവും കഴിഞ്ഞ് റസാഖിന്റെ അടുത്തേക്ക് ചെന്നു. മൂന്നു പേരും സങ്കടത്തിൽ തന്നെയാണ്. കൂട്ടത്തിൽ ഉത്കണ്ഠയും. ഭക്ഷണം ഉണ്ടാക്കുന്ന കാര്യം പോലും ചിന്തിച്ചിട്ടില്ല. “മാശെ എന്റെ മോനും മോക്കും ഓന കാണാനുള്ള പാക്യം ഇണ്ടാവുമോ?”

പാത്തുത്താത്തയുടെ ദയനീയമായ ചോദ്യമാണ്. “ഉമ്മാ ഇവിടെ നിന്നാൽ നിങ്ങളുടെ ജീവൻ കൂടി അപകടത്തിലാവുമെന്ന് വിചാരിച്ചു പേടിച്ചാ ജമാല് പോയ്ക്കളഞ്ഞതെന്ന് മനസ്സിലായില്ലേ. നാട്ടില് ഭാര്യയും കുട്ട്യേളും ഉണ്ടെന്നുള്ളതും കള്ളത്തരാന്ന് മനസ്സിലായില്ലേ. അത്രയും ആശ്വാസമായില്ലേ. വർഷം ഇത്രയും കഴിഞ്ഞില്ലേ. എന്താണ് സംഭവിച്ചിട്ടുണ്ടാവുക എന്ന് നമുക്ക് പറയാൻ പറ്റില്ലല്ലോ? ഏതായാലും അവര് വരുന്നതുവരെ കാക്കുക. നിങ്ങള് വേഗം ഭക്ഷണം ഉണ്ടാക്കി കഴിക്ക്.. നിർബന്ധിച്ചപ്പോൾ സൈനബ അകത്തേക്ക് പോയി. മുഖത്തെ പരവേശം നല്ലത്പോലെ അറിയാനുണ്ട്. റസാഖിന്റെ സ്ഥിതിയും അതു തന്നെയാണ്. ചെറുതിൽ കോടി ഉടുപ്പുമായി എത്തുമെന്ന് പ്രതീക്ഷിച്ചിരുന്ന ബാപ്പ. അവനെ സങ്കടക്കടലിൽ ആഴ്ത്തിക്കളഞ്ഞ ബാപ്പ. ആ ബാപ്പ തിരിച്ചെത്തുമെന്ന പ്രതീക്ഷ വന്നിരിക്കുന്നു. അവനും നല്ല പരവേശത്തിൽ തന്നെയാണ്.

“റസാഖേ നമുക്ക് തീർച്ചയായും പ്രതീക്ഷിക്കാം. പക്ഷേ ഉറപ്പിക്കണ്ട. ഏതായാലും നിങ്ങളെ ബോധപൂർവം ഇട്ടേച്ച് പോയതല്ല എന്ന്

മനസ്സിലായില്ലേ. അത്രയും സമാധാനിക്കുക. നല്ല ധൈര്യത്തിൽ നിൽക്കുക. ഉമ്മമാരെയും പറഞ്ഞ് മനസ്സിലാക്കുക." രേവതി ടീച്ചറും എത്തിച്ചേർന്നു. സൈനബ ഉണ്ടാക്കിയ കഞ്ഞി മൂന്നു പേരെ കൊണ്ടും കുടിപ്പിച്ചു. ടീച്ചർ സ്കൂളിലേക്ക് പുറപ്പെടുകയാണ്. "ഞാൻ കുറച്ചു കൂടി കഴിഞ്ഞ് അങ്ങെത്താം." മാഷ് പറഞ്ഞു. റസാഖിനേയും ഉമ്മമാരേയും കാര്യങ്ങൾ പറഞ്ഞ് ഒരു വിധം ധൈര്യപ്പെടുത്തി. മാഷും സ്കൂളിലേക്ക് പുറപ്പെട്ടു. സ്റ്റാഫ് റൂമിൽ ഗംഭീര ചർച്ചയാണ്. "നമ്മള കഥാപുരുഷൻ എത്തി. കാദറ് മാഷാണ്. ഇന്നെന്തിന്റെ പുറപ്പാടാണോ ആവോ? ആ പാവത്തിനോട് ഇങ്ങനെ വേണ്ടനും. ഓനെന്ത് തെറ്റാ ഇന്നോട് ചെയ്തേ?" കാദറ് മാഷ് എന്താണുദ്ദേശിക്കുന്നതെന്ന് മനസ്സിലാവുന്നില്ല. ഇനിക്കിപ്പം സി. എ. ഡി പണിയും ഉണ്ട് ഇല്ലേ? അബ്ദുന്റെ കേസാണ് വിഷയം. ഗോപിച്ചേട്ടനിൽ നിന്നും വിവരങ്ങൾ മനസ്സിലാക്കിയ രേവതി ടീച്ചർ, തന്നെ പറ്റിയടക്കം സ്റ്റാഫ് റൂമിൽ വന്ന് പറഞ്ഞിരിക്കുന്നു. അതു വച്ചാണ് കാദറ് മാഷിന്റെ കലാപരിപാടി.

ആ ഉമ്മ ജമാലിനെ പറ്റി പറഞ്ഞപ്പോ തോന്നിയ ഒരു സംശയം. അതും മനസ്സിൽ വച്ചിരിക്കുമ്പോഴാണ് മൊയ്തുക്കായുടെ കടയിൽ നിന്ന് പോക്കറിന്റെ രഹസ്യത്തെക്കുറിച്ചറിയുന്നത്. രണ്ടും ചേർത്ത് പറഞ്ഞപ്പോൾ ഗോപിച്ചേട്ടന്റെ പട്ടാള ബുദ്ധി പ്രവർത്തിച്ചു. അതാണ് അബ്ദുനകത്താക്കിയത്. "അപ്പോ സി എ ഡി മാഷും, പട്ടാളോം, പോലീസും എല്ലാംകൂടിചേർന്നുള്ള പരിപാടിയായിരുന്നു അല്ലേ?" "എന്നായാലും കള്ളത്തരം ഒരുനാൾ പുറത്തു വരണല്ലോ കാദറ് മാഷെ. അങ്ങനെ അതങ്ങ് സംഭവിച്ചു എന്ന് വിചാരിച്ചാൽ മതി." സംഗതിയെല്ലം ജോറായിട്ടുണ്ട്. ആ ജമാലിനെ കൂടി കണ്ടുകിട്ടിയെങ്കിൽ എല്ലാം പൂർത്തിയാകുമായിരുന്നു. കാദറ് മാഷ് ആശ്വസിച്ചു. ക്ലാസിലെത്തിയപ്പോൾ കുട്ടികളും ചർച്ചയിലാണ്. മാഷെ പ്രേതാന്നല്ലം പറഞ്ഞ് പേടിപ്പിച്ചാളെ പോലീസ് പിടിച്ചു. ഓറൊരാള കൊന്നിന്. അങ്ങനെ തന്നെ കിട്ടണം. മാഷെ അന്ന് ഗോപിയേട്ടന്റെ കഥേ പറഞ്ഞ പോല പ്രേതത്തിന കള്ളമ്മാറ് പറഞ്ഞ്ണ്ടാക്ക്ന്നതാന്ന് ഇപ്പം തിരിഞ്ഞില്ലെ. ഓർക്കു നല്ല ശിക്ഷ കിട്ടൂല്ലെ മാഷെ.

കുട്ടികളുടെ വിവിധ അഭിപ്രായങ്ങളാണ്. ഇപ്പൊ സത്യം എന്താണെന്ന് ശരിക്കും മനസ്സിലായില്ലേ. മനുഷ്യരെ പേടിപ്പിച്ച് കക്കാനും, വേണ്ടാത്ത പണി നടത്താനും ഒക്കെ പറഞ്ഞുണ്ടാക്കുന്നതാ പ്രേതങ്ങളെന്ന് തെളിഞ്ഞില്ലേ. ഇനി ആർക്കെങ്കിലും സംശയമുണ്ടോ?. പ്രേതത്തിനെ അടക്കാനാന്നും പറഞ്ഞ് നടത്ത്ന്ന മന്ത്രവാദോം, പൂജേം, കർമ്മങ്ങളും ഒക്കെ വെറും തട്ടിപ്പാണെന്ന് മനസ്സിലായില്ലേ. എല്ലം

വെറും തട്ടിപ്പാ മാഷെ. കുട്ടികൾ ഒറ്റക്കെട്ടായിട്ടാണ്. യാഥാർഥ്യങ്ങൾ തിരിച്ചറിയാൻ കുട്ടികൾക്കും നല്ലൊരവസരം കിട്ടിയിരിക്കയാണ്. ഇതിനി അവരുടെ മനസ്സിൽ നിന്നും ഒരിക്കലും മായില്ല. മാഷ്ക്ക് സംതൃപ്തി തോന്നി. പഠിപ്പിക്കാനൊന്നും ഒരു ഉഷാറ് തോന്നുന്നില്ല. ചിന്ത മുഴുവൻ ജമാലിനെ കണ്ടെത്താൻ കഴിയുമോ എന്നതിനെ പറ്റിയാണ്. ഇനി റിവിഷനാണ് നടക്കേണ്ടത്. തുടക്കം മുതലുള്ള പാഠഭാഗങ്ങൾ മാറി മാറി വായിക്കാനുള്ള പ്രവർത്തനം നൽകി. കുട്ടികൾ നന്നായി വായിക്കുന്നുണ്ട്. ഇടയ്ക്കുള്ള ചോദ്യങ്ങൾക്കും നന്നായി ഉത്തരം നൽകുന്നുണ്ട്. പ്രധാന പദങ്ങൾ ഓർത്തെഴുതാൻ നൽകിയപ്പോൾ ഇടയ്ക്കൊക്കെ തെറ്റു വരുത്തി. ഒന്നു കൂടി വായിച്ച് ഓർത്തെഴുതാൻ നൽകിയപ്പോൾ സ്ഥിതി കുറേ കൂടി മെച്ചപ്പെട്ടു. ഇടയ്ക്കൊക്കെ വായിച്ചു നോക്കിയാൽ തെറ്റാതെ എഴുതാൻ പറ്റുമെന്ന് കുട്ടികളെ ഒന്നുകൂടി ബോധ്യപ്പെടുത്തി. അവധിക്കാലത്ത് വായന തുടരേണ്ടതിന്റെ പ്രാധാന്യം ഓർമിപ്പിച്ചു. ഗണിതത്തിൽ സ്ഥാനവിലയുമായി ബന്ധപ്പെട്ട കാര്യങ്ങൾ ഒന്നുകൂടി ഉറപ്പിക്കാനുള്ള പ്രവർത്തനങ്ങൾ നടന്നു. മച്ചിങ്ങാമാല ഉള്ളത് പ്രവർത്തനങ്ങൾ എളുപ്പമാക്കി. ഉണങ്ങി ചുക്കിച്ചുളിഞ്ഞിട്ടുണ്ടെങ്കിലും ഉപയോഗിക്കാനും, പ്രവർത്തനം നടത്താനും സൗകര്യപ്രദം തന്നെ. സ്റ്റാഫ് റൂമിൽ എല്ലാവരും ഉത്കണ്ഠയിൽ തന്നെയാണ്. ജമാലിനെ കണ്ടെത്തുമോ? കണ്ണൻ മാഷിനും, സലിം മാഷിനും കണ്ട നേരിയ ഓർമയുണ്ട്.

പള്ളിയിൽ ആരോടും വലിയ അടുപ്പമൊന്നും കാണിക്കാത്ത ഒരാളെന്ന ഓർമയാണ് സലിം മാഷിനുള്ളത്. ആറ് മണിക്ക് തെക്കും നിന്നും എത്തുന്ന ഒരു വണ്ടിയുണ്ട്. കണ്ടെത്തിയെങ്കിൽ അതിലെത്താൻ സാധ്യതയുണ്ട്. മൊയ്തുക്കയോട് ബാധയെ കുറിച്ചും, ജിന്നിനെ കുറിച്ചും, ഏലസിനെ കുറിച്ചും സംസാരിക്കണമെന്നുണ്ട്. കടയിൽ ആൾക്കാരുണ്ടെങ്കിൽ പറ്റില്ല. സ്കൂൾ വിട്ട ശേഷം കടയിലേക്ക് ചെന്നു. കടയിൽ കുറേ പേരുണ്ട്. എല്ലാരുടേയും സംസാരം അബ്ദുവിനെ പറ്റിത്തന്നെ. ആളത്ര ശരിയല്ലെന്ന് പണ്ടേ അറിയാം. ഇത്രയും ഭീകരനാണെന്ന് കരുതിയതേയില്ല. പെണ്ണിന് വേണ്ടി ഒരു മനുഷ്യനെ കൊല്ലുക. അവളെ കിട്ടാഞ്ഞ് കുടുംബത്തെ തന്നെ ദ്രോഹിക്കുക. ഇവനൊക്കെ ഇസ്ലാമായി പെറന്നു പോയല്ലോന്ന് ഓർക്കുമ്പഴാ കഷ്ടം തോന്നുന്നെ. എട ഹമീദേ ഇസ്ലാമിലെന്നല്ല ഒരു മതത്തിലും ഇങ്ങനത്തെ പാപിയേള വച്ച് പൊറുപ്പിക്കാൻ പാടില്ല. ഓനെല്ലെന്ത് മതം വന്നിന്. എങ്ങനേം കാശ്ണ്ടാക്വാ, പെണ്ണ്ങ്ങളോട് തോന്ന്യാസം കാണിക്യാ. അതിനെല്ലാം കൂട്ടായി തെമ്മാടി സംഘത്തിനേം കൊണ്ട് നടക്ക്വാ. സ്വന്തം വാപ്പേനേം,

കൂടപ്പെറപ്പുങ്ങളേം വഞ്ചിച്ചോനല്ലേ ഓൻ. അവസാനം എത്തേണ്ടേടുത്ത് തന്നെ എത്തി. കടയിലുള്ളവരെല്ലാം ചർച്ചയിൽ പങ്കെടുക്കുകയാണ്. മൊയ്തുക്ക എല്ലാം ശ്രദ്ധിച്ചു കൊണ്ട് മിണ്ടാതിരിക്കുകയാണ്. മാഷ് ചായയും കഴിച്ച് റസാഖിന്റെ അരികിലെത്തി. ചില ബന്ധുക്കളൊക്കെ വിവരമറിഞ്ഞ് എത്തിയിരുന്നു. അവരൊക്കെ ആശ്വസിപ്പിച്ച് തിരിച്ചുപോയി. സമയം വൈകുന്തോറും എല്ലാർക്കും ഉത്കണ്ഠകൂടി വരികയാണ്. കണ്ണൻ മാഷും സലിം മാഷും, രേവതി ടീച്ചറും എത്തിച്ചേർന്നു. പറഞ്ഞ വണ്ടി എത്തിച്ചേരേണ്ട സമയമായിരിക്കുന്നു. കഷ്ടി ഇരുപത് മിനിറ്റു കഴിഞ്ഞപ്പോൾ ഒരു റിക്ഷയുടെ ശബ്ദം കേട്ടു തുടങ്ങി. റിക്ഷ വീടിനരികിലെത്തി നിന്നു. സാബുവിനും ഗോപിച്ചേട്ടനുമൊപ്പം ജമാലും വണ്ടിയിൽ നിന്നും ഇറങ്ങി. റസാഖിന്റെ അതേ രൂപം. സങ്കടമയമായ മുഖഭാവം. ഗോപിച്ചേട്ടൻ ചേർത്ത് പിടിച്ച് റസാഖിന്റെ മുമ്പിൽ കൊണ്ടുവന്നു. രണ്ടു പേരും മുഖത്തോട് മുഖം നോക്കി. ജനിച്ച് പത്തൊൻപത് വർഷത്തിന് ശേഷമുള്ള ഒരു മകന്റേയും പിതാവിന്റേയും സംഗമം. അതിന് ദൃക്സാക്ഷിയാകാൻ പറ്റിയ അപൂർവ നിമിഷം. റസാഖ് വിതുമ്പലോടെ, എന്റുപ്പായെന്ന വിളിയോടെ ആ മാറിൽ വീണു. ജമാലിന് ഏതാണ്ടൊരു നിർവികാര അവസ്ഥയാണ്. എന്നാലും കൈ കൊണ്ട് മകന്റെ തലയിൽ തലോടുന്നുണ്ട്. കണ്ണീർ വരുന്നുണ്ട്. പാത്തുത്തായും ഓടി വന്ന് മരുമോനെ കെട്ടിപ്പിടിച്ചു.

സൈനബ അടുത്തു വരാതെ ഏങ്ങലടിച്ചു കരയുകയാണ്. രേവതി ടീച്ചർ അടുത്തേക്കു കൊണ്ടുവന്നു. അവർ പരസ്പരമൊന്ന് നോക്കി. സൈനബക്ക് കരച്ചിലടക്കാൻ പറ്റുന്നില്ല. രേവതി ടീച്ചർ അകത്തേക്ക് കൊണ്ടുപോയി. ജമാലിന് ഞങ്ങളെയെല്ലാം ഓർമേണ്ടോ? സലിം മാഷ് ചോദിച്ചു. മാഷ് എല്ലേ, ഇവരും മാഷല്ലെ. കണ്ണൻ മാഷേയും തിരിച്ചറിഞ്ഞു. രമേശൻ മാഷിനെ സംശയത്തോടെ ഒന്നു നോക്കി. സ്കൂളെ പുതിയ മാഷാ, രമേശൻ മാഷ്. സലിം മാഷ് പരിചയപ്പെടുത്തി. സംസാരത്തിൽ ചെറിയൊരു പ്രശ്നം പോലെ. മറ്റു പ്രശ്നങ്ങളൊന്നും തോന്നുന്നില്ല. നാട്ടിലെത്തിയ ശേഷം വളർന്ന അനാഥാലയത്തിൽ തന്നെ ജോലിക്കാരനായി കഴിയുകയായിരുന്നു. അവിടെ നിന്നാണ് കൂട്ടിക്കൊണ്ട് വരുന്നത്. നാടിനെ പറ്റി പറഞ്ഞപ്പോൾ ഭയങ്കര പേടിയായിരുന്നു.

കാര്യങ്ങളെല്ലാം പറഞ്ഞ് ബോധ്യപ്പെടുത്തിയപ്പോൾ വരാമെന്നായി. മകനുള്ള കാര്യമറിഞ്ഞപ്പോൾ നല്ല സന്തോഷം. പേടി, പേടി, അതോണ്ടാ വരാഞ്ഞെ. വന്നാല് എല്ലാരേം കൊല്ലുന്ന പറഞ്ഞേക്കണ്. അതോണ്ട വരാത്തെ. ജമാല് പേടിച്ചു കൊണ്ട് തന്നെ പറയാൻ

ളുടങ്ങി. അതും പറഞ്ഞ് റസാഖിന്റെ കൈ മുറുകെ പിടിച്ചു. ഉപ്പയുടെ സാന്നിധ്യവും, ആ പിടുത്തവും ഒക്കെ റസാഖിനെ വല്ലാതെ വികാരാധീനനാക്കുന്നുണ്ട്. ഇനിക്ക് അന്ന് ഞങ്ങളാരോടെങ്കിലും ഒരു വാക്ക് പറഞ്ഞൂടേനോ. ഈ പ്രശ്നേല്ലം ഉണ്ടാവുമായിരുന്നോ. കണ്ണൻ മാഷ് ചോദിച്ചു. ആരോടെങ്കിലും പറഞ്ഞാ എല്ലാരേം കൊല്ലുന്നാ പറഞ്ഞെ. പിന്ന ഈട നിക്കണ്ട പോയ്ക്കോ എന്നും പറഞ്ഞ് പേടിപ്പിക്കാം തൊടങ്ങി. അതോണ്ടാ സൈന്വനോട്ടും, ഉമ്മാനോട്ടും ഒന്നും പറയാണ്ട് പോയുട്ടെ. പിന്നെ ഇങ്ങോട്ട് വരണന്ന് തോന്നീറ്റില്ലെ?. ഓർമിക്ക്മ്മം പേടി വരും. വന്നാല് എന്നക്കൊണ്ട് എല്ലാർക്കും എന്തെങ്കിലും പറ്റിയാലോന്ന്. അന്നേരം പിന്ന വരണന്ന് തോന്നുല്ല. പിന്ന ഒന്നും ഓർമിക്കണ്ടാന്ന് വിശാരിക്കും. അപ്പോഴേക്കും സൈനബ ചായയുമായി വന്നു. മുഖത്തൊരു പ്രസന്നതയൊക്കെ വന്നിട്ടുണ്ട്. ജമാലിന് നൽകുമ്പോൾ ആ കൈയൊന്നു വിറച്ചോ. വേഗംഅങ്ങ് കൊടുക്കുമ്മാ. റസാഖ് ധൃതി കൂട്ടി. വേഗം രാത്രിയത്തെ ഭക്ഷണോക്കെ തയ്യാറായിക്കോ. ജമാലെ ഇനി ഒരു പേടിം വേണ്ട. എന്ത്യ സഹായം വേണേങ്കിലും ഞങ്ങളുണ്ട്. നിന്റെ മോനും ഞങ്ങക്ക് വേണ്ടപ്പെട്ടോന. കണ്ണൻ മാസ്റ്റർ ഒന്നു കൂടി ധൈര്യപ്പെടുത്തി.

എല്ലാവരും പിരിഞ്ഞു. സാബുവിന് ഇന്നും രാത്രി മീൻപിടുത്തമുണ്ട്. അവൻ തിരക്കിട്ടു നടന്നു. മാഷ് റൂമിലെത്തി. മനസ്സിന് വലിയൊരു സന്തോഷവും സംതൃപ്തിയും. എന്റെ മോള് ഇന്നു വരും, നാളെ വരും എന്നു വിശാരിച്ച് കാത്തിരിക്കും പാത്തുത്താത്തയുടെ മനസ്സലിയിപ്പിച്ച അന്നത്തെ വാക്കുകൾ. എന്റെ ഉപ്പയും പുതിയ ഡ്രസുമായി വരും എന്ന് വിചാരിച്ച് കാത്തിരിക്കും, റസാഖിന്റെ നൊമ്പരമുണർത്തിയ തേങ്ങൽ. എല്ലാറ്റിനും പരിഹാരമായിരിക്കുന്നു. പക്ഷേ വീരാനിക്കയുടെ കൊലപാതകം അതൊരു വലിയ സങ്കടമായി തന്നെ ശേഷിക്കുന്നു. വൈകിയാണെങ്കിലും കൊലപാതകി നിയമത്തിന്റെ പിടിയിലായിരിക്കുന്നു എന്നത് സന്തോഷം പകരുന്നു.

47

അങ്ങനെ സ്കൂളടക്കുന്ന ദിവസം ആഗതമായിരിക്കുന്നു. കുട്ടികളുടെ ഉത്തരക്കടലാസുകളൊക്കെ നോക്കി മാർക്ക് ലിസ്റ്റും റഡിയായിക്കഴിഞ്ഞു. പരീക്ഷ തുടങ്ങിയതു മുതൽ തിരക്ക് പിടിച്ച പണിയായിരുന്നു. ഉത്തരക്കടലാസ് അതത് ദിവസം തന്നെ പരിശോധിക്കണം. നേരത്തെ ക്ലാസിൽ വിലയിരുത്തിയതുപോലെ തന്നെ പരീക്ഷയിലും നല്ല രീതിയിൽ തന്നെ കുട്ടികൾ ചെയ്തിട്ടുണ്ട്. റിവിഷൻ കഴിഞ്ഞപ്പോഴേക്കും ഒന്നു കൂടി അവർ മെച്ചപ്പെട്ടു. മാഷ് പ്രാഥമിക കാര്യങ്ങളും കുളിയും വേഗം തന്നെ കഴിച്ചു. ഗോപിച്ചേട്ടന്റെ കൂടെ അടുത്ത സബ്ബ് ജില്ലയിലെ എ. ഇ. ഒ. യെ കാണാൻ പോവുകയാണ്. അദ്ദേഹം ഗോപിച്ചേട്ടന്റെ പരിചയക്കാരനാണ്. അടുത്ത വർഷവും ഈ വിദ്യാലയത്തിൽ തന്നെ നിയമനം കിട്ടാൻ സാധ്യതയുണ്ടോ എന്നറിയാനാണ് പോകുന്നത്. എ. ഇ. ഒ. എന്ന നിലക്ക് അദ്ദേഹത്തിന് സഹായിക്കാൻ പറ്റുമെന്നാണ് ഗോപിച്ചേട്ടന്റെ വിശ്വാസം. ഹൈവേ റോഡിനടുത്താണ് വീട്. കൃത്യസമയത്ത് തന്നെ ഗോപിച്ചേട്ടൻ എത്തി. ഇരുപത് മിനിട്ടോളം നടന്ന് എ. ഇ. ഒ യുടെ വീട്ടിലെത്തിച്ചേർന്നു. താത്ക്കാലിക നിയമനക്കാർക്ക് ഒരേ സ്കൂളിൽ തന്നെ നിയമനം കൊടുക്കാൻ നിയമപരമായി അധികാരമില്ല.

ഇദ്ദേഹത്തിന് അടുത്ത വർഷം എന്റെ സബ്ബ് ജില്ലയിൽ ടൗണിനോട് അടുത്തുള്ള ഏതെങ്കിലും സ്കൂളിൽ ചേരാനുള്ള സൗകര്യം നൽകാം. അദ്ദേഹം ഉറപ്പു നൽകി. രണ്ട് പേരും അൽപം നിരാശരായെങ്കിലും വന്നതുകൊണ്ട് പ്രയോജനം തന്നെയാണ് ഉണ്ടായിരിക്കുന്നത്. നിയമനം ചിലപ്പോൾ വാഹന സൗകര്യം പോലുമില്ലാത്ത ഉൾപ്രദേശങ്ങിൽ വരെ ആകാനിടയുണ്ട്. ഇദ്ദേഹത്തെ കണ്ടത് കാരണം ടൗണിനടുത്ത് തന്നെ കിട്ടുമെന്നുറപ്പായിട്ടുണ്ട്. അത്രയും ആശ്വാസം.

ഗോപിച്ചേട്ടനുമായി പിരിഞ്ഞു. നേരെ മൊയ്തുക്കായുടെ കടയിലെത്തി. അവസാന ദിവസമായതിനാൽ ചായ അവിടെ വച്ചാ കാമെന്ന് തീരുമാനിച്ചതാണ്. മാശേ അങ്ങെനെ കൊല്ലം പോയതറിഞ്ഞി ല്ല. അന്ന് ആദ്യായിറ്റ് വന്ന ദിവസോർമേണ്ടോ. നല്ല മഴേള്ള ഒരു ദിവസം. മൊയ്തുക്കാ ഓർമകളെ പിന്നോക്കം വലിക്കയാണ്. രാത്രി സ്വപ്നമൊക്കെ കണ്ട്, ബഞ്ചിൽ നിന്ന് താഴെ വീണ്, ആകെ ഒരു പരിഭ്രാന്തിയോടെ ഈ കടയിലെത്തിച്ചേർന്ന ദിവസം, സ്വപ്നത്തിൽ കണ്ട ഭീകരനെ പ്രതീക്ഷിച്ച് ഇവിടെയിരുന്ന ദിവസം. ഇപ്പോൾ ഓർക്കു മ്പോൾ ഒരു സുഖം തോന്നുന്നു. അന്ന് മൊയ്തുക്കയുടെ മകൻ ഫൈസലും ഉണ്ടായിരുന്നു. അവനിപ്പോൾ മാർക്കറ്റിൽ സ്വന്തമായി പച്ചക്കറിക്കട തുടങ്ങിയിരിക്കയാണ്. പ്രേതങ്ങളുടേയും, ബാധകളുടേയും ലോകത്ത് നിന്ന് മൊയ്തുക്കായും മോചിതനായിരിക്കയാണ്.

അയിന്ള്ള ഹേതു മാശ്ശ് ആയിറ്റ്ള്ള വർത്താനാന്നാണ് മൊയ്തുക്കായുടെ പക്ഷം. ശരിയാണ് തനിക്കും നാട്ടുമായി ഇടപഴകാൻ അല്പമെങ്കിലും അവസരമൊരുങ്ങിയത് ഇവിടെ വച്ചാണെന്ന് മാഷോർത്തു. വേലുച്ചേട്ടനെ പരിചയപ്പെട്ടതും, പോക്കറിന്റെ രഹസ്യത്തെക്കുറിച്ചറിഞ്ഞതും, മൂസ മൊയ്‌ലാരെയും, കണാരൻ മന്ത്രവാദിയെ കുറിച്ചു കേട്ടതും ഒക്കെ ഇവിടെ വച്ചാണ്. പുട്ടും കടലയും കഴിച്ച് മൊയ്തുക്കായോട് യാത്രയും പറഞ്ഞ് റൂമിലേക്ക് തന്നെ പുറപ്പെട്ടു. തയ്യാറാക്കിയ മാർക്ക് ലിസ്റ്റ് എടുക്കണം. മാർക്ക് ലിസ്റ്റുമായി വേഗം തന്നെ സ്കൂളിലെത്തി. ഹെഡ്മാസ്റ്ററെ ഏൽപിച്ചു. മാഷെ എല്ലാം ഭംഗിയായി നടന്നു അല്ലേ. അതേ മാഷേ കരുതിയതിലും നന്നായി ചെയ്യാൻ പറ്റിയെന്നു തോന്നുന്നു. അന്ന് ചാർജ്ജ് തരുമ്പോൾ കുട്ടികൾ കൂടുതലുണ്ട്. അല്പം റിസ്ക് എടുക്കേണ്ടി വരും എന്ന അദ്ദേഹത്തിന്റെ ആശങ്ക മഷോർത്തു.

സ്റ്റാഫ് റൂമിലെത്തിയപ്പോൾ "മാഷക്ക് പറ്റുന്നത് പോലെയൊക്കെ ചെയ്യ്" എന്ന സലിം മാഷിന്റെ അന്നത്തെ വാക്കുകളാണോർമ വന്നത്, തന്റെ അന്നത്തെ പേടിയുടെ കാര്യമൊന്നും ഇവരോട് ഇതുവരെ പറഞ്ഞിട്ടില്ല. ഇന്ന് ചെറിയ ഒരു യാത്രയയപ്പുണ്ട്. അപ്പോൾ പറയാം. മാഷ് നേരെ ക്ലാസിലേക്ക് നടന്നു. കുറേപ്പേർ എത്തിച്ചേർന്നിട്ടുണ്ട്. വന്നവർ മാഷിന് ചുറ്റും കൂടുകയാണ്. വിശേഷങ്ങൾ പങ്കു വയ്ക്കാൻ തുടങ്ങി. അടുത്ത കൊല്ലവും ഇവിടെ തന്നെ വരുമോ എന്നാണ് ചിലർക്കറിയേണ്ടത്. ഇല്ലെന്നറിഞ്ഞപ്പോൾ സങ്കടമുണ്ട്. ചിലർക്ക് കാവിലെ ഉത്സവത്തിന് വരുമോ എന്നാണറിയേണ്ടത്. ഉത്സവത്തിന് കുറച്ചു പേരുടെ നൃത്ത പരിപാടിയുണ്ട്. പിന്നെ ഘോഷയാത്രയിൽ താലപ്പൊലി എടുക്കുന്നവരുണ്ട്. ഒക്കെ കാണാൻ മാഷ് വരുമോ എന്നാണ് ചോദ്യം. വിഷുവിന്

മുമ്പായിട്ടാണ് ഉത്സവം. ഒരു ദിവസം കുട്ടികളുടെ നൃത്ത പരിപാടിയും, പൂരക്കളിയും കോൽക്കളിയും ഒക്കെയാണ്. പിറ്റെ ദിവസം നടക്കുന്ന ഗംഭീര ഘോഷയാത്രയോടെ ഉത്സവം സമാപിക്കും. ഘോഷയാത്രയ്ക്ക് മുത്തുക്കുട ഏന്തുന്നത് മുസ്ലിംങ്ങളാണ്. പള്ളിവക സ്വീകരണവും പങ്കെടുക്കുന്നവർക്കെല്ലാം ലഘുഭക്ഷണവുമുണ്ട്. ഒരു ദിവസത്തെ സദ്യയും പള്ളിയുടെ വകയാണ്. നൃത്ത പരിപാടി അവതരിപ്പിക്കുന്നതിനും മതവെത്യാസം ഒന്നുമില്ല. മാഷ് കഴിയുമെങ്കിൽ വരാം. ഉറൂസ് പോലെ തന്ന്യാ മാഷെ. എന്തായാലും വരണം മാഷേ. നബീസയാണ്. അവളുടെ നൃത്ത പരിപാടിയും ഉണ്ട്. മാഷ സ്ഥലം അങ്ങ് ദൂരയല്ലെ. പറ്റുമെങ്കിൽ വരും. ബെല്ലടിച്ചു ഹാജരെടുത്തു. മുഴുവൻ പേരും വന്നിട്ടുണ്ട്. അവധിക്കാലത്ത് ചെയ്യേണ്ട പ്രവർത്തനങ്ങളെ പറ്റി ഒന്നുകൂടി ഓർമിപ്പിക്കാം. മാഷ് തയാറാക്കിയ പദ്ധതിയെ കുറിച്ച് പറയാൻ പുറപ്പെട്ടു. അപ്പോഴാണ് കുട്ടികൾ രണ്ട് പൊതിയുമായി വന്നത്. ഒന്നിൽ മിഠായിയാണ്. മറ്റതിൽ ബിസ്കറ്റാണ്. രാജൻ ചെറിയൊരു പൊതിയുമായി വന്നു. കോഴിമുട്ടയാണ്. എല്ലാം പിരിഞ്ഞു പോകുന്ന മാഷക്കുള്ള സമ്മാനമാണ്. മുട്ട രാജന്റെ അമ്മ പ്രത്യേകം കൊടുത്തതാണ്. മാഷ് എല്ലാം സ്നേഹപൂർവം വാങ്ങി വച്ചു. ക്ലാസിൽ നടത്തിയ പഠന പ്രവർത്തനങ്ങളിലെല്ലാം നിങ്ങളോരോരുത്തരും നന്നായി പങ്കെടുത്തിട്ടുണ്ട്. അതിന്റെ നേട്ടവും നിങ്ങൾക്കുണ്ടായിട്ടുണ്ട്. അതാണ് മാഷിന് നിങ്ങൾ തന്ന വലിയ സമ്മാനം.

അതുപോലെ മാഷ് പറയാൻ പോകുന്ന പ്രവർത്തനങ്ങൾ അവധിക്കാലത്ത് വീട്ടിൽ വച്ചും ചെയ്താൽ അതും മാഷിനുള്ള വലിയൊരു സമ്മാനമാകും. നമ്മൾ ക്ലാസിൽ നിന്ന് ചെയ്തത് പോലെ കഥാപുസ്തകങ്ങൾ വീട്ടിൽ വച്ച് വായിക്കുക. ലീനയും 'ജനാർദ്ദനനും ഒക്കെ ചെയ്യുന്നതു പോലെ അച്ഛനേയും, വല്യച്ഛനേയും ഒക്കെ വായിച്ചു കേൾപ്പിക്കുക. അടുത്തുള്ള വീടുകളിലെ കൂട്ടുകാർ ഒന്ന് ചേർന്ന് വായിക്കുന്നതും രസകരമായിരിക്കും. വായിക്കുമ്പോൾ സംശയമുള്ള വാക്കുകളും അക്ഷരങ്ങളും ഒക്കെ കുറിച്ചെടുത്ത് അക്ഷരക്കാർഡുണ്ടാക്കി കളിക്കുക. കടയിലൊക്കെ പോയാൽ സാധനങ്ങളുടെ വിലയൊക്കെ ചോദിച്ചറിഞ്ഞു കൃത്യമായി കണക്കുകൾ പരിശോധിക്കുക. ചുറ്റുപാടും കാണുന്ന സസ്യങ്ങളേയും ജീവികളേയും ഒക്കെ നിരീക്ഷിക്കുക. ഉത്സവം കഴിഞ്ഞാലും, യാത്രകൾ പോയാലും ഒക്കെ കണ്ട കാര്യങ്ങളെക്കുറിച്ചും, വിശേഷങ്ങളെ കുറിച്ചും നോട്ടിൽ എഴുതി വയ്ക്കുക. മാഷ് പറഞ്ഞു പോലെ ചെയ്യാം മാഷെ. എല്ലാരും ഒന്നിച്ചാണ്. നിങ്ങള് തന്ന സമ്മാനം സന്തോഷത്തോടെ സ്വീകരിച്ചു. ഇനി അത് നിങ്ങൾക്ക് തന്നെ തിരിച്ചു തരികയാണ്.

മിഠായിയും ബിസ്കറ്റും ഒക്കെ കഴിക്കേണ്ടത് കുട്ടികളല്ലെ. മുട്ട അത്ര ഇഷ്ടമുള്ള സാധനവുമല്ല. എന്നാൽ ബിസ്കറ്റ് മാഷ് തന്നെ എടുക്കണം. കുട്ടികൾ നിർബന്ധിച്ചു. മാഷിന് സമ്മതിക്കേണ്ടി വന്നു. ഹെഡ്മാസ്റ്ററുമൊന്നിച്ച് ആശങ്കയോടെ ക്ലാസിൽ എത്തിച്ചേർന്നത്. മുതിർന്ന കുട്ടികളെ കണ്ട് അമ്പരന്നത്. എല്ലാം ഓർമവരികയാണ്. ഭീമിന്റെ കഥ. ഭീമൻ വെള്ളത്തിൽ താഴ്ന്നിട്ടും, ജീവനോടെ ബാക്കിയായത് കേട്ടപ്പോൾ ഉണ്ടായ സംശയം. അവിടുന്ന് മുതൽ ഇങ്ങോട്ട് എല്ലാ പ്രവർത്തനങ്ങളിലും കുട്ടികളുടെ നല്ല സഹകരണവും പങ്കാളിത്തവുമായിരുന്നു. മാഷ് ലീനയെ അടുത്തു വിളിച്ചു. പഴയെ ലീനയെ നിങ്ങൾക്കോർമയുണ്ടോ? പഠിക്കാണ്ട് വന്നിറ്റ് കരേന്നതല്ലെ മാഷേ. ഇപ്പോ മിടുക്കി ആയില്ലേ. സജീവനും നിങ്ങളെല്ലാരും കൂടിയല്ലെ ലീനേന മിടുക്കി ആക്ക്യേ. സജീവൻ ചിരിക്കുന്നുണ്ട്. അവനെ സ്കൂൾ അസംബ്ലിയിൽ വച്ച് പ്രത്യേകം അഭിനന്ദിച്ചിരുന്നു. ഉമ്മേനേം, അമ്മേനേം പഠിപ്പിക്കുന്ന രണ്ടാളുണ്ടല്ലോ? രണ്ടു പേരും എഴുന്നേറ്റു നിന്നു. ഇപ്പൊ ഓല് നല്ലണം വായിക്ക്ന്ന്ണ്ട്. ഒരാൾ അറിയിച്ചു. അവധിക്കാലത്ത് നന്നായി പഠിപ്പിക്കണം കേട്ടോ. എന്തായാലും പഠിപ്പിക്കും മാഷേ. രണ്ടു പേരും ഉറച്ച സ്വരത്തിലാണ്. ഇവരെ പോലെ മറ്റുള്ളവരും ഒന്ന് ശ്രമിച്ചു നോക്കണം കേട്ടോ. ചിലരൊക്കെ തലയാട്ടുന്നുണ്ട്.

സ്കൂൾ അടയ്ക്കുന്ന ദിവസമായതിനാൽ രണ്ട് പീരീഡ് കഴിഞ്ഞാൽ കുട്ടികളെ വിടും. ഇൻ്റർവെൽ ബെൽ മുഴങ്ങി. കുട്ടികളെല്ലാം കൈ വീശി യാത്ര പറഞ്ഞു. മാഷിന്റെ മനസ്സിൽ ആകെ ഒരു ശൂന്യത കയറിയതു പോലെ. അൽപസമയം ക്ലാസിൽ തനിയെയിരുന്നു. കുറച്ചു സമയം കൂടി അങ്ങനെ അവിടെ ഇരിക്കാനാണ് തോന്നുന്നത്. പക്ഷേ മറ്റുള്ളവർ എന്തു വിചാരിക്കും. റജിസ്റ്ററും, ആ ബിസ്കറ്റ് പായ്ക്കറ്റുമായി മാഷ് സ്റ്റാഫ് റൂമിലെത്തി. “ഇവിടെ ഇങ്ങനെ ഒരു സംഭവം ആദ്യമായാണല്ലോ മാഷേ.” ബിസ്കറ്റ് കുട്ടികൾ സമ്മാനമായി നൽകിയതാണെന്നറിഞ്ഞപ്പോൾ രേവതി ടീച്ചർ അത്ഭുതംകൊണ്ടു.

പിരിഞ്ഞു പോകുമ്പോൾ എല്ലാവർക്കും നൽകുന്നതു പോലെ തന്നതായിരിക്കുമെന്നാണ് ഞാൻ കരുതിയത്. “ഇത് മാഷിന് പ്രത്യേകമായി തന്നെ തന്നതാണ്. ഇവിടെ നിങ്ങളെ പോലെ എത്ര പേർ വന്നു പോയി. ആർക്കും ഇതുവരെ ഇങ്ങനെയൊരു സമ്മാനം കിട്ടിയിട്ടില്ല.” ബിസ്കറ്റും മിഠായിയും മുട്ടയുമൊക്കെ തന്ന് കുട്ടികൾ തന്നോടു കാണിച്ച ആദരവിന്റേയും, സ്നേഹത്തിന്റേയും ആഴം ഇപ്പോഴാണ് മാഷക്ക് മനസ്സിലായത്. അത് താൻ സ്വീകരിച്ചിരുന്നില്ലെങ്കിൽ മോശമായി പോകുമായിരുന്നു. രേവതി ടീച്ചർ പറഞ്ഞ വാക്കുകളും, അതവതരിപ്പിച്ച രീതിയും

എന്തോ ഒന്ന് തന്നെ മറ്റുള്ളവരിൽ നിന്നും വ്യത്യസ്ഥനാക്കുന്നുണ്ട് എന്ന തിരിച്ചറിവ് മാഷിലുണ്ടാക്കി.

തന്റെ ചുമതല തന്റെ കഴിവിനൊത്ത് ചെയ്യാൻ ശ്രമിച്ച എന്നൊരു സംതൃപ്തിയായിരുന്നു ഇതുവരെ. താനൊരു വ്യത്യസ്ഥനാവാൻ മാത്രം എന്താണാവോ സംഭവിച്ചത്. ഇവിടെ എത്തിയാൽ പിന്നെ മാഷക്ക് ക്ലാസും, കുട്ട്യേളും തന്നെയായിരുന്നില്ലെ ലോകം. നമ്മളോട് സംസാരിക്കുന്നതു പോലും പിശുക്കിയായിരുന്നില്ലേ?സുമതി ടീച്ചറുടെ വാക്കുകൾക്കനുബന്ധമെന്നോണം കണ്ണൻ മാസ്റ്ററുടെ കമന്റ്. അപ്പോൾ തന്റെ സമീപനത്തിന്റെ ഭാഗമായി കുട്ടികൾക്ക് തന്നോടുണ്ടായ വലിയ ആദരവിന്റേയും സ്നേഹത്തിന്റേയും അടയാളമായിരുന്നു ആ സമ്മാനങ്ങൾ. തന്റെ സമീപനം, ശിശുകേന്ദ്രീകൃതമായ ബോധന രീതി. അതെ തീർച്ചയായും അതിന്റെ ഫലം തന്നേയാണ് ഇപ്പോൾ ബിസ്കറ്റ് രൂപത്തിൽ തന്റെ കൈയിലിരിക്കുന്നത്. മാഷിന് ചിത്രം വ്യക്തമായി. പ്രവർത്തനങ്ങളിലൂടെ കാര്യങ്ങൾ സ്വയം കണ്ടെത്തുമ്പോഴുള്ള കുട്ടികളുടെ കണ്ണിലെ തിളക്കവും, അഭിമാനബോധവും. അത് തന്നെ സഹായിച്ച അധ്യാപകനോടുള്ള സ്നേഹവും ബഹുമാനവുമായി അവനറിയാതെ മാറുന്നു. അല്ലാതെ വ്യക്തിപരമായി കുട്ടികളോട് വല്ലാതെ സ്നേഹം പ്രകടിപ്പിക്കുകയോ, താലോലിക്കുകയോ ചെയ്യുന്നവനല്ല താൻ. ഉള്ളിൽ തോന്നുന്ന സ്നേഹം പോലും പുറമേക്ക് പ്രകടിപ്പിക്കാൻ കഴിയാത്തവൻ. പക്ഷേ പ്രവർത്തനങ്ങളുടെ ഓരോ ഘട്ടത്തിലും ക്ഷമയോടെ അവരെ പ്രോത്സാഹിപ്പിക്കാനും പ്രവർത്തനങ്ങളിൽ വിജയിച്ച കഴിഞ്ഞാൽ നന്നായി അഭിനന്ദിക്കാനും, ഒരു പിശുക്കും കാണിച്ചിരുന്നില്ല. തന്നെ പരിശീലിപ്പിച്ച അധ്യാപകരോട് നീതി പുലർത്തിയതിനുള്ള തെളിവാണ് ആ ബിസ്കറ്റെന്ന് മാഷിന് തോന്നി. ഇവിടെ തുടങ്ങിയിട്ടേയുള്ളൂ. മുന്നോട്ടേക്ക് പോകാനുള്ള നല്ല ഊർജമാണ് ആ ബിസ്കറ്റ്. അന്ന് ഗോപിച്ചേട്ടൻ, രാമൻ മാഷിന്റെ പ്രസംഗത്തെ പറ്റി പറയുമ്പോൾ സൂചിപ്പിച്ചതു പോലെ. നിങ്ങൾ അമ്പലങ്ങളിലൊ, പള്ളികളിലോ പോകുന്നില്ല. പൂജകൾ ചെയ്യുന്നില്ല, പ്രാർഥിക്കുന്നില്ല. പക്ഷേ നിങ്ങൾ നിങ്ങളുടെ പ്രവൃത്തിയിൽ കാണിക്കുന്ന ആത്മാർഥത അത് ദൈവത്തെ നിങ്ങളോടടുപ്പിക്കുന്നു.

അതെ ആ ബിസ്കറ്റിൽ ദൈവത്തിന്റെ കൈയൊപ്പുണ്ടെന്ന് മാഷിന് തോന്നി. അനേകം കുഞ്ഞു ദൈവങ്ങളുടെ കൈയൊപ്പ്. ചായ വന്നു. രേവതി ടീച്ചർ ബിസ്കറ്റ് എല്ലാർക്കുമായി പങ്കുവച്ചു. കേവലം ഒരു ബിസ്കറ്റല്ല കഴിക്കുന്നതെന്നും അതിലുപരി വിശിഷ്ടമായ എന്തോ ഒന്ന് അതിലടങ്ങിയിട്ടുണ്ടെന്നും മാഷിന് തോന്നി. ചായക്ക് ശേഷം സ്റ്റാഫ് മീറ്റിംഗ്

തുടങ്ങി. പ്രമോഷന്റെ കാര്യങ്ങളെ കുറിച്ച് ഹെഡ്മാസ്റ്റർ വിശദീകരിച്ചു. തുടർന്ന് രമേശൻ മാഷിന്റെ പ്രവർത്തനങ്ങളെ അഭിനന്ദിച്ച് കൊണ്ട് സംസാരിച്ചു. കുട്ടികളുടെ എണ്ണക്കുറവുണ്ടായിട്ടും അതിനെയൊക്കെ മറികടന്ന് പ്രവർത്തിക്കാൻ കഴിഞ്ഞതായി പ്രത്യേകം സൂചിപ്പിച്ചു. തുടർന്ന് രാമൻ മാഷും, കണ്ണൻ മാഷും, സലിം മാഷും ഒക്കെ സംസാരിച്ചു. ഇനി തന്റെ അവസരമാണ്. തീരപ്രദേശത്തെ കുട്ടികളെ പറ്റിയും രക്ഷിതാക്കളെ പറ്റിയും കൂട്ടുകാരിൽ നിന്ന് പകർന്ന് കിട്ടിയ ചിത്രമാണ് ആദ്യം സൂചിപ്പിച്ചത്. വൃത്തിയില്ലാത്തവർ, അധ്യാപകരോട് ബഹുമാനമില്ലാത്തവർ, കൃത്യമായി സ്കൂളിൽ പോകാത്തവർ, അനുസരണ തൊട്ടുതെറിപ്പിക്കാത്തവർ, വഴക്ക് പറയുകയോ ശിക്ഷിക്കുകയൊ ചെയ്താൽ രക്ഷിതാക്കളിൽ നിന്ന് പുളിച്ച തെറിയോ, ചിലപ്പോൾ അടിയോ വരെ പ്രതീക്ഷിക്കാം. വിദ്യാഭ്യാസം തീരെയില്ലാത്ത വെറും പരുക്കന്മാരായിരിക്കും. അവരുടെ ഇടയിലാ പോയി ജീവിക്കേണ്ടത്. വലിയ കഷ്ടമായിരിക്കും. ഫിഷറീസ് സ്കൂളിലാണ് നിയമനം എന്നറിഞ്ഞപ്പോൾ ഇതായിരുന്നു കിട്ടിയ വിവരം. ആ പേടിയോടെയാണ് ഇവിടേക്ക് വന്നത്. മനസ്സിലെ പേടി കൊണ്ടായിരിക്കാം വന്നന്ന് രാത്രി ഒരു ദുഃസ്വപ്നം കണ്ടു. സ്വപ്നത്തെക്കുറിച്ച് പറഞ്ഞപ്പോൾ എല്ലാരും കൂട്ടച്ചിരിയായി. അന്ന് ബാലൻ മാസ്റ്റർ ക്ലാസിൽ കൊണ്ട് ചെന്നാക്കിയപ്പോൾ കണ്ടത് കുറേ പ്രായം ചെന്ന കുട്ടികളെയാണ്. കൂട്ടുകാർ പറഞ്ഞത് ശരിയാണെന്നാണ് പെട്ടെന്ന് തോന്നിയത്. നല്ല വിഷമവും തോന്നി.

കുട്ടികളോട് അടുത്തപ്പോഴാണ് യാഥാർഥ്യം മനസ്സിലായത്. ഇവിടെ നിന്നും വളരെ നല്ല അനുഭവങ്ങളുമായിട്ടാണ് തിരിച്ച് പോകുന്നത്. അടുത്ത വർഷവും ഇവിടെ തന്നെ നിയമനം ലഭിക്കാൻ ഗോപിച്ചേട്ടൻ ഒരു ശ്രമം നടത്തിയിരുന്നു. അതിന് നിയമമില്ലാത്തത് കൊണ്ട് അടുത്ത സബ്ബ് ജില്ലയിൽ ടൗണിനടുത്ത് തന്നെയുള്ള സ്കൂളിൽ നിയമനം തരാമെന്ന് ഉറപ്പ് കിട്ടിയിട്ടുണ്ട്. എല്ലാവരോടും നന്ദി. മാഷ് നിർത്തി. ബാലൻ മാസ്റ്റർ ശമ്പളം മുൻകൂറായി തന്നു. മാഷിന്റെ കൈയിൽ നിന്നും എടുത്ത് തന്നതാണെന്ന് തോന്നുന്നു. അതിനായി വീണ്ടും വരേണ്ടതില്ലല്ലോ. ശമ്പളമായി കിട്ടിയ തുകയേക്കാൾ എത്രയോ വലിയ സമ്പാദ്യവുമായാണ് താൻ ഇവിടെ നിന്നും പോകുന്നതെന്ന് മാഷക്ക് തോന്നി. അനുഭവങ്ങളുടെ സമ്പാദ്യം. എല്ലാവരോടും യാത്ര പറഞ്ഞു പിരിഞ്ഞു.

48

ഇന്ന് ഉച്ച ഭക്ഷണം സ്കൂളിന്റെ തൊട്ടടുത്തുള്ള അച്യുതൻ മാസ്റ്ററുടെ വീട്ടിൽ നിന്നാണ്. റിട്ടയേർഡ് അധ്യാപകനാണ്. മാഷിന്റെ രണ്ടു മക്കൾ മധുവും, വിശ്വനും സുഹൃത്തുക്കളാണ്.. ഇവിടെ വന്ന ദിവസം സാബു അവിടെ നിന്നാണ് ഭക്ഷണം കൊണ്ടുവന്നത്. മറ്റ് ചില ദിവസങ്ങളിലും അവിടെ നിന്നും ഭക്ഷണം കഴിച്ചിട്ടുണ്ട്. മാഷൊരു ഗൗരവ പ്രകൃതിയാണ്. സംസാരവും കുറവാണ്. എല്ലാരുമൊന്നിച്ചു ഭക്ഷണം കഴിച്ചു. സ്വാദിഷ്ടമായ മത്സ്യവിഭവങ്ങളാണ്. അവിടുത്തെ അമ്മ പാചകത്തിൽ വിധഗ്ദയാണ്. എല്ലാവരോടും യാത്ര പറഞ്ഞു പിരിഞ്ഞു. വൈകുന്നേരം കണ്ണൻ മാഷും ഗോപിച്ചേട്ടനും ക്ഷണിച്ചിട്ടുണ്ട്. രാത്രി ഭക്ഷണത്തിന് സാബുവും വീട്ടിലേക്ക് ക്ഷണിച്ചിട്ടുണ്ട്. ഇടയ്ക്കൊന്ന് പാത്തുത്താത്തയുടെ വീട്ടിലും കയറണം. ജമാലിപ്പോൾ ടൗണിലെ ഒരു പലചരക്ക് കടയിൽ ജോലി ചെയ്യുകയാണ്. ആബൂട്ടി ഹാജി ഏർപ്പാടാക്കിക്കൊടുത്തതാണ്. ഉപ്പയും മകനും ഒന്നിച്ചാണ് വരുന്നതും, പോകുന്നതും. ഇടയ്ക്ക് റസാഖിനേയും, ഉമ്മയേയും കൂട്ടി നാട്ടിൽ പോയിരുന്നു.

എന്തായാലും ആ വീടിന്റ അന്തരീക്ഷം സന്തോഷകരമായ അവസ്ഥയിലേക്ക് മാറിയിട്ടുണ്ട്. മാശേ ങ്ങള് എല്ലാറ്റും കൂടി സഹായിച്ചിറ്റ് ഞാനും എന്റെ മോളും രച്ചപ്പെട്ടു മാഷേ. പാത്തുത്താത്തക്ക് കണ്ടാലൊക്കെ ഇത് പറയാനെ നേരമുള്ളൂ. ദു:ഖത്തിന്റെ ആൾരൂപമായി ആരോടും സംസാരമില്ലാതെ നടന്നിരുന്ന സൈനബ ആളാകെ മാറിയിരിക്കുന്നു. കഴിഞ്ഞ ദിവസം വീട്ടിലുണ്ടാക്കിയ പലഹാരവുമായി ജമാലിനേയും കൂട്ടി റൂമിൽ വന്നിരുന്നു. റസാഖിനെ മാറ്റിയെടുക്കാൻ മാഷ് സഹായിച്ചതിനെ പറ്റി ജമാലിനോട് വിവരിക്കുകയായിരുന്നു. ജമാലിനെ കണ്ടെത്താൻ ഇടപെട്ടതും രേവതി ടീച്ചറിൽ നിന്നും മനസ്സിലാക്കിയിരിക്കുന്നു. അതിന്റേയും സന്തോഷം മറയില്ലാതെ പ്രകടിപ്പിക്കുകയായിരുന്നു.

ജമാലിന് വന്നപ്പോഴുണ്ടായ അമ്പരപ്പൊക്കെ മാറിയിരിക്കുന്നു. നല്ല സന്തോഷവാനായിരിക്കുന്നു. കണ്ണൻ മാഷിന്റെ വീട്ടിൽ പോയി വരുന്ന വഴി ഗോപിച്ചേട്ടന്റെ അടുത്തും കയറാം. മാഷ് നേരെ കണ്ണൻ മാഷിന്റെ വീട്ടിലെത്തി. ദിവസോം, മാസോല്ലം വേഗത്തിൽ കടന്നു പോയി ഇല്ലേ മാഷെ, ശാന്ത ചേച്ചിയാണ്. മാല്യവും പ്രയാഗും പരീക്ഷയ്ക്കുള്ള തയ്യാറെടുപ്പിലാണ്. മാഷ് പറഞ്ഞു തന്ന രീതിയിൽ പഠിക്കുന്നതു കൊണ്ട് പരീക്ഷാ പേടിയില്ലാ. ഒരു പാട്ടും പാടിക്കൊണ്ട് അവളടടുത്തെത്തി. നാള പോവുകയാ അല്ലെ. അല്പം സങ്കടത്തിലാണ്. ഒരിക്കലും മറന്നു പോവൂല കേട്ടോ. നിറഞ്ഞ സൗഹൃദത്തോടെയാണ്. "മാഷെ അങ്ങനെ ഇവിടുത്തെ ഡ്യൂട്ടി അവസാനിച്ചു അല്ലെ. മാഷിൽ നിന്നും ലഭിച്ച ചരിത്ര വിശകലന രീതി കോളേജ് കാമ്പസിനെ ശരിക്കും ഇളക്കി മറിച്ചു."

പ്രയാഗ്രാണ്. "ചരിത്രം പഠിക്കുന്നവർക്ക് മാത്രമല്ല, മറ്റുള്ളവർക്കും യാഥാർത്ഥ്യങ്ങൾ എന്തെന്നു മനസ്സിലാക്കാൻ പറ്റി." കണ്ണൻ മാഷ് പുറത്തു പോയിരിക്കയാണ്. പെട്ടെന്നെത്തും. പറയുമ്പോഴേക്കും മാഷ് എത്തിച്ചേർന്നു. മാഷെ നമ്മള കുസൃതിച്ചി എന്തു പറേന്ന്. മാഷേട്ത്ത്ന്ന് പഠിത്ത കാര്യങ്ങളെല്ലം മനസ്സിലാക്കിയപ്പോ കുസൃതിയെല്ലം കൊറഞ്ഞ് ഗൗരവക്കാരത്തിയായില്ലേ. കുസൃതിച്ചി ഒന്നും മിണ്ടുന്നില്ല. സങ്കട പൂർവം മാഷെ തന്നെ നോക്കുകയാണ്. ചായയും പലഹാരങ്ങളും ഒക്കെ കഴിച്ച് എല്ലാരോടും യാത്ര പറഞ്ഞിറങ്ങി. നേരെ ഗോപിച്ചേട്ടന്റെ വീട്ടിലെത്തി. ഗോപിച്ചേട്ടൻ ഒന്നും മിണ്ടാതെ അഭിനന്ദപൂർവം നോക്കുകയാണ്. അടുത്തെത്തിയ ഉടനെ പുറത്തു രണ്ട് തട്ട്. മാഷേ അധ്യാപകന്റെ ശക്തിയെ കുറിച്ച് ഞാനന്നു പറഞ്ഞില്ലെ. അതിന്ന് കുട്ടികൾ ശരിക്ക് മാഷെ ബോധ്യപ്പെടുത്തിയില്ലേ. അദ്ദേഹം പറഞ്ഞു.

രേവതി ടീച്ചറിൽ നിന്നും കുട്ടികൾ സമ്മാനം നൽകിയതറിഞ്ഞതിന്റെ പ്രതികരണമാണ്. ഗോപിച്ചേട്ടൻ അന്ന് പറഞ്ഞതുപോലെ കുട്ടികൾക്ക് യഥാ സമയം ഇടപെടാനവസരം കൊടുത്ത്, അവരിൽ വ്യത്യസ്ത ചിന്ത ഉണർത്തുന്ന തരത്തിൽ നൽകിയ പഠന പ്രവർത്തനങ്ങൾ തന്നെയാണ് അതിന് കാരണം. ഗോപിച്ചേട്ടന്റെ സംസാരം മാഷെ വീണ്ടും ബിസ്കറ്റിന്റെ ചിന്തയിലെത്തിച്ചു. "മാഷ ചരിത്രക്കാരത്തി എന്തു പറഞ്ഞു. സങ്കടമുണ്ടോ?" രേവതി ടീച്ചറാണ്. ഉണ്ട് ടീച്ചറേ. സൗഹൃദമുള്ളവർ തമ്മിൽ പിരിയുമ്പോഴുള്ള ഒരു സങ്കടം. അവിടെ നിന്നും പായസവും കഴിച്ച്, യാത്ര പറഞ്ഞ് റൂമിലെത്തി. വീണ്ടും ബിസ്കറ്റിനെ പറ്റിയുള്ള ചിന്തയായി. തന്റെ ചിന്തകൾക്ക് അടിവരയിടുന്ന തരത്തിലായി ഗോപിച്ചേട്ടന്റെ പ്രതികരണവും. ജീവിതത്തിന് ഒരർഥം ലഭിച്ചതു പോലെ. ഇനിയും എത്രയോ പടവുകൾ കയറാനുണ്ട്. തുടക്കത്തിൽ

തന്നെയുള്ള അനുഭവം ഊർജമാവുകയാണ്. കുട്ടികൾ, രക്ഷിതാക്കൾ സമൂഹം - ഒരു നല്ല അധ്യാപകനാവാൻ ഈ മൂന്നു ഘടകങ്ങളുമായുള്ള ബന്ധം ആരോഗ്യകരമാവണം. അധ്യാപക പരിശീലനത്തിന്റെ ആപ്ത വാക്യം തന്നെ അതാണ്. കുട്ടികളുടെ കാര്യത്തിൽ അത്ര പ്രശ്നമില്ല. സ്വതവേ അന്തർമുഖ സ്വഭാവമുള്ള തനിക്ക് രക്ഷിതാക്കളും സമൂഹവു മായി നല്ല ബന്ധം സ്ഥാപിക്കാൻ കഴിയുമോ? വലിയ ആശങ്കയായാ യിരുന്നു. പക്ഷേ എട്ടു മാസത്തെ ഈ വിദ്യാലയത്തിലെ അനുഭവങ്ങൾ. ആശങ്കകൾ വഴി മാറിത്തന്നിരിക്കുന്നു. രക്ഷിതാക്കൾ സ്കൂളിൽ വരാറില്ലെ ങ്കിലും മിക്കവരേയും പുറത്തു വച്ച് പരിചയപ്പെടാനും കുട്ടികളുടെ പഠന കാര്യങ്ങൾ ചർച്ച ചെയ്യാനും കഴിഞ്ഞിട്ടുണ്ട്. അതിന്റെ ഒരു പ്രതിഫല നമാണ് ആ അമ്മ കൊടുത്തയച്ച കോഴിമുട്ട.

സാബുവിന്റേയും, ഗോപിച്ചേട്ടന്റേയും, മൊയ്തുക്കായുടെയും സൗഹൃദം തന്നെ സാമൂഹ്യ ബന്ധത്തിനുള്ള തെളിവ്. എന്താ മാഷേ ആലോച ന?സങ്കടം തോന്നുന്നുണ്ടോ? സാബു എത്തി. എങ്ങനെ തോന്നാതിരി ക്കും സാബു. നിങ്ങളെയെല്ലാം വിട്ടുപിരിയുന്നത് സങ്കടം തന്നെയാണ്. കടപ്പുറത്തുള്ളവർ, വിദ്യാഭ്യാസം കുറഞ്ഞവർ, വൃത്തി ഒട്ടുമില്ലാത്തവർ, പരുക്കന്മാർ, അവരുടെ ഇടയിൽ ജീവിക്കുക വലിയ പ്രയാസകരമായി രിക്കും എന്നു ഭയപ്പെടുത്തിയാണ് ചില കൂട്ടുകാർ ഇങ്ങോട്ടേക്കയച്ചത്. അതൊക്കെ കേട്ട് നല്ല പേടിയോടെയാണ് ഇവിടെ എത്തിയത്. പക്ഷേ മറ്റെവിടേയും ലഭിക്കാത്ത സൗഹൃദമാണ് നിങ്ങൾ പകർന്നു തന്നത്. പിന്നെ പോകുമ്പോൾ സങ്കടം തോന്നാതിരിക്കുമോ? മാഷ് എ പ്പോഴും പറയാറുള്ളത് പോലെ വലിയ ചരിത്ര സംഭവങ്ങൾക്കൊക്കെ സാക്ഷ്യം വഹിച്ചിട്ടാണ് പോകുന്നത് അല്ലേ? അതേ സാബു നിങ്ങളു ടെയൊക്കെ സേവനമനസ്ഥിതിയും, പരസ്പര സൗഹൃദവും, അതു നാട്ടിനും, ജനങ്ങൾക്കും നൽകുന്ന നന്മകളും ഒക്കെ ചരിത്ര സംഭവങ്ങൾ തന്നെ.

ഉറൂസ് ആഘോഷത്തിലും, വരാൻ പോകുന്ന ഉത്സവത്തിലും ഉള്ള നിങ്ങളുടെ കൂട്ടായ്മയും ഒക്കെ ഒരു മാതൃക തന്നെ. ഉത്സവത്തിന് മാഷ് വരുമോ?പറ്റുമെങ്കിൽ വരും. കുട്ടികളെല്ലാം ക്ഷണിച്ചിട്ടുണ്ട്. സാബുവിന്റെ കൂടെ പാത്തുത്തായുടെ വീട്ടിൽ കയറി എല്ലാവരോടും യാത്ര പറഞ്ഞു. നേരെ സാബുവിന്റെ വീട്ടിലേക്ക് നടന്നു. അമ്മ ഇറച്ചി ക്കറിയും പത്തിരിയും തയാറാക്കി വച്ചിരിക്കുന്നു. വയറു നിറയെ കഴിച്ച് എല്ലാവരോടും യാത്ര പറഞ്ഞു പിരിഞ്ഞു. ചിന്തകളുടെ തിരയടികളെ തടസപ്പെടുത്തിക്കൊണ്ട് കൺപോളകൾക്ക് ഭാരമേറുന്നോ. മയക്കത്തി ലേക്ക് വഴുതി വീഴുകയാണോ. വെള്ളത്തിലേക്ക് താണുതാണുപോകുന്ന

ഭീമൻ മനസ്സിൽ തെളിയുന്നു. ഭീമനെ രക്ഷിച്ച്അമൃതം കഴിപ്പിക്കുന്ന സർപ്പങ്ങൾ, അമൃതം കഴിച്ച് ബലവാനായി തീർന്ന ഭീമൻ. ഒരു നിമിഷം ഭീമൻ താനായി മാറുകയാണോ. പല വിധ ആശങ്കകളിൽ മുങ്ങിത്താണു കൊണ്ടിരിക്കുന്ന താൻ. പെട്ടെന്ന് ചുറ്റും ഒരു കൂട്ടം കുഞ്ഞുങ്ങൾ. അവരുടെ കൈകളിലെല്ലാം ബിസ്കറ്റുകൾ, അവ തന്റെ നേരെ നീളുകയാണ്. സ്നേഹ പൂർവം കഴിപ്പിക്കുകയാണ്. അവസാനത്തെ ബിസ്കറ്റും തീരുന്നതുവരെ അവർ അത് തുടർന്നു കൊണ്ടേയിരുന്നു. പെട്ടെന്ന് മനസ്സിൽ ഒരു വെള്ളി വെളിച്ചം. പുത്തനുർജ്ജം ലഭിച്ചതു പോലെ. ഒരു പുതു മനുഷ്യനായ തുപോലെ.. കുഞ്ഞുങ്ങളങ്ങനെ സ്നേഹപൂർവം നോക്കിനിൽക്കെ, താൻ അവരിൽ നിന്നും അകലാൻ തുടങ്ങുകയാണ്. അവർ തന്റെ നേരെ കൈകൾ ഉയർത്തി വീശുകയാണ്. താൻ അകന്നു കൊണ്ടേയിരിക്കുന്നു. അകന്നകന്നകന്ന്... അങ്ങ് ദൂരെ. തികച്ചും, കർമ മണ്ഡലത്തിലെ ഒരു പുതു മനുഷ്യനായി മാറിക്കൊണ്ട്.

ഏയ് മാഷെ ഇനിയും എഴുന്നേറ്റില്ലേ?സാബുവിന്റെ വിളി കേട്ടാണ് ഉണർന്നത്. രാത്രിയിലെ ചിന്തയുടെ പ്രളയത്തിനൊടുവിൽ എപ്പൊഴോ മയങ്ങി പോയതാണ്. അവൻ ഒരുങ്ങി വന്നിരിക്കയാണ്. ടൗണ് വരെ കൂടെ വരുന്നുണ്ട്. മാഷ് വേഗം പ്രാഥമിക കർമ്മങ്ങളൊക്കെ കഴിച്ചു. എടുക്കാൻ രണ്ട് ജോഡി ഡ്രസ് മാത്രമേയുള്ളൂ. ബാക്കിയൊക്കെ കഴിഞ്ഞ തവണ പോകുമ്പോൾ കൊണ്ടുപോയിരുന്നു. റൂമ് പൂട്ടി. അന്ന് വന്ന വഴിയിൽ കൂടി തന്നെ തിരിച്ചു പോകാനാണ് പരിപാടി. വയലും കശുമാവിൻ തോപ്പും കടന്ന് റോഡിലെത്തി. ബസിൽ ഹമീദ്ക്കയുടെ കടയുടെ മുന്നിലിറങ്ങി. വാടക നൽകി, താക്കോൽ തിരിച്ചേൽപ്പിച്ചു. ഹോട്ടലിൽ കയറി രണ്ടു പേരും പ്രഭാത ഭക്ഷണം കഴിച്ചു. നേരെ ബസ് സ്റ്റാൻഡിലേക്ക്. കണ്ണൂരിലേക്കുള്ള ബസ് പുറപ്പെടാൻ തയാറായി നിൽക്കുന്നു, ബസിൽ കയറിയിരുന്നു.. പുറത്ത് സാബുവിനെ നോക്കി. പരസ്പരം കൈ വീശി. ബസ് മെല്ലെ നീങ്ങിത്തുടങ്ങി.

-ശുഭം -

പഠനം

ചരിത്രനിയോഗങ്ങളുടെ പ്രകാശരേഖകൾ

ബാലകൃഷ്ണൻ മൊകേരി

അദ്ധ്യാപകന്മാർ പ്രധാനകഥാപാത്രങ്ങളായി വരുന്ന നോവലുകൾ പലതുണ്ടാകും. പെട്ടെന്ന് ഓർമ്മയിലെത്തുക, ഏകാദ്ധ്യാപകവിദ്യാലയത്തിന്റെ ചുമതലക്കാരനായി ഖസാക്കിലെത്തുന്ന ഒ. വി. വിജയന്റെ രവിയാണ്. പക്ഷേ, ഖസാക്കിലെ രവി ഒരദ്ധ്യാപകനെന്ന ഭാഗധേയത്തിലല്ല പ്രസ്തുത നോവലിൽ നിറയുന്നതെന്ന് വിസ്മരിക്കാവതല്ല. ആ കഥാപാത്രത്തിന് വലിയൊരു ഭാരംതന്നെയായിരുന്നു അദ്ധ്യാപകന്റെ വിലാസം.

ശ്രീ. ടി. വി. രാജീവൻ മാസ്റ്ററുടെ, ചരിത്രനിയോഗമെന്ന നോവലിലെ രമേശൻ മാസ്റ്റർ ഈയിനത്തിൽപെടുന്ന ആളല്ല. ആരായിരിക്കണം ഒരദ്ധ്യാപകൻ എന്ന സങ്കല്പനത്തിന്റെ വെളിച്ചത്തിൽവേണം ഈ കഥാപാത്രത്തിന്റെ ചലനങ്ങളോരോന്നും ഉൾക്കൊള്ളുവാൻ. ഖദർ ജുബ്ബയും രണ്ടാംമുണ്ടും, കൈയിലൊരു ചൂരലുമായിവരുന്ന ആ പഴയ മാഷല്ല, ഈ കഥാപാത്രം. വിദ്യാഭ്യാസമേഖലയിലുണ്ടായ ആധുനികമായ സമൂലമാറ്റങ്ങളുടെ പ്രതീകമായിവേണം ഈ കഥാപാത്രത്തെ അടയാളപ്പെടുത്തുക.

വിദ്യാഭ്യാസമേഖലയിലുണ്ടാവേണ്ട മാറ്റങ്ങളുടെ ഭാവനാത്മക ചിത്രങ്ങൾ, ഗിജുഭായി ബഘേലയുടെ ദിവാസ്വപ്നം എന്ന കൃതിയിലും, തെത്സുകോ കുറോയാനഗിയുടെ ടോട്ടോചാൻ-ജനാലയ്ക്കരികിലെ പെൺകുട്ടിയെന്ന ജാപ്പനീസ് കൃതിയിലും വെളിച്ചംവിതറി നില്ക്കുന്നുണ്ട്. എന്നാൽ, സമാനമായ അർത്ഥഗരിമയോടെ കേരളീയപശ്ചാത്തലത്തിൽ ഒരു

കൃതി ഇതുവരെ ശ്രദ്ധയിൽപ്പെട്ടിട്ടില്ല. ആ പരാതിയുടെ സർഗ്ഗാത്മക മായ പരിഹാരംതന്നെ, ഈ പുസ്തകം.

എംപ്ലോയ്മെന്റ് എക്സ്ചേഞ്ചിലൂടെ, താത്ക്കാലികാദ്ധ്യാപകനായി ഒരു കടലോരഗ്രാമത്തിലെ സ്കൂളിലെത്തുന്ന രമേശൻ എന്ന അദ്ധ്യാപകൻ, കുട്ടികളേയും കുട്ടികളിലൂടെ, ആ സമൂഹത്തേയും മാറ്റിമറിക്കുന്നതിന്റെ ഹൃദ്യമായ കഥയാണ് ചരിത്രനിയോഗം എന്ന ഈ നോവൽ.

പരിശീലനംകഴിഞ്ഞ് രമേശൻ മാസ്റ്റർ എത്തിപ്പെടുന്നത് ഒരു കടലോരഗ്രാമത്തിലെ സ്കൂളിലാണ്. അന്ധവിശ്വാസങ്ങളും സമാനമായ ചിന്താഗതികളും നിലനില്ക്കുന്ന, മത്സ്യത്തൊഴിലാളികളേറെയുള്ള ഒരു കടലോര ഗ്രാമം. മത-രാഷ്ട്രീയ വൈരങ്ങളൊന്നുമില്ലാത്ത, നിഷ്കളങ്കരും സ്നേഹസമ്പന്നരുമായ മനുഷ്യരുടെ നാട്. പക്ഷേ, അവിടെ ചൂഷണങ്ങളും സമൂഹവിരുദ്ധ പ്രവർത്തന മേഖലകളും ഏറെയുണ്ടായിരുന്നു. അബ്ദു മുതലാളിയുടെ ചൂഷണശൃംഖലയിൽ കുരുങ്ങിപ്പിടയുന്ന പാവം മത്സ്യത്തൊഴിലാളികളും, അന്ധവിശ്വാസങ്ങളിലും മന്ത്രവാദികളിലും കുരുങ്ങിക്കിടക്കുന്ന ജനതയുമുണ്ടായിരുന്നു.

നാലാം ക്ലാസിലെ അദ്ധ്യാപകനായി ചാർജ്ജെടുക്കുന്ന രമേശൻമാഷിനുമുന്നിൽ അമ്പത്തിഏഴോളം വിദ്യാർത്ഥികളുണ്ടായിരുന്നു. അവരെ എങ്ങനെ, വിദ്യാഭ്യാസപദ്ധതി വിഭാവനംചെയ്യുന്ന നിലവാരത്തിലെത്തിക്കുമെന്ന ആശങ്കയായിരുന്നു മനസ്സുനിറയെ. തന്റെ നിയോഗത്തിന്റെ ഭാരം അയാളെ അലോസരപ്പെടുത്തി. തന്റെ മുന്നിലെ കുട്ടികളിലൂടെ അവരുടെ കുടുംബങ്ങളിലും, അങ്ങനെ ഗ്രാമത്തിലും നന്മയുടെ മാറ്റങ്ങളുണ്ടാക്കുവാൻ അശ്രാന്തപരിശ്രമം ചെയ്യുന്ന ഒരു വ്യക്തിയേയാണ്, ഒരു നല്ല അദ്ധ്യാപകനെയാണ് നമുക്കീ നോവലിൽ കാണുവാൻ കഴിയുക.

പിതാവിന്റെ രൂക്ഷമായ മദ്യപാനശീലത്തിൽ തകർന്ന് വിങ്ങിപ്പൊട്ടുന്നൊരു പെൺകിടാവിലൂടെയാണ് രമേശൻ മാസ്റ്റർ തന്റെ സമൂഹ പരിവർത്തനദൗത്യം ആരംഭിക്കുന്നത്. ആ പാവംപെൺകിടാവിനെ മുഖ്യധാരയിലെത്തിക്കാൻ ക്ലാസിലെ മറ്റു കുട്ടികളുടെ സഹായംകൂടി അദ്ദേഹം സ്വീകരിക്കുന്നുണ്ട്. സഹപ്രവർത്തകരുടെ മുന്നറിയിപ്പുഭീഷണികളുടെ മുന്നിൽ ചകിതനാവാതെ അയാൾ തന്റെ പ്രവർത്തനം തുടരുമ്പോൾ, ആ പെൺകിടാവിന്റെ പിതാവ് മദ്യാപാന ശീലത്തിൽ നിന്നും ക്രമേണ മുക്തനായിത്തീരുന്ന കഥകൂടി നമുക്കിവിടെ കാണാം. തന്റെ അദ്ധ്യാപനവൈഭവത്തിലൂടെ ഭാഷയും ഗണിതവുംമാത്രമല്ല രമേശൻമാസ്റ്റർ കൈകാര്യം ചെയ്യുന്നത്. അബ്ദുമുതലാളിയുടെ കൊടും ചൂഷണത്തിലമർന്ന് കിടക്കുന്ന ജനതയെ, ഒരു സഹകരണസംഘത്തിന്റെ രൂപീകരണത്തിൽ പങ്കാളിയാവുകവഴി രക്ഷപ്പെടുത്താനും രമേശൻ

മാസ്റ്റർക്കു കഴിയുന്നുണ്ട്. സാബുവെന്ന മത്സ്യത്തൊഴിലാളിയും, തന്റെ സഹാദ്ധ്യാപകരുമെല്ലാം രമേശൻമാസ്റ്ററുടെ ഈ ചരിത്രനിയോഗ ത്തിൽ പങ്കാളികളാവുന്നുണ്ട്.

റസാഖെന്ന മയക്കുമരുന്നിന്നടിമയായ ചെറുപ്പക്കാരനെ, അതിൽ നിന്ന് മോചിപ്പിക്കാനും രമേശൻ മാസ്റ്റർക്കു കഴിയുന്നു. ആ ഗ്രാമത്തിൽ മുമ്പെന്നോ നടന്ന ഒരു കൊലപാതകത്തിന്റെ അണിയറരഹസ്യങ്ങൾ പുറത്തുകൊണ്ടുവരാനും കുറ്റവാളികളെ നിയമത്തിന്റെ മുന്നിലെത്തിക്കാ നും രമേശൻമാസ്റ്ററുടെ പ്രവർത്തനങ്ങൾക്കു കഴിയുന്നു.

ഒരദ്ധ്യാപകനെന്നാൽ, വെറുമൊരദ്ധ്യാപനത്തൊഴിയാളിയല്ല. തന്റെ സൂക്ഷ്മമായ പ്രവർത്തനങ്ങളിലൂടെ കുട്ടികളിലും, അവരുടെ ഗാർഹികസാഹചര്യങ്ങളിലും ആശാവഹമായ മാറ്റങ്ങളുണ്ടാക്കു വാൻകഴിയുന്നൊരു സാമൂഹ്യപ്രവർത്തകനാണയാൾ. അങ്ങനെ, ആ സമൂഹത്തെ ശരിയായ ദിശയിലേക്ക് പരിവർത്തിപ്പിക്കാൻ അയാൾക്ക് സാധിക്കുന്നു. ഒരു യഥാർത്ഥ അദ്ധ്യാപകനുമാത്രം കഴിയുന്നൊരുകാ ര്യമാണിത്. ഈ നോവലിലെ രമേശൻമാസ്റ്റർ അങ്ങനെയുള്ളൊരു യഥാർത്ഥ അദ്ധ്യാപകൻതന്നെയാണ്.

ഈ നോവലിലെ കഥാപാത്രങ്ങളെല്ലാം ജീവിതത്തിന്റെ ചൂരും ചൂടും പേറുന്നവരാണ്. മത്സ്യത്തൊഴിലാളിയായ സാബു തന്റെ ജോലികഴി ഞ്ഞാൽ, നാട്ടുകാർക്ക് എന്തുസഹായവും ചെയ്യും. അയാളാണ്, രമേശൻ മാസ്റ്റർക്കാവശ്യമായ സഹായങ്ങളും ചെയ്യുന്നത്. ചായക്കടക്കാരനായ മൊയ്തുക്കയും, രമേശൻ മാസ്റ്റർ താമസിക്കുന്ന കടയുടെ എതിർവശ ത്തെ പാത്തുത്തയും (അവരുടെ ഭർത്താവ് മരണപ്പെട്ടതാണ്)മകൾ സൈനബയും(അവളുടെ ഭർത്താവ് ജമാൽ, അവളെ ഉപേക്ഷിച്ചുപോയ താണ്)സൈനബയുടെ മകൻ, മയക്കുമരുന്നിനടിമയായിരുന്നെങ്കിലും, രമേശൻമാസ്റ്ററുടെഇടപെടലിലൂടെ അതിൽനിന്ന് മുക്തനായ റസാഖും, അബു മുതലാളിയും അയാളുടെ ശിങ്കിടികളായ അച്ചുവും പോക്കറുമെല്ലാം കഥയുടെ മുറുക്കമുള്ള ഇഴകൾതന്നെ. രമേശൻ മാസ്റ്ററുടെ സഹപ്രവ ർത്തകരായ അദ്ധ്യാപകരും ജോലിയോട് നീതിപുലർത്തുന്നവർതന്നെ. നാട്ടുകാരുടെ പ്രശ്നങ്ങളിലിടപെട്ട്, പരിഹാരം സാധ്യമാക്കുന്ന സലീം മാഷും കണ്ണൻ മാഷും രാമൻമാഷുമെല്ലാം വ്യക്തിത്വമുള്ള കഥാപാത്ര ങ്ങൾതന്നെ. രേവതിറ്റീച്ചറും അവരുടെ ഭർത്താവ്, എക്സ് മിലിറ്ററിയായ ഗോപിച്ചേട്ടനും, കണ്ണൻ മാഷുടെ ഭാര്യ, ശാന്തേച്ചിയും മക്കളായ പ്രയാഗും മാലിനിയുമെല്ലാം കഥയുടെ വിവിധഘട്ടങ്ങളിൽ സ്വന്തം അടയാളങ്ങൾ പതിപ്പിക്കുന്നവർതന്നെ.

രമേശൻ മാസ്റ്റർ കൃത്യമായ ആസൂത്രണവൈഭവമുള്ള അദ്ധ്യാപകനാണ്. പാഠനോദ്ദേശ്യം കുട്ടികളിലെത്തിക്കാനുള്ള മാർഗ്ഗങ്ങളും, അവയ്ക്ക് വന്നുചേരുന്ന പോരായ്മകളെ പരിഹരിക്കാനുള്ള ചിന്തകളുമാണ് ആ മനസ്സുനിറയെ. തന്റെ കുടുംബത്തെക്കുറിച്ചോ, (ഒരിക്കൽ, മദ്യപായിയായ തന്റെ അമ്മാവനെ ഓർക്കുന്നതൊഴിച്ചാൽ)വീട്ടുകാരെക്കുറിച്ചോ, കഥയിൽ സൂചനകളില്ല. ഗൃഹാതുരത്വംനിറഞ്ഞ ഓർമ്മകൾപോലും ആ മനസ്സിലടുക്കുന്നില്ല. മാലിനിയെന്ന സുന്ദരിപ്പെൺകുട്ടി കഥയിൽ കടന്നുവരുമ്പോൾ, പ്രണയത്തിന്റെ ഒരു നേർത്ത സുഗന്ധം വായനക്കാർക്ക് ലഭിക്കുമെങ്കിലും, രമേശൻ മാസ്റ്ററുടെ മനസ്സിൽ അത്തരം ലോലവികാരങ്ങളൊന്നുമില്ല. അദ്ദേഹം, അദ്ധ്യാപകനാവാൻവേണ്ടി മാത്രം ജനിച്ചവനാണെന്നുതോന്നിപ്പോകും.

ക്ഷാമകാലത്ത് ബുദ്ധിമുട്ടിയിരുന്ന മത്സ്യത്തൊഴിലാളികളെ, സഹായിക്കയാണെന്ന വ്യാജേന, ബ്ലേഡിന്റെമൂർച്ചയറിയിക്കുന്ന അബ്ബുമുതലാളിയുടെ പിടിയിയിൽനിന്ന് ഗ്രാമത്തെ രക്ഷിക്കാൻ, മറ്റദ്ധ്യാപകരോടൊത്ത് രമേശൻ മാഷും ശ്രമിക്കുന്നുണ്ട്. പാത്തുത്തയുടെ ഭർത്താവിന്റെ മരണം ഒരു കൊലപാതകമായിരുന്നുവെന്ന സത്യം പുറത്തറിയാനും, അതിന്റെ പിന്നിൽ പ്രവർത്തിച്ച നിഗൂഢശക്തികളെ നിയമത്തിന്റെ പിടിയിലാക്കാനും നിമിത്തമായിത്തീരുന്നത് രമേശൻ മാഷാണ്. സൈനബയുടെ നാട്ടുവിട്ടുപോയ ഭർത്താവ് തിരിച്ചെത്താൻ ഇടയായതും ഈ അദ്ധ്യാപകന്റെ പ്രവർത്തനങ്ങളുടെ ഫലംതന്നെ. നാടിനെ ഗ്രസിച്ചിരുന്ന ദുഷ്ടശക്തികളെല്ലാം നിയമത്തിന്റെ പിടിയിലമർന്നതോടെ, നാടിന്റെ ഗ്രഹണകാലം അവസാനിക്കുന്നു. ഇങ്ങനെ, തന്റെ അദ്ധ്യാപനജീവിതംകൊണ്ട് ഒരു ഗ്രാമത്തിൽമുഴുവൻ വെളിച്ചമേകിയിട്ടാണ് തന്റെ അദ്ധ്യാപനജീവിതനിയോഗം രമേശൻ മാസ്റ്റർ പൂർത്തിയാക്കുന്നത്.

വളച്ചൊടിക്കപ്പെട്ട ചരിത്രത്തിന്റെ മറയ്ക്കപ്പെട്ട യാഥാർത്ഥ്യത്തിലേക്ക്, വസ്തുതകളിലേക്ക് എങ്ങനെ ജനതയുടെ മിഴിതുറക്കാമെന്ന ഒരു പശ്ചാത്തലദൗത്യംകൂടി രമേശൻമാസ്റ്റർ നിർവ്വഹിക്കുന്നുണ്ട്. ഇതൊക്കെ അദ്ദേഹം ചെയ്യുന്നത്, തന്റെ ചരിത്രനിയോഗത്തിന്റെ ഭാഗമായിത്തന്നെയാണെന്നും, ഏതൊരദ്ധ്യാപകന്റേയും നിയോഗം ഇതൊക്കെത്തന്നെയാണെന്നും ആലോചിക്കേണ്ടതുണ്ട്. തന്റെ ജോലി സ്തുത്യർഹമായി നിർവ്വഹിക്കുന്ന ഒരദ്ധ്യാപകന്, കുട്ടികളെ മാത്രമല്ല ഒരുനാടിനെത്തന്നെ ഉണർത്താനും ഉയർത്താനുംകഴിയുമെന്നതിന്റെ വസ്തുതാപാഠനംതന്നെയാണിത്. അതിനാൽ, അദ്ധ്യാപകരും,

്യാപകരാവാൻ ഒരുങ്ങുന്നവരും ഈകൃതി അവരുടെ വേദപു ...ിത്തന്നെ അടയാളപ്പെടുത്താനിടയുണ്ടെന്ന് പറയാതെവയ്യ. അദ്ധ്യാപകർമാത്രമല്ല, എല്ലാ വായനക്കാരും, രമേശൻ മാഷിനേയും അദ്ദേഹത്തിന്റെ ചരിത്രനിയോഗത്തേയും നെഞ്ചോട്ടുചേർക്കുമെന്നതിന് ഒരുസംശയവുമില്ല. തന്റെ ജോലിയോട് കൂറുപുലർത്തുന്ന ഒരദ്ധ്യാപക ന്റെ ചരിത്രനിയോഗത്തിന്റെ പ്രകാശരേഖകൾതന്നെയാണ്, ശ്രീ. ടി. വി രാജീവൻമാസ്റ്ററെഴുതിയ ഈ ഹൃദ്യമായ പുസ്തകം.

www.ingramcontent.com/pod-product-compliance
Lightning Source LLC
LaVergne TN
LVHW060236051026
849517LV00005B/1639
* 9 7 8 9 3 9 0 5 3 5 8 2 8 *